INSIGHT PUBLICA®

INSIGHT PUBLICA®
Kozhikode, Kerala, India 673011
www.insightpublica.com
e-mail: insightpublica@gmail.com
Thamara Enna Viswapushpam
(Malayalam)
P.N. Raveendran
Translated by *Dr. Nalini Sathees*
Cover Design by A. Sudhakaran
First Edition: July 2021

ISBN 978-93-90535-62-0

താമര എന്ന വിശ്വപുഷ്പം
(Lotus-The Cosmic Flower)

പി.എൻ. രവീന്ദ്രൻ

പരിഭാഷ: ഡോ. നളിനി സതീഷ്

INSIGHT PUBLICA®

ഡോ. പി. എൻ. രവീന്ദ്രൻ ഭാരതീയ കാർഷിക ഗവേഷണ സർവീസിലെ (IARS) ശാസ്ത്രജ്ഞനായിരുന്നു. പ്രശസ്ത സുഗന്ധവിള ശാസ്ത്രജ്ഞനായ അദ്ദേഹം ഇന്ത്യൻ സുഗന്ധവിള ഗവേഷണ സ്ഥാപനത്തിൽ (ICAR-IISR) വകുപ്പ് മേധാവിയും, ഡയറക്ടറും, അഖിലേന്ത്യാ സുഗന്ധവിള ഗവേഷണത്തിന്റെ കോർഡിനേറ്ററും ആയിരുന്നു. വിരമിച്ചശേഷം അദ്ദേഹം കോട്ടയ്ക്കലിലെ ഔഷധസസ്യ ഗവേഷണ കേന്ദ്രത്തിന്റെ ഡയറക്ടറും, പിന്നീട് ടാറ്റാ റ്റീ, ടാറ്റാ ഗ്ലോബൽ ബവറേജസ് എന്നിവയുടെ ഗവേഷണ ഉപദേഷ്ടാവും ആയിരുന്നു. CABIയുടെ ക്ഷണം സ്വീകരിച്ച് 2013ൽ അദ്ദേഹം സുഗന്ധവിള സസ്യങ്ങളെ പറ്റിയുള്ള സർവ്വവിജ്ഞാനകോശം നിർമ്മിക്കുന്നതിൽ വ്യാപൃതനായി.

സുഗന്ധവിളകളെ പറ്റിയുള്ള നിരവധി പ്രബന്ധങ്ങളുടെയും ഗ്രന്ഥങ്ങളുടെയും കർത്താവാണ് ഡോ. രവീന്ദ്രൻ. സുഗന്ധവിളകളെയും സസ്യങ്ങളെയും പറ്റിയുള്ള ആദ്യ ശാസ്ത്രീയ വിജ്ഞാനകോശം ഈ രംഗത്തുള്ള ഏറ്റവും ആധികാരികമായ ഗ്രന്ഥമാണ്. കൂടാതെ എല്ലാ പ്രധാന സുഗന്ധ വിളകളെ പറ്റിയും അദ്ദേഹം ആധികാരികമായ ഗ്രന്ഥങ്ങൾ സംഭാവന ചെയ്തിട്ടുണ്ട്.

കഴിഞ്ഞ ഒന്നര ദശാബ്ദമായി ഭാരതത്തിലെ വിശുദ്ധസസ്യങ്ങളെപറ്റിയുള്ള പഠനങ്ങൾക്കും, ഗവേഷണത്തിനും അദ്ദേഹം സമയം കണ്ടെത്തിയിരുന്നു. ഈ രംഗത്തുള്ള അദ്ദേഹത്തിന്റെ സംഭാവനകളാണ് Lotus- the Cosmic flower, Nandanom- the Garden of Gods, Sacred and Ritual Plants of India എന്നീ ഗ്രന്ഥങ്ങൾ.

ഡോ. രവീന്ദ്രൻ കുടുംബസമേതം കോഴിക്കോട്ടു താമസിക്കുന്നു. പ്രോവിഡൻസ് വനിതാ കോളേജിലെ സസ്യശാസ്ത്ര വിഭാഗം മേധാവി ആയിരുന്ന ഡോക്ടർ ശൈലജയാണ് ഭാര്യ. ഈ ദമ്പതികൾക്ക് രണ്ടു പുത്രിമാരാണുള്ളത്. രണ്ടുപേരും വിദേശത്താണ്. ഡോ. രവീന്ദ്രനെ താഴെ പറയുന്ന മെയിൽ വഴി ബന്ധപ്പെടാവുന്നതാണ്: ravinair.pn@gmail.com

ഡോ. പി. എൻ. രവീന്ദ്രൻ

സമർപ്പണം

എന്റെ പുത്രിമാരായ
നീലിമ-നമിത
പേരക്കുട്ടികളായ
അതീത്, അനിക എന്നിവർക്ക്

ജനനം 1947ൽ. ഒറ്റപ്പാലം സ്വദേശിനി. മലയാള ഭാഷയിലും സാഹിത്യ ത്തിലും ബിരുദാനന്തര ബിരുദം. 1992ൽ കാലിക്കറ്റ് സർവ്വകലാശാല യിൽ നിന്ന് പി.എച്ച്.ഡി. നേടി. പരിഭാഷ എന്ന വിഷയം ദീർഘകാലം പഠിപ്പിച്ച അനുഭവമുണ്ട്. അനേകം പുസ്തകങ്ങളും, ലേഖനങ്ങളും മലയാ ളത്തിൽ നിന്ന് ഇംഗ്ലീഷിലേക്കും ഇംഗ്ലീഷിൽ നിന്ന് മലയാളത്തിലേക്കും വിവർത്തനം ചെയ്തിട്ടുണ്ട്. കോഴിക്കോട് പ്രോവിഡൻസ് കോളേജിൽ മലയാളവകുപ്പ് അദ്ധ്യക്ഷയായി 33 കൊല്ലത്തെ സേവനത്തിനുശേഷം വിരമിച്ചു. വായനയും എഴുത്തുമായി ഉത്സാഹത്തോടെ വിശ്രമകാലം കോഴിക്കോട് ചെലവഴിക്കുന്നു.

ഡോ. നളിനി സതീഷ്

വിവർത്തകയുടെ കുറിപ്പ്

താമര എന്ന വിശ്വപുഷ്പത്തെക്കുറിച്ച് ഇംഗ്ലീഷിൽ രചിച്ച പുസ്തകം വിവർത്തനം ചെയ്യാമോ എന്ന് ഡോക്ടർ രവീന്ദ്രൻ ചോദിച്ചപ്പോൾ ഞാൻ ഉടനെ പറഞ്ഞു, അയ്യോ... ശാസ്ത്രീയമായിരിക്കും. എനിക്ക് ശാസ്ത്രവുമായി ബന്ധമില്ലല്ലോ! പക്ഷേ, പുസ്തകം മറിച്ചുനോക്കിയപ്പോൾ അത്ഭുതപ്പെട്ടുപോയി. ആർക്കും മനസ്സിലാകുന്ന ഭാഷയിൽ, വളരെയധികം താല്പര്യമുണർത്തുന്ന വിവരണങ്ങൾ! താമരയെക്കുറിച്ചുള്ള പുരാണപരാമർശങ്ങളിൽനിന്നു തുടങ്ങി, ബുദ്ധമതത്തിലും, മറ്റു മതങ്ങളിലും താമരയുടെ സ്ഥാനം. അനുഷ്ഠാനങ്ങളിലുള്ള പങ്ക്, ചിത്ര-ശില്പകലകളിലെ സാന്നിദ്ധ്യം, ഔഷധമൂല്യം, പാചകവിധി എന്നിങ്ങനെ അവസാനത്തെ അധ്യായങ്ങളിലെത്തുമ്പോൾ അത്ഭുതം അഭിനന്ദനമായി. ഇത്രയും വിപുലമായ ഗവേഷണം ഇക്കാലത്ത് എവിടെ കാണാൻ കഴിയും! അറിയാത്ത അനേകം മേഖലകളിലേയ്ക്കു കൂട്ടികൊണ്ടുപോയി, താമരവിജ്ഞാനവും, കൗതുകസത്യങ്ങളും പ്രദാനം ചെയ്ത ഈ പുസ്തകം വിവർത്തനം ചെയ്യുവാൻ എന്നെ ഏൽപ്പിച്ചതിനുള്ള നന്ദി ഞാനിവിടെ രേഖപ്പെടുത്തട്ടെ. ഇനിയും പലവിധത്തിലുള്ള ഗവേഷണങ്ങൾ പരിചയപ്പെടുത്താനുള്ള ആർജവം ഡോക്ടർ രവീന്ദ്രനുണ്ടാകട്ടെ എന്ന് പ്രാർത്ഥിക്കുന്നു.

നളിനി സതീഷ്

ഉള്ളടക്കം

അവതാരിക **എം.എൻ. കാരശ്ശേരി** 11

കൃതജ്ഞത 19

1. താമര ഭാരതസംസ്കാരത്തിൽ - ആരംഭം 21

2. താമരയുടെ ഉത്ഭവം-ഐതിഹ്യങ്ങൾ 31

3. താമരയും ഹൈന്ദവദേവന്മാരും 41

4. താമരയും ബുദ്ധ-ജൈനമതങ്ങളും 75

5. താമര ദർശനങ്ങളിലും പ്രതീകങ്ങളിലും 93

6. വാസ്തു വിദ്യയിലും, ശില്പകലയിലും താമരയുടെ പ്രാധാന്യം 139

7. താമര കവിതകളിലും ചിത്രങ്ങളിലും 161

8. ഈജിപ്റ്റിലെ നീലത്താമര 195

9. താമരയും ഹൈന്ദവ അനുഷ്ഠാനങ്ങളും 217

10. പാരമ്പര്യവൈദ്യത്തിൽ താമരയുടെ സ്ഥാനം 225

11. താമര ഭക്ഷണത്തിലും, മറ്റ് ഉപയോഗങ്ങളിലും 235

ഉപസംഹാരം 247

Science of Lotus and Lotus Growing – A Short Note 249

Main sources of Information 262

Citations included in the text 269

അവതാരിക

പെണ്ണിന്റെ മണവുമായിട്ടാണ് മഹാഭാരതകഥ ആരംഭിക്കുന്നത്. ഭീഷ്മരുടെ പിതാവ് ശന്തനുമഹാരാജാവ് മുക്കുവമൂപ്പന്റെ മകളിൽ വീണുപോയത് അവളുടെ ശരീരത്തിന്റെ സുഗന്ധത്താൽ വശീകൃതനായിട്ടാണ്. ആ അലൗകികസൗരഭ്യമാവട്ടെ, മുക്കുവപ്പെണ്ണിനെ നേരത്തേ പ്രാപിച്ച പരാശരമഹർഷി അനുഗ്രഹിച്ചരുളിയതും. ശന്തനുവിന് ആ പെൺകിടാവിന്റെ ചൂരിനോട് അത്ര കമ്പം തോന്നിയിരുന്നില്ലെങ്കിൽ ഭീഷ്മർ അടുത്ത രാജാവായേനെ; വിവാഹിതനും പിതാവും ആയേനെ; കുരുക്ഷേത്രയുദ്ധം തന്നെ ഇല്ലാതെ പോയേനെ!

ഇതൊക്കെ കവിഭാവന മാത്രമാവാം എന്നുവച്ച് വിടാൻ വരട്ടെ: യൗവ്വനപ്പുളപ്പിന്റെ സ്നിഗ്ധതയാലും മുഗ്ധതയാലും മനുഷ്യചരിത്രത്തിന്റെ ഗതി തിരിച്ചുവിട്ട മോഹിനികളിൽ പ്രമുഖയായ ക്ലിയോപാട്രയുടെ വശ്യതകളിൽ പ്രധാനം അവളുടെ പൂമേനിയുടെ ഗന്ധമായിരുന്നു പോൽ. റോമിന്റെ അധിപതികളായിരുന്ന ജൂലിയസ് സീസർ, മാർക്ക് ആന്റണി തുടങ്ങിയ മഹാരഥന്മാർക്ക് പോലും ആ പരിമളത്തിന്റെ പ്രലോഭനത്തിൽ നിന്ന് രക്ഷകിട്ടിയില്ല. ആ കാമിനിയുടെ പൂവുടലിന്റെ സഹജഗന്ധത്തെ അത്രമേൽ ഉന്മത്തദായകമാക്കിയ ലേപനങ്ങളുടെ കൂട്ടിനെപ്പറ്റി ഇപ്പോഴും പഠനം നടക്കുന്നു എന്നാണ് ഞാൻ വായിച്ചത്.

ഇപ്പോഴിതാ, ഈ പുസ്തകത്തിൽ കാണുന്നു: താമരയിൽ നിന്ന് എണ്ണയൂറ്റി ആളുകൾ തൈലമായി ഉപയോഗിച്ചിരുന്നു. ആഹ്ലാദഭാവം ഉളവാക്കാനും പ്രസന്നത നിലനിർത്താനും ഈ തൈലത്തിന് കഴിവുണ്ടായിരുന്നുവത്രെ. ക്ലിയോപാട്ര ഈ തൈലം ശരീരത്തിലും ആടകളിലും തളിച്ചിരുന്നുപോൽ. ദിവസേന കുളിച്ചിരുന്നത് താമര തൈലം ചേർത്ത ജലത്തിലായിരുന്നുവെന്ന് കഥയുണ്ട് പോൽ!

മലയാളികളുടെ ബോധത്തിലും ഈ പുഷ്പത്തിനുള്ള നിസ്തുലമായ സ്ഥാനം നമ്മുടെ കവിതകളിലും മതാചാരങ്ങളിലും പാട്ടുകളിലും രേഖപ്പെട്ടു കിടപ്പുണ്ട്. 'ആലായാൽ തറവേണം' എന്നു തുടങ്ങുന്ന നാടൻപാട്ട് അഭിലഷിക്കുന്നു:

കുളിപ്പാനായ് കുളം വേണം
കുളത്തിൽ ചെന്താമര വേണം.

അജ്ഞാതനാമാവായ ആ പഴയ മാപ്പിളപ്പാട്ടുകാരൻ കാമിനിയെ താമസിപ്പിച്ചിരുന്നത് ' താമരപ്പൂങ്കാവന'ത്തിലാണ്! പ്രണയഭാവന കൊണ്ടുമാത്രമേ നിങ്ങൾക്ക് താമരയുടെ പൂങ്കാവനം സൃഷ്ടിക്കാൻ സാധിക്കുകയുള്ളൂ. എന്നാലും 'താമരപ്പൂങ്കാവനം' എന്ന പ്രയോഗം എത്രമേൽ ഹൃദ്യമായിരിക്കുന്നു!

എന്റെ സുഹൃത്ത് ഡോ.പി.എൻ.രവീന്ദ്രന്റെ ഈ താമരചരിതം നമ്മുടെ ഭാഷയ്ക്ക് അത്രയധികം പരിചയമില്ലാത്ത സംസ്ക്കാരപഠനത്തിൽ പുതിയൊരു പാത തുറന്നിരിക്കുന്നു. ശാസ്ത്രഗവേഷകനും അധ്യാപകനും ആയ ഗ്രന്ഥകാരൻ—ഇന്ത്യയ്ക്കകത്തും പുറത്തുമായി ശാസ്ത്രവിഷയങ്ങളെ സംബന്ധിച്ച് അനേകം പ്രബന്ധങ്ങൾ പ്രസിദ്ധീകരിച്ച് പണ്ഡിതന്മാരുടെയും ഗവേഷകന്മാരുടെയും അംഗീകാരം നേടിയ ദേഹം—ഈ പുസ്തകത്തിൽ താമരപ്പൂവിനെ സമീപിക്കുന്നത് ശാസ്ത്രവിഷയം എന്ന നിലയ്ക്കു മാത്രമല്ല, ചരിത്രത്തിലും ഭിന്നസംസ്ക്കാരങ്ങളിലും അതുല്യമായ സ്ഥാനം നേടിയ പ്രതീകം എന്ന നിലയ്ക്കുകൂടിയാണ്.

മതാനുഷ്ഠാനത്തിലും വൈദ്യത്തിലും രതിയിലും കലാജീവിതത്തിലും ഭക്ഷണത്തിലും വസ്ത്രത്തിലും ആചാരത്തിലും ഉപചാരത്തിലും അലങ്കാരത്തിലും തത്വചിന്തയിലും ഭക്തിയിലും കവിതയിലും എല്ലാം ആവിഷ്ക്കാരം കൊള്ളുന്ന താമരയാണ് ഇവിടത്തെ പ്രമേയം.

അനേകം ദശലക്ഷം വർഷങ്ങൾക്ക് മുമ്പ് ആരംഭിച്ച താമരയുടെ ചരിത്രയാനത്തെ പിന്തുടർന്നു ചെല്ലുകയാണ് ഗ്രന്ഥകാരൻ. ഇന്ത്യയിലും ഈജിപ്തിലും ചൈനയിലും ഗ്രീസിലും റോമിലും ടിബറ്റിലുമെല്ലാം—താമര ചെന്നേടത്തെല്ലാം—അദ്ദേഹത്തിന്റെ ഗവേഷണദൃഷ്ടി എത്തിപ്പെടുന്നുണ്ട്. ആ ദൃഷ്ടി എന്തിനോടെങ്കിലും പക്ഷപാതം കാണിക്കുന്നില്ല; ഒന്ന് മറ്റൊന്നിനെക്കാൾ മേലെയാണ് എന്നു ഭാവിക്കുന്നില്ല. അതുകൊണ്ടുതന്നെ ഹിന്ദുമതക്കാരുടെയും ബുദ്ധമതക്കാരുടെയും ജൈനമതക്കാരുടെയും പാർസിമതക്കാരുടെയും സിക്ക്മതക്കാരുടെയും ക്രിസ്തുമതക്കാരുടെയും ആചാരാനുഷ്ഠാനങ്ങളിലും സാമൂഹ്യസാഹചര്യങ്ങളിലും താമരയെ തെരഞ്ഞ് ചെല്ലുന്ന ഗ്രന്ഥകർത്താവ് ശാസ്ത്രകാരന്റെ നിസ്സംഗതയോടെ

താൻ കണ്ടത് നമുക്ക് കാണിച്ചുതരികയാണ്. ഏതെങ്കിലും ഒരു നാട്ടുകാരുടേത്, അല്ലെങ്കിൽ ഏതെങ്കിലും ഒരു മതക്കാരുടേത്, അതുമല്ലെങ്കിൽ ഒരു ഭാഷക്കാരുടേത് അന്ധവിശ്വാസമെന്നോ അനാചാരമെന്നോ വിധിക്കുന്നില്ല. അത്തരം വിധിതീർപ്പുകളൊക്കെ നമുക്ക് വായനക്കാർക്ക് വിട്ടുതന്നിരിക്കുകയാണ്.

ചരിത്രാഭിമുഖ്യമുള്ള വായനക്കാർക്ക് വിലപിടിച്ചതായിത്തോന്നുന്ന അനേകം കണ്ടെത്തലുകൾ പലേടത്തായി ചിതറിക്കിടപ്പുണ്ട്. ചില ഉദാഹരണങ്ങൾ കണ്ടുനോക്കൂ:

1. ' ഇന്ന് ഭൂമിയിലുള്ള സസ്യജാലങ്ങളിൽ ഏറ്റവും പൗരാണികമായ സസ്യമാണ് താമര. ജുറാസിക് യുഗത്തിന്റെ അവസാനത്തോടടുത്ത ടിയാകും താമരയുടെ ഉത്ഭവം എന്ന് കരുതപ്പെടുന്നു. അതായത് 140 ദശലക്ഷം വർഷങ്ങൾക്ക് മുമ്പ്.'
2. 'താമരയെപ്പറ്റിയുള്ള ആദിമഭാരതീയ പരാമർശം ഋഗ്വേദത്തിൽ ആരംഭിക്കുന്നു.'
3. 'താമര എന്ന പ്രതീകത്തിന്റെ ഉദ്ഭവം സൊറാസ്ട്രിയൻ മതത്തിൽ നിന്നാണ്.'
4. 'താമരസങ്കൽപം ഇറാനിൽ നിന്ന് ഇന്ത്യയിലെത്തി ആര്യന്മാരുടെയും ബുദ്ധമതക്കാരുടെയും ആചാരങ്ങളിൽ ഇടം പിടിച്ചു. പിന്നെ ബുദ്ധമതം ചൈനയിലും ജപ്പാനിലും പ്രചരിച്ചപ്പോൾ താമര അവിടെയും ആരാധ്യവസ്തുവായി.'
5. 'സരോജിനി നായിഡു ഗാന്ധിജിയെ താമരയോട് ഉപമിക്കുകയുണ്ടായി.'

ഭക്തിയിൽ കൂടുതൽ താത്പര്യമുള്ളവർക്ക് അതിന്റെ വഴികളും ഇവിടെ തുറന്നുകിടപ്പുണ്ട്:

1. 'വിഷ്ണുവിന്റെ നാഭീപുഷ്പമായതുകൊണ്ട് ഹിന്ദുക്കൾക്ക് താമര ദിവ്യപുഷ്പമാണ്.'
2. 'ബ്രഹ്മാവിന്റെ ജനനം അനശ്വരതയുടെ പ്രതീകമായ താമരയിൽ നിന്നാണ്.'
3. 'ശതപഥബ്രാഹ്മണത്തിൽ താമരയെ 'ശാശ്വത പുഷ്പം' എന്ന് വിശേഷിപ്പിച്ചിട്ടുണ്ട്.'
4. 'ബുദ്ധൻ താമരയിൽ ഇരിക്കുന്നു എന്നാണ് സങ്കല്പം.'
5. 'പല ദേശങ്ങളിലും ക്രിസ്തീയ വിശ്വാസത്തിൽ വെളിച്ചത്തിന്റെയും

ജീവന്റെയും താമരയുണ്ട്. ഇത് ത്രിത്വത്തിന്റെ പ്രതീകമാണ്. ഈ താമര ഇരുട്ടിൽ നിന്ന് പ്രസരിക്കുന്ന വെളിച്ചമായി ക്രിസ്തുവിന്റെ സ്മരണ ഉണർത്തുന്നു. ജീവന്റെ പുഷ്പം എന്ന പേരിൽ ഭൂമിയുടെ പ്രകാശമായി, ജീവന്റെ പ്രതീകമായി ക്രിസ്തീയമതം താമരയെ സ്വീകരിക്കുന്നു.'

സംസ്ക്കാര പഠനത്തിൽ കൗതുകമുള്ളവർക്ക് വിലപിടിച്ചതായി തോന്നുന്ന വസ്തുതകൾക്കും ഇവിടെ ഇടമുണ്ട്:

1. ' പേർഷ്യൻ പരവതാനകളുടെ നെയ്ത്തിൽ ഏറ്റവും പ്രധാനം താമരയുടെ വിവിധ രൂപങ്ങൾക്കാണ്. സെൽജൂക്ക് കാലഘട്ടത്തിലും അതിനു ശേഷവും ഇസ്ലാം ശില്പങ്ങൾ താമരയ്ക്ക് സദൃശമാണ്. കിർമിയയിലെ ഇസ്ലാം ആരാധനാലയങ്ങളിൽ പ്രാർത്ഥനാമുറിയുടെ ചുമരുകൾ താമരയുടെ ചിത്രങ്ങളാൽ അലങ്കരിക്കപ്പെട്ടിരിക്കുന്നു.'

2. ' ചൈനയിൽ ശവദാഹ സമയത്ത് ബന്ധുക്കൾക്ക് താമരമുദ്ര പതിപ്പിച്ച നന്ദിസന്ദേശം അടങ്ങുന്ന കവറുകൾ കൈമാറുന്ന പതിവുണ്ട്. താമരഗന്ധമുള്ള തിരികൾ കത്തിക്കുന്നതും പതിവാണ്.'

3. 'താമരയെപ്പോലെ സർവ്വാംഗീകാരം നേടിയ മറ്റൊരു പ്രതീകവും അലങ്കാരവസ്തുവും ഇല്ല.'

4. 'ഹിന്ദുമതത്തിലും ബുദ്ധമതത്തിലും താമര ആത്മാവിന്റെ പ്രതിനിധിയാണ്.'

5. ചൈനയിലേതുപോലെ മറ്റൊരു നാട്ടിലും അത്രയധികം താമരചിത്രങ്ങൾ ഉണ്ടാകുന്നില്ല. ചൈനയിൽ ഏറ്റവുമധികം കൃഷി ചെയ്യുന്ന പുഷ്പമാണ് താമര.'

ഈ നിരീക്ഷണങ്ങളും നിഗമനങ്ങളും പലപ്പോഴും തത്വചിന്തയിലേക്ക് നീണ്ടുചെല്ലുന്നു:

1. 'വേദങ്ങളിൽ താമരയില സ്ഥിരതയുടെ പ്രതീകമാണ്. ഇളകുന്ന വെള്ളത്തിൽ അത് സുസ്ഥിരമായി നിലകൊള്ളുന്നു.'

2. 'ഛാന്ദോഗ്യോപനിഷത്തിൽ താമരയിലയെ നിസ്സംഗമനസ്ക്കരോട് ഉപമിച്ചിരിക്കുന്നു. താമരയിലയിൽ ജലം സ്പർശിക്കാത്തതുപോലെ നിസ്സംഗമായ നിലയെ വിശദമാക്കാൻ താമരയില എന്ന പ്രതീകം ഉചിതമാണ്.'

3. ബുദ്ധമത ഗ്രന്ഥങ്ങളിലും നിസ്സംഗതയുടെ പ്രതീകമായി പല തവണ പരാമർശിക്കപ്പെടുന്നത് താമരയിലയാണ്.'

4. 'ജലത്തിൽ നിന്നുമുയർന്ന് വെളിച്ചത്തെ ധ്യാനിക്കുന്ന താമര മനുഷ്യന്റെ ആധ്യാത്മികതയിലേക്കുള്ള സാധന അനുസ്മരിപ്പിക്കുന്നു. പുലരിയിൽ മെല്ലെ വിരിഞ്ഞുതുടങ്ങുന്ന ദലങ്ങൾ ആത്മീയതയുടെ ഉണർവ്വാണ്. സൂര്യന്റെ ആദ്യകിരണത്തിന്റെ സ്പർശത്തിൽ ഓരോ ഇതളായി വിടർന്ന് താമര വികസിക്കുന്നു, പൂർണതയിലേക്ക് എത്തുന്നു. പ്രണയപ്രതീകമായി സൂര്യനും താമരയും സ്വീകരിക്കപ്പെട്ടത് ഈ അർത്ഥത്തിലാണ്.'

5. 'ഇന്ത്യൻ തത്വചിന്തയെ സംബന്ധിച്ചിടത്തോളം ഏറ്റവും വ്യാപകമായ താമരതത്വം ശ്രീബുദ്ധനും മഹാവീരനും നേടിയെടുത്ത ആത്മസാക്ഷാത്ക്കാരത്തിന്റെ പ്രതീകം ആണ്.'

നമ്മുടെ കവിതകളിലും നാടൻപാട്ടുകളിലും പുതിയ കാലത്തെ സിനിമകളിലുമെല്ലാം പ്രണയത്തിന്റെയും രതിയുടെയും ബിംബമായി താമര എന്തുകൊണ്ട് വരുന്നു എന്ന് രവീന്ദ്രൻ വിശദീകരിക്കുന്നുണ്ട്:

1. ' പ്രപഞ്ചത്തിന്റെ ഗർഭപാത്രത്തിന്റെ പ്രവേശന കവാടമാണ് താമര. അതു യോനിയുടെ പ്രതീകമാണ്.'

2. 'സൃഷ്ടിയുടെ തുടക്കം താമരയിൽ നിന്നാണെന്ന വിശ്വാസമാണ് താമരയെ ലൈംഗികതയുമായി ബന്ധിപ്പിക്കാനുള്ള കാരണം.'

മലയാളകവിതയിൽ നിന്ന് ഞാൻ ഒരൊറ്റ ഉദാഹരണം എടുക്കാം: നമ്മുടെ കുമാരനാശാനെ ആഴത്തിൽ സ്വാധീനിച്ച പ്രതിരൂപമാണ് താമര. അദ്ദേഹത്തിന്റെ ആദ്യത്തെ പ്രണയകാവ്യമായ 'നളിനി' (1912) യിൽ കാമുകൻ ദിവാകരന്റെ ആദ്ധ്യാത്മികാഭിമുഖ്യം കാരണമായി പ്രണയം നഷ്ടപ്പെടുന്ന നളിനി താമരപ്പൂവ് എങ്ങനെ ആദ്ധ്യാത്മിക ജീവിതത്തെയും ലൗകികജീവിതത്തെയും സമന്വയിപ്പിച്ചിരിക്കുന്നു എന്ന് നിരീക്ഷിക്കുന്ന ഒരു രംഗമുണ്ട്- ഹൃദയനാഥനായ സൂര്യന് എപ്പോഴും ആത്മശോഭ സമർപ്പിച്ചുകൊണ്ടിരിക്കെത്തന്നെ, കൊതിച്ചു വരുന്ന വണ്ടിന് തേൻ നല്കിക്കൊണ്ട് ജീവിക്കാൻ സാധിക്കുന്നതിനാൽ അല്ലയോ, താമരപ്പൂവേ! നിന്റെ ജീവിതം ധന്യമാണ് എന്ന്.

സന്തതം മിഹിരനാത്മശോഭയും
സ്വന്തമാം മധു കൊതിച്ച വണ്ടിനും
ചന്തമാർന്നരുളി നില്ക്കുമോമലേ,
ഹന്ത! ധന്യമിഹ നിന്റെ ജീവിതം.

ഈ പഠനം വായിച്ചുമുന്നേറുമ്പോൾ ഞാൻ അമ്പരക്കുകയായിരുന്നു-താമരപ്പൂവിനെപ്പറ്റി ഇത്രയൊക്കെ പറയാനുണ്ടാകുമോ?

വായിച്ചുതീർന്നപ്പോൾ ഉള്ളിൽ പ്രധാനമായും ബാക്കിയായത് രണ്ട് സംഗതികളാണ്:

1. മനുഷ്യർ ജീവിക്കുന്നത് യാഥാർത്ഥ്യം കൊണ്ടു മാത്രമല്ല, അവരുടെ ഭാവനയിൽ നിന്ന് ഉരുവംകൊള്ളുന്ന സങ്കല്പം കൊണ്ടുകൂടിയാകുന്നു.
2. ദേശം, മതം, ഭാഷ, ലിംഗം, ജാതി, വേഷം, ഭക്ഷണം, കലാരൂപം തുടങ്ങിയ കാര്യങ്ങളിലെല്ലാം എന്തെന്ത് ഭേദങ്ങളുണ്ടെങ്കിലും അവയുടെയെല്ലാം അടിയിൽ കിടക്കുന്ന 'മനുഷ്യൻ' ഒറ്റയൊന്നാകുന്നു. ഒരു താമരയുടെ മാത്രം കാര്യം നോക്കൂ: മനുഷ്യർ തമ്മിൽ വൈജാത്യങ്ങളെക്കാൾ അധികമുള്ളത് സാജാത്യങ്ങളാണ്.

ഇത്തരം സാജാത്യങ്ങളെ വിസ്മരിച്ചും ഇതിലും എത്രയോ ചെറിയ വൈജാത്യങ്ങളെ ഉയർത്തിപ്പിടിച്ചും ആണ് നമ്മൾ ദേശീയത, മതം, ജാതി മുതലായവയുടെ പേരിൽ തല്ലാനും കൊല്ലാനും മുതിരുന്നത്!

നമ്മളെയെല്ലാം ഒരുമിപ്പിക്കുന്ന ഒരു താമരനൂൽ ഈ ഗ്രന്ഥത്തിലുണ്ട് എന്നാണ് എന്റെ വിശ്വാസം.

രവീന്ദ്രൻ പുസ്തകം നന്നായി എഴുതിയിട്ടുണ്ട്. തത്വചിന്തയെപ്പറ്റിയും കലയെപ്പറ്റിയും ഉള്ളുചുട്ട് ആലോചിക്കുന്ന സംസ്ക്കാര പഠിതാക്കൾക്ക് തീർച്ചയായും ഇതൊരു വഴികാട്ടിയാണ്. ഭിന്നമേഖലകളിലൂടെ കടന്നുപോകുന്ന പ്രതിപാദനരീതി പഠനത്തിന്റെ വൈരസ്യമകറ്റാൻ ഉപകരിച്ചിട്ടുണ്ട്.

വിഷയത്തിന്റെ സത്ത ഉൾക്കൊണ്ട് ലളിതവും ഹൃദ്യവുമായ പ്രതിപാദനത്തിലൂടെ പുസ്തകം പരിഭാഷപ്പെടുത്തിയ ഡോ.നളിനി സതീഷ് നിർവ്വഹിച്ചത് മികച്ച ഭാഷാസേവനമാണ്. ഇത്തരം പഠനങ്ങൾ കമ്മിയായ മലയാളത്തിന് ഇത് നേട്ടമാണ് എന്നതിൽ സംശയമില്ല. എല്ലാ മലയാളികൾക്കും വേണ്ടി ഞാൻ അവർക്ക് നന്ദി പറയുന്നു.

ഈ കുറിപ്പ് അവസാനിപ്പിക്കാൻ നേരത്ത് ബുദ്ധപാരമ്പര്യവുമായി ബന്ധപ്പെട്ട് പണ്ടെപ്പോഴോ കേട്ട മനോഹരമായ ഒരു കഥ എനിക്ക് ഓർമ്മയാവുന്നു:

ആ പാവപ്പെട്ട കർഷകന്റെ വരുമാനമാർഗം താമര വളർത്തലാണ്. അയാൾക്ക് വലിയൊരു കുളമുണ്ട്; നിറയെ താമരയും. പൂക്കച്ചവടക്കാരന് താമരപ്പൂ വിറ്റാണ് അയാൾ ഉപജീവനം കണ്ടെത്തിപ്പോന്നത്.

ഒരു ദിവസം രാവിലെ നോക്കുമ്പോൾ കുളത്തിന്റെ ഒത്ത നടുക്ക് പ്രഭാതസൂര്യന്റെ രശ്മികളേറ്റ് തിളങ്ങുന്ന ഒരു സ്വർണത്താമര വിരിഞ്ഞ് നില്ക്കുന്നത് കണ്ട് അയാൾ അതിശയിച്ചു. അതുമായി പൂക്കച്ചവടക്കാരനെ

സമീപിക്കുമ്പോൾ നാല് പൊന്ന് വില കിട്ടിയേക്കും എന്നായിരുന്നു അയാളുടെ പ്രതീക്ഷ. കച്ചവടക്കാരൻ 40 പൊന്ന് വില പറഞ്ഞു. ഈ നേരത്താണ് ഒരു പ്രഭു ആ വഴി വന്നത്. അയാൾ അതിന് 400 പൊന്ന് പറഞ്ഞു. കച്ചവടം ഉറപ്പിക്കാൻ പോകുമ്പോഴാണ് ആ തെരുവീഥിയിലൂടെ രഥത്തിലേറി മഹാരാജാവ് വന്നത്.

സ്വർണത്താമര കണ്ട് വിസ്മയിച്ച മഹാരാജാവ് രഥം നിർത്തിച്ച് അതിനെന്ത് വിലയാവും എന്ന് അന്വേഷിച്ചു. പ്രഭു 400 പൊന്ന് വാഗ്ദാനം ചെയ്ത കാര്യം അറിയിച്ചപ്പോൾ രാജാവ് 4000 പൊന്ന് കൊടുക്കാമെന്ന് പറഞ്ഞു.

അപ്പോഴാണ് കർഷകന് അതൊരു അമൂല്യവസ്തുവാണ് എന്ന് തിരിഞ്ഞത്. ഉടനെ അയാൾ പറഞ്ഞു: 'ക്ഷമിക്കണം. ഈ പൂവ് വില്ക്കുന്നില്ല.'

അയാൾ സ്വർണത്താമരയുമായി ബുദ്ധന്റെ ആശ്രമത്തിലേയ്ക്കു ചെന്നു. എന്താണ് വന്നത് എന്ന് അന്വേഷിച്ച ബുദ്ധനോട് ' അങ്ങേയ്ക്ക് ഒരു ഉപഹാരം നൽകാൻ വന്നതാണ്" എന്ന് പറഞ്ഞ് ഗ്രാമീണൻ ഇരുകൈകൊണ്ടും ആ സ്വർണത്താമര സമർപ്പിക്കാൻ ഒരുങ്ങി.

ബുദ്ധൻ പറഞ്ഞു: 'സഹോദരാ, ക്ഷമിക്കണം. എനിക്ക് ഈ സമ്മാനം സ്വീകരിക്കാൻ നിവൃത്തിയില്ല.'

'എന്തുകൊണ്ടാണ് അങ്ങ് സമ്മാനം സ്വീകരിക്കാത്തത്?'

'സഹോദരാ, ഞാൻ ഭിക്ഷുവാണ്. ഈ സമ്മാനത്തിന് വിലയായോ, പകരം സമ്മാനമായോ എന്തെങ്കിലും തരാൻ എന്റെ കൈയിലൊന്നുമില്ല.'

കർഷകൻ തൊണ്ടയിടറിക്കൊണ്ടു പറഞ്ഞു:

'എനിക്ക് ഒന്നും ആവശ്യമില്ല. അങ്ങ് കൈനീട്ടി എന്നിൽ നിന്ന് ഈ താമരപ്പൂ വാങ്ങിയാൽ മാത്രം മതി.'

വിലയും മൂല്യവും തമ്മിലുള്ള വ്യത്യാസം ആഴത്തിൽ അടയാളപ്പെടുത്തുന്ന ഈ കഥ ലാഭത്തിന്റെ കണക്കുപുസ്തകം കുപ്പയിലേക്ക് എറിഞ്ഞുകളയുന്നു. അവിടെ താമരപോലെ മൃദുവും മനോഹരവും സുരഭിലവും ആയ തഥാഗതവദനത്തിൽ തെളിയുന്ന മന്ദസ്മിതം മാത്രം ബാക്കിയാവുന്നു...

എം.എൻ. കാരശ്ശേരി

അമ്പാടി
കാരശ്ശേരി
13.07.2021

കൃതജ്ഞത

വൈദികകാലം മുതല്ക്കേ അമൂല്യമെന്നും, അവർണ്ണനീയമെന്നും കല്പിക്കപ്പെട്ട പുഷ്പമാണ് താമര. ഋഗ്വേദകർത്താക്കൾ മുതൽ ആധുനികർ വരെ ഉന്നതമായ തത്ത്വചിന്തകൾക്കും, പ്രതീകവൽക്കരണത്തിനും ആധാരമാക്കിയ പുഷ്പവുമാണ് താമര. പൗരസ്ത്യ ചിത്രകാരന്മാരും, ശില്പികളും, എല്ലാക്കാലത്തെ കവികളും താമരയെ പുനഃസൃഷ്ടിച്ചിട്ടുണ്ട്. അവരുടെയെല്ലാം ചിന്തകളും, വരികളും, പഠനവും ഈ പുസ്തകത്തിൽ പല തവണ ഉദ്ധരിച്ചിട്ടുണ്ട്. അത്യന്തം വിനയത്തോടെ, ആദരവോടെ, കൃതജ്ഞതയോടെ അവയുടെ കർത്താക്കളെ ഞാൻ നമിക്കുന്നു. ഈ പുസ്തകരചനയിൽ എനിക്ക് മാർഗ്ഗനിർദ്ദേശനം ചെയ്ത ചിലരെ ഞാനിവിടെ അനുസ്മരിക്കട്ടെ. ഡോ. എം. ഗ്രിഫിത്തിന്റെ The Lotus Quest എന്ന യാത്രാവിവരണ ഗ്രന്ഥം; ശാന്തിലാൽ നഗരുടെ Botanical and Medicinal Plants as Depicted in Ancient Texts, Art And Archeology (Vol 1), സന്തോഷ്ബസുവിന്റെ The Lotus Symbol in Indian Literature and Art എന്ന ലഘു ഗ്രന്ഥം, സഹദേവ്കുമാറിന്റെ A Thousand Petalled Lotus: The Temples of Rajasthan എന്നീ ഗ്രന്ഥങ്ങളോടുള്ള കടപ്പാട് അംഗീകരിക്കുകയും കൃതജ്ഞതയോടെ അനുസ്മരിക്കുകയും ചെയ്യുന്നു.

താമരയെക്കുറിച്ചുള്ള ഈ ഗ്രന്ഥം വായിക്കുകയും ഗംഭീരമായ ഒരു അവതാരിക എഴുതിതരുകയും ചെയ്ത് ഈ പുസ്തകത്തിന്റെ മൂല്യം വർധിപ്പിച്ച പ്രൊഫസർ എം എൻ കാരശ്ശേരിയോടുള്ള നിസ്സീമമായ നന്ദി ഇവിടെ രേഖപെടുത്തിക്കൊള്ളട്ടെ.

ഷാങ്ഹായ് (ചൈന)യിലെ പ്രസിദ്ധ താമരശാസ്ത്രജ്ഞൻ പ്രൊ. ഡോ. ദൈക്കെ ടിയാൻ അയച്ച തന്ന താമരകളുടെ ചിത്രങ്ങളാണ് ഈ പുസ്തകത്തിൽ ചേർത്തിട്ടുള്ളത്. 120 ഇനം താമരകളുടെ ചിത്രങ്ങൾ അദ്ദേഹം അയച്ചെങ്കിലും ചിലതുമാത്രമേ ചേർക്കാൻ കഴിഞ്ഞിട്ടുള്ളു. ഡോ. ടിയാനോടുള്ള നന്ദിയും, അംഗീകാരവും ഞാനിവിടെ രേഖപ്പെടുത്തട്ടെ. ഡോ. ടിയാൻ അയച്ചുതന്ന ദാ ക്യവാൻഷാങ് എന്ന പ്രശസ്ത ചിത്രകാരന്റെ പെയിന്റിംഗുകളാണ് ഏഴാം അദ്ധ്യായത്തിൽ ചേർത്തിരിക്കുന്നത്. ഈ ചിത്രങ്ങൾ അയച്ചുതന്നതിനുള്ള നന്ദിയും ഇവിടെ രേഖപ്പെടുത്തുന്നു.

ഈ പുസ്തകത്തിന്റെ മൂല്യം വർദ്ധിപ്പിക്കുവാൻ എന്നെ സഹായിച്ച താഴെ പറയുന്നവരോടുള്ള ന്റെ അകമഴിഞ്ഞ കൃതജ്ഞത പ്രത്യേകം അനുസ്മരിക്കുന്നു:

ഇ പുസ്തകത്തിന് മനോഹരമായ ഒരു കവർ വരച്ചു തന്നതിന് ശ്രീ എ സുധാകരനോടുള്ള നിസ്സീമമായ നന്ദി രേഖപെടുത്തിക്കൊള്ളുന്നു.

അനന്തശായി വിഷ്ണു, ലക്ഷ്മി, സരസ്വതി, ദുർഗ്ഗ, രാധാ-കൃഷ്ണ ശ്രീബുദ്ധൻ എന്നീ മ്യൂറൽ ചിത്രങ്ങൾ വരച്ചുതന്നതിന് ശ്രീമതി. ഡോ. ശൈലജയ്ക്ക് നന്ദി.

അഞ്ചാം അദ്ധ്യായത്തിൽ ചേർത്തിരിക്കുന്ന ഡാകിനിയുടെ ചിത്രം തന്നതിന് ശ്രീമതി കാർമെൻ മെൻഷിക്കിന് നന്ദി.

നാലാം അദ്ധ്യായത്തിൽ ചേർത്തിരിക്കുന്ന ശ്രീബുദ്ധന്റെ ജനനം എന്ന ചിത്രം അയച്ചുതന്ന തിബത്തൻ ടാഗോ ചിത്രകാരി ശ്രീമതി മൂർത്തി അമേലിയയ്ക്കു നന്ദി. താമരക്ഷേത്രങ്ങളുടെ ചിത്രങ്ങൾക്ക് ഡോ. എസ്. എൻ. പ്രസാദിന് നന്ദി. ഈ പുസ്തകത്തിൽ ഉദ്ധരിച്ചിട്ടുള്ള സംസ്കൃത ശ്ലോകങ്ങൾ പരിശോധിച്ച് തെറ്റുകൾ തിരുത്തിതന്നതിന് കോഴിക്കോട് സർക്കാർ ആട്സ് ആന്റ് സയൻസ് കോളേജിലെ സംസ്കൃത വിഭാഗം പ്രൊഫസർ ആയി വിരമിച്ച ശ്രീമതി. ദേവി ഗിരിജയ്ക്ക് നന്ദി രേഖപ്പെടുത്തുന്നു.

ഈ ഗ്രന്ഥ രചനയ്ക്ക് നേരിട്ടും അല്ലാതെയും സംഭാവന ചെയ്ത എല്ലാ സുമനസുകളെയും ഞാൻ ഇവിടെ ആദരവോടെ സ്മരിക്കുന്നു.

1

താമര
ഭാരതസംസ്കാരത്തിൽ - ആരംഭം

ആത്മീയപുഷ്പമേ
നിന്റെ സൗന്ദര്യം, നിന്റെ നിഗൂഢത
എനിക്ക് ആവേശം പകരുന്നു
അശുദ്ധിയുടെ ചളിയിൽ വേരൂന്നി
മലിനജലത്തിൽ വളർന്ന നീ
ഇരുട്ടിന്റെ അഗാധതയിൽ നിന്നും
വളർന്നു പൊങ്ങി വെളിച്ചത്തിലേക്ക് തലപൊക്കി
വെളിച്ചത്തിന്റെ ലോകത്തിൽ
ശക്തിയുടെ പ്രതീകമായി തിളങ്ങി നിന്നു.
എനിക്കും നിന്നെപ്പോലെയാകണം
നിന്നെപ്പോലെയാകാൻ കഴിഞ്ഞെങ്കിൽ!
എങ്കിൽ എനിക്ക് ഏതുവിധത്തിലും, ഏത്
ഇരുണ്ടലോകത്തിലും നിന്നെപ്പോലെ
ഉയരുവാൻ കഴിഞ്ഞേനെ!

നിന്നെപ്പോലെ ഒരു സുന്ദര
പുഷ്പമായി നില്ക്കുവാൻ കഴിഞ്ഞെങ്കിൽ! (1)

താമര-പ്രപഞ്ചശക്തിയുടെ പ്രതീകവും ബ്രഹ്മാവിന്റെ ഇരിപ്പിടവും, ഐശ്വര്യലക്ഷ്മിയുടെ സിംഹാസനവും, ജ്ഞാനദേവതയായ സരസ്വതിയുടെ ആവാസസ്ഥാനവുമാണ്.

ശ്രീബുദ്ധന്റെ ഇരിപ്പിടമായ താമര-

ദേവീദേവന്മാരുടെ കരതലങ്ങളെ അലങ്കരിക്കുന്ന താമര-

ഹിന്ദുക്കളുടെയും, ബുദ്ധമതക്കാരുടെയും ആചാരങ്ങൾക്കും, അനുഷ്ഠാനങ്ങൾക്കും ആവശ്യമായ താമര-

പൗരസ്ത്യരാജ്യങ്ങളുടെ ആത്മീയ സംസ്കാരത്തിലെ അഭേദ്യസാന്നിദ്ധ്യമായ താമര-

ഇന്ത്യ, ചൈന, ജപ്പാൻ, മറ്റു പൗരസ്ത്യ രാജ്യങ്ങൾ എന്നിവിടങ്ങളിലെ ജനസംസ്കൃതികളുടെ പ്രതീകമായിത്തീർന്ന താമര, ആ ജനതകളുടെ സത്തയിലും, തത്വചിന്തകളിലും അലിഞ്ഞുചേർന്ന താമര-

അങ്ങനെ സാർവ്വലൗകികപദവിയിലുള്ള ഭൂമിയിലെ ഏക പുഷ്പം-അതാണ് താമര.

ഇന്ത്യയിൽ താമര ആത്മീയമായ നൈർമല്യത്തിന്റെ പ്രതീകമാണ്. സംസാരമാകുന്ന മലിനജലത്തിൽനിന്ന് ഉയിർത്തെഴുന്നേറ്റ്, താണ്ടിവന്ന ചുറ്റുപാടുകളിൽനിന്നെല്ലാം വിട്ട് ആകാശനീലിമയെ നോക്കി തലയുയർത്തി നിൽക്കുന്ന താമര, പരിപൂർണ്ണതയിൽ എത്തിയ ആത്മാവിന്റെ പ്രതീകമാണ്. താമര എന്ന പ്രതിഭാസത്തിൽ ജ്ഞാനത്തിന്റെ ഇതളുകൾ വിടരുന്നു. കവിതകളിൽ, ശില്പങ്ങളിൽ, ചിത്രകലയിൽ എന്നിവയിലെല്ലാം ഇത്രയധികം സ്വീകരിക്കപ്പെട്ടിട്ടുള്ള മറ്റൊരു പുഷ്പവും ഭൂമിയിലില്ല. ആധുനികവും, പൗരാണികവുമായ ആത്മീയദർശനത്തിൽ ഇത്ര പാവനമായ സ്ഥാനം മറ്റൊരു പുഷ്പത്തിനും ഇല്ല തന്നെ. പദ്മമെന്നും, കമലമെന്നും വിളിക്കപ്പെടുന്ന ഈ പുഷ്പം ചൈനീസ് ലോട്ടസ്, ഏഷ്യൻ ലോട്ടസ് എന്നീ പേരുകളിലും അറിയപ്പെടുന്നു. പൗരാണിക കാലം മുതൽ തന്നെ സാമ്യചിന്തകളിലും, ഉപമകളിലും, രൂപകങ്ങളിലും താമരയെ സമൃദ്ധമായി ഉപയോഗപ്പെടുത്തിയിരുന്നു. ഹൈന്ദവപുരാണങ്ങളിൽ ദിവ്യമായ സഹസ്രദലസുവർണ പദ്മമാണ് ആദിമസൃഷ്ടിയും, സൃഷ്ടികർത്താവിന്റെ ഇരിപ്പിടവും.

താമരയെപ്പറ്റിയുള്ള ആദിമ ഭാരതീയ പരാമർശം ഋഗ്വേദത്തിൽനിന്നും ആരംഭിക്കുന്നു. ഋഗ്വേദത്തിൽ എട്ടു സ്ഥലത്ത് താമരയെപ്പറ്റിയുള്ള

പരാമർശമുണ്ട്. പുണ്ഡരീകമെന്ന പേരിൽ വെള്ളത്താമരയും പുഷ്കര മെന്ന പേരിൽ നീലത്താമരയും ഇടം പിടിച്ചിട്ടുണ്ട്. പുഷ്കരമെന്നത് നീല ആമ്പലോ, നീല ആമ്പൽ വിടരുന്ന സരസ്സോ, തടാകമോ ആകാം. ഋഗ്വേദത്തിലെ എട്ട് പരാമർശങ്ങളിൽ ആദ്യത്തെ മൂന്നെണ്ണം താമരയെ ഭ്രൂണത്തോടും, ഗർഭാശയത്തോടും ഉപമിക്കുന്നു.

"യഥാവാതാ: പുഷ്കരണിസമിങ്ഗയതിസർവത:
ഏവാമേഗർഭ ഏജത നിരൈതു ദശമാസ്യ:
(RV.V.78.7)

ജാതനാകും മുമ്പെ ശിശു നിന്റെ ഗർഭപാത്രത്തിൽ ചലിക്കും, കുളത്തിലെ താമരയെ കാറ്റ് ആട്ടി ഉലയ്ക്കുംപോലെ. പത്തുമാസം കഴിയുമ്പോൾ കുഞ്ഞു പിറക്കും.

"ഗർഭം ദേഹി സിനിവാലി, ഗർഭം ദേഹി സരസ്വതി
ഗർഭതേ അശ്വനൗ ദേവാവാധാത്താം പുഷ്കര സ്രുജാ
(Rv. X.184.2)

ഹേ സിനിവാലി! ഹേ സരസ്വതി! ഇവളുടെ ഗർഭത്തെ സംരക്ഷിച്ചാലും. ഹേ അശ്വനീദേവകളെ! നിങ്ങൾ സുവർണകമലത്താൽ അലംകൃതരാണല്ലോ. നിങ്ങൾ ഇവളുടെ ഗർഭത്തെ സംരക്ഷിക്കേണമേ...

(സിനിവാലി: വേദങ്ങളിൽ പരാമർശിക്കുന്ന ഒരു ദേവത. അംഗിരസ്സിന്റെയും ശ്രദ്ധയുടെയും പുത്രി. ശിവന്റെ ശിരസ്സിലാണ് ആവാസം എന്നാണു സങ്കല്പം. സന്താനോൽപാദനത്തിന്റെയും, സുഖപ്രസവത്തിന്റെയും അധിദേവതയത്രെ.)

"ഭോജായാശ്വം സംമൃജന്ത്യാശ്യം ഭോജയാസ്തേ
കന്യാ ശുഭമാനാ
ഭോജസ്യേദം പുഷ്കരണീവ വേശ്മ പരിഷ്കൃതം
ദേവമാനേവ ചിത്രം."
(RV.X.107.10)

ദാനദാതാവിന് ദ്രുതഗാമിയായ അശ്വവും, സുന്ദരിയായ കന്യകയും ലഭ്യമാകുന്നു. പുഷ്കരണി പോലെ സ്വച്ഛവും, ദേവമന്ദിരം പോലെ രമണീയവുമായ വീടും അവന് ലഭ്യമാകുന്നു.

ആദ്യത്തെ രണ്ട് ഉദ്ധരണികളിൽ താമരയെ ഭ്രൂണത്തോട് താരതമ്യം ചെയ്യുന്നു. താമരമൊട്ടിനെ കാറ്റുലയ്ക്കുംപോലെ ഭ്രൂണം ഗർഭപാത്രത്തിൽ ചലിയ്ക്കും. പത്തുമാസത്തിനു ശേഷം അമൂല്യമായ ഫലം പിറക്കും. താമരമൊട്ടിന് ഭ്രൂണത്തോട് സാമ്യമുണ്ടല്ലോ. മൃദുലമായ ഇതളുകൾ മെല്ലെ വിടർത്തി സൂര്യനെ നോക്കുംപോലെ ഭ്രൂണം വളർന്ന് അമ്മയുടെയും,

വെളിച്ചത്തിന്റെയും മുന്നിലെത്തുന്നു, ദൃശ്യമായ ജീവിതത്തിലേക്കു പ്രവേശിക്കുന്നു.

മൂന്നാമത്തെ ഉദ്ധരണി താമരകൾ നിറഞ്ഞ സരസ്സുപോലെ സ്വച്ഛവും, സുന്ദരവുമായ ഗൃഹത്തെ ദാനദാതാവിനായി (സന്തോഷം ഏകുന്നവനായി) ഒരുക്കിയിരിക്കുന്നതായി പറയുന്നു. ഇവിടെ പുഷ്കരം എന്ന വാക്ക് മൂന്നു ഘടകങ്ങളെ സ്മരിക്കുന്നു. ഗൃഹസ്ഥനെ, സരസ്സിനെ, ദേവസ്ഥാനത്തെ, മൂന്നിനേയും അനുപമമാക്കുന്ന സൗന്ദര്യത്തെ, ഗ്രിസില്ലി എന്ന പണ്ഡിതൻ പറയുന്നതുപോലെ, സരസ്സ് ഇവിടെ വെറുതെ സൗന്ദര്യത്തെ മാത്രം സൂചിപ്പിക്കുന്നതല്ല. സമൃദ്ധമായി ദക്ഷിണ നൽകുന്ന ഗൃഹനാഥൻ, അലംകൃതമായ ഗൃഹം, ദൈവങ്ങളുടെ ആസ്ഥാനം എന്നീ സങ്കല്പങ്ങൾക്കൂടി ചേരുമ്പോൾ ഈ അന്വയം ഉദാത്തമായിത്തീരുന്നു.

ദേവവൈദ്യന്മാരായ അശ്വനീദേവന്മാർ ജലവുമായി ബന്ധപ്പെട്ടിരിക്കുന്നു. ഗർഭിണികളും, പ്രസവിക്കാത്ത സ്ത്രീകളും ഇവരെ അനുസ്മരിക്കണം. ഗർഭത്തിന്റെ അനുഗ്രഹം ലഭിക്കുന്നതിനായി സ്ത്രീ പ്രാർത്ഥിക്കേണ്ടത് അശ്വനീദേവതകളെയാണ്.

അടുത്ത ഉദ്ധരണി അഗ്നിയുടെ ഉത്ഭവവുമായി ബന്ധപ്പെട്ടതാണ്.

"ത്വാമഗ്നേ പുഷ്ക്കരാദ്ധ്യപർവനിരമന്ഥത
മൂർധിനോ വിശ്വസ്യവാധത:
(RV. V115.13)

അഗ്നി, അവിടുത്തെ കൊണ്ടുവന്നത് അഥർവനാണ്. വിഷ്ണുവിന്റെ ശിരസ്സിൽ പരിലസിക്കുന്ന താമരയെ കടഞ്ഞെടുത്താണ് നിന്റെ സൃഷ്ടി. ഇതേ വരികൾ മറ്റു വേദങ്ങളിലും, ശതപഥ ബ്രാഹ്മണത്തിലും കാണുന്നുണ്ട്. അഥർവൻ സൃഷ്ടികർത്താവായ ബ്രഹ്മാവു തന്നെ. ബ്രഹ്മാവ് അഗ്നിയെ നിക്ഷേപിച്ചത് ഒരു താമരയിലയിലാണത്രെ. പുഷ്കരത്തിന് ഇവിടെ ജലം എന്നാണർത്ഥം. ഗർഭപാത്രത്തിന് താമരയുടെ വർത്തുളാകൃതിയുമായി സാമ്യമുണ്ട്. അങ്ങനെ ഒരു താമരയിലയിലാണ് അഗ്നിയുടെ ജനനം.

"ഉതാസി മൈത്രവരുണോ വസിഷ്ഠോർവശ്യം
ബ്രഹ്മൻ മനസോ ധിജാതാ
ദ്രപ്സംസ്ണം ബ്രഹ്മണാദൈവേതവിശ്വദേവാ:
പുഷ്കരേ താദദന്ത
(Rv. VII. 33.11)

വരുണന്റെയും മിത്രന്റെയും പുത്രനായ അഗ്നി, ഉർവശിയുടെയും, വസിഷ്ഠന്റെയും പ്രേമത്തിന്റെ ഫലമാണ്. സ്വർഗ്ഗത്തിൽ നിന്നും വീണ അമൃതകണംപോലെ എല്ലാ ദേവന്മാരും ചേർന്ന് അഗ്നിയെ ഒരു താമരയിലയിൽ സ്വീകരിച്ചു. വസിഷ്ഠന്റെ പുനർജന്മങ്ങളിൽ ഒന്നിനെ പ്പറ്റിയാണ് ഈ വരികളിൽ പറഞ്ഞിരിക്കുന്നത്.

സരസ്വതീനദി മലയിടുക്കുകളിലൂടെ ശക്തമായി താഴോട്ടു പതിക്കു ന്നതിനെ, വെള്ളത്തിന്റെ അഗാധതയിൽനിന്നും താമരക്കിഴങ്ങു കിള ച്ചെടുക്കുന്നതുമായി താരതമ്യം ചെയ്തിരിക്കുന്ന ഋഗ്വേദത്തിലെ മറ്റൊരു ശ്ലോകത്തിൽ,

"ജയം ശുഷ്മേഭിർബിസവാളജാമുജത്സാനു ഗിരീണാം
തവിഷേഭുമൂർവിഭീ:
പരാവതഘ്നീമവസേസുവൃക്തിഭിഃ
സരസ്വതീമാവിവാസേമധീതിഭിഃ

താമരക്കിഴങ്ങിനായി സരസ്സിലെ ഓളങ്ങളെ ശക്തിയായി പിളരുന്ന വളെപ്പോലെ, സരസ്വതീദേവി പർവതങ്ങളെ പിളർന്നു പുറത്തു വരുന്നു. ഞങ്ങൾ പ്രാർത്ഥനയോടെ, അവളെ വിളിക്കുന്നു.

ഋഗ്വേദത്തിൽ താമരയെപ്പറ്റിയുള്ള അടുത്ത പരാമർശത്തിൽ അഗ്നിയെ അഭിസംബോധന ചെയ്യുന്നു.

"അധപ്ലയോഗരതിദാസദന്യം മാസനാസാങ്ഗോ-
അഗ്നേയദശഭി: സഹസ്രൈ:
അധോക്ഷണേ, ദശമഹ്യംമുശന്തോനലം ഇവ
സരസോ നിരതിഷ്ഠൻ
(RV VIII.1.33)

പ്ലയോഗന്റെ മകനായ അസംഗൻ ദാനത്തിൽ പതിനായിരം പേരെ മറികടന്നു. സരസ്സിൽ നിന്നുയരുന്ന താമരകൾപോലെ അല്ലയോ അഗ്നി നീ എന്റെ മുന്നിൽ ഒരു വെള്ളക്കാളപോലെ ഉയർന്നുവന്നു.

ഋഗ്വേദത്തിൽ താമരയെപ്പറ്റിയുള്ള അവസാനപരാമർശം താഴെ ക്കൊടുക്കുന്നു.

"ആയനേതേ പരായണേ ദൂർവാമോഹതു പുഷ്പിണീ!
ഹ്രദാശ്ചപുണ്ഡരീകാണി സമുദ്രസ്യഗൃഹാതുമേ.
*നിന്റെ വരവിലും പോക്കിലും പൂക്ക***മുളയ്ക്കട്ടെ,*
വെള്ളത്താമരപ്പൂക്കൾ വിരിയട്ടെ.
ഇവിടെ സമുദ്രം പാർത്തുകൊള്ളട്ടെ.

പുണ്ഡരീകം വെള്ളത്താമരയാണ്. അഗ്നിദേവനായി സമർപ്പിക്കാൻ ഒന്നുമില്ലാത്ത ഗൃഹസ്ഥന്റെ പ്രാർത്ഥനയാണ് ഈ ശ്ലോകം. ദുർവാ (കറുകപ്പുല്ല്) കത്തിച്ചു കളയരുത്. അവ വളരണം. സരസ്സുകൾ വറ്റിവരണ്ടുപോകരുത്. അവയിൽ താമരകൾ വിരിഞ്ഞ് ഉല്ലസിക്കണം. മറ്റു വേദങ്ങളിലും, ബ്രാഹ്മണങ്ങളിലും, ആരണ്യകങ്ങളിലും താമരയെക്കുറിച്ചുള്ള സങ്കല്പങ്ങളും പരാമർശങ്ങളുമുണ്ട്.

പുഷ്കരം എന്ന വാക്കിന് താമര എന്നു മാത്രമല്ല ജലം എന്നും അർത്ഥം ഉണ്ട്. സൃഷ്ടിയുടെ ചൈതന്യം മുഴുവൻ വഹിച്ച കാരണജലമാണ് പുഷ്കരം. ഹിന്ദുപുരാണങ്ങളിൽ ഈ ജലത്തിൽനിന്നാണ് ഈ സൃഷ്ടിയുടെ തുടക്കം. ഈ ജലം അഗ്നിയുടെ ചൈതന്യമായി. വേദങ്ങൾ അഗ്നിയെ ജലത്തിന്റെ പുത്രനായി സങ്കല്പിക്കുന്നു. തൈത്തിരീയ സംഹിത എന്ന അതിപുരാതന ഗ്രന്ഥത്തിൽ ബ്രഹ്മാവായ പ്രജാപതി അഗ്നിയിൽനിന്നും ഘനരൂപമായ ഭൂമിയെ നിർമ്മിച്ചതായി പറയുന്നു. അതായത് ഒരു നാണയത്തിന്റെ രണ്ടു വശങ്ങളെപ്പോലെ അഗ്നിയുടെ ചൈതന്യവും സൃഷ്ടിയുടെ കാതലും ഒന്നുതന്നെ. ഈ ഐതിഹ്യം പുരാണങ്ങളോടൊപ്പം ഇന്നും അനുസ്മരിക്കപ്പെടുന്നു. പാലാഴിയിൽ ധ്യാനനിമഗ്നനായിരിക്കുന്ന വിഷ്ണുവിന്റെ നാഭിയിൽനിന്നും ഉയരുന്ന സുവർണ്ണസഹസ്രദലപത്മമാണ് സൃഷ്ടിയുടെ സമാരംഭം.

ഈജിപ്റ്റുകാരുടെ പ്രപഞ്ചസങ്കല്പത്തിലും താമര ആദിമസൃഷ്ടിയോട് ബന്ധപ്പെട്ടു നില്ക്കുന്നു. ഹോറസ് എന്ന ദേവൻ ഇരിപ്പിടമായി സ്വീകരിച്ചത് താമരപ്പൂവാണ്. പാതാളലോകദേവനും ഈജിപ്റ്റുകാരുടെ സാംസ്കാരികദേവനുമായിരുന്ന ഓസിറിസ് താമരമൊട്ടുകളുടെ കിരീടമാണ് അണിഞ്ഞിരിക്കുന്നത്. പുരാതന ഈജിപ്റ്റുകാരുടെ മാതൃദേവതയായ ഐസിസ് താമരയിൽനിന്നും ഉയർന്നു വരുന്നതായി ചില ശില്പങ്ങളിൽ കാണുന്നുണ്ട്. ശവസംസ്കാരച്ചടങ്ങുകളിലും ഈജിപ്റ്റുകാർ താമരക്ക് പ്രധാനസ്ഥാനം നൽകിയിരുന്നു. ക്ഷേത്രങ്ങളുടെയും, വീടുകളുടെയും, തൂണുകളെ അലങ്കരിക്കുന്നത് നീലത്താമരകളാണ്. സൂര്യദേവനായ നെഫർടെം ദിവസേന ഉണർന്നുയരുന്നത് താമരപ്പൂവിൽനിന്നുമാണ്. സൂര്യഭഗവാൻ താമരയിതളുകൾ ചുറ്റിയ പരിച മാറിലണിഞ്ഞ്, തുമഞ്ഞ ക്കേസരമുള്ള താമരയെപ്പോലെ പുലരിയിൽ വിരിയുന്നതായി രേഖപ്പെടുത്തിയിരിക്കുന്നു. ഇവിടെയെല്ലാം താമര എന്നു രേഖപ്പെടുത്തിയിരിക്കുന്നത് നൈൽലില്ലി, ഈജിപ്റ്റിലെ നീലത്താമര എന്ന പേരിലൊക്കെ പ്രസിദ്ധമായ നീലനിറമുള്ള ആമ്പലിനെയാണ്. റോമാക്കാർ താമര ഒരു ജലദേവതയുടെ രൂപാന്തരമാണെന്നു കരുതുന്നു.

ശ്രീബുദ്ധന്റെ ജനനം മുതൽ നിർവാണം വരെയുള്ള ജീവിതത്തിലെ അവിഭാജ്യഘടകമാണ് താമര. ഗൗതമബുദ്ധന്റെയും അദ്ദേഹം പ്രചരിപ്പിച്ച തത്ത്വങ്ങളുടെയും പ്രതീകമായി താമര സ്വീകരിക്കപ്പെട്ടിരിക്കുന്നു. ഹിന്ദുമതത്തിലേക്കാളും പ്രാധാന്യം ബുദ്ധമതത്തിൽ താമരയ്ക്കുണ്ട്. തിബത്ത്, നേപ്പാൾ, ചൈന, തായ്‌ലാൻഡ്, ജപ്പാൻ, ശ്രീലങ്ക, എന്നിങ്ങിനെ ബുദ്ധമതം പ്രചാരം നേടിയ എല്ലായിടത്തും താമര ദിവ്യപുഷ്പമാണ്. ഇവിടുത്തെ സാസ്കാരികകഥകളിലും താമര അലിഞ്ഞുചേർന്നിരിക്കുന്നു. ആത്മീയമായ ഉണർവിന്റെ അടിസ്ഥാനമായും താമര പരിഗണിക്കപ്പെടുന്നു. പത്മാസനമാണ് യോഗവിദ്യയുടെ ആരംഭം. ആത്മീയചൈതന്യത്തിന്റെ കുണ്ഡലിനീശക്തിയെ അതിന്റെ മൂലാധാരസ്ഥാനത്തു നിന്നും ഉണർത്തി ശിരോചക്രത്തിലെ സഹസ്രദളപത്മത്തിലേയ്ക്ക് വിടർത്തുന്ന ഭാരതീയയോഗവിദ്യയിൽ താമരയ്ക്കുള്ള സ്ഥാനം അദ്വിതീയമാണ്. ഏഴു കുണ്ഡലിനീ സ്ഥാനങ്ങളും ഏഴുതരം താമരകളുമായി ബന്ധപ്പെട്ടിരിക്കുന്നു.

പൗരസ്ത്യരാജ്യങ്ങളിൽ നിർമാണകല, കല, സാഹിത്യം എന്നിവയിലെല്ലാം താമരയെ ഹൃദ്യമായി ആവിഷ്കരിച്ചിട്ടുണ്ട്. ദേവീദേവന്മാരും, യോഗികളും അണിയുന്ന പുഷ്പം താമരയാണ്. സ്ത്രീ-പുരുഷസംഗമത്തിന്റെ സൂചനകളിലും താമരതന്നെ പ്രധാനം. സ്ത്രീസൗന്ദര്യത്തെ താമരയുമായി ബന്ധപ്പെടുത്താത്ത കവികളില്ല. ചൈനയിലും, ജപ്പാനിലും, ഇന്ത്യയിലും ചിത്രകാരന്മാരെ ഇത്രയധികം സ്വാധീനിച്ച മറ്റൊരു പുഷ്പവും ഇല്ലതന്നെ. ജലപ്പരപ്പിൽനിന്നുയർന്ന് കാറ്റിൽ ചാഞ്ചാടിനില്ക്കുന്ന താമരയുടെ ദിവ്യസൗരഭ്യവും, വിവിധ ഭാവങ്ങളും ചിത്രകാരന്മാരുടെ സൃഷ്ടികളിൽക്കൂടി ആവിഷ്കരിക്കപ്പെട്ടു. ഏതോ ദിവ്യശക്തിയുടെ അഭൗമലക്ഷണംപോലെ വിടർന്നു നില്ക്കുന്ന താമര സ്വയംഭൂവായ ദേവന്മാരുടെയും, ദേവിമാരുടേയും മാത്രമല്ല ആത്മബോധത്തിന്റെ അത്യുന്നതശൃംഗത്തിലെത്തിയ ഗുരുക്കന്മാരുടെയും, ദിവ്യന്മാരുടെയും വാസസ്ഥാനമായി. ശ്രീബുദ്ധൻ മുതൽ പത്മസംഭവൻ വരെയുള്ള ബുദ്ധമതത്തിലെ ഈശ്വരതുല്യരായ ദിവ്യഗുരുക്കളെല്ലാം താമര ഇരിപ്പിടമായി സ്വീകരിച്ചിരിക്കുന്നു.

പൗരാണിക ഭാരതീയ സംസ്കാരം താമരയോടു കാണിച്ചിട്ടുള്ള സ്നേഹാദരങ്ങളുടെ ഉദാഹരണമാണ് താമരയ്ക്ക് സംസ്കൃതഭാഷയിലുള്ള പര്യായപദങ്ങൾ. താമരയുടെ പര്യായങ്ങൾ വർണം, വികസനം, ആസ്ഥാനം എന്നിവയൊക്കെ ആശ്രയിച്ചിട്ടുള്ളതാണ്. പത്മം എന്നാൽ സായന്തനത്തിൽ കണ്ണടയ്ക്കുന്ന പുഷ്പം; കുവലയം രാത്രിയിൽ വിടരുന്ന

വെള്ളത്താമര (വെള്ള ആമ്പൽ) ; പങ്കജം ചെളിയിൽ നിന്നുണരു ന്നത്; അംബുജം വെള്ളത്തിൽ ജനിച്ചത്; സരസിജം കുളത്തിലോ, സരസ്സിലോ ഉണ്ടാകുന്നത്; സരസ്സീരുഹം-സരസ്സിൽനിന്നും ഉയരുന്നത്; സരോജം-സരസ്സിൽ ജനിച്ചത്; കമലം താമരയുടെ ഒരു പൊതുനാമം; ഉത്പലം എന്നത് പൊട്ടിവിടരുന്ന പുഷ്പം; കുമുദം-ഭൂമിയുടെ മോദം; കുമു ദിനി-രാത്രിയിൽ വിടരുന്നത്; പുഷ്കരം-നീലത്താമര (നീല ആമ്പൽ), അരവിന്ദം-ആരാധനായോഗ്യം, നീരജം-ജലത്തിൽ പ്രകാശിക്കുന്നത്; ഇന്ദീവരം-നീലത്താമര (നീല ആമ്പൽ); വാരിജം- വെള്ളത്തിൽ ജനിച്ചത്; ശതപത്രം-നൂറിതളുകൾ ഉള്ളത്; സഹസ്രപദ്മം-ആയിരം ഇതളുകളുള്ള താമര.

ശാസ്ത്രീയമായും താമരയ്ക്ക് നിരവധി പ്രത്യേകതകൾ ഉണ്ട്. ഇന്നു ഭൂമിയിലുള്ള പുഷ്പിത സസ്യജാലങ്ങളിൽ ഏറ്റവും പൗരാണികമായ സസ്യമാണ് താമര. ജുറാസ്സിക് യുഗത്തിന്റെ അവസാനത്തോടു കൂടിയാകാം താമരയുടെ ഉത്ഭവം എന്ന് കരുതപ്പെടുന്നു, അതായത് ഏകദേശം 140 ദശലക്ഷം വർഷങ്ങൾക്കു മുമ്പ്. ചിലർ 140-125-ാം ദശലക്ഷം വർഷങ്ങൾക്കു മുമ്പാണെന്നും വാദിക്കുന്നുണ്ട്. നമ്മുടെ ചുറ്റും ഇന്നു കാണുന്ന സസ്യജാലങ്ങളെല്ലാം അതിനും എത്രയോ ശേഷമാണ് ഭൂമിയിൽ ഉത്ഭവിച്ചത്. താമരയുടെ ശാസ്ത്രനാമം നിലംബോന്യൂസി ഫറാ എന്നാണ് (Nelumbo nucifera, Nelumbonaceae) ഇന്നു ഭൂമിയിൽ രണ്ടു തരം താമരകൾ മാത്രമേ അവശേഷിക്കുന്നുള്ളൂ. ഇന്ത്യ, ചൈന, ജപ്പാൻ എന്നിവിടെയെല്ലാം കാണുന്ന Nelumbo nucifera (വിശുദ്ധതാമര, ഇന്ത്യൻ താമര അഥവാ ഏഷ്യൻ താമര) മറ്റൊന്ന് അമേരിക്കയിൽ കാണപ്പെടുന്ന നിലംബോലൂട്ടിയ (Nelumbo Lutea) എന്ന മഞ്ഞത്താമര. താമരയുടെ ഇലയ്ക്കും പൂവിനും, വിത്തിനും നിരവധി പ്രത്യേകതകൾ ശാസ്ത്രജ്ഞർ കണ്ടെത്തിയിട്ടുണ്ട്. ഏറ്റവും കൂടുതൽ നാൾ ജലാശയത്തിന്റെ അടിത്തട്ടിലുള്ള ചെളിയിൽ പുതഞ്ഞുകിടക്കാനുള്ള കഴിവുള്ളതാണ് താമര വിത്തുകൾ. ജപ്പാനിൽ രണ്ടായിരം വർഷങ്ങൾ ചളിയിൽ പുതഞ്ഞുകിടന്ന താമരവിത്തു മുളപ്പിച്ച് ഉണ്ടാക്കിയ ഒരിനം (ഓഗാലോട്ടസ്) പ്രസിദ്ധി നേടിയിട്ടുണ്ട്. ഇന്ത്യൻ താമരയും, അമേ രിക്കൻ താമരയും സങ്കരണം നടത്തി പല പുതിയ താമരഇനങ്ങളും ശാസ്ത്രജ്ഞർ സൃഷ്ടിച്ചെടുത്തിട്ടുണ്ട്. ഇപ്രകാരം വികസിപ്പിച്ചെടുത്ത വിവിധയിനങ്ങൾ ചൈനയിൽ വാണിജ്യാടിസ്ഥാനത്തിൽ വളർത്തി വരുന്നു. ചൈനയിലും ജപ്പാനിലും ഉള്ള അനേകം പൂവില്പനകേന്ദ്രങ്ങളും തെരുവുകളും ഇത്തരം താമരപ്പൂക്കൾകൊണ്ട് സമൃദ്ധമാണ്. കൂടുതൽ

മനോഹരവും വൈവിദ്ധ്യമാർന്നതുമായ താമരപ്പൂക്കളെ സൃഷ്ടിക്കാനായിട്ടുള്ള ഗവേഷണം ലോകമെമ്പാടും നടക്കുന്നു. ചൈനയിൽ വികസിപ്പിച്ചെടുത്ത ആയിരമിതൾതാമരയും മറ്റും ഇത്തരത്തിലുള്ളതാണ്. താമരകളുടെ പ്രദർശനങ്ങളും, ഉത്സവങ്ങളും അമേരിക്ക, ചൈന, വിയറ്റ്നാം എന്നിവിടെയെല്ലാം വർഷം തോറും നടത്തി വരുന്നു

താമരക്കിഴങ്ങിന് ഔഷധമൂല്യമുണ്ട്. ചൈനയിൽ ഈ കിഴങ്ങ് ധാരാളമായി ഉത്പാദിപ്പിക്കപ്പെടുന്നുണ്ട്. താമരപ്പൂക്കൾ മരുന്നിനും, താമരച്ചായ ഉണ്ടാക്കുവാനും ഉപയോഗിച്ചുവരുന്നു. താമരത്തണ്ടിനുള്ളിലുള്ള നാരുകൾ എടുത്ത് ഉണ്ടാക്കുന്ന വസ്ത്രങ്ങൾ ലോകത്തിലെ ഏറ്റവും വില കൂടിയവയാണ്.

മനുഷ്യവംശത്തിന്റെ അഭേദ്യഘടകമാണ് താമര എന്ന് ഗ്രിഫിത് എഴുതുന്നു. "ആരാധനക്കു മാത്രമല്ല ഭക്ഷ്യവസ്തു എന്ന നിലയിലും, ഔഷധം എന്ന നിലയിലും, തൂലികകളായും, കൗതുകവസ്തുക്കളായും, ഉദ്യാനങ്ങളിലെ ചേതോഹരമായ അലങ്കാരമായും താമര നമ്മുടെ ജീവിതത്തോടു ചേർന്നുനില്ക്കുന്നു. താമര വളരുന്നിടത്തെല്ലാം അതിനെ പരമാവധി പ്രയോജനപ്പെടുത്തുവാൻ നാം ശ്രമിച്ചിട്ടുണ്ട്. ഇല്ലാത്ത രാജ്യങ്ങൾ താമരയെ സ്വീകരിച്ച്, സ്നേഹിച്ച് വളർത്തിയെടുത്തിട്ടുണ്ട്. ചരിത്രാതീതകാലം മുതൽക്കേ ആരംഭിച്ച വ്യാപനം താമരയുടെ പ്രകൃതി കല്പിച്ച അതിരുകളെ ഭേദിച്ചിരിക്കുന്നു. (2)

ലോട്ടസ് ലാൻഡ്-ജപ്പാൻ എന്ന പുസ്തകത്തിൽ പോണ്ടിംഗ് എന്ന യാത്രകഥാകാരൻ എഴുതുന്നു: "ദുർഗന്ധം വമിക്കുന്ന ചെളിയിൽനിന്നും പൊട്ടിവിടരുന്ന ഈ സുഗന്ധപുഷ്പം മനുഷ്യരിലെ അതിജീവനത്വരയുടെ പ്രതീകമാണ്. വിഷജലത്തിൽനിന്ന് സൗന്ദര്യവും, ചൈതന്യവും ഉത്പാദിപ്പിക്കാമെന്ന് താമര കാണിച്ചുതരുന്നു. സൂര്യനെ നോക്കിനില്ക്കുന്ന താമര ദ്വേഷം തൊടാത്ത നൈർമ്മല്യത്തെയും, സൗന്ദര്യത്തെയും ആവാഹിക്കുന്നു. വെളിച്ചത്തിലേക്കും ജ്ഞാനത്തിലേക്കും മിഴി തുറക്കുന്ന ജീവാത്മാവിന്റെ പ്രതീകമാണ് താമര. (3)

നമ്മുടെ ഭാവനയേയും ജീവിതത്തെയും ധന്യമാക്കിയ പുഷ്പമാണ് താമര. പൗരാണികരെയും ആധുനികതയും ഒരുപോലെ സ്വാധീനിച്ച ഈ പുഷ്പത്തെക്കുറിച്ചുള്ള ഒരു പഠനമോ (ആസ്വാദനമോ) ആയി ഈ കൃതിയെ വിശേഷിപ്പിക്കാം. ഭാരതീയ മനസ്സിലെ അടിത്തട്ടുവരെ ആഴത്തിൽ വേരുറപ്പിച്ചിട്ടുള്ള ഈ പുഷ്പത്തെ ആഴത്തിൽ അറിയുവാനും വെളിപ്പെടുത്തുവാനുമുള്ള ഒരു ശ്രമമാണ് ഈ കൃതി.

2

താമരയുടെ ഉത്ഭവം-ഐതിഹ്യങ്ങൾ

ഹൈന്ദവപുരാണങ്ങളായ വിഷ്ണുപുരാണം, മത്സ്യപുരാണം, വായുപുരാണം, എന്നിവയിൽ പ്രപഞ്ചത്തിന്റെ ഉത്ഭവത്തെക്കുറിച്ച് പ്രതിപാദിക്കുന്നുണ്ട്. ബ്രഹ്മാണ്ഡമെന്ന പേരിൽ അണ്ഡരൂപത്തിലായിരുന്ന പ്രപഞ്ചം. (Cosmic Egg) അത് പരാശക്തിയുടെ ഇച്ഛാനുസരണം വികസിക്കുവാൻ ആരംഭിച്ചു. പ്രപഞ്ചം ആദ്യം ജലമയമായിരുന്നു. പ്രപഞ്ചത്തിന്റെ സ്ഥിതിക്ക് കാരണഭൂതനായ വിഷ്ണു പരാശക്തിയിൽനിന്നും ഉണ്ടായി. വിഷ്ണു ദശകോടി വർഷങ്ങളോളം യോഗനിദ്രയിൽ കഴിഞ്ഞു. അദ്ദേഹത്തിന്റെ നാഭിയിൽനിന്നും ശോഭ ചിതറുന്ന ഒരു സുവർണകമലം പൊട്ടിവിടർന്നു. ആയിരം സൂര്യന്മാരുടെ ശോഭ ചിന്തുന്ന ആ താമരയിൽ ബ്രഹ്മാവ് ആവിർഭവിച്ചു. പ്രപഞ്ചത്തിലെ ആദ്യസൃഷ്ടി താമരയാണ്, സൃഷ്ടികർത്താവായ ബ്രഹ്മാവിനും മുമ്പ് പിറവിയെടുത്തത്. ശാശ്വതമായ ഈ താമരയാണ് സൃഷ്ടികർത്താവിന്റെ ആവാസസ്ഥാനം. ഈ പുരാതനകഥയ്ക്ക് സർവവ്യാപകമായ അംഗീകാരമുണ്ട്. ഈ കഥയെപ്പറ്റി ജോൺസ് എഴുതിയ ഏതാനും വരികളുടെ ഏകദേശ പരിഭാഷ താഴെകൊടുക്കുന്നു.

"ഇതാ താമരകൾ ആഴത്തിൽനിന്നുയർന്ന് കാറ്റിലാടുന്നു.
പ്രകാശത്തിന്റെ പ്രകാശമേ, മഹത്ത്വത്തിൽ മഹത്തരമായവനേ
ഞങ്ങൾ മർത്ത്യർ കണ്ണുകൾ പൂട്ടി അഗാധനിദ്രയിൽ ആണ്ടിരിക്കു
മ്പോൾ
അങ്ങ് യോഗധ്യാനത്തിൽ മുഴുകി താമരയിൽ ശയിച്ചു.
അങ്ങയുടെ താമര വിടർന്നു, സുവർണശോഭ വിതറി
പ്രപഞ്ചത്തിലെ ആദ്യസൃഷ്ടിയായ താമരേ നിനക്കു വന്ദനം
കമലമെന്നോ, പത്മമെന്നോ, മറ്റു പേരുകളാലോ അറിയപ്പെടട്ടേ
നീ വജ്രശോഭ തൂകുന്ന സ്വർഗീയരത്നമാണ്
സന്തോഷിക്കൂ, നിന്നിൽനിന്നാണ് ചതുർമുഖൻ ഉണ്ടായത്.
നിന്റെ ഹരിതശോഭയാർന്ന തണ്ടാണ് അവനെ താങ്ങിയത്.
ചാരുതയാർന്ന നിന്റെ കേസരങ്ങളാണ് അവനെ തലോടുന്നത്. (1)

ശാന്തിലാൽ നഗർ Botanical and Medicinal Plants From Ancient Times to the Present എന്ന ഗ്രന്ഥത്തിൽ ഇങ്ങനെ എഴുതുന്നു:

"മത്സ്യപുരാണത്തിൽ താമരയുടെ സൃഷ്ടിയെക്കുറിച്ചു പറയുന്നതി ങ്ങനെ. പ്രപഞ്ചസ്രഷ്ടാവായ ഹരി തന്റെ ലീലകൾക്കനുസരിച്ച് നാഭി യിൽനിന്നും ഒരു സഹസ്രദളപത്മം വിടർത്തി. അനേകസൂര്യന്മാരുടെ ശോഭ ചിതറുന്ന ആ ദിവ്യപുഷ്പം അത്ഭുതമുണർത്തി. പരാശക്തിയുടെ കോശംപോലെ അതിൽനിന്നും രശ്മികൾ ചിതറി. വിഷ്ണു ആ താമരയിൽ ബ്രഹ്മാവിനെ സൃഷ്ടിച്ചു. അനേകയോജന വിസ്തീർണ്ണമുള്ള ആ ദിവ്യപു ഷ്പം, ഗുണങ്ങളുടെയും തേജസ്സിന്റെയും കലവറയായിരുന്നു. ഭൂമിയുടെ സർവ്വസത്തുക്കളും ഉൾക്കൊള്ളുന്നതായിരുന്നു...

ബ്രഹ്മാണ്ഡം എന്ന അണ്ഡം സർവ്വതും- സകലചരാചരങ്ങളും ഉൾക്കൊള്ളുന്നതായിരുന്നു..."

ബ്രഹ്മാണ്ഡം എന്ന അണ്ഡത്തിനുള്ളിൽ സർവ്വതും-സകലചരാ ചരങ്ങളും നിലനിന്നിരുന്നു. സൂര്യൻ, ചന്ദ്രൻ, നക്ഷത്രങ്ങൾ, ജീവൻ, ജീവരഹിതം, ചലനം, നിശ്ചലനം എല്ലാം. താമര പ്രപഞ്ചത്തിന്റെ പ്രതിനിധാനമാണ്. അണ്ഡത്തിനുള്ളിൽ എല്ലാം സുരക്ഷിതമായി സ്ഥിതി ചെയ്യുംപോലെ പ്രപഞ്ചത്തിലെ എല്ലാ പ്രതിഭാസങ്ങളും ഒരു ചാക്രികകേന്ദ്രത്തിൽ തിരിയുന്നു. ആ അച്ചുതണ്ട് പ്രപഞ്ചശക്തിയായ വിഷ്ണുവിന്റെ കയ്യിൽ തിരിഞ്ഞുകൊണ്ടേയിരിക്കുന്നു.

ഹിന്ദുപുരാണങ്ങളിലെ ത്രിമൂർത്തികളെപ്പറ്റി നിരവധി കഥക ളുണ്ട്. ആദിപരാശക്തിയുടെ വലതുഭാഗത്തു നിന്നും ബ്രഹ്മാവും,

ഇടതുഭാഗത്തുനിന്നും വിഷ്ണുവും, മദ്ധ്യഭാഗത്തുനിന്നും ശിവനും ജന്മം കൊണ്ടതായി ദേവീഭാഗവതത്തിൽ പറയുന്നു. ഇവർ യഥാക്രമം സൃഷ്ടി, സ്ഥിതി, സംഹാരങ്ങളുടെ മൂർത്തികളായി മാറി, ഗുണങ്ങളുടെ അവതാരമൂർത്തികളായി മൂവരും പരിഗണിക്കപ്പെട്ടു വരുന്നു.

ദേവീഭാഗവതം, ലളിതോപാഖ്യാനം എന്നീ പുരാണഗ്രന്ഥങ്ങളിൽ പരാശക്തിയെ സ്ത്രീരൂപത്തിൽ സങ്കല്പിക്കുന്നു. സങ്കല്പാതീതശക്തിയുള്ള ആദിപരാശക്തി പ്രപഞ്ചത്തെ സൃഷ്ടിക്കുകയും സംഹരിക്കുകയും ചെയ്യുന്നു. ബ്രഹ്മാണ്ഡം എന്ന അണ്ഡരൂപം പരാശക്തിയുടെ ഉള്ളിലാണ് കുടികൊള്ളുന്നത്. യുഗാദിയിൽ ആ അണ്ഡം വികസിച്ച് സ്ത്രീ-പുരുഷ ഗുണങ്ങളെ കൈക്കൊണ്ടു. പരാശക്തിയുടെ ഇടതുകണ്ണിൽ നിന്നും (അത് ചന്ദ്രനെ പ്രതിനിധാനം ചെയ്യുന്നു) സൃഷ്ടികർത്താവായ ബ്രഹ്മാവും, ഐശ്വര്യദേവതയായ ലക്ഷ്മിയും സൃഷ്ടിയെടുത്തു. പരാശക്തിയുടെ നെറ്റിയിലുള്ള അഗ്നിരൂപമായ മൂന്നാം തൃക്കണ്ണിൽനിന്നും ശിവനും, സരസ്വതിയും പിറന്നു. സൂര്യനെ പ്രതിനിധാനം ചെയ്യുന്ന പരാശക്തിയുടെ വലതുകണ്ണിൽ നിന്നും വിഷ്ണുവും പാർവതിയും ഉത്ഭവിച്ചു. പരാശക്തി തുടർന്ന് സൂര്യചന്ദ്രന്മാരെയും, നക്ഷത്രങ്ങളെയും, ഗ്രഹങ്ങളെയും, പർവതങ്ങളെയും, വേദവേദാംഗങ്ങളെയും സൃഷ്ടിച്ചു. അതിനുശേഷം ബലാദേവി, ശ്യാമളാ ദേവി, വരാഹീദേവി, വിഘ്നേശ്വരൻ, സമ്പത്ക്കരാദേവി, ഗായത്രി, നകുലേശ്വരി ദേവി എന്നിങ്ങനെ ദേവീദേവന്മാരെ സൃഷ്ടിച്ചു. ബാക്കിയുള്ള സൃഷ്ടികർമ്മങ്ങളൊക്കെയും ബ്രഹ്മാവിനെ ഏല്പിച്ചു.

ഋഗ്വേദത്തിലെ ദേവീസൂക്തം ഇങ്ങനെ പറയുന്നു:

"ഞാൻ ദേവി, ലോകങ്ങളെ സൃഷ്ടിച്ചത് എന്റെ ഇച്ഛാനുസരണവുമാണ്. എന്നേക്കാൾ ഉന്നതമായ ഒരു ശക്തിയുടേയും പ്രേരണമൂലമല്ല. എന്റെ സൃഷ്ടികളിലെല്ലാം എന്റെ മഹത്വവും ശക്തിയുമുണ്ട്. നിരന്തരവും, ശാശ്വതവുമായ മനഃസാക്ഷിയുടെ രൂപത്തിൽ ഞാൻ അവയിൽ വസിക്കുന്നു."

ആഗമപഞ്ചരാത്രത്തിലും, ലക്ഷ്മീതന്ത്രത്തിലും പ്രപഞ്ചസൃഷ്ടിയെപ്പറ്റിയുള്ള പരാമർശങ്ങളുണ്ട്. കൃഷ്ണ യജ്ജുർവേദത്തിലും തൈത്തിരീയസംഹിതയിലും സൃഷ്ടിയിൽ താമരയില വഹിച്ച പങ്കിനെക്കുറിച്ചു പറയുന്നുണ്ട്. കാരണജലത്തിൽ ബ്രഹ്മാവ് താമരയിലയിൽ വിഹരിച്ചു. താമരയിലയിൽ ബ്രഹ്മാവ് അഗ്നിയെ നിക്ഷേപിച്ചു. തുടർന്ന് അതു ഘനരൂപം പൂണ്ട് ഭൂമിയായി. തൈത്തരീയ സംഹിതയിൽ താമരയിലയുടെ പ്രാധാന്യം എടുത്തുപറയുന്നു. ആദിയിൽ കാരണജലം മാത്രം. ബ്രഹ്മപ്രജാപതി

അതിൽ നീന്തിത്തുടിക്കെ വിസ്തൃതമായ ഒരു താമരയില കണ്ടു. ബ്രഹ്മാവ് പന്നിയായിരൂപംകൊണ്ട് അതിൽ പിടിച്ചു കയറി. പരാശക്തി വിശ്വകർമ്മാവ് ആയി ഭൂമിയായി വികസിച്ചു. അങ്ങനെ ഭൂമിയ്ക്ക് പൃഥ്വി എന്ന പേരു വന്നു. പൃഥ്വി എന്നാൽ വികസനത്തിന് വിധേയമായത് എന്നർത്ഥം.

ബ്രഹ്മാവതാരത്തെക്കുറിച്ച് രാമായണത്തിന്റെ ഏറ്റവും പഴക്കമേറിയതും, പിന്നീട് ഉണ്ടായതുമായ രണ്ടു ഗ്രന്ഥങ്ങളിൽ വ്യത്യസ്ത പരാമർശങ്ങൾ കാണുന്നു. ആദിമഗ്രന്ഥത്തിൽ ബ്രഹ്മാവ് പന്നിയായി രൂപമെടുത്ത് ഭൂമി സൃഷ്ടിക്കുന്നു. രണ്ടാമത്തേതിൽ (പിന്നീടുണ്ടായ പാഠഭേദത്തിൽ) വിഷ്ണു തന്നെ ബ്രഹ്മാവിന്റെ രൂപം ധരിച്ച് സൃഷ്ടിയുടെ ചുമതല ഏറ്റെടുത്തു എന്നു പറയുന്നു. രണ്ടു ഗ്രന്ഥങ്ങളിലേയും പരാമർശത്തിൽ വന്ന വ്യത്യാസം ശ്രദ്ധേയമാണ്. ഭൂമിയുടെ സൃഷ്ടിക്കു മുമ്പെ ജലം മാത്രം നിറഞ്ഞു നിന്ന പ്രപഞ്ചത്തിൽ നിന്നും സ്വയംഭൂവായ ബ്രഹ്മാവ് വരാഹരൂപിയായി താമരയിലയാകുന്ന പ്രതലത്തിൽ ഭൂസൃഷ്ടി നടത്തി. രണ്ടാമത്തെ ഗ്രന്ഥത്തിൽ വിഷ്ണു തന്നെയാണ് ബ്രഹ്മാവിന്റെ രൂപം ധരിക്കുന്നത്.

ഭൂമിയെ സമുദ്രത്തിൽനിന്നും വിഷ്ണു രക്ഷിച്ചെടുത്ത കഥ ആദ്യം പരാമർശിക്കുന്നത് ബ്രാഹ്മണങ്ങളിലാണ്. പ്രജാപതി വരാഹമായി ഭൂമിയെ സൃഷ്ടിച്ച കഥയ്ക്ക് പുരാതനകാലത്ത് വലിയ പ്രചാരം ലഭിച്ചില്ല. വിഷ്ണു വരാഹരൂപത്തിൽ അവതരിച്ച് ജലപ്രപഞ്ചത്തിൽനിന്നും ഭൂമിയെ ഉയർത്തിക്കൊണ്ടു വന്ന കഥ പ്രചുരപ്രചാരം നേടി. രണ്ടു കഥകളിലേയും വ്യത്യാസം ശ്രദ്ധേയം തന്നെ.

ദേവീഭാഗവതത്തിലും, വരാഹപുരാണത്തിലും പറയുന്നു: ഹിരണ്യാക്ഷൻ എന്ന അസുരൻ ഒരു പന്നിയുടെ രൂപത്തിൽ ഭൂമിയെ തട്ടിയെടുത്ത് ജലപ്രപഞ്ചത്തിൽ മറഞ്ഞു. വിഷ്ണു വരാഹാവതാരമെടുത്ത് തേറ്റകളിൽ ഭൂമിയെ ഉയർത്തി സമുദ്രത്തിന്റെ ഉപരിഭാഗത്ത് പ്രതിഷ്ഠിച്ചു. ഈ വരാഹാവതാരം ഭൂമിയെ ഉയർത്തിയെടുക്കുന്നത് ധാരാളം ശില്പങ്ങളിലും, ചിത്രങ്ങളിലും കാണാം. ചില ശില്പങ്ങളിൽ ഭൂമി ദേവീരൂപിണിയാണ്. വിഷ്ണു ഭൂമിദേവിയെ ചുമലിലേറ്റി ആദിമ സമുദ്രാന്തർഭാഗത്തു നിന്നും രക്ഷിക്കുന്നതായി കാണാം.

വേദങ്ങളിൽ താമരയില സ്ഥിരതയുടെ പ്രതീകമാണ്. അസ്ഥിരമായ (ഇളകിക്കളിക്കുന്ന) വെള്ളത്തിൽ അത് സുസ്ഥിരമായി നിലകൊള്ളുന്നു. ശതപഥബ്രാഹ്മണത്തിൽ കാരണജലത്തിൽ നിസ്സഹായയായ താമരപോലെയാണ് ഭൂമിയെ ഉപമിക്കുന്നത്. യാഗശാലയുടെ മദ്ധ്യത്തിൽ ആദ്യം പാകുന്ന ഇഷ്ടികകൾക്കടിയിൽ താമരയില വയ്ക്കുന്ന പതിവുണ്ട്.

താമരയില ഭൂമിയെ പ്രതിനിധാനം ചെയ്യുന്നു. താമരയിലയ്ക്കുമീതെ ഇരുപത്തിയൊന്നു കീലങ്ങളുള്ള ഒരു ചക്രം സ്ഥാപിക്കുന്നു. ഈ ചക്രം രശ്മികൾ വിതറുന്ന സൂര്യനെ പ്രതിനിധാനം ചെയ്യുന്നു. ഇത് ഇരുപത്തിയൊന്നു ഞരമ്പുകളുള്ള താമരയിലയായും കണക്കാക്കാം.

ശതപഥബ്രാഹ്ണത്തിൽ അഗ്നിയെ കടഞ്ഞെടുത്തത് താമരയിൽ നിന്നാണെന്നു പറയുന്നു. അഥർവൻ (ബ്രഹ്മാവ്) അഗ്നിയെ ഭൂമിയിൽ താമരയായും, ആകാശത്തിൽ സൂര്യനായും വിക്ഷേപിച്ചു. പുഷ്കരമാണല്ലോ അഗ്നിയുടെ ജനനി. അഗ്നി ആകാശങ്ങളുടെ സ്വന്തമാണ്. സ്വർഗ്ഗത്തിലും ജലം നിറഞ്ഞുനില്ക്കുന്നു. അങ്ങനെ താമര സ്വർഗ്ഗത്തിലും ഭൂമിയിലും വിരിയുന്ന പുഷ്പമായിത്തീരുന്നു. ശതപഥ ബ്രാഹ്മണത്തിലെ ഒരു പ്രാർത്ഥന ഇങ്ങനെയാണ്.

"നീ സ്വർഗ്ഗത്തിലെ പുണ്ഡരീകമാണ്
എന്നെ ഭൂമിയിലെ, മനുഷ്യർക്കിടയിലെ
പുണ്ഡരീകമാകാൻ സഹായിക്കേണമേ!"

പുണ്ഡരീകം അഥവാ ശ്വേതപത്മം, ശക്തിയുടെ പ്രതീകമായതുകൊണ്ടാണ് ഇത്തരമൊരു പ്രാർത്ഥന എന്ന് ബസു വ്യാഖ്യാനിക്കുന്നു. സൂര്യദേവന്റെ ജനനി എന്ന നിലയിൽ താമര സ്വർഗ്ഗലോകവുമായി ബന്ധപ്പെട്ട പുഷ്പമായിത്തീരുന്നു.

പൗരാണികഭൂമിശാസ്ത്രപ്രകാരം ജലത്താൽ ചുറ്റപ്പെട്ട ഒരു വൻകരയാണ് ജംബുദ്വീപം എന്നറിയപ്പെട്ടിരുന്നത്. (ജംബു - ഞാവൽ) ജംബുദ്വീപം ഒരു താമരയുമായി ഉപമിക്കപ്പെട്ടിരിക്കുന്നു. താമരയുടെ മദ്ധ്യഭാഗത്തായി ഉയർന്നുനില്ക്കുന്ന ത്രികോണാകൃതിയിലുള്ള കർണികയെ (ടോറസ്) സുമേരു അഥവാ മേരു പർവ്വതമായി തുലനം ചെയ്യാം. ചുറ്റുമുള്ള കേസരങ്ങൾ സുമേരുവിനെ ചുറ്റി നിലനില്ക്കുന്ന ചെറുപർവ്വതങ്ങളായി തുലനം ചെയ്യപ്പെട്ടിരിക്കുന്നു. ജംബുദ്വീപമെന്ന വൻകരയുടെ വിവിധ ഭൂവിഭാഗങ്ങളെ (ഭൂഖണ്ഡങ്ങളെ ഭാരതവർഷ, കേതുമലവർഷ, ഉത്തരകുരുവർഷ, ദാദ്രാശ്വ വർഷ) താമരയുടെ ഇതളുകളുമായി തുലനം ചെയ്തിരിക്കുന്നു. ഈ ഭൂവിഭാഗങ്ങൾ സുമേരുവിന്റെ തെക്ക്, പടിഞ്ഞാറ്, വടക്ക്, കിഴക്ക് എന്നീ ദിശകളിൽ സ്ഥിതി ചെയ്യുന്നു. വേദകാലവിശ്വാസമനുസരിച്ച് സുമേരുവിൽനിന്നും ഉത്ഭവിക്കുന്ന നാല് വൻ നദികളാണ് ഈ ഭൂവിഭാഗങ്ങളെ വേർതിരിക്കുന്നത്. മാർക്കണെണ്ഡേയ പുരാണത്തിലും, ബ്രഹ്മാണ്ഡപുരാണത്തിലും ജംബുദ്വീപത്തെപ്പറ്റിയുള്ള വിവരണങ്ങൾ ഉണ്ട്. ജംബുദ്വീപത്തിന്റെ മദ്ധ്യത്തിൽ താമരപ്പൂവിലെ കർണികപോലെ ഉയർന്നു നില്ക്കുന്ന മേരുപർവ്വതം. ജംബുദ്വീപത്തിന് എട്ടു ഭൂവിഭാഗങ്ങൾ

ഉള്ളതായും അവ താമരയുടെ എട്ടു ഇതളുകൾ പോലെയാണെന്നുമാണ് സങ്കല്പം. ഈ എട്ടു വിഭാഗങ്ങളിൽ ഒന്നാണ് ഭാരതവർഷം.

താമരസങ്കല്പത്തിന്റെ നാൾവഴികൾ

വേദങ്ങളിലാണല്ലോ താമരയെപ്പറ്റിയുള്ള ആദിപരാമർശങ്ങൾ കാണാൻ കഴിയുക. ഈ സങ്കല്പം പിന്നീടുള്ള കാലഘട്ടങ്ങളിൽ വളർന്ന് പുഷ്ടി പ്രാപിച്ച് ഉന്നതമായ നിലയിലേക്ക് എത്തുകയുണ്ടായി. ബുദ്ധമതത്തിലെ അതിദുർഗ്രഹങ്ങളായ പല തത്വചിന്തകളെയും വിശദമാക്കാൻ താമരയെ ആശ്രയിച്ചിരുന്നു. മനുഷ്യന്റെ പല വികാരവിചാരങ്ങളിലും താമര ഉപമയായും ഉപമേയമായും കടന്നുവന്നു. ബസു ഇന്ത്യൻ പശ്ചാത്തലത്തിൽ ഹിന്ദുമതത്തിനും, ബുദ്ധമതത്തിനും താമരയുമായുള്ള ബന്ധം പരമാർശിച്ചിട്ടുണ്ട്. ഗ്രീഫിത്ത് ആഗോള പശ്ചാത്തലത്തിൽ ശില്പകലയിലും, നിർമ്മാണകലയിലും, ചിത്രകലയിലും താമരയ്ക്കുള്ള പങ്ക് എടുത്തു പറഞ്ഞിട്ടുണ്ട്. ബ്ലാവസ്കിയെപ്പോലെയുള്ള പൗരസ്ത്യതത്വശാസ്ത്രപണ്ഡിതർ ഈജിപ്തിലെ തത്വചിന്തകളിലും, പൗരസ്ത്യചിന്ത, മന്ത്രവാദകലകൾ എന്നിവയിലും എല്ലാം താമരക്കുള്ള സ്ഥാനത്തെക്കുറിച്ച് എഴുതിയിട്ടുണ്ട്.

പുണ്ഡരികമെന്നും പുഷ്കരമെന്നും വേദങ്ങളിലുള്ള വിശേഷണമാണ് താമരയെക്കുറിച്ചുള്ള ആദ്യഘട്ടപരാമർശം. ഇവിടം മുതൽ താമര ഇന്ത്യൻ തത്വചിന്തയുമായി ബന്ധപ്പെടുന്നു. താമരപ്പൂവും ഇലയും ദിവ്യമാകുന്നു. അഗ്നി, സ്വർഗം, സൂര്യൻ, അശ്വനീദേവകൾ, വസിഷ്ഠൻ, കുണ്ഡലിനീ വിദ്യയുമായി ബന്ധപ്പെട്ട ചക്രങ്ങൾ, ഗർഭപാത്രം, ശാശ്വതാവസ്ഥ, സത്യനിഷ്ഠ എന്നിവയെല്ലാം താമര എന്ന സങ്കല്പ വുമായി ബന്ധപ്പെട്ടിരിക്കുന്നു.

ബ്രാഹ്മണം, ആരണ്യകം, എന്നിവയുടെ കാലമാണ് രണ്ടാംഘട്ടം. സൃഷ്ടിയെക്കുറിച്ചുള്ള കാല്പനിക കഥകളിൽ താമരയെക്കുറിച്ചുള്ള പ്രതിപാദനം ഉണ്ട്. ഇക്കാലത്താണ് ഋഗ്വേദത്തിലെ അഗ്നിമന്ത്രം, സൃഷ്ടിയുടെ കഥ, പ്രപഞ്ചം, പ്രജാപതി എന്നിവയുമായി ബന്ധപ്പെട്ടുത്തി താമരസങ്കല്പം ഉയർന്നുവന്നത്. ശതപഥബ്രഹ്മണത്തിൽ സ്വർഗത്തിലെ സരസ്സുകളെയും അതിലെ താമരകളെയുംപറ്റി പരാമർശമുണ്ട്. ശാശ്വതതത്വത്തോട് താമര ഉൾച്ചേർന്നു നിൽക്കുന്നു. സരസ്വതീനദിയെ വാക്ദേവതയായി സങ്കല്പിച്ച്, ദേവി താമരയ്ക്കുള്ളിൽ ഇരുന്നരുളുന്നതായി സങ്കല്പിച്ച്, ചിത്രീകരിക്കുന്നു. ഋഗ്വേദത്തിലും അഥർവവേദത്തിലേയും പ്രതീകങ്ങൾ ഈ ഘട്ടത്തിൽ കൂടുതൽ വികസിക്കുന്നു.

മൂന്നാംഘട്ടത്തിൽ താമര എന്ന പ്രതീകം അവ്യാഖ്യേയമായ ഉന്നതികളിലെത്തുന്നു. ബ്രഹ്മാവിന്റെ ആസ്ഥാനപദം താമരയാകുന്നു. താമരയിലയിലെ വെള്ളത്തുള്ളിപോലെ എന്ന ഉപമ സാധാരണമാകുന്നത് ഈ കാലഘട്ടത്തിലാണ്. സംസാരസാഗരത്തിൽനിന്നും നിർമലമായ അവസ്ഥയിലേക്കുള്ള ഉയർച്ച എന്ന സന്ദേശം വ്യക്തമാക്കാൻ ഈ ഉപമ സർവസാധാരണമായി. താമരയിലയിലെ ജലകണം ഭൗതികശരീരത്തിനുള്ളിലെ ആത്മാവായി കല്പിക്കപ്പെട്ടു. പദ്മം എല്ലാ ദേവീദേവന്മാരുടെയും ഇഷ്ടപുഷ്പമായി, അവരുടെ പേരുകൾക്ക് ചന്തം ചാർത്തി.

പദ്മാകര-വിഷ്ണു, സൂര്യൻ

പദ്മഗർഭ-ബ്രഹ്മാവ്, സൂര്യൻ, ശിവൻ

പദ്മഗുണ-ലക്ഷ്മി

പദ്മഗൃഹ-ലക്ഷ്മി

പദ്മജാത-ബ്രഹ്മാവ്, ലക്ഷ്മി

പദ്മനാഭ-വിഷ്ണു

പദ്മനിവാസ-ലക്ഷ്മി

പദ്മപാണി-ബ്രഹ്മാവ്, വിഷ്ണു, സൂര്യൻ, ബുധൻ

പദ്മബന്ധു-സൂര്യൻ

പദ്മോദ്ഭവ-ബ്രഹ്മാവ്

പദ്മദാസ-ശിവൻ

പദ്മാംഭ്ര-ബ്രഹ്മാവ്

പദ്മമാലിനി-ലക്ഷ്മി

പദ്മയോനി-ബ്രഹ്മാവ്

പദ്മലോചന-ലക്ഷ്മി

പദ്മലോചനൻ-വിഷ്ണു, കൃഷ്ണൻ

പദ്മവാസ-ലക്ഷ്മി

പദ്മാനുഷ-ലക്ഷ്മി, ഗംഗ, ദുർഗ്ഗ

പദ്മദാസ-വിഷ്ണു

പദ്മ-വിഷ്ണു

പദ്മാക്ഷ-വിഷ്ണു, സൂര്യൻ

പദ്മാലയ-ലക്ഷ്മി

പദ്മാവതി-ലക്ഷ്മി, മാനസാദേവി

പദ്മാസന-ബ്രഹ്മാവ്, ശിവൻ, സൂര്യൻ

പദ്മിനികാന്ത-സൂര്യൻ

പദ്മി-ലക്ഷ്മി, വിഷ്ണു

പദ്മമാശായ-ലക്ഷ്മി

പദ്മോഭവ-ബ്രഹ്മാവ്

നാലാംഘട്ടം ബുദ്ധമതവുമായി ബന്ധപ്പെട്ടതാണ്. ആ ഘട്ടം നാലാം അധ്യായത്തിൽ ചർച്ച ചെയ്യുന്നതാണ്.

താമരയുടെ ഉദ്ഭവത്തെക്കുറിച്ചുള്ള പുരാതനകഥകൾ:

ജലാശയങ്ങളിൽ ശോഭവിതറി ഉയർന്നു നിൽക്കുന്ന താമര എന്ന പുഷ്പത്തെപ്പറ്റി ധാരാളം മിത്തുകൾ (ഐതിഹ്യങ്ങൾ) പ്രചരിച്ചതിൽ യാതൊരു അത്ഭുതവുമില്ല. ദേവഗണങ്ങളുടെ അനുഗ്രഹത്താൽ ശക്തിയും ഉൾക്കരുത്തും നേടിയ പുഷ്പം താമരയാണെന്ന് മിക്ക കഥകളും എടുത്തു പറയുന്നു. വൃത്രസുരന്റെ കഥ പല പുരാണങ്ങളിലും കാണുന്ന ഒന്നാണ്. താമസമൂർത്തിയായ വൃത്രസുരൻ യാഗാഗ്നിയിൽ നിന്നും ഉദ്ഭവിച്ചതുതന്നെ ഇന്ദ്രനോടുള്ള പ്രതികാരം വീട്ടാൻവേണ്ടിയാണ്. വൃത്രസുരന്റെ മുന്നിൽ പല തവണ പരാജയപ്പെട്ട ഇന്ദ്രൻ അവസാനം ദധീചി മഹർഷിയുടെ അസ്ഥികൊണ്ട് വിശ്വകർമാവുമുണ്ടാക്കിയ വജ്രായുധം കൊണ്ട് വൃത്രനെ വധിച്ചു. ഈ പൗരാണികകഥ ആദ്യമായി കാണുന്നത് കൃഷ്ണയജുർവേദത്തിലെ മൈത്രായനിസംഹിതയിലാണ്.

"ഇന്ദ്രോവൈവൃത്രമാഹ തസ്യമേത്രുപാണ്യചൈതം
നക്ഷത്രാണാം വാവകാശേ പുണ്ഡരീകം
ജയതേ ക്ഷത്രസ്യവാ ഏതാത് രൂപം"

"ഇന്ദ്രൻ വൃത്രനെ വധിച്ചു. ഭൂമിയും ആകാശവും അദ്ദേഹത്തിന്റെ രൂപത്തിലായി. ഭൂമിദേവി വൈവിധ്യമാർന്ന രൂപങ്ങളും, ഇന്ദ്രൻ ആകാശഗോളങ്ങളുടെ രൂപവും സ്വീകരിച്ചു. ആകാശഗോളങ്ങളുടെ പ്രകാശസ്ഫുരണത്തിൽനിന്നും താമരയുണ്ടായി. അതു ശക്തിയുടെ പ്രതീകമാണ്."

പഞ്ചവിംശബ്രാഹ്മണം ഇതേ കഥ കൊടുക്കുന്നുണ്ട്.

"ഇന്ദ്രോവൈവൃത്രം ആഹ
രൂപണ്യേസൗ നക്ഷത്രാണാം
അവകാശേന പുണ്ഡരീകാൻ ജയതേ
യത് പുഷ്കരജ്ഞം പ്രതിമുണ്യതേ..."

"ഇന്ദ്രൻ വൃത്രനെ വധിച്ചു. ഭൂമി ഇന്ദ്രന്റെ രൂപങ്ങളെയും, സ്വർഗം ഇന്ദ്രന്റെ വിവിധഭാവങ്ങളെയും സ്വാംശീകരിച്ചു. ആകാശം ചൊരിഞ്ഞ പ്രഭയുടെ ഫലമായി പുണ്ഡരീകൻ പിറന്നു. പുണ്ഡരീകൻ താമരമാലയണിഞ്ഞു വൃത്രനെ സമീപിച്ചു. താമര ശക്തിയുടെ പ്രതീകമാണ്."

ശതപഥബ്രാഹ്മണത്തിലും ഇതേ ആശംസ ആവർത്തിക്കുന്നുണ്ട്. "താമരകൾ ആകാശത്തിന്റെ ഉല്പന്നങ്ങളാണ്. അവ ആകാശഗോളങ്ങളുടെ ഭൂമിയിലെ സാന്നിദ്ധ്യമാണ്." ആകാശഗോളങ്ങളിൽനിന്നും ആവാഹിച്ച ചൈതന്യം താമരയായി. അവയുടെ ശക്തിയും തേജസ്സും താമരയ്ക്കുണ്ട്. തൈത്തരീയസംഹിതയിൽ ഇങ്ങനെ ഒരു പരാമർശമുണ്ട്.

"വർദ്ധമാനം മഹാച പുഷ്കരം
ദിവോ മാത്രായ വാരിണം പൃഥസ്വ:"

താമരപ്പൂപോലെ ശക്തനായ അങ്ങ് ആകാശത്തോളം വികസിക്കുമോ?"

വരുണദേവന്റെ ഓജസ്സും ഋഷി അംഗിരസ്സിന്റെ തപോവീര്യവും കലർന്നതാണ് താമരയെന്ന് വ്യവഹരിക്കുന്നുണ്ട്. പഞ്ചവിംശബ്രാഹ്മണത്തിൽ ഇങ്ങനെ പറയുന്നു: വരുണന്റെ പിറവിയിൽ ഓജസ്സു തളർന്നു. സമുദ്രദേവനായ വരുണൻ മൂന്നായി പിരിഞ്ഞു. ഒന്ന് ഭൃഗുവായി. മറ്റൊരു ഭാഗം സാമവേദമന്ത്രങ്ങളായി. മൂന്നാംഭാഗം ജലത്തിൽ പ്രവേശിച്ചു താമരരൂപം പൂണ്ടു. താമരമാല്യം അണിയുന്നവനേ നീ പൗരുഷശക്തി വരിയ്ക്കും."

വേദങ്ങളുടെ യുഗത്തിൽ വരുണൻ ലോകത്തിന്റെ അധിപതി ആയിരുന്നു, സമുദ്രദേവനും ആയിരുന്നു. സമുദ്രത്തിന്റെ (ജലാശയത്തിന്റെ) പ്രതീകം താമരയായി. വരുണ തേജസ്സു സ്വായത്തമാക്കാൻ രാജസൂയ യജ്ഞങ്ങളിൽ രാജാക്കന്മാർ താമരമാലയണിഞ്ഞു.

ബ്രഹ്മാവിന്റെ മാനസപുത്രനായ അംഗിരസ്സിനെക്കുറിച്ചാണ് തൈത്തരീയ സംഹിതയിലെ മറ്റൊരു കഥ. അംഗിരസ്സിന്റെ തപസ്സിന്റെ ഫലമായി ചൂടും, വെളിച്ചവും അദ്ദേഹത്തിനുചുറ്റും പരന്ന് ലോകമെങ്ങും വ്യാപിച്ചു. തൽഫലമായി അഗ്നിദേവൻ ഭൂമിയിൽനിന്നും വിടവാങ്ങി. വനത്തിൽ ഒളിച്ചു കഴിഞ്ഞു. ഇതറിഞ്ഞ അംഗിരസ്സ് അഗ്നിയോട് തിരികെ വരാൻ അപേക്ഷിച്ചു. കൂടാതെ തന്റെ തപോവീര്യം കുറയ്ക്കാമെന്നും ഏറ്റു. കൂടാതെ അഗ്നിയുടെ പുത്രനായി ജനിക്കുവാനുള്ള അനുഗ്രഹവും വാങ്ങി. അംഗിരസ്സ് കൈവിട്ട തേജസ്സ് ജലത്തിൽ പ്രവേശിച്ച് താമരയായി വിടർന്നു.

മേൽപറഞ്ഞ താമരക്കഥകൾ ഒന്നുംതന്നെ ഇന്ന് ജനങ്ങൾക്ക് സുപരിചിതമല്ല. വിഷ്ണുവിന്റെ നാഭിയിൽനിന്നും ഉയർന്നുപൊങ്ങി വികസിച്ച ആദിമപത്മം മാത്രമേ ജനഹൃദയങ്ങളിൽ അഗാധമായി വേരൂന്നിയിട്ടുള്ളൂ. വിഷ്ണുവിന്റെ നാഭീപുഷ്പമായതുകൊണ്ട് ഹിന്ദുക്കൾക്ക് താമര ദിവ്യപുഷ്പമാണ്. ബുദ്ധനും, ബോധിസത്വന്മാർക്കും പ്രിയങ്കരമായ താമര ഏവർക്കും ദിവ്യപുഷ്പമായിത്തീർന്നു.

പൗരാണികകഥകളിൽ താമരയില സംസാരസംഗമില്ലാത്ത മനസ്സിന്റെ പ്രതീകമാണ്. പരാശക്തിയുടെ ജ്ഞാനം ആർജിച്ച നിസ്സംഗമനസ്കരോടാണ് ഛന്ദോഗ്യോപനിഷത്തിൽ താമരയിലയെ ഉപമിക്കുന്നത്. വെള്ളത്തിൽ നിൽക്കുമ്പോഴും ബന്ധത്തെ അകറ്റുന്നു. താമരയിലയെപ്പോലെ നിസ്സംഗന്റെ മനസ്സ് ഭൗതികമോ, താമസമോ ആയ വിഷയങ്ങളെ സ്പർശിക്കുന്നില്ല. ഗുരുവിന്റെ വാക്കുകൾ ഇങ്ങനെ:

"പ്രിയ ശിഷ്യരേ, നിങ്ങൾ ഭൗതികമായ പല കാര്യങ്ങളും പഠിച്ചിരിക്കാം. ഞാൻ പറയുന്നതു ശ്രദ്ധിക്കൂ-ജലകണം താമരയിലയിൽ തങ്ങി നില്ക്കാത്തതുപോലെ ഒരു താമസചിന്തയും നിങ്ങളുടെ മനസ്സിൽ തങ്ങുകയില്ല.'' ഭഗവദ്ഗീതയിൽ പറയുന്നു: നിഷ്കാമകർമം ചെയ്ത് എല്ലാം ഈശ്വരസമർപ്പണം ചെയ്യുന്നവന്റെ മനസ്സിൽ തിന്മ സ്പർശിക്കുകയില്ല. താമരയിലയിൽ ജലം സ്പർശിക്കാത്തതുപോലെ. നിസ്സംഗമായ നിലയെ വിശദമാക്കാൻ താമരയില എന്ന പ്രതീകം ഉചിതമാണ്. ബുദ്ധമത തത്വചിന്തയിൽ ഈയർത്ഥത്തിൽ താമരയില അത്യധികം പ്രസക്തിയുള്ളതാണ്.

3

ബ്രഹ്മാവ്

താമരയും ഹൈന്ദവദേവന്മാരും

താമരയും ഹൈന്ദവദേവൻമാരുമായുള്ള ബന്ധത്തെപ്പറ്റി ഒന്നിൽക്കൂടുതൽ തവണ മുൻതാളുകളിൽ പരാമർശനം ചെയ്തുവല്ലോ. ഈ വിഷയത്തെ കൂടുതൽ ഗഹനമായി വിവരിക്കുകയാണ് ഈ അദ്ധ്യായത്തിൽ ചെയ്തിരിക്കുന്നത്. മുൻ അദ്ധ്യായങ്ങളിൽ സൂചിപ്പിച്ച ചില ചിന്താശകലങ്ങൾ ഇവിടെ ആവർത്തിക്കപ്പെടുന്നുണ്ട്. അത് ഈ അദ്ധ്യായത്തിന്റെയും ഇവിടെ പ്രതിപാദിച്ചിരിക്കുന്ന വിഷയത്തിന്റെയും പൂർണ്ണതയ്ക്കുവേണ്ടിയാണ്.

ബ്രഹ്മാവ്

അനവധി ദേവീദേവൻമാരോട് താമരയുടെ കഥകൾ ബന്ധപ്പെട്ടിരിക്കുന്നു. ബ്രഹ്മാവിന്റെ ജനനം അനശ്വരതയുടെ പ്രതീകമായ താമരയിൽ നിന്നുമാണ്. വിഷ്ണുവിന്റെ നാഭിയിൽ നിന്ന് ഉയർന്നുവന്ന സഹസ്രദലപത്മമാണ് ബ്രഹ്മാവിന്റെ ആസ്ഥാനം. ശാശ്വതത്വത്തിന്റെ പാലാഴിക്കു നടുവിലാണ് ഈ സുവർണകമലം വിടർന്നത്. ചെറുവ്യത്യാസങ്ങളോടെ ഈ ഐതിഹ്യം എല്ലാ പുരാണങ്ങളിലും കാണാം. ഏറ്റവും പ്രചാരം ലഭിച്ച ബ്രഹ്മസങ്കല്പവും ഇതു തന്നെ. വിഷ്ണു അനന്തമായ നിത്യതയുടെ സമുദ്രത്തിൽ യോഗനിദ്രയിൽ വിലയിച്ചിരിക്കെയാണ് നാഭിയിൽനിന്നും സഹസ്രദലകമലം ഉയർന്നു പൊങ്ങി വിടർന്നത്. ആ സുവർണകമലത്തിൽ ബ്രഹ്മാവ് ആവിർഭവിച്ചത് പത്മാസനസ്ഥനായിട്ടാണ്. ചതുർമുഖനായ ബ്രഹ്മാവ് ചുറ്റും നോക്കിയപ്പോൾ താമരയും, അന്തമായി പരന്നുകിടക്കുന്ന സമുദ്രവും മാത്രമേ കാണാനുണ്ടായിരുന്നുള്ളൂ. തന്റെ ജനനരഹസ്യം തേടി ബ്രഹ്മാവ് താമരത്തണ്ടിനുള്ളിലൂടെ താഴേക്കിറങ്ങി അന്വേഷണം ആരംഭിച്ചു. പക്ഷേ അദ്ദേഹത്തിന് ഒന്നും തന്നെ കണ്ടെത്താനായില്ല. അദ്ദേഹം തിരികെ കയറി താമരയിൽ ആസനസ്ഥനായി. ഉടൻ ആകാശത്തുനിന്നും ഒരശരീരി ബ്രഹ്മാവിനോട് തപസ്സു ചെയ്യാൻ ആവശ്യപ്പെട്ടു.

പ്രപഞ്ചത്തിന്റെ ഉത്പത്തിയെപ്പറ്റി മാർക്കണ്ഡേയപുരാണത്തിൽ പറയുന്നു. ആദ്യം ശൂന്യതമാത്രം. തുടർന്ന് ശബ്ദം, ആകാശം, വായു, പ്രകാശം, ജലം എന്നിവ തുടർച്ചയായി ഉണ്ടായി. ഭാഗവതപുരാണത്തിൽ ഭൂദേവിയും വിഷ്ണുവുമായി ഉണ്ടായ ഒരു സംഭാഷണമുണ്ട്. ഭൂമിദേവി തന്റെ ഉത്ഭവചരിത്രത്തെപ്പറ്റി വിഷ്ണുവിനോടു ചോദിക്കുന്നു. വിഷ്ണു ഇപ്രകാരം പറയുന്നു:

"എല്ലാ ജീവജാലങ്ങളുടെയും ആവാസസ്ഥാനമായി ഞാൻ ആദ്യം നിന്നെ സൃഷ്ടിച്ചു. ഭൂമിയും, വെള്ളവും ഒന്നു ചേർന്ന് ഒരു അണ്ഡരൂപം കൈക്കൊണ്ടു. ആ അണ്ഡം വികാസം പൂണ്ടു. ഞാനെന്ന നാരായണൻ അതിൽ സ്വയം ആവിർഭവിച്ചു. ഓരോ കല്പത്തിലും എന്റെ നാഭിയിൽനിന്നും ഒരു താമര ഉത്ഭവിക്കുകയും ആ താമരയിൽ ബ്രഹ്മാവ് ആവിർഭവിക്കുകയും ചെയ്തു. പിന്നീട് ഞാൻ ബ്രഹ്മാവിനോട് സൃഷ്ടി ആരംഭിക്കുവാനുള്ള ആജ്ഞ നൽകി. പക്ഷേ, അദ്ദേഹത്തിന് അതിനു സാധിച്ചില്ല. ഇത് അദ്ദേഹത്തെ കോപാകുലനാക്കി. കോപത്താൽ ബ്രഹ്മാവ് ഒന്ന് അട്ടഹസിച്ചു. ബ്രഹ്മാവിന്റെ കോപത്തിൽനിന്നും ഒരു കുഞ്ഞ് ജനിച്ചു. ആ കുഞ്ഞ് നിർത്താതെ കരയാൻ തുടങ്ങി. ആ കുഞ്ഞ്

രുദ്രന്റെ ജന്മമായിരുന്നു. കുട്ടിയോട് സൃഷ്ടി ആരംഭിക്കുവാൻ ബ്രഹ്മാവ് ആവശ്യപ്പെട്ടു. പക്ഷേ കുട്ടിക്കും അതിനു കഴിഞ്ഞില്ല. അതിനാൽ സൃഷ്ടികർമ്മത്തിനുള്ള ശക്തി കൈവരിക്കാനായി ആ കുട്ടി തപസ്സു ചെയ്യുവാനായി ജലത്തിൽ പ്രവേശിച്ചു.''

വായുപുരാണത്തിൽ സൃഷ്ടിയേയും ബ്രഹ്മാവിനേയും പറ്റി ഒരു കഥയുണ്ട്. ആ കഥ ചുരുക്കി താഴെ പറയുന്നു. കല്പാന്തകാലത്ത് ഭൂമി മുഴുവനും പ്രളയജലത്തിൽ മുങ്ങിത്താണു പോയിരുന്നു. അനന്തമായ ജലപ്പരപ്പിൽ വിഷ്ണു മാത്രം അനന്തശായിയായി യോഗനിദ്രയിൽ ആണ്ട് നിലകൊണ്ടിരുന്നു. അദ്ദേഹത്തിന്റെ നാഭിയിൽനിന്നും ഒരു സഹസ്ര ദലപത്മം പൊട്ടിവിടർന്നു. ആയിരം യോജന വിസ്തൃതിയും, ആയിരം സൂര്യന്മാരുടെ പ്രഭ ചൊരിയുന്നതുമായിരുന്നു ആ താമര. വിഷ്ണു ആ പൂവിൽ തട്ടിക്കളിച്ചുകൊണ്ടിരിക്കെ അവിടെ ബ്രഹ്മാവ് വന്നുചേർന്നു. അവർ തമ്മിൽ ഒരു സംഭാഷണം ഉണ്ടായി:

ബ്രഹ്മാവ്: 'അങ്ങ് ആരാണ്? ഈ ജലത്തിൽ ശയിക്കുന്നതെന്തിന്?

വിഷ്ണു: ഞാൻ വിഷ്ണു. ഞാനാണ് എല്ലാറ്റിനും അധികാരിയായ പരാശക്തി. നീയാര്? എവിടേയ്ക്കാണ് പോകുന്നത്?

ബ്രഹ്മാവ്: അങ്ങ് എല്ലാറ്റിനും അധികാരി ആകുന്നതെങ്ങിനെ? ഞാനാണ് സൃഷ്ടിക്കപ്പെട്ടതും സൃഷ്ടിക്കാനിരിക്കുന്നതുമായ എല്ലാത്തിനും പരമാധികാരി. പ്രപഞ്ചം മുഴുവനും എന്റെ കുക്ഷിയിലുണ്ട്. വിശ്വാസമായില്ലെങ്കിൽ എന്റെ ഉദരത്തിൽ പ്രവേശിച്ച് സ്വയം കണ്ടെത്തുക.'

വിഷ്ണുവിന്റെ ജിജ്ഞാസ വളർന്നു. അദ്ദേഹം ബ്രഹ്മാവിന്റെ ഉദരത്തിൽ പ്രവേശിച്ചു. പ്രപഞ്ചത്തിലെ സർവതും അവിടെ കണ്ട് അത്ഭുതപ്പെട്ടു. പർവതങ്ങളും, സമുദ്രങ്ങളും, സൃഷ്ടിക്കപ്പെടാൻ പോകുന്ന സർവജീവജാലങ്ങളും അവിടെയുണ്ട്. ഈ അത്ഭുതങ്ങൾ വീക്ഷിച്ചുകൊണ്ട് വിഷ്ണു ഒരായിരം വർഷം കഴിഞ്ഞു. പിന്നീട് ബ്രഹ്മാവിന്റെ വായിലൂടെ പുറത്തുവന്നു.

വിഷ്ണു: ഞാൻ അങ്ങയെ നമിക്കുന്നു. സൃഷ്ടികളുടെ പരമാധികാരി അങ്ങുതന്നെ. അങ്ങയുടെ ഉദരത്തിൽ പല ലോകങ്ങളുണ്ട്. പക്ഷേ, എനിക്കും വെല്ലുവിളിക്കാൻ പറ്റും. എന്റെ ഉദരത്തിൽ പ്രവേശിക്കൂ. അങ്ങേയ്ക്ക് ലോകാലോകങ്ങൾ ദർശിക്കാം.

ബ്രഹ്മാവ് വിഷ്ണുവിന്റെ ഉദരത്തിൽ പ്രവേശിച്ചു. അദ്ദേഹം അവിടെ അനേകലോകങ്ങൾ കണ്ടു. അനേകം വർഷങ്ങൾ അദ്ദേഹം അവിടെ കഴിഞ്ഞെങ്കിലും വിഷ്ണുവിന്റെ ഉദരപ്രപഞ്ചത്തിന്റെ തുടക്കവും അവസാനവും കാണാനായില്ല. വിഷ്ണു പുറത്തേക്കുള്ള ദ്വാരങ്ങളെല്ലാം അടച്ചതുകൊണ്ട് ബ്രഹ്മാവിന് പുറത്തുവരാൻ കഴിഞ്ഞില്ല. അവസാനം അദ്ദേഹം ശരീരം അണുപ്രായമാക്കി താമരത്തണ്ടിലൂടെ പുറത്തുകടന്നു താമരയിൽ ഉപവിഷ്ടനായി. അങ്ങനെ ബ്രഹ്മാവ് പദ്മയോനിയായി.

ഇതെല്ലാം നടന്നുകൊണ്ടിരിക്കെ ശിവൻ അവിടെ വന്നു ചേർന്നു. ത്രിശൂലമേന്തിയ ശിവന്റെ വരവിൽ ശക്തിയായ കാറ്റും, തിരകളും അടിച്ചുയർന്നു. ആടിയുലയുന്ന താമരയ്ക്കുള്ളിൽനിന്നും ബ്രഹ്മാവ് ചോദിച്ചു.

ബ്രഹ്മാവ്: അങ്ങ് ഞാനിരിക്കുന്ന താമരയെ ഇങ്ങനെ ആട്ടി ഉലയ്ക്കുന്നതെന്തിനാണ്?

വിഷ്ണു: ആരാണ് എന്റെ നാഭിയിൽനിന്നും ചോദ്യം ഉന്നയിക്കുന്നത്?

ബ്രഹ്മാവ്: അങ്ങ് ഓർക്കുന്നില്ലെ? ഞാൻ ബ്രഹ്മാവാണ്. അങ്ങ് എന്റെ ഉദരത്തിലും തുടർന്ന് ഞാൻ അങ്ങയുടെ ഉദരത്തിലും പ്രവേശിച്ചുവല്ലോ. പക്ഷേ അങ്ങ് എല്ലാ ദ്വാരങ്ങളും അടച്ച് എന്നെ അകത്തിട്ടു. എന്നോടിങ്ങനെ ചെയ്തതിന് ഞാൻ കോപം കൊള്ളേണ്ടതാണ്. പക്ഷേ, ഞാൻ താമരത്തണ്ടിലൂടെ നൂണുകയറി താമരയിൽ ആസനസ്ഥനായി.

വിഷ്ണു: ഞാൻ ക്ഷമ ചോദിക്കുന്നു. അങ്ങയെ അപമാനിക്കുവാനുള്ള ഉദ്ദേശം എനിക്കുണ്ടായിരുന്നില്ല. എല്ലാം എന്റെ ലീല തന്നെ. നമുക്ക് സുഹൃത്തുക്കളാകാം. ഇനി മുതൽ അങ്ങ് എന്റെ പുത്രനെന്ന് അറിയപ്പെടും. ഞാൻ അനുഗ്രഹം തരുന്നു.

ബ്രഹ്മാവ്: എനിക്കു സമ്മതം തന്നെ. ഈ സമുദ്രത്തിലെ തിരമാലകളെ അടിച്ചുയർത്തി എന്റെ ആസ്ഥാനമായ താമരയെ പിടിച്ചുലയ്ക്കുന്നത് അങ്ങാണെന്നു ഞാൻ വിചാരിച്ചു. പത്തു കരങ്ങളും ത്രിശൂലവുമായി ഒരു ഭീകരരൂപി ഇതാ വരുന്നു. ആരാണ് ഈ അസുരൻ.

വിഷ്ണു: സംഹാരരൂപിയായ ശിവനാണത്. നമുക്ക് രണ്ടുപേർക്കും ശിവനെ വണങ്ങി പ്രാർത്ഥിക്കാം.

ആദ്യം വിസമ്മതിച്ചെങ്കിലും പിന്നീട് വിഷ്ണുവിന്റെ പ്രേരണയാൽ രണ്ടുപേരും ശിവനെ പരമാധികാരിയായി അംഗീകരിച്ച് പ്രാർത്ഥിച്ചു.

ശിവൻ: നിങ്ങൾ എന്നിൽനിന്നും എന്ത് അനുഗ്രഹമാണ് ആഗ്രഹിക്കുന്നത്?

ബ്രഹ്മാവ്: അങ്ങയെ ആദ്യം സംശയിച്ചതിന് മാപ്പ് നൽകുക. അങ്ങ് എന്റെ പുത്രനായി ജനിക്കാനുള്ള അനുഗ്രഹമേകുക.

ശിവൻ ബ്രഹ്മാവിനെ അങ്ങനെ അനുഗ്രഹിച്ചു. രുദ്രൻ എന്ന പേരിൽ ബ്രഹ്മകോപത്തിൽനിന്നും ശിവൻ പുത്രനായി ജനിച്ചു.

പുരാണഭൂമിശാസ്ത്രമനുസരിച്ച് ഭൂമി പല വൻകരകളായി പിരിഞ്ഞുകിടന്നിരുന്നു. അതിലൊന്നാണ് പുഷ്കരദ്വീപം. അറുപത്തിനാലുയോജന വിസ്തൃതിയുള്ള ഈ ദ്വീപിനുചുറ്റും മാധുര്യമുള്ള ജലം നിറഞ്ഞിരുന്നു. ദശലക്ഷം ഇതളുകളുള്ള ഒരു സുവർണകമലം അവിടെ വിരിഞ്ഞുനിന്നിരുന്നു. (ഒരു യോജന: ഏകദേശം 13 കി.മീ).

പത്മപുരാണത്തിലെ പുഷ്കരമഹാത്മ്യം ഈ ദിവ്യമായ ദശലക്ഷദള സുവർണകമലത്തെപ്പറ്റി പറയുന്നുണ്ട്. പുഷ്കരമഹാത്മ്യത്തിൽ ഒരു കഥയുണ്ട്. പുഷ്കരദ്വീപം വഴി സഞ്ചരിച്ച ഒരു രാജാവ് വിടർന്നു നിന്നിരുന്ന സുവർണ്ണകമലത്തിൽ മുഗ്ധനായി. സാരഥിയോട് അത് പറിച്ചുകൊണ്ടു വരാൻ ആവശ്യപ്പെട്ടു. സാരഥി നീന്തിച്ചെന്ന് പുഷ്പത്തെ സ്പർശിച്ച ഉടനെ ഇടിമുഴക്കം പോലെ ഒരു ശബ്ദം ഉയർന്നു. സാരഥി മരിച്ചുവീണു. രാജാവിന്റെ എല്ലാ ഐശ്വര്യവും അസ്തമിച്ച് അദ്ദേഹം കുഷ്ഠരോഗിയായിത്തീർന്നു. രാജാവ് കാരണം അറിയാനായി വസിഷ്ഠ മുനിയെ സമീപിച്ചു. മുനി രാജാവിനോട് അതിനുള്ള കാരണം അറിയിച്ചു. ആ സരസ്സ് ദിവ്യമാണെന്നും, ആ താമരപുഷ്പം അതിദിവ്യമാണെന്നും, അതുതൊട്ട് അശുദ്ധമാക്കിയതാണ് രാജാവിന്റെ അവസ്ഥയ്ക്കു കാരണമെന്നും അറിയിച്ചു. പുഷ്ക്കരതീർത്ഥക്കരയിൽ ചെന്ന് ബ്രഹ്മാവിനെ ഉപാസനകൊണ്ട് പ്രസാദിപ്പിക്കുവാൻ മുനി രാജാവിനെ ഉപദേശിച്ചു. രാജാവ് അപ്രകാരം ചെയ്യുകയും ബ്രഹ്മാവ് പ്രത്യക്ഷമായി അനുഗ്രഹം നൽകുകയും ചെയ്തു. അതോടെ രാജാവിന് നഷ്ടപ്പെട്ടതെല്ലാം തിരികെ ലഭിച്ചു. (1)

ബ്രഹ്മാണ്ഡം എന്ന പേരിലുള്ള അണ്ഡം (Cosmic egg) സൗരയൂഥത്തിലെ ഊർജത്തിന്റെയും വികാസത്തിന്റെയും ഉറവിടമാണ്. ഭൂമിയിലെ ദാർശനികവ്യവസ്ഥയുടെ കേന്ദ്രമാണ് ബ്രഹ്മാവ്. ബർണൗഫ് എന്ന പൗരസ്ത്യതത്വചിന്താ പണ്ഡിതൻ ഇങ്ങനെ എഴുതുന്നു.

“ഭൂമിയുടെ ആത്മാവിൽനിന്ന് പരാശക്തിയുടെ (ultimate power, energy) ശക്തിസ്രോതസ്സിൽനിന്നും ഉടലെടുത്ത ബ്രഹ്മാവ്, തന്റെ ഉള്ളിൽനിന്നും സൃഷ്ടിച്ച സർവപ്രകൃതിയ്ക്കും അതീതനായല്ല നില കൊള്ളുന്നത്. മറിച്ച് പ്രകൃതിയോടും, സൃഷ്ടിയോടും ചേർന്ന് നില്ക്കുന്ന ശക്തിയാണ് ബ്രഹ്മം. സ്വയംഭൂവായ ബ്രഹ്മാവ് പ്രകൃതിയുടെ ഓരോ കണത്തിലും അലിഞ്ഞു ചേർന്നിരിക്കുന്നു.” (ബ്ലാവിസ്കിയുടെ Secret Doctrine എന്ന ഗ്രന്ഥത്തിൽ നിന്നും)

ബ്രഹ്മൻ എന്ന പദം ഒരേ സമയം പുംസ്വരൂപവും അലിംഗവുമാണ്. ആ പദത്തിന് അതുകൊണ്ടുതന്നെ രണ്ട് അർത്ഥങ്ങളുണ്ട്. ബ്ലാവിസ്കി എഴുതുന്നു.

“പുംസ്വരൂപമായ ബ്രഹ്മൻ (ബ്രഹ്മാവ്) ബ്രഹ്മാണ്ഡത്തിൽ ഊർജ്ജ പ്രവാഹത്തിന്റെ സൃഷ്ടിയുടെ കേന്ദ്രമാണ്. അലിംഗരൂപമായ ബ്രഹ്മം ബ്രഹ്മാവിനെ ചൂഴ്ന്നുനില്ക്കുന്ന ശക്തിസാന്നിദ്ധ്യമാണ്. മൂലപ്രകൃതിയുടെ ചൈതന്യമാണിതെന്ന് വിഷ്ണു പുരാണത്തിൽ പറയുന്നു. ഉത്ഭവിക്കുക യും, വികസിക്കുകയും ചെയ്യുന്ന സമയകാലങ്ങൾ ബ്രഹ്മനിൽ നിന്നും ഉദയംകൊള്ളുന്നു. എട്ടുകാലിയിൽനിന്നും നൂലുണ്ടാകുന്നതുപോലെ, ജലത്തിൽനിന്നും പതയുണ്ടാകുന്നതുപോലെ ബ്രഹ്മനിൽനിന്നും സൃഷ്ടി സംഭവിക്കുന്നു. ആജ്ഞേയമായ അന്ധകാരത്തിൽനിന്നും ഉദ്ഭവിച്ച അണുവാണ് ബ്രഹ്മം. അതിൽനിന്നുമാണ് ചരവും അചരവുമായ സർവ ത്തിന്റെയും ഉത്ഭവം.”

ബൃഹ് എന്ന ധാതുവിൽനിന്നുമാണ് ബ്രഹ്മാവ് എന്ന പദത്തിന്റെ ഉത്പത്തി. ബൃഹ് ധാതുവിന് വർധന, വികാസം എന്നീ അർത്ഥങ്ങളുണ്ട്. അണുരൂപത്തിൽനിന്നും സ്വയം വികസിച്ച ബൃഹത്തായ പ്രപഞ്ചത്തി ന്റെ സൃഷ്ടികർത്താവാണ് ബ്രഹ്മാവ്. (2)

മൂർത്തിരൂപത്തിൽ ബ്രഹ്മാവിനെ സങ്കല്പിക്കുന്നത് നാലുശിരസ്സുക ളും (നാൻമുഖൻ) നാലു കൈകളും ആയിട്ടാണ്. നാലുദിശകളിലേക്ക് തിരിഞ്ഞിരിക്കുന്ന നാലുമുഖങ്ങൾ നാലു വേദങ്ങളെയും, ഭൂമിയുടെ നാലുദിക്കുകളിലും ഉള്ള ആധിപത്യത്തെയും സൂചിപ്പിക്കുന്നു. സുദീർ ഘമായ നിലനില്പിന്റെ സൂചനയായി നാലു ശിരസ്സുകളിലും നീണ്ട വെള്ളത്താടിയുണ്ട്. കാലത്തിന്റെ തുടക്കത്തിലാണല്ലോ ബ്രഹ്മാവിന്റെ ഉത്പത്തി. ബ്രഹ്മാവിന്റെ കൈയ്യിലുള്ള രുദ്രാക്ഷമാല കാലത്തിന്റെ പ്ര തീകമാണ്. മറുകയ്യിലുള്ള കമണ്ഡലു ജീവജലത്തിന്റെയും സൃഷ്ടിക്കപ്പെട്ട ജീവജാലങ്ങളുടെയും പ്രതീകം. മൂന്നാംകയ്യിലുള്ളത് യാഗത്തിന് നെയ്യ് പകരുന്ന സ്രുവം; ഇത് ബ്രഹ്മാവാണ് യജ്ഞാധികാരിയും, യജ്ഞത്തിൽ

അർപ്പിക്കുന്ന എല്ലാറ്റിന്റേയും ഭോക്താവും എന്ന് സൂചിപ്പിക്കുന്നു. രുദ്രാക്ഷമാല ധരിച്ച കൈ വരദമുദ്രയിലാണ്. ബ്രഹ്മാവിന്റെ ആസ്ഥാനം ഇളംചുവപ്പ താമരയാണ്. കറുത്ത മാൻതോലാണ് വസ്ത്രം. ചില ചിത്രങ്ങളിൽ ശുഭ്രവസ്ത്രധാരിയോ പിംഗലവസ്ത്രധാരിയായോ ആയി ചിത്രീകരിക്കാറുണ്ട്. ജ്ഞാനത്തിന്റെയും വിവേകത്തിന്റെയും പ്രതീകമായ ഹംസമാണ് ബ്രഹ്മാവിന്റെ വാഹനം. (3,4)

വിഷ്ണു

തുളസീദലംപോലെ പ്രിയപ്പെട്ടതാണ് വിഷ്ണുവിന് താമര (ചെന്താമര). ഒരു കൈയിൽ താമരയും, മറ്റു മൂന്നു കൈകളിൽ സുദർശനചക്രം, കൗമോദകി എന്ന ഗദ, പാഞ്ചജന്യം എന്ന ശംഖ് എന്നിവ വഹിക്കുന്ന രീതിയിലാണ് വിഷ്ണുമൂർത്തിയുടെ സങ്കല്പം. വിഷ്ണുവിന്റെ കരത്തിലെ താമര ധർമ്മത്തെയും, ജ്ഞാനത്തെയും, പരമാധികാരത്തെയും സൂചിപ്പിക്കുന്നു. കരങ്ങളിൽ ഗദയും, ശംഖും, ചക്രവും, താമരയും ഏന്തിയാണ് വരാഹവതാരം.

ശിവപുരാണത്തിൽ താമരയുടെ ഉത്ഭവത്തെക്കുറിച്ചു പറയുന്നതിങ്ങിനെ. വിഷ്ണുവിന്റെ സുദീർഘമായ തപസ്സിന്റെ ഫലമായി വിയർപ്പുതുള്ളികൾ ഒഴുകിയിറങ്ങി ഒരു സ്വേദ സമുദ്രം തന്നെ രൂപംകൊണ്ടു. ഈ സ്വേദസമുദ്രത്തിൽ യോഗനിദ്രയിൽ മുഴുകി വിഷ്ണു ലക്ഷ്മിയുമൊത്ത് ശയിച്ചിരുന്നു. ബ്രഹ്മാവിനെ ഉള്ളിൽ വഹിച്ച ശിവന്റെ നിർദ്ദേശപ്രകാരം വിഷ്ണുവിന്റെ നാഭിയിൽനിന്നും ഒരു സുവർണകമലം ഉയർന്നുവിടർന്നു. അതിൽ ബ്രഹ്മാവ് ആവിർഭവിച്ചു. ഇതേപ്പറ്റി നേരത്തെ പറഞ്ഞിട്ടുണ്ടല്ലോ.

മഹാഭാരതത്തിൽ വിഷ്ണുവിനെയും താമരയേയുംപറ്റി ഒരു ഐതിഹ്യമുണ്ട്. സുദർശനചക്രലബ്ധിക്കായി വിഷ്ണു വിശ്വേശ്വരനായ ശിവനെ നിത്യം ആയിരം താമരപ്പൂക്കൾ അർപ്പിച്ച് പൂജിക്കാറുണ്ടായിരുന്നു. വിഷ്ണുവിനെ പരീക്ഷിക്കാനായി ശിവൻ ഒരു നാൾ ഒരു താമരപ്പൂ അപ്രത്യക്ഷമാക്കി. അങ്ങനെ 999 താമരപ്പൂക്കൾ അർപ്പിച്ചതോടെ പൂജ അപൂർണമായി അവസാനിപ്പിക്കേണ്ട സ്ഥിതി വന്നു. അപ്പോഴാണ് വിഷ്ണു സ്വന്തം കണ്ണുകളെ എല്ലാവരും താമരപ്പൂവിതളിനോട് ഉപമിക്കാറുണ്ടെന്ന കാര്യം ഓർത്തത്. ഉടൻതന്നെ വിഷ്ണു ഒരു കണ്ണ് പറിച്ചെടുത്ത് താമരപ്പൂവിനു പകരമായി ശിവന് അർപ്പിച്ചു. വിഷ്ണുവിന്റെ അചഞ്ചലമായ ഭക്തിയിൽ സംപ്രീതനായി ശിവൻ വിഷ്ണുവിനു മുന്നിൽ പ്രത്യക്ഷപ്പെട്ട് അനുഗ്രഹം ചൊരിഞ്ഞു. സുദർശനചക്രവും നൽകി. ശിവാനുഗ്രഹത്താൽ

വിഷ്ണുവിന്റെ പറിച്ചെടുത്ത കണ്ണ് തിരികെ വിഷ്ണുവിന്റെ മുഖത്തുതന്നെ വിളങ്ങി. ഈ സംഭവത്തിന്റെ ഓർമ്മയ്ക്കായിട്ടാണ് വൈകുണ്ഠചതുർദ്ദശി ദിനത്തിൽ ശിവപൂജയ്ക്കു മുമ്പായി വിഷ്ണുപൂജ നടത്തുന്നത്. ആ ദിനത്തിൽ വിഷ്ണുവിനെ ആരാധിക്കുന്നത് ചെന്താമരപ്പൂക്കൾകൊണ്ടും, ശിവനെ ആരാധിക്കുന്നത് ശ്വേതപത്മങ്ങൾ കൊണ്ടും ആണ്. ഇതേ രീതിയിലുള്ള ഒരു കഥ ലക്ഷ്മിയെക്കുറിച്ചുമുണ്ട്.

വിഷ്ണുവിനെ ചതുർഭുജനായോ, അഷ്ടഭുജനായോ ചിത്രീകരിച്ചിരിക്കുന്നു. ചതുർഭുജരൂപത്തിൽ ശംഖ്, ചക്ര, ഗദാ, പത്മധാരിയായിട്ടാണ് സാധാരണസങ്കല്പം. ചതുർഭുജരൂപത്തിൽ വലതുഭാഗത്ത് കരങ്ങളിൽ ഗദയും താമരയും, ഇടതുകരത്തിൽ ശംഖും, ചക്രവും ധരിച്ചിരിക്കുന്നു. അഷ്ടഭുജരൂപത്തിൽ വലതുഭാഗത്തുള്ള കരങ്ങളിൽ ശംഖ്, ഗദ, ശരം, താമര എന്നിവയും ഇടതുകരങ്ങളിൽ വില്ല്, താമര, ശംഖ്, സുദർശന ചക്രം എന്നിവയും ഏന്തുന്നു. ലക്ഷ്മിയുടെ രൂപം എപ്പോഴും വിഷ്ണുവിന്റെ വാമഭാഗത്താണ്. ലക്ഷ്മിയുടെ കൈയിൽ ഒരു താമരയുണ്ട്. വിഷ്ണുവിന്റെ കരങ്ങളിലെ താമരയ്ക്ക് നാനാർത്ഥങ്ങളുണ്ട്.

(1) മനുഷ്യന്റെ ഉള്ളിൽ ദീർഘകാലമായി സുഷുപ്തിയിലാണ്ടുകിടക്കുന്ന അധ്യാത്മികത ഈശ്വരന്റെ പ്രകാശത്തിൽ വിടരുന്നു. സൂര്യപ്രകാശത്തിൽ താമര എന്നപോലെ. ദാർശനികതയിലേക്കുള്ള വികാസം, ഐശ്വരമായ ഉദാത്തത, നൈർമല്യം എന്നിവയുടെ സൂചനയാണ് വിഷ്ണുവിന്റെ കയ്യിലെ താമര. നമ്മുടെ ഉള്ളിലെ താമസശക്തിയുടെ അന്ധകാരത്തിൽനിന്ന് സൂര്യപ്രകാശത്തിലുണരുന്ന താമരപോലെ സ്വാത്വികത പൊട്ടിവിരിയുകയാണ്.

(2) എല്ലാറ്റിന്റെയും അധീശശക്തിയും, പ്രപഞ്ചത്തിന്റെയും ആത്മാവിന്റെയും ഉദ്ഭവകേന്ദ്രവും വിഷ്ണുവാണെന്ന് സൂചിപ്പിക്കുന്നു.

(3) ദിവ്യമായ വേദജ്ഞാനവും, പരമമായ സത്യവും കർമങ്ങളുടെ വിധാനവും വിഷ്ണുവാണെന്ന് ഓർമിപ്പിക്കുന്നു.

(4) ആദ്ധ്യാത്മികസൗന്ദര്യത്തിന്റെ മൂർത്തരൂപവും, നൈർമ്മല്ല്യത്തിന്റെ പരമമായസ്വരൂപവുമാണ് വിഷ്ണു എന്ന് കാണിക്കുന്ന പ്രതീകമാണ് അദ്ദേഹത്തിന്റെ കയ്യിലുള്ള താമര. എല്ലാ ആദ്ധ്യാത്മികഗുണങ്ങളുടെയും നിത്യസ്രോതസ്സ് വിഷ്ണുവാണ്. സർവസമർപ്പണത്തിലൂടെ വ്യക്തികൾ ഈ ഗുണങ്ങൾ ആർജിച്ച് ആത്മസാക്ഷാത്കാരം നേടണമെന്ന് താമര കാണിക്കുന്നു. (5)

വിഷ്ണുവിനെ പത്മവുമായി ബന്ധിപ്പിക്കുന്ന നാമങ്ങൾ പലതാണ്.

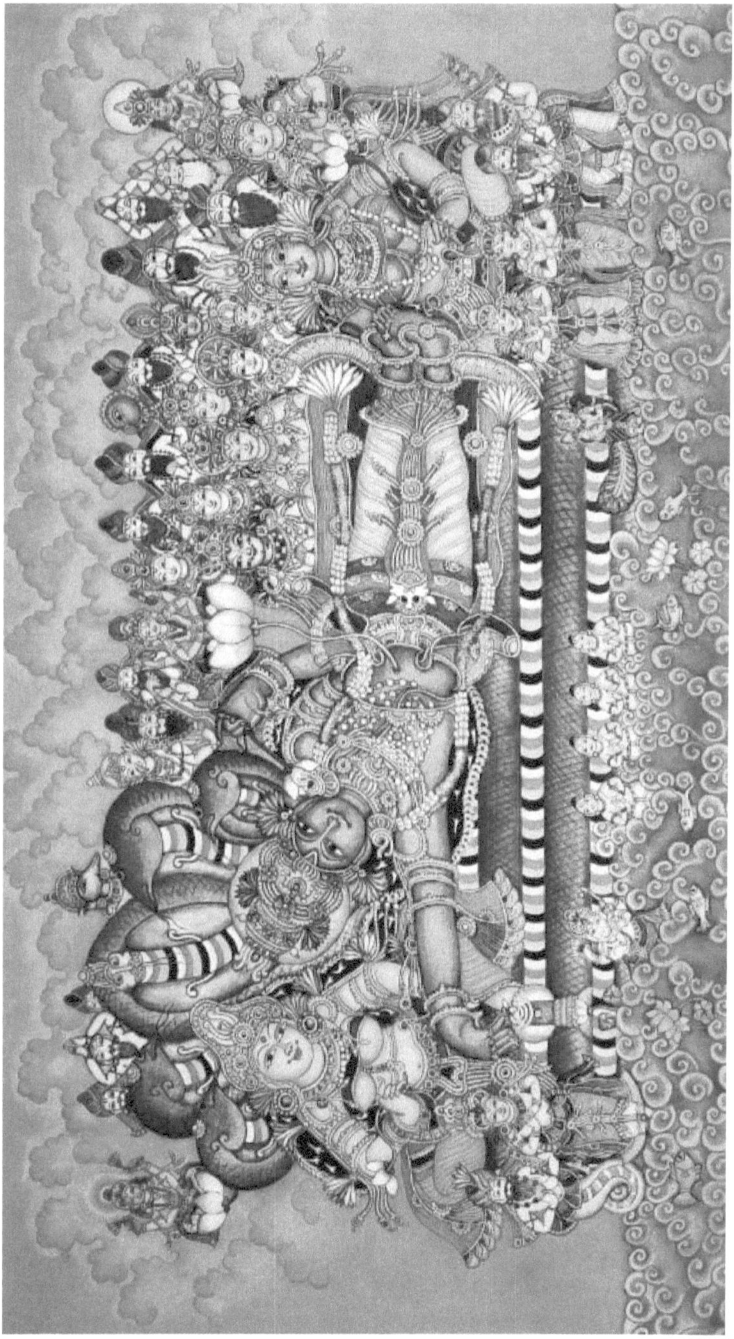

അനന്തശയനം (മ്യൂറൽ: ശൈലജ)

പദ്മ, പദ്മി-താമരപ്പൂവിന്റെ നിറമുള്ളവൻ, താമരയ്ക്കു സമൻ.

പദ്മലോചനൻ-താമരയിതൾപോലെയുള്ള നയനങ്ങളുള്ളവൻ

പദ്മഹാസ-താമരപ്പൂപോലെ സുന്ദരമായ ചിരിയുള്ളവൻ

പദ്മാക്ഷ-താമരയിതൾപോലെ സുന്ദരമായ കണ്ണുകൾ ഉള്ളവൻ

പദ്മനാഭൻ-പദ്മം നാഭിയിൽ ഉള്ളവൻ

പദ്മാകര- പദ്മം കരത്തിൽ വഹിച്ചവൻ

ലക്ഷ്മി

ലക്ഷ്മീദേവിയെ മഹാലക്ഷ്മി, ശ്രീലക്ഷ്മി, ശ്രീ എന്നീ പേരുകളാൽ സാധാരണ അറിയപ്പെടുന്നു. ലക്ഷ്മീദേവിക്ക് താമരയുമായി അഭേദ്യമായ ബന്ധമാണുള്ളത്. ദിവ്യസമുദ്രമായ പാലാഴിയിൽനിന്നും ഒരു ഇളംചുമപ്പ് താമരയിൽനിന്നാണ് സൗന്ദര്യം, ഐശ്വര്യം, സമൃദ്ധി എന്നിവയുടെ പ്രതീകമായ ലക്ഷ്മി ഉയർന്നു വന്നത്. മോണിയർ വില്യംസ് എഴുതുന്നു:

"ദേവതകളുടെ രാജ്ഞിയായ ദേവി ഭൂമിയിൽ പ്രവേശിച്ചു. ആ കൈയിൽ ഒരു സുവർണകമലം തിളങ്ങിനിന്നു. പ്രിയമോടെ ലക്ഷ്മി പദ്മാകരനായ വിഷ്ണുവോടു ചേർന്നു. അവരുടെ കൈകളിൽ താമരകൾ ചേർന്നിണങ്ങി. ആകാശത്തിലെ ദേവതകളും ഭൂമിയിലെ മനുഷ്യരും ദേവിയെ സൗന്ദര്യത്തിന്റെ രാജ്ഞിയും ഭാഗ്യത്തിന്റെ അധിദേവതയുമായി പ്രകീർത്തിച്ചു പൂജിച്ചു." (6)

ദൈവങ്ങളും, ദേവതകളും പ്രകീർത്തിക്കുകയും സ്തുതിക്കുകയും ചെയ്കെ, ലക്ഷ്മീദേവി വിഷ്ണുവിന്റെ മാറിൽ വരുണൻ സമ്മാനിച്ച ദിവ്യമായ താമരമാല അണിയിച്ചു. ജഗത്പിതാവായ വിഷ്ണുവാകട്ടെ ലക്ഷ്മീദേവിക്ക് ഹൃദയത്തിൽ ഏറ്റവും ഉന്നതമായ സ്ഥാനം നൽകി.

ദുർവാസാവിന്റെ ശാപം മൂലമാണ് ലക്ഷ്മീദേവി ലോകത്തുനിന്നും പാലാഴിയിലേക്ക് അന്തർധാനം ചെയ്തത്. ലക്ഷ്മി പിന്നീട് പ്രത്യക്ഷപ്പെട്ടുന്നത് പാലാഴിമഥനസമയത്താണ്. ഇത് ലക്ഷ്മിയുടെ രണ്ടാംവരവാണ്. ലക്ഷ്മിയുടെ ആദ്യത്തെ ഉദ്ഭവം യുഗാദിയിൽ പരാശക്തിയിൽനിന്നുമായിരുന്നു. (പരാശക്തിയുടെ വലതുവശത്തു നിന്നും ലക്ഷ്മിയും ഇടതുവശത്തുനിന്നും അലക്ഷ്മി(അളകാമി)യും ഉത്ഭവിച്ചതായി പുരാണകഥ.)

പ്രണയത്തിന്റെയും, സമൃദ്ധിയുടെയും, സൗന്ദര്യത്തിന്റെയും, ഐശ്വര്യത്തിന്റെയും, സുസ്ഥിതിയ്ക്കാവശ്യമായ സകലത്തിന്റെയും അധിദേവതയാണ് മഹാലക്ഷ്മി. വിഷ്ണുതേജസ്സിൽനിന്നും അഭിന്നയായ ദേവി ശാശ്വതവും, വിനാശരഹിതവുമായ സൃഷ്ടിയുടെ തേജസ്സാണ്.

ലക്ഷ്മീദേവി (മ്യൂറൽ: ശൈലജ)

ചെന്താമരയിൽ നില്ക്കുന്ന അവസ്ഥയിലാണ് ദേവിയെ ചിത്രീകരിക്കുന്നത്. രണ്ടുകൈകളിൽ താമരപ്പൂക്കളും കഴുത്തിൽ താമരമാലയുമുണ്ട്. നാലുകൈകളുള്ള ലക്ഷ്മീ വിഗ്രഹങ്ങൾ പദ്മം, ശംഖ്, അമൃതകുംഭം, വില്വഫലം എന്നിവ വഹിക്കുന്നു. ഇങ്ങനെയുള്ള രൂപം ആദിലക്ഷ്മി അഥവാ മഹാലക്ഷ്മിയുടേതാണെന്നു വിശ്വസിക്കുന്നു.

അഷ്ടലക്ഷ്മി എന്ന പേരിൽ ദേവിയ്ക്ക് എട്ടുരൂപങ്ങളുണ്ട്. എല്ലാ രൂപങ്ങളുമായി താമര ബന്ധപ്പെട്ടിരിക്കുന്നു. ഊർജത്തിന്റെ വിവിധ

രൂപങ്ങളാണ് അഷ്ടലക്ഷ്മി. ശ്രീ അഥവാ സമ്പത്ത്, ഭൂമി, സരസ്വതി, വിജ്ഞാനം, പ്രീതി (സ്നേഹം, കീർത്തി), ശാന്തി, തുഷ്ടി (സന്തോഷം), പുഷ്ടി (ശക്തി) എന്നീ ഗുണങ്ങളെ അഷ്ടലക്ഷ്മിമാരായി കല്പിക്കുന്നു. ഈ ഗുണങ്ങളെല്ലാം തന്നെ ലക്ഷ്മിയുടെ അനുഗ്രഹത്താൽ നിലനില്ക്കുന്നു എന്നാണ് വിശ്വാസം. പരാശക്തിയിൽനിന്നും ഉത്ഭവിച്ച മഹാലക്ഷ്മി, സമൃദ്ധിയുടെ ദേവിയായ ധാന്യലക്ഷ്മി, കാലിസമ്പത്തും രാജകീയതയും നൽകുന്ന ഗജലക്ഷ്മി, ധൈര്യത്തിന്റെയും, ശക്തിയുടെയും പ്രതീകമായ വീരലക്ഷ്മി, സന്താനസമ്പത്ത് നൽകുന്ന സന്താനലക്ഷ്മി, വിജയത്തിന്റെ അധിദേവതയായ വിജയലക്ഷ്മി, വിദ്യാസമ്പത്തിന്റെ പ്രതീകമായ വിദ്യാലക്ഷ്മി എന്നിവരാണ് അഷ്ടലക്ഷ്മിമാർ. ഐശ്വരലക്ഷ്മി, രാജ്യലക്ഷ്മി, വരലക്ഷ്മി എന്നീ സങ്കല്പങ്ങളിലും ലക്ഷ്മിയെ ആരാധിക്കുന്നുണ്ട്. വരദാനം ചെയ്യുന്ന വരലക്ഷ്മി ഇന്ത്യ മുഴുവനുമുള്ള ഹൈന്ദവസ്ത്രീകളുടെ പ്രധാന ആരാധനാമൂർത്തിയാണ്. എല്ലാ ലക്ഷ്മീരൂപങ്ങളും താമരയിൽ നിലകൊള്ളുന്നതായിട്ടാണ് ചിത്രീകരിച്ചിരിക്കുന്നത്. ലക്ഷ്മിയുടെ വാഹനം ഉലൂകം അഥവാ പീചകം എന്നു പേരുള്ള മൂങ്ങയാണ്. ഈ വാഹനത്തിനും നാനാർത്ഥങ്ങളുണ്ട്. ലക്ഷ്മിയുടെ സഹോദരിയായ അലക്ഷ്മി (ദുർഭാഗ്യദേവത)യാണ് മൂങ്ങയെന്നും വിശ്വസിക്കപ്പെടുന്നു. ലക്ഷ്മിയുടെ നിഴൽപോലെ മൂങ്ങയായി അലക്ഷ്മി പിൻതുടരുമെന്നു വിശ്വാസം. അഷ്ടലക്ഷ്മിയുടെ രൂപങ്ങൾ എങ്ങിനെ താമരയുമായി ബന്ധപ്പെട്ടിരിക്കുന്നുവെന്നു നോക്കാം. (7-9)

ആദിലക്ഷ്മി (മഹാലക്ഷ്മി) : ചതുർഭുജരൂപത്തിലോ, അഷ്ടഭുജരൂപത്തിലോ ചിത്രീകരിക്കുന്നു. ചുവന്ന വസ്ത്രങ്ങൾ, രണ്ടു കൈകളിൽ താമരയും, വെള്ളക്കൊടിയും, മറ്റു രണ്ടു കൈകൾ അഭയമുദ്രയിലും, വരദമുദ്രയിലും.

ധനലക്ഷ്മി: കരങ്ങൾ ആറ്, ചുവന്ന വസ്ത്രം, കൈകളിൽ ശംഖ്, ചക്രം, കലശം (അമൃതകുംഭം), വില്ല്, അമ്പ്, താമര, ഒരു കൈ അഭയമുദ്രയിൽ. ആ കൈയിൽനിന്നും സ്വർണനാണയങ്ങൾ വീഴുന്നു.

ധാന്യലക്ഷ്മി: എട്ടുകൈകൾ, ഹരിതവസ്ത്രം, രണ്ടുകൈകൾ താമര വഹിക്കുന്നു. രണ്ടു കൈകൾ അഭയമുദ്രയിലും, വരദമുദ്രയിലുമാണ്. മറ്റു കൈകളിൽ ഗദ, നെൽക്കതിർ, കരിമ്പ്, വാഴപ്പഴം എന്നിവ ഏന്തുന്നു.

ലക്ഷ്മീദേവി (മ്യൂറൽ: ശൈലജ)

ഗജലക്ഷ്മി: ചതുർഭുജങ്ങളും, ചുവന്ന വസ്ത്രവും, രണ്ടു കൈകളിൽ താമര, രണ്ടു കൈകൾ അഭയമുദ്രയിലും വരദമുദ്രയിലും, രണ്ടു ഗജവീരന്മാർ ഇരുവശത്തും നിന്ന് കുംഭങ്ങളിൽ നിന്നും ജലാഭിഷേകം നടത്തുന്നു.

സന്താനലക്ഷ്മി: ആറുകരങ്ങൾ. ചുവപ്പോ സുവർണവർണത്തിലോ ഉള്ള വസ്ത്രം, രണ്ടു കൈകളിൽ വാളും പരിചയും. ഇതു രണ്ടും സന്താനങ്ങളുടെ സംരക്ഷണയുടെ പ്രതീകങ്ങളാണ്. ഒരു കൈ അഭയമുദ്രയിൽ, മറ്റൊരു കൈയിൽ ഒരു ശിശുവുമുണ്ട്. ശിശുവിന്റെ കൈയിലൊരു താമരയുണ്ട്. കൈയിൽ ഏന്തുന്ന കലശം ഊർവരതയുടെ (fertility) പ്രതീകമാണ്.

വീരലക്ഷ്മി: അഷ്ടഭുജങ്ങൾ, ചുവന്ന വസ്ത്രം, കൈകളിൽ ചക്രം, ശംഖ്, വില്ല്, അമ്പ്, ത്രിശൂലം (ഇല്ലെങ്കിൽ വാൾ) താളിയോല ഗ്രന്ഥം, എന്നിവ വഹിക്കുന്നു. ഒരു കൈ അഭയമുദ്രയിലും, മറ്റൊരു കൈ വരദമുദ്രയിലുമാണ്.

വിജയലക്ഷ്മി: അഷ്ടഭുജങ്ങൾ, ചുവപ്പ വസ്ത്രങ്ങൾ, കൈകളിൽ ചക്രം, ശംഖ്, വാൾ, പരിച, താമര, പാശം, എന്നിവ വഹിക്കുന്നു. രണ്ടു കൈകൾ വരദമുദ്രയിലും അഭയമുദ്രയിലും ആണ്.

വിദ്യാലക്ഷ്മി: പരമമായ അറിവിന്റെ പ്രതീകം കൂടിയാണ് ലക്ഷ്മി. ആ രീതിയിലാണ് വിദ്യാലക്ഷ്മിയുടെ സങ്കല്പം. ശുഭവസ്ത്രധാരി, ആറു കൈകൾ. കൈകളിൽ ശംഖ്, ചക്രം, വേദം, എഴുതുവാനുള്ള മയിൽപ്പീലിത്തണ്ട്, അമൃതകലശം എന്നിവ വഹിക്കുന്നു. ഒരു കൈ വരദമുദ്രയിലാണ്.

പ്രസിദ്ധങ്ങളായ മറ്റു ലക്ഷ്മീരൂപങ്ങളുമുണ്ട്. അവയും താമരയുമായി ബന്ധപ്പെട്ടിരിക്കുന്നു.

ഐശ്വര്യലക്ഷ്മി: ചതുർഭുജങ്ങൾ, ശുഭ്രവസ്ത്രധാരിണി. രണ്ടു കൈകളിൽ താമര, മറ്റു രണ്ടു കൈകൾ അഭയമുദ്രയിലും, വരദമുദ്രയിലും, അഷ്ടലക്ഷ്മിവിധാനത്തിൽ വിദ്യാലക്ഷ്മിക്കു പകരമായി ഉൾപ്പെടുത്താറുണ്ട്.

സൗഭാഗ്യലക്ഷ്മി: എല്ലാ അഭിവൃദ്ധിയും പ്രദാനം ചെയ്യുന്ന ലക്ഷ്മീരൂപം.

രാജ്യലക്ഷ്മി: രാജ്യത്തെയും രാജാവിനെയും സംരക്ഷിക്കുകയും ഐശ്വര്യം പ്രദാനം ചെയ്യുന്നതുമായ ലക്ഷ്മിരൂപം.

വരലക്ഷ്മി: സ്ത്രീകളുടെ ആരാധനാമൂർത്തിയാണ് ഇത് അഭീഷ്ടസിദ്ധിയും ഇഷ്ടവരദാനവും പ്രദാനം ചെയ്യുന്ന ലക്ഷ്മീരൂപം. രണ്ടു കൈകളിൽ താമര, ഒരു കൈ അഭയമുദ്രയിലും, മറ്റേ കൈ വരദമുദ്രയിലും, ധരിച്ചിരിക്കുന്നത് ചുവപ്പ് വസ്ത്രങ്ങൾ. കേരളം ഒഴികെ ഇന്ത്യയിലെ മറ്റെല്ലാ സംസ്ഥാനങ്ങളിലും വരലക്ഷ്മിയെ ഇഷ്ടദേവതയായി സ്ത്രീകൾ ആരാധിക്കുന്നു. വരലക്ഷ്മീപൂജ സുപ്രധാനമായ ഒരു ആഘോഷമാണ്.

പദ്മാവതി: ഈ സങ്കല്പത്തിൽ ലക്ഷ്മിക്ക് നാലു കൈകളുണ്ട്. രണ്ടു കൈകളിൽ താമരയും, മറ്റുരണ്ടു കൈകൾ അഭയമുദ്രയിലും, വരദമുദ്രയിലും. ഭീതിയിൽനിന്നും മുക്തിയും, സംസാരസംഗമത്തിൽനിന്ന് വിടുതലും, ബ്രഹ്മാനന്ദവും പ്രദാനം ചെയ്യുന്ന രൂപമാണ്.

ലക്ഷ്മിയുടെ നിറം പല രീതിയിൽ ചിത്രീകരിച്ചിരിക്കുന്നു. വിഷ്ണുവിന്റെ പത്നിയായി ചിത്രീകരിക്കുമ്പോൾ കറുപ്പ് നിറത്തിലായിരിക്കും. സ്വർണവർണത്തിലുള്ള ലക്ഷ്മി എല്ലാ സമ്പത്തിന്റെയും, ഐശ്വര്യത്തിന്റെയും പ്രതീകമാണ്. പിങ്ക് നിറത്തിൽ ചിത്രീകരിക്കുമ്പോൾ ജീവജാലങ്ങളുടെയെല്ലാം മാതാവായും, ദയയുടെ പ്രതീകവുമായി കരുതുന്നു. (10)

ലക്ഷ്മിയും താമരയുമായുള്ള ബന്ധം ലക്ഷ്മിയുടെ പലവിധ പേരുകളിൽനിന്നുതന്നെ വ്യക്തമാകുന്നു.

പദ്മ-താമരയിൽ വസിക്കുന്നവൾ

പദ്മാലയ- താമര ഗൃഹമാക്കിയവൾ

കമല- താമര വഹിക്കുന്നവൾ, താമരയെപ്പോലെ സൗന്ദര്യമുള്ളവൾ

പദ്മപ്രിയ- താമരയെ സ്നേഹിക്കുന്നവൾ

പദ്മമാലാധാര- താമരമാലയണിഞ്ഞവൾ

പദ്മമുഖി- താമരയെപ്പോലെ സുന്ദരവദനമുള്ളവൾ

പദ്മാക്ഷി- താമരയിതൾപോലെ സുന്ദരമായ കണ്ണുകൾ ഉള്ളവൾ

പദ്മഹസ്ത- കൈകളിൽ താമരയേന്തിയവൾ

പദ്മസുന്ദരി- താമരയെപ്പോലെ സുന്ദരിയായവൾ

പദ്മാവതി- താമരയെ സ്വന്തമാക്കിയവൾ (10)

മനുശ്രീ, ചക്രിക, ഐശ്വര്യ, ലളിമ, കല്ല്യാണി, നന്ദിക, രുജ്ജല, വൈഷ്ണവി, സമൃദ്ധി, നാരായണി, ഭാർഗ്ഗവി, ശ്രീദേവി, ചഞ്ചല, ജലജ, മാധവി, സുജാത, ശ്രേയ എന്നീ പേരുകളും ലക്ഷ്മീദേവിക്കുണ്ട്.

ജഗന്മാതാവെന്നും, മഹാലക്ഷ്മിയെന്നും ദേവി വ്യവഹരിക്കപ്പെടുന്നു. രമയും, ഇന്ദിരയും ലക്ഷ്മിയുടെ പ്രചാരം ലഭിച്ച പര്യായങ്ങളാണ്. ലക്ഷ്മിയെക്കുറിച്ചുള്ള ഈ കീർത്തനം നോക്കുക:

"പദ്മപ്രിയം പദ്മഹസ്തം
പദ്മാക്ഷിം, പദ്മസുന്ദരീ,
പദ്മോദ്ഭവം, പദ്മമുഖീം,
പദ്മിനിം, പദ്മഗന്ധിനിം."

ദേവി പദ്മത്തെ ഇഷ്ടപ്പെടുന്നു. ദേവിയുടെ പാണികളും, കണ്ണുകളും, താമരപോലെ. ദേവി പദ്മത്തെപ്പോലെ സുന്ദരി, പദ്മത്തിൽനിന്ന് ഉദ്ഭവിച്ചവൾ.

മുഖശോഭയിൽ പദ്മതുല്യ
പാണിയിൽ പദ്മം ധരിച്ച വിഷ്ണുപ്രേയസി
താമരമാല്യം കണ്ഠത്തിൽ അണിഞ്ഞവൾ
താമരയുടെ സുഗന്ധം വഹിക്കുന്നവൾ..
(ശ്രീലക്ഷ്മി അഷ്ടോത്തരസ്തോത്രം.)

ലക്ഷ്മിക്ക് മൂന്നു ഭാവങ്ങളുണ്ട്. ശ്രീദേവി, ഭൂദേവി, നിളാ (നിലാ) ദേവി, ചഞ്ചലമായ പ്രതിഭാസങ്ങളുടെ ദേവിയാണ് ശ്രീദേവി. അചഞ്ചല പ്രതിഭാസങ്ങളുടെ അധിദേവതയാണ് ഭൂദേവി. ലക്ഷ്മി ചഞ്ചലയായതുകൊണ്ടാണ് അധികകാലം സമ്പന്നരുടെ കൂടെ വസിക്കാത്തത്. മഹാലക്ഷ്മിയുടെ അനുഗ്രഹത്താൽ മാത്രമേ ലോകത്തിൽ എന്തും നിലനിൽക്കൂ. നിളാദേവി അധികമൊന്നും അറിയപ്പെടാത്ത വിഷ്ണുപ്രേയസിയാണ്. കൃഷ്ണാവതാരസമയത്ത് നിളാദേവി യശോദയുടെ സഹോദരപുത്രിയായി അവതരിച്ചു. അവളുടെ അച്ഛന്റെ ഏഴു പോരുകാളകളെ തോല്പിച്ച് ശ്രീകൃഷ്ണൻ അവളെ പത്നിയായി സ്വീകരിച്ചു.

അഷ്ടലക്ഷ്മിയുടെ ചിഹ്നമായ ഒരു നക്ഷത്രരൂപം ഉണ്ട്. രണ്ടു സമചതുരങ്ങൾ ഒന്നിനു മുകളിൽ മറ്റൊന്നായി 45^0യിൽ വച്ചാൽ കിട്ടുന്ന നക്ഷത്രചിഹ്നമാണ് ശ്രീലക്ഷ്മി നക്ഷത്രം എന്നറിയപ്പെടുന്നത്. എട്ടുകോണുകളുള്ള ഈ നക്ഷത്രത്തിന്റെ കോണുകൾ ദേവിയുടെ എട്ടുഭാവങ്ങളെ സൂചിപ്പിക്കുന്നു. കൂടാതെ എട്ടുദിക്കുകളിലേക്കുമുള്ള ലക്ഷ്മിയുടെ ആധിപത്യത്തെയും സൂചിപ്പിക്കുന്നു.

ലക്ഷ്മീനാരായണരൂപത്തിൽ ലക്ഷ്മി വിഷ്ണുവിന്റെ ചലനാത്മകമായ ഊർജത്തിന്റെ പ്രതിനിധിയായി വർത്തിക്കുന്നു. രണ്ടു ആനകൾ ദേവിയുടെ ഇരുവശത്തും നിന്ന് ജലാഭിഷേകം നടത്തുന്നതായി കാണാം. സ്വധർമത്തെ അനുസന്ധാനം ചെയ്തുകൊണ്ട് നിരന്തരമായി

പ്രവൃത്തിക്കുന്നവർക്കു മാത്രമേ വിവേകത്തിന്റെ പിൻബലത്തിൽ ഭൗതികവും, അദ്ധ്യാത്മികവുമായ ഔന്നത്യം ലഭിക്കു എന്നാണ് ഇതിന്റെ സൂചന.

മഹാലക്ഷ്മിയോടൊപ്പം നാലു തോഴികൾ (ഉപദേവതകൾ) ഉണ്ട്. ഋദ്ധി, വൃദ്ധി, സമൃദ്ധി, വിഭൂതി എന്നിവരാണവർ. അവരെല്ലാം തന്നെ വില്വമരത്തിന്റെ ശാഖയും, കലമാനിന്റെ വാലും കയ്യിൽ ധരിച്ചിരിക്കുന്നു. ലാവണ്യ, സുഭഗ, സൗഭാഗ്യ, സൗമനസ്യ എന്നിവർ ദേവിയുടെ ദാസിമാരാണ്. ഇവർക്കെല്ലാം നാലു കൈകൾ വീതമുണ്ട്. കൈകളിൽ താമര, നെല്ലിമരശാഖ, കലശം, താമരക്കൊടി എന്നിവ വഹിക്കുന്നു. ലക്ഷ്മിയുടെ ഉപദേവതമാരാണ് പങ്കജനിധി, ശംഖനനിധി, ബാലാകി, വിമല, കമല, വനമാലിക, വിഭീഷിക, മാലിക, ശങ്കരി, വസുമാലിക എന്നിവർ. അവർ എല്ലാവരും കരങ്ങളിൽ താമര വഹിക്കുന്നു. (11)

ബൃഹത്ധർമ്മ പുരാണത്തിൽ വിഷ്ണുവിനെക്കുറിച്ചു പറഞ്ഞതുപോലെ ലക്ഷ്മിയെക്കുറിച്ചും ഒരു കഥയുണ്ട്. ദിവസേന ആയിരം താമരമുകുളങ്ങൾ അർപ്പിച്ച് ലക്ഷ്മി ശിവപൂജ നടത്തിയിരുന്നു. ഒരു നാൾ, ശിവൻ അതിൽനിന്നും രണ്ടു പൂക്കൾ അപ്രത്യക്ഷമാക്കി. പൂജ അപൂർണ്ണമായി അവസാനിച്ചതിൽ ലക്ഷ്മി അതീവദുഃഖിതയായി. വിഷ്ണു തന്റെ സ്തനങ്ങളെ താമരമൊട്ടുകളോട് ഉപമിക്കാറുള്ളത് ദേവി ഓർമ്മിച്ചു. ശിവന് താമരമൊട്ടുകൾക്കു പകരം സ്വന്തം സ്തനങ്ങൾ അർപ്പിക്കുവാൻ ദേവി തീരുമാനിച്ചു. ഇടതുസ്തനം അതിലേക്കായി ഛേദിച്ചെടുത്തു. ഉടൻതന്നെ ശിവൻ ദേവിയുടെ മുന്നിൽ പ്രത്യക്ഷമായി. ദേവിയെ പൂർവസ്ഥിതിയിലാക്കി അനുഗ്രഹം നൽകി. കൂടാതെ ഛേദിച്ച സ്തനം ഒരു ദിവ്യവൃക്ഷമായി വളരുമെന്നും, ആ വൃക്ഷത്തിൽ (വില്വ വൃക്ഷം) ശിവൻ വസിക്കുമെന്നും അനുഗ്രഹിച്ചു. ലക്ഷ്മിദേവിയും കൂവളം (വില്വം) ആവാസസ്ഥാനമാക്കി. ശിവാരാധനയ്ക്ക് ഏറ്റവും ഉത്തമം വില്വമരത്തിന്റെ ഇലകൾ തന്നെയാണല്ലോ.

ടിബറ്റിലെ ബുദ്ധമതാനുയായികൾ ലക്ഷ്മീദേവിയ്ക്കു തുല്യമായി കണക്കാക്കി ആരാധിക്കുന്നത് കുരുകുല എന്ന ദേവിയാണ്. ചുവന്ന താര എന്നും അറിയപ്പെടുന്നു. ദേവിയുടെ നിറം ചുമപ്പാണ്. നാലുകൈകളുമായിട്ടാണ് ഈ ദേവിയെ സങ്കല്പിക്കുന്നത്. ഒരു കയ്യിൽ താമരവില്ലുണ്ട്. താമര ബന്ധിച്ച് ഒരു അസ്ത്രം തൊടുത്തിരിക്കുന്നു. വലതുകയ്യിൽ ഇരുമ്പുകൊളുത്തും മറ്റൊരു കയ്യിൽ വളച്ചുപിടിച്ച പൂവോടുകൂടിയ ഒരു താമരത്തണ്ടും ഉണ്ട്. അർദ്ധപര്യങ്കരീതിയിലാണ് ദേവിയുടെ നില്പ്. ദേവിയുടെ കണ്ണുകളിൽ നിന്നും ചുവന്ന പ്രകാശവും, അഗ്നിയും

ചൊരിയുന്നു. ഇടതുകാൽ നീട്ടി ഒരു മനുഷ്യശരീരത്തിൽ വച്ചിരിക്കുന്നു. തീപാറുന്ന കിരീടത്തിൽ ഓംകാരവും, കണ്ഠത്തിൽ 'ആഹ്'കാരവും, ഹൃദയഭാഗത്ത് 'ഹ്ലം'കാരവും ലേഖനം ചെയ്തിരിക്കുന്നു. ഹൃദയത്തിന്റെ ചക്രത്തിൽ സൗരചക്രത്തിൽ ചുവന്ന ലിപികളിൽ 'ഹ്രീം' ചേർത്തിരിക്കുന്നു. (12)

കുരുകുലയ്ക്ക് കൂടുതൽ സാമ്യം ദുർഗ്ഗാദേവിയുടെ അവതാരമായ ലളിതയോടാണ്. താന്ത്രികവിദ്യക്കാരുടെ കുരുകുലയുടെ ചുവപ്പുനിറവും, കരങ്ങളിൽ വഹിക്കുന്ന വസ്തുക്കളും വനമാലകളും ലളിതാദേവി (ലളിതാംബിക) യ്ക്കു തുല്യമാണ്. ഹിന്ദുമതത്തിന്റെ സ്വാധീനത്തിൽ നിന്നുമാകാം കുരുകുലയുടെ സൃഷ്ടി എന്നു കരുതാം. ലളിത, പക്ഷേ ആസനസ്ഥയായിട്ടാണ് ചിത്രീകരിക്കുക. കുരുകുലയാകട്ടെ നർത്തനരൂപത്തിലുള്ള ഡാകിനിയാണ്. ഇതാണ് വ്യത്യാസം.

ആദിശങ്കരവിരചിതമായ കനകധാരാസ്തോത്രം ലക്ഷ്മീദേവിയെ പ്രകീർത്തിക്കുന്നു. ഈ സ്തോത്രത്തിൽ താമരയെപ്പറ്റിയുള്ള പരാമർശം ആവർത്തിച്ച് വരുന്നു. (13)

"പൂർണ്ണമായി വിരിഞ്ഞുനില്ക്കുന്ന താമരപോലെ
സുന്ദരിയായ ദേവീ, നിനക്കു വന്ദനം.
പാലാഴിയിൽനിന്നും ഉയർന്നു വന്നവളെ
നിനക്കു വന്ദനം"
പ്രപഞ്ചത്തിന്റെ അധിനായികെ
നിനക്കു വന്ദനം."
"താമര ആസ്ഥാനമാക്കിയ ലക്ഷ്മീദേവി
നിനക്കു വന്ദനം.
ദാമോദരന്റെ പത്നീപദം അലങ്കരിക്കുന്നവളെ
നിനക്കു വന്ദനം"
"കമലത്തെ കൈയ്യിൽ ധരിച്ചവളെ
ശുഭ്രവസ്ത്രത്തിൽ തിളങ്ങുന്നവളെ
പദ്മലോചനന്റെ പത്നിയായി
പദ്മം തന്നെയായിത്തീർന്നവളെ
നിനക്കു വന്ദനം!.."

ഗായത്രീഹോമത്തിൽ താമരപ്പൂക്കൾ നറുനെയ്യിൽ മുക്കി യാഗാഗ്നിയിൽ സമർപ്പിക്കുന്നു. ഗായത്രീമന്ത്രം ചൊല്ലിക്കൊണ്ടാണ് ഇങ്ങനെ അർച്ചന നടത്തുന്നത്. ഐശ്വര്യലബ്ധിക്കായി ചെയ്യുന്ന ലക്ഷ്മീപൂജയാണിത്. ഒൻപതാം അധ്യായത്തിൽ ഇതേപ്പറ്റി കൂടുതൽ വിശദമാക്കുന്നുണ്ട്.

സരസ്വതി

സരസ്വതീദേവി ബ്രഹ്മാവിന്റെ പ്രചോദകശക്തിയാണ്. അതുകൊണ്ടുതന്നെ പ്രപഞ്ചത്തിന്റെ വിധാതാവും മാതാവുമാണ്. സരസ്വതി എന്ന പേരിന്റെ അർത്ഥം ഒഴുകുന്നവൾ എന്നാണ്. ഋഗ്വേദകാലത്ത് സരസ്വതി എന്നൊരു നദിയുണ്ടായിരുന്നു. പരിപൂർണമായ നൈർമല്യത്തിന്റെ പ്രതീകമാണ് സരസ്വതി. വാഗീശ്വരിയും, ശാരദയുമായ സരസ്വതി ജ്ഞാനത്തിന്റെയും, പ്രജ്ഞാദാനത്തിന്റെയും ദേവിയാണ്. കല, ശാസ്ത്രം, ശില്പം, കൈവേലകൾ ഇവയുടെയെല്ലാം മൂർത്തരൂപമാണ്. ജ്ഞാനം അജ്ഞാനാന്ധകാരത്തെ അകറ്റുന്നതുകൊണ്ട് സരസ്വതിയുടെ വേഷം പരിശുദ്ധമായ ശുഭ്രനിറത്തിലാണ്. കലകളുടെ ദേവി എന്ന നിലയിൽ സരസ്വതി സൗന്ദര്യത്തിന്റെ മൂർത്തിമദ്ഭാവമാണ്. വെള്ളത്താമരയിൽ ആസനസ്ഥയായിട്ടുള്ള ദേവി ശ്വേതപദ്മാസനി എന്ന പേരിലും അറിയപ്പെടുന്നു. നൈർമല്യത്തിന്റെ പ്രതീകമാണ് ഈ ശ്വേതനിറം. വെള്ള എല്ലാ നിറത്തിന്റെയും സമന്വയമായതുകൊണ്ട് ശുഭ്രവസ്ത്രവും, ശ്വേതപദ്മവും എല്ലാ വിജ്ഞാനത്തിന്റെയും നിറക്കൂട്ടാകുന്നു. വേദങ്ങളുടെ മാതാവും, വിവേകത്തിന്റെ അധിദേവതയുമാണ് സരസ്വതി. മനസ്സ്, ബുദ്ധി, ബോധം, അഹംബോധം, എന്നിങ്ങനെ ജ്ഞാനവുമായി ബന്ധപ്പെട്ട്, മനുഷ്യന്റെ വ്യക്തിത്വത്തെ നിർണ്ണയിക്കുന്ന നാല് ഘടകങ്ങളും സരസ്വതിയിൽ മൂർത്തീഭാവം പൂണ്ടുന്നു. ഋഗ്, സാമ, യജുർ, അഥർവവേദങ്ങളുടെ സൂചനയും സരസ്വതിയുടെ കരങ്ങളിലുണ്ട്. ഒരു കൈയിൽ വിശുദ്ധഗ്രന്ഥമായ വേദവും, വേദാംഗങ്ങളും; ധ്യാനത്തിന്റെയും, അദ്ധ്യാത്മികതയുടെയും പ്രതീകമായ മാല്യം മറ്റൊരു കൈയ്യിൽ; സൃഷ്ടിയുടെയും നൈർമല്യത്തിന്റെയും പ്രതീകമായ കലശം മൂന്നാം തൃക്കൈയിൽ; പ്രണയം, സംഗീതം, കല എന്നിവയുടെ അധിദേവത എന്ന നിലയിൽ നാലാം തൃക്കയ്യിൽ വീണ എന്നിങ്ങനെയാണ് സരസ്വതീദേവിയുടെ സങ്കല്പം. രണ്ടു കൈകൾകൊണ്ട് വീണ വായിക്കുന്ന രീതിയിലും ചിത്രീകരിക്കപ്പെടുന്നു. അപ്പോൾ മറ്റു രണ്ടു കൈകളിൽ വേദവും മാലയും ആയിരിക്കും. സരസ്വതീപാദങ്ങളിൽ വാഹനമായ ഹംസം ചേർന്നു നില്ക്കുന്നു. പാലിൽനിന്നും വെള്ളവും, സത്തും വേർതിരിച്ച് കുടിക്കുവാനുള്ള സിദ്ധി അരയന്നത്തിനുണ്ടെന്നു വിശ്വസിക്കുന്നു. അതിനാൽ അരയന്നം വിവേകത്തിന്റെയും, ശരി-തെറ്റുകൾ, നന്മ-തിന്മകൾ എന്നിവയെ തിരിച്ചറിയാനുള്ള സിദ്ധിയുടേയും പ്രതീകമാണ്, വിദ്യയുടെ പ്രതിനിധാനമാണ്. സരസ്വതീപൂജക്ക് പ്രിയം വെള്ളത്താമരകളാണ്. താന്ത്രികമായ ഹോമങ്ങളിലും, പൂജകളിലും പ്രാധാന്യം വെള്ളത്താമരകൾക്കാണത്രെ.

സരസ്വതി ദേവി (മ്യൂറൽ: ശൈലജ)

സരസ്വതിപൂജയുടെ ആചാരങ്ങൾ ലക്ഷ്മണദേശികേന്ദ്രൻ ശാരദാതിലകം എന്ന താന്ത്രികഗ്രന്ഥത്തിൽ വിവരിക്കുന്നുണ്ട്. (14)

തിബത്തൻ പുരാണങ്ങളിൽ സരസ്വതിവെള്ളത്താരയാണ്, ഭൂമിയുടെ മാതാവാണ്. ഭാഷയുടെയും, വാണിയുടെയും, കലയുടെയും, കൈവേലയുടെയും അധിദേവതയാണ് താര. ജ്ഞാനത്തിന്റെയും വിവേകത്തിന്റെയും ദാതാവാണ് വെള്ളത്താര. താമരകളാൽ ചുറ്റപ്പെട്ട നിലയിൽ ആസനസ്ഥയായിരിക്കുന്നു. അരയന്നം ചേർന്നുനിൽക്കുന്നു. വികസിച്ച താമരകൾ നൈർമല്യത്തിന്റെയും ജ്ഞാനത്തിന്റെയും, വിവേകത്തിന്റെയും. സാക്ഷാത്കാരത്തിന്റെയും പ്രതീകങ്ങളാണ്. ഭൂത, വർത്തമാന, ഭാവികളെ സൂചിപ്പിക്കുവാൻ കൈകളിൽ താമരമൊട്ടും, അല്പം വിടർന്ന താമരയും, പൂർണ്ണമായി വിടർന്ന താമരയും, വഹിക്കുന്നു. താരയ്ക്ക് പച്ചത്താര എന്ന മറ്റൊരു രൂപവും ഉണ്ട്. പാർവതിയുമായി ചേർച്ച കല്പിക്കാവുന്ന രൂപമാണിത്.

പാർവതി (ദുർഗ്ഗ)

ശിവപ്രേയസിയായ പാർവ്വതി ശക്തിയുടെ പ്രതീകമാണ്. പരാശക്തിയുടെയും, ആദിപരാശക്തിയുടെയും മൂർത്തീകരണമായി പാർവ്വതിയെ കരുതുന്നു. പാർവ്വതിയുടെ വിവിധഭാവങ്ങളും, രൂപങ്ങളും ഹൈന്ദവമനസ്സുകളിൽ ചിരപ്രതിഷ്ഠ നേടിയതാണ്. ദുർഗ്ഗയെന്നും, കാളിയെന്നും താന്ത്രികവിദ്യകളിൽ പാർവ്വതിയുടെ പേരു മാറുന്നു. അർദ്ധനാരീശ്വര രൂപത്തിലാണ് ശിവ-പാർവ്വതി സങ്കല്പം. പാർവ്വതിയുടെ ഒരു കയ്യിൽ നീലത്താമരയുണ്ട്. മറുകൈ താഴ്ത്തിയിട്ട നിലയിലാണ്. പാർവ്വതിയുടെ ഒറ്റയ്ക്കുള്ള ചിത്രീകരണത്തിൽ ചതുർഭുജരൂപമാണ്. രണ്ടു കൈകളിൽ താമരയും മറുകൈകളിൽ വരദമുദ്രയും അഭയമുദ്രയും വഹിക്കുന്നു.

സപ്തമാതൃക്കൾ, സപ്തകന്യകൾ, സപ്തദേവികൾ എന്നിങ്ങനെയുള്ള ദേവിമാരെല്ലാം പാർവ്വതിയുടെ അംശാവതാരങ്ങളാണ്. പല പുരാണങ്ങളിലും ഇവരെപ്പറ്റിയുള്ള കഥകൾ കാണാം. അന്ധകൻ, രക്തബീജൻ, ദാരികൻ എന്നീ അതിബലവാന്മാരായ അസുരന്മാരെ വധിക്കാനായി പാർവ്വതി ഉഗ്രരൂപത്തിലുള്ള അവതാരങ്ങളും കൈകൊണ്ടിട്ടുണ്ട്. (ഉദാഹരണത്തിന് മഹാകാളി, ചാമുണ്ഡി, ചണ്ഡിക, ദുർഗ്ഗ എന്നിവ). ഇവരെക്കൂടാതെ യുദ്ധങ്ങളിൽ പാർവ്വതിയെ സഹായിക്കാനായി ദേവതകൾ സപ്തകന്യകമാരെ (സപ്തദേവതകളെ) സൃഷ്ടിക്കുകയുണ്ടായി. ഇവരെല്ലാം പാർവ്വതിയുടെ ശക്തിയും അതതു ദേവന്മാരുടെ ശക്തിയും സംയോജിച്ചതാണ്. സപ്തമാതാക്കളെന്നും ഇവർ അറിയപ്പെടുന്നു. ബ്രാഹ്മി,

മഹേശ്വരി, കൗമാരി, വൈഷ്ണവി, വരാഹി, നരസിംഹി, ഇന്ദ്രാണി (ഐന്ദ്രി) എന്നിവ ക്രമമനുസരിച്ച് ബ്രഹ്മാവ്, ശിവൻ, കുമാരൻ (മുരുകൻ, സ്കന്ദൻ), വിഷ്ണു, വരാഹം, നരസിംഹം, ഇന്ദ്രൻ എന്നീ ദേവന്മാരുടെ ശക്തി ഉൾക്കൊള്ളുന്നതാണ്. നരസിംഹിയെ ചാമുണ്ഡി എന്നും വിളിക്കുന്നു. വരാഹപുരാണത്തിൽ സപ്തമാതാക്കൾക്ക് പകരം മാതാക്കൾ എട്ടാണ്. എട്ടാമത്തേത് ശിവനിൽനിന്നും ഉണ്ടായ യോഗേശ്വരിയാണ്. താമസവികാരങ്ങളെ ശമിപ്പിക്കുവാനായിട്ടാണ് സപ്തമാതാക്കളുടെ ഉത്ഭവം. ഇവരുമായി ബന്ധപ്പെട്ട് താമസവികാരങ്ങൾ താഴെ പറയുന്നു.

യോഗേശ്വരി-കാമം, ഭോഗേച്ഛ എന്നിവയുടെ നാശം

മഹേശ്വരി-ക്രോധവിനാശം

വൈഷ്ണവി- ലോഭവിനാശം

ബ്രാഹ്മണി-അഹംഭാവവിനാശം

കൗമാരി-മായാമോഹവിനാശം

ഇന്ദ്രാണി-മാത്സര്യത്തിന്റെ കുറ്റാരോപണത്തിന്റെയും അറുതിയ്ക്ക്

ചാമുണ്ഡി-അപവാദങ്ങൾക്കും, അസൂയയ്ക്കും അറുതി വരുത്തുവാനുള്ള അവതാരം.

വരാഹി: മദ, (മദം, അഹങ്കാരം) വിനാശം

സപ്തമാതാക്കളിൽ ബ്രാഹ്മണി താമരയിലോ അരയന്നത്തിന്റെ പുറത്തോ ആസനസ്ഥയാണ്. ഒരു കൈയിൽ താമരയുണ്ട്. വൈഷ്ണവിക്കും, ഇന്ദ്രാണിക്കും ഓരോ കയ്യിൽ താമരപ്പൂവുണ്ട്. (15)

ശക്തിപൂജയിൽ ദുർഗ്ഗയ്ക്ക് ഒൻപതുരൂപങ്ങൾ ഉണ്ട്. അവരെ നവദുർഗ്ഗകൾ എന്നു വിളിക്കുന്നു. നവരാത്രി പൂജയിൽ ഈ ഒൻപതു ദുർഗ്ഗകളെ ആരാധിക്കുന്ന പതിവ് വടക്കേ ഇന്ത്യൻ സംസ്ഥാനങ്ങളിലെല്ലാം നിലവിലുണ്ട്. പ്രത്യേകിച്ചും ബംഗാളിൽ, ശൈലപുത്രി, ബ്രഹ്മചാരിണി, ചന്ദ്രഗണ്ഡ, കുശ്മാണ്ഡ, സ്കന്ദമാതാ, കാർത്യായനി, കാളരാത്രി, മഹാഗൗരി, സിദ്ധിദായിനി എന്നിവരാണ് നവദുർഗ്ഗകൾ. ദുർഗ്ഗയുടെ ആദ്യാവതാരമാണ് ശൈലപുത്രി. ത്രിശൂലവും, താമരയും കൈകളിൽ വഹിക്കുന്നതാണ് ഈ രൂപം, നന്ദി എന്ന കാളപ്പുറത്ത് ഇരിക്കുന്നു. നവരാത്രിപൂജയിലെ ആദ്യദിവസം ആരാധിക്കുന്നത് ശൈലപുത്രിയെയാണ്. ബ്രഹ്മചാരിണി രുദ്രാക്ഷമാലയും കമണ്ഡലുവും, കൈയിലേന്തുന്നു. ധ്യാനനിമഗ്നയും സമാധാനദായിനിയും ശുഭ്രവസ്ത്രധാരിണിയുമാണ്. നവരാത്രിയുടെ രണ്ടാംദിനത്തിൽ ആരാധിക്കുന്നു. ചന്ദ്രഗണ്ഡയ്ക്ക് പത്തു കരങ്ങളുണ്ട്. പുലിയുടെ പുറത്തിരിക്കുന്ന ഉഗ്രരൂപിണിയായ

ദുർഗ്ഗ - സിദ്ധിധാത്രി (മ്യൂറൽ: ശൈലജ)

ദേവീരൂപമാണിത്. കൈയിൽ താമരയില്ല. ആയുധങ്ങൾ മാത്രം. മൂന്നാം ദിവസത്തെ ആരാധന ഈ ദേവീരൂപത്തിനാണ്. നാലാംദിവസം കൂശ്മാണ്ഡയെ ആരാധിക്കുന്നു. സർവ്വദേവതകളാലും ആദരിക്കപ്പെട്ടു ന്ന ദേവീരൂപമാണ് ഇത്. എട്ടുകരങ്ങളിൽ ഒന്നിൽ താമര വഹിക്കുന്നു. സൂര്യമണ്ഡലത്തിൽ വസിച്ച് അവിടെനിന്നും ഊർജം എല്ലാ ദിശകളി ലേക്കും പ്രസരിപ്പിക്കുന്ന ദേവിയാണിത്. അഞ്ചാംദിവസം പൂജിയ്ക്കപ്പെ ടുന്ന സ്ക്കന്ദമാതാവ് ചതുർഭുജയാണ്. രണ്ടു കൈകളിൽ താമരയുണ്ട്. കാർത്തികേയനെ (മുരുകൻ) മടിയിൽ ഇരുത്തി ഒരു കൈകൊണ്ട് പിടിച്ചിരിക്കുന്നു. നാലാമത്തെ കൈ അഭയമുദ്രയിലാണ്. ആറാംദിവസം ആരാധിക്കപ്പെടുന്ന കാർത്യായനിദേവിയുടെ ആറുകൈകളിൽ ഒന്നിൽ

താമരപ്പൂവുണ്ട്. ഏഴാംദിവസം പൂജിക്കുന്നത് കാളരാത്രി അഥവാ കാളി (കാലരാത്രി, ഭദ്രകാളി) യെയാണ്. കറുത്ത തോലുടുത്ത്, തലയോട്ടി മാലയണിഞ്ഞ്, ശിവന്റെ മാറിൽ നൃത്തമാടുന്ന നിലയിലാണ് കാളി. കാളിയിൽ കാലം ഉൾപ്പെടെ എല്ലാം ലയിക്കുന്നു. എല്ലാ മായാമോഹങ്ങളുടെയും വിനാശകയാണ്. താമസരൗദ്രസ്വരൂപിണിയായ കാളിയുടെ കൈകളിൽ താമരയില്ല. എട്ടാം ദിവസം ആരാധിക്കുന്ന മഹാഗൗരീ രൂപത്തിന് ചതുർഭുജങ്ങളുണ്ട്. രണ്ടുകരങ്ങൾ വരദമുദ്രയിലാണ്. മറ്റു കരങ്ങളിൽ ത്രിശൂലവും, ഡമരുവും വഹിക്കുന്നു. ശിവലബ്ധിക്കായി തപസ്സനുഷ്ഠിക്കുന്ന പാർവ്വതിയുടെ ഈ രൂപം നിർമ്മലമാണ്. അവസാനദിവസം ആരാധിക്കുന്നത്. ചതുർഭുജരൂപത്തിലുള്ള സിദ്ധിദായിനി (സിദ്ധിദാത്രി) യെയാണ്. അഷ്ടസിദ്ധികൾ അരുളുന്ന ദേവിയാണിത്. മനുഷ്യരെ ഉദാത്തമായ വഴികളിലേക്കു നയിക്കുന്ന ദേവി ശക്തിയുടെയും, സംരക്ഷയുടെയും അനുഗ്രഹമേകുന്നു. ദേവകളും, യോഗികളും, ഋഷികളും, അസുരന്മാരും ആരാധിക്കുന്നത് സിദ്ധിദായിനിരൂപത്തിലുള്ള പാർവ്വതിയെയാണ്. കൈകളിൽ താമര, ശംഖ്, ചക്രം, ഗദ എന്നിവ ധരിച്ചിരിക്കുന്ന അർദ്ധനാരീശ്വരരൂപത്തിലുള്ള ശിവ-ശക്തി സങ്കല്പത്തിലെ ശക്തി സിദ്ധിദായനി (സിദ്ധിദാത്രി) രൂപത്തിലെന്ന് വിശ്വസിക്കുന്നു. ശിവനുപോലും സർവ്വ അനുഗ്രഹങ്ങളും നൽകിയ പരാശക്തി രൂപമാണ് സിദ്ധിദായനി. ഋഷിമാർ അഷ്ടസിദ്ധികൾക്കു വേണ്ടി ആരാധിക്കുന്നത് ഈ പാർവ്വതീ രൂപത്തെയാണ്. നവദുർഗ്ഗയെക്കൂടാതെ കാപാലിക-താന്ത്രിക വിശ്വാസികൾ ആരാധിക്കുന്ന മറ്റ് പാർവ്വതി സങ്കല്പങ്ങളുമുണ്ട്. ദശമഹാവിദ്യകൾ എന്നറിയപ്പെടുന്ന ദുർഗ്ഗാരൂപങ്ങൾ ഗുപ്തപൂജയ്ക്കുവേണ്ടി ഉള്ളതാണ്. സാധാരണ ഭക്തർക്ക് ആരാധിക്കാനുള്ളതല്ല. (16,17)

(**അഷ്ടസിദ്ധികൾ:** (1) അണിമ: അണുരൂപത്തിൽ ചുരുങ്ങാനുള്ള സിദ്ധി: (2) മഹിമ: വികാസത്തിന്റെയും (ഔന്നത്യത്തിന്റെയും ഔന്നത്യം പ്രാപിക്കാനുള്ള) കഴിവ്; (3) ലഘിമ, ലഘുരൂപത്തിൽ ഭാരം കുറച്ച് ജലോപരിതലത്തിൽ നടക്കുവാനും, വായുവിൽ നടക്കാനും, പറക്കാനും, മനസ്സിനെ ഭാരരഹിതവും, നിസ്സംഗവുമാക്കാനുള്ള സിദ്ധി, (4) പ്രാപ്തി: ആഗ്രഹിക്കുന്നതെന്തും ഉടനടി ലഭിക്കാനും, ചിന്തിക്കുന്നതൊക്കെ ഉടനടി പ്രാപ്യമാക്കാനുമുള്ള സിദ്ധി; (5) ഇഷിത്വ: എല്ലാ സൃഷ്ടികളെയും അറിയുവാനും, അവയെ നിയന്ത്രിക്കാനുമുള്ള കഴിവ്; (6) വിഷിത്വ: വിവിധ ശക്തികളെയും ഒരുമിപ്പിക്കുവാനും പുതിയ ജീവൻ സൃഷ്ടിക്കുവാനും, മരിച്ചവരെ പുനരുജ്ജീവിപ്പിക്കുവാനും, എല്ലാ ജീവജാലങ്ങൾക്കും നന്മ പ്രദാനം ചെയ്യാനുമുള്ള സിദ്ധി; (7) പ്രാകമയം: ഏതുരൂപവും

കൈക്കൊള്ളാനുള്ള കഴിവ്; വിചാരിക്കുന്നതെന്തും ഉടനടി പ്രയോഗത്തിൽ വരുത്താനുള്ള സിദ്ധി; (8) അന്തർയാമിത്വം; സൂക്ഷ്മദൃഷ്ടിയോടെ ഏതു മനുഷ്യന്റെയും, മറ്റു ജീവികളുടേയും ഉൾവ്യാപാരങ്ങൾ അറിയുവാനുള്ള സിദ്ധി.)

കൃഷ്ണനും രാധയും

വൃന്ദാവനത്തിന്റെ പശ്ചാത്തലത്തിൽ രാധാ-കൃഷ്ണന്മാരുടെ പ്രണയലീലകൾ കാല്പനികസൗന്ദര്യത്തോടെ ഹൈന്ദവരുടെ മാത്രമല്ല, ലോകമെമ്പാടുമുള്ള യുവതീയുവാക്കളുടെ ഉള്ളിൽ പ്രണയത്തിന്റെ കനകപുഷ്പങ്ങൾ വിരിയിക്കുന്നവയാണ്. വൃന്ദാവനത്തിലെ രാധയുടെ സൗന്ദര്യം വിടർന്നു നില്ക്കുന്ന ഇളംചുവപ്പ് താമരപോലെയും, ശ്രീകൃഷ്ണന്റെ ശോഭ നീലത്താമരപോലെയുമാണെന്ന് പറയുന്നു. ശ്രീലാഗോസ്വാമിയുടെ വാക്കുകൾ ശ്രദ്ധിക്കുക:

'യദ് ഏതാദ് സിംസത്വൽ ലസതി മുഖം ആസ്യകമലാതോ
ദ്രശോർ ദ്വന്ദം സംകത് കുവലയ മൃഗാനാം ഇവകായത്
ഉദാൽചൻ നാസാ ശ്രീ ശുകനവയുവ ത്രോദിവലനാൽ
ലസാദ്ബന്ധുകേഭ്യോപിചാരുചിഘടരജ്യത് അധരാ..'

ഒരുപിടി താമരപ്പൂക്കളേക്കാൾ ശോഭചിതറുന്നതാണ് രാധയുടെ വദനം. അവളുടെ കണ്ണുകൾ ചലിക്കുന്ന താമരയിതൾപോലെ, അല്ലെങ്കിൽ ചഞ്ചലമായ മാൻകണ്ണുകൾ പോലെ. അവളുടെ നാസിക ഇളംതത്തയുടെ ചുണ്ടിനേക്കാൾ സുന്ദരം. ബന്ധുകപുഷ്പങ്ങളെക്കാൾ ശോഭ ചൊരിയുന്നതാണ് അവളുടെ അധരങ്ങൾ. (ബന്ധുകപുഷ്പം. ചെമ്പരത്തിയുടെ വംശത്തിൽപ്പെട്ട ഒരു പുഷ്പം). (18)

കൃഷ്ണന്റെയും, രാധയുടെയും പാദങ്ങൾ താമരയ്ക്കു തുല്യമാണ്. അവയിൽ താമരയുടെ ചിഹ്നങ്ങളുണ്ട്. കൃഷ്ണന്റെ ഇടതുപാദത്തിൽ ചന്ദ്രക്കല, കലശം, ത്രികോണം, വില്ല്, അമ്പ്, പശുവിന്റെ കുളമ്പ് എന്നിവയും വലതുപാദത്തിൽ ലക്ഷ്മീചിഹ്നമായ എട്ടുകോണുള്ള നക്ഷത്രം, സ്വസ്തിക, വസ്ത്രം, കതിർ, ഗജശിരസ്സ്, കൊടി, മിന്നൽ, ജംബുഫലം, ഊർധ്വരേഖ, താമര എന്നിവയും മുദ്രണം ചെയ്തിരുന്നു. രാധയുടെ പാദങ്ങളിൽ പത്തൊൻപത് സവിശേഷമുദ്രകളുണ്ട്. ഇടതുപാദത്തിൽ വസ്ത്രം, ചക്രത്തിന്റെ ആരം, കൊടി, മുന്തിരിവള്ളി, പുഷ്പം, തള, താമര, ഊർധ്വരേഖ, ഗജമുദ്ര, ചന്ദ്രക്കല, കതിർ എന്നിവയും; വലതുപാദത്തിൽ ശക്തി, ഗദ, രഥം, ദേവസ്ഥാനം, കാതിൽപ്പൂവ് (കമ്മൽ), മത്സ്യം, പർവ്വതം, ശംഖ് മുദ്രണം എന്നിവയും ചെയ്തിരിക്കുന്നു. (19)

ശ്രീലാഗോസ്വാമി കൃഷ്ണ-രാധാപാദങ്ങളിലെ താമരമുദ്രകളുടെ പ്രാധാന്യം എടുത്തു പറയുന്നു. "തേനീച്ചകളെപ്പോലെ മധു കൊതിച്ച് ഭക്തന്മാർ ശ്രീകൃഷ്ണന്റെ പാദങ്ങളെ വലയം ചെയ്യുന്നു. അവർ ആ പാദങ്ങളിലെ താമരയെ ധ്യാനിക്കുന്നു. താമര ജലത്തിൽനിന്നും ഉയരുന്നതുപോലെ ആനന്ദാശ്രുവാർക്കുന്ന ഭക്തന്റെ മനസ്സിലും ഒരു ദിവ്യപുഷ്പം വിടർന്ന് അനുഗ്രഹം ചൊരിയും. ശ്രീലക്ഷ്മി അനുഗ്രഹം നൽകിക്കൊണ്ട് ആ പാദങ്ങളിൽ സ്ഥിരമായി ഇരിക്കുന്നു എന്നും സൂചനയുണ്ട്. ശ്രീകൃഷ്ണന്റെ പാദങ്ങൾ താമരപ്പൂപോലെ മൃദുലമാണ്. ഒറ്റനോട്ടത്തിൽ അവ താമരപ്പൂക്കൾ തന്നെ. ഇരുട്ടിൽനിന്നും വെളിച്ചത്തിലേക്കു വിടരുന്ന താമരപോലെ ഭക്തന്റെ മനസ്സ് അജ്ഞാനാന്ധകാരത്തിൽനിന്ന് സാത്വികമായ തേജസ്സിലേക്കു വിടരുന്നു. ഭക്തന്മാരുടെ മനസ്സ് തേനീച്ചയെപ്പോലെ ശ്രീകൃഷ്ണന്റെ പാദമാകുന്ന താമരയെ വിട്ട് മറ്റെങ്ങും പോകുന്നില്ല. ജ്ഞാനവും വൈരാഗ്യവുമാകുന്ന മധു നുണയാൻ ആ പാദങ്ങളുടെ ധ്യാനമല്ലാതെ മറ്റൊന്നിനുമാവില്ല.

"രാധയുടെ പാദങ്ങളും താമരപ്പൂക്കൾ പോലെ സുന്ദരമാണ്." രാധയുടെ പാദങ്ങൾ താമരക്കാടുപോലെ മനോഹരമാണ്."താമരയും മറ്റു പൂക്കളുടെയും സൗന്ദര്യത്തെ വെല്ലുന്നതാണ് രാധയുടെ മുഖവും അംഗോപാംഗങ്ങളും.

ശ്രീകൃഷ്ണപാദങ്ങൾ ഭക്തരുടെ ഹൃദയത്തിൽ ആവേശത്തിരമാലകൾ ഉണർത്തുന്നുണ്ടത്രെ. ആ തൃപ്പാദങ്ങളെ താമരയായി കണ്ട് ഒരു ഭക്തൻ കീർത്തിക്കുന്നു.

"നിഖില- ഭുവനലക്ഷ്മി- നിത്യ- ലീലാസ്പദാഭ്യാം
കമല-വിപിന-വീഥി-ഗർവ്വ-സർവ്വംകഷംഭ്യാം
പ്രണമത്-അഭയ-ദാന-പ്രൗഢി-ഗാഢാദ്രി താഭ്യാം
കിമപി വഹതു ചേതഃ കൃഷ്ണപാദാംബുജാഭ്യാം.

"ശ്രീകൃഷ്ണന്റെ പദ്മപാദങ്ങൾ ലക്ഷ്മിയുടെയും പതിനാലു ലോകത്തിന്റെയും ആവാസമാണ്. വിനയാന്വിതരായ ഭക്തർക്ക് അഭയം അരുളുന്നവയാണ്. ഭംഗിയിൽ അഭിരമിക്കുന്ന താമരത്താരുകളെക്കാൾ ചൈതന്യമുള്ള ആ പാദങ്ങൾ ആരാധ്യമാണ്. ആ പാദങ്ങൾ എന്റെ ഹൃദയത്തിൽ നിത്യമായ ബ്രഹ്മാനന്ദത്തിന്റെ മധു പകരട്ടെ. നിർവൃതിയുടെ മാധുര്യത്തിലേക്ക് ഞാൻ പറന്നുയരട്ടെ..." (20)

ഭക്തർ ശ്രീകൃഷ്ണപാദങ്ങളുടെ മഹത്വം വാഴ്ത്തുന്നു. ആ പാദങ്ങൾ തന്റെ ഹൃദയത്തിൽ ചിരപ്രതിഷ്ഠ നേടട്ടെ എന്നു പ്രാർത്ഥിക്കുന്നു. തന്റെ ഹൃദയത്തെ മൃദുലമാക്കിക്കൊണ്ട് കൃഷ്ണപാദങ്ങളാകുന്ന താമരയിലെ മധു

കൃഷ്ണനും രാധയും (മ്യൂറൽ: ശൈലജ)

വഴിഞ്ഞൊഴുകട്ടെ. ലക്ഷ്മിയുടെ നിവാസസ്ഥാനമായ ആ പാദങ്ങൾ ഈരേഴുലോകത്തിന്റെയും സ്ഥാനമാണ്. ഐശ്വര്യത്തിന്റെയും, ദിവ്യ തേജസ്സിന്റെയും, സൗന്ദര്യത്തിന്റെയും സത്തയാണ്. ആ പാദപങ്കജ ങ്ങളിൽ ഭക്തിപൂർവ്വം അഭയം തേടിയ ലക്ഷ്മി സ്വന്തം ലീലകളാടുന്നതും ആ പാദങ്ങളോട് ചേർന്നുനിന്നുതന്നെ. കുളിർമകൊണ്ടും, മാർദ്ദവം കൊണ്ടും, ഹൃദയാവർജകത്വം കൊണ്ടും, സുഗന്ധംകൊണ്ടും, ആ പാദങ്ങൾ താമരക്കാടുകളെ കവച്ചുവയ്ക്കുന്നു. ഭക്തർക്ക് അഭയമേകുന്ന ഈ പാദങ്ങൾ മഹത്വമേറിയതു തന്നെ. അവരുടെ ശിരസ്സുകൾ സദാ ഈ പാദങ്ങളെ നമിക്കട്ടെ. (24)

ഭക്തമീര ശ്രീകൃഷ്ണപാദപത്മങ്ങളെ വാഴ്ത്തിപാടുന്നു.

"മൻ! ദിപരസ്ഹരികെചരൺ
ശീതൾ കമല കോമൾ വിധജ്വാലാഹരൻ"

"അനുഗ്രഹദാതാവായ ഹരീ! അങ്ങയുടെ പാദങ്ങൾ എത്ര കോമളം, സംസാരത്തിന്റെ മൂന്ന് ആധികളെയും കുളിർപ്പിക്കുന്ന ഈ പാദങ്ങൾ കുളിരേകുന്ന താമരപ്പൂക്കളത്രെ. ദൈവികമായ വ്യാധികളെ അകറ്റുന്ന നീലത്താമരയാണ് ഈ പാദങ്ങൾ. ദാർശനിക വ്യഥ അകറ്റുന്ന നീല ത്താമരയാണ്ഈ പാദങ്ങൾ. ഭൗതികവും, അല്ലാത്തതുമായ ദുഃഖങ്ങൾ അകറ്റുന്ന നീലത്താമരയാണ് ഈ പാദപദ്മങ്ങൾ..." (21)

ശ്രീലാഗോസ്വാമി ശ്രീകൃഷ്ണപാദപദ്മങ്ങളെപ്പറ്റി ആവേശപൂർവ്വം പാടുന്നു:

"കൃഷ്ണന്റെയും ഗോപികമാരുടെയും വദനങ്ങൾ താമരപ്പൂപോലെ സ്വാ ഭാവികമായ സുഗന്ധവും, സൗന്ദര്യവും വഴിഞ്ഞൊഴുകുന്നവയായിരുന്നു. ജലകേളികൾക്കിടെ താമരകൾക്കിടയിൽ അവർ അമ്പരന്നുപോയെ ങ്കിൽ അതിശയമെന്ത്?"

ഒരു നീലത്തോമര കണ്ട് ശ്രീകൃഷ്ണന്റെ സുന്ദരവദനം ഓർമ വന്ന ഗോപികമാർ മധു കൊതിച്ചടുക്കുന്ന തേനീച്ചകളെപ്പോലെ ശ്രീകൃഷ്ണന്റെ ചുറ്റും കൂടി.

താമരയിതൾപോലെ സുന്ദരമായ ശ്രീകൃഷ്ണന്റെ മുഖത്തെ വലയം ചെയ്യുന്ന അളകങ്ങൾ കണ്ടപ്പോൾ രാധയ്ക്ക് നീലത്താമരയേക്കാളും സുന്ദരമാണ് ശ്രീകൃഷ്ണനെന്നു തോന്നി. കുറുനിരകൾ വീണു കിടക്കുന്ന ശ്രീകൃഷ്ണമുഖത്തെ അലങ്കരിക്കുന്ന മനോഹരനയനങ്ങൾ കറുത്ത വണ്ടു കളെപ്പോലെ രാധയുടെ താമരപ്പൂ സദൃശമായ വശ്യമനോഹരമുഖത്തേ യ്ക്ക് ഉറ്റുനോക്കി. അതു കണ്ട രാധ തോഴികളുടെ പിന്നിലേക്കു മറഞ്ഞു.

ശ്രീകൃഷ്ണനാകട്ടെ തോഴിമാരെ വകഞ്ഞുമാറ്റി താമരമുഖി രാധയെ കണ്ടെത്തി.''

"അരയന്നത്തിന്റെ കൂജനംപോലെ ഗോപികമാർ സംസാരിച്ചുകൊണ്ടേയിരുന്നു. കാളിന്ദിയിലെ കല്ലോലമാലകൾപോലെ അവരുടെ വസ്ത്രങ്ങൾ ചഞ്ചലമായി. അവരുടെ മുഖങ്ങൾ താമരപ്പൂക്കൾപോലെ വികസിച്ചു. അവരുടെ കണ്ണുകൾ കരിവണ്ടുകൾപോലെ പിടച്ചു. അവരുടെ അംഗോപാഗംങ്ങൾ താമരത്തണ്ടുകൾ പോലെ ചഞ്ചലിതമായി...'' (22)

ശ്രീകൃഷ്ണകർണാമൃതത്തിൽ മാധുര്യമേറിയ ഒരു കീർത്തനമുണ്ട്.

"മുകുളയമനനയനാംബുജം വിഭോർ
മുരളീനിനാദമകരന്ദനിർഭരം
മുകരായമാനമൃദു-ഗണ്ഡമണ്ഡലം
മുഖപങ്കജം മനസിമേ വിജ്റുംഭിതം''

"എന്റെ മനസ്സാകുന്ന സരസ്സിൽ ശ്രീകൃഷ്ണന്റെ വദനകമലം വിരിയട്ടെ. ആ കണ്ണുകൾ താമരമുകുളംപോലെ പകുതിയടഞ്ഞ്. താമരയിതൾപോലെയുള്ള മോഹനമായ കവിൾത്തടങ്ങൾ. കൊച്ചുകണ്ണാടികൾപോലെ തിളങ്ങുന്നു. ഓടക്കുഴൽവിളിക്കുമ്പോൾ തെല്ലു വീർത്ത നിന്റെ കവിളുകളിൽനിന്നും താമരമധുപോലെ മാധുര്യം ഉള്ള, ഹൃദയം കവരുന്ന നാദധാര ഒഴുകുന്നു.'' (23)

ഭാരതീയപുരാണങ്ങളിൽ ഉപമയായും, രൂപകമായും, ഉത്പ്രേക്ഷയായും താമര കടന്നു വരുന്നു. ശ്രീകൃഷ്ണനും ഗോപികമാരും തമ്മിലുള്ള പ്രണയരംഗങ്ങളെ കവികൾ ചിത്രീകരിക്കുന്നതു നോക്കുക. (29-33) ഭാഗവതപുരാണം. "ദേഹികളുടെ ആത്മാവിലെ എല്ലാ പാപങ്ങളും അങ്ങയുടെ പത്മപാദങ്ങളിൽ സമർപ്പിക്കുമ്പോൾ മാഞ്ഞുപോകുന്നു..''

"ഓ... താമരനയനാ അങ്ങയുടെ മധുരവചനങ്ങളും സാരോപദേശങ്ങളും ഞങ്ങളെ സങ്കടപ്പെടുത്തുന്നു. ഞങ്ങൾക്കുവേണ്ടത് താമരത്തേനിനേക്കാൾ (മകരന്ദം) മാധുര്യമുള്ള അങ്ങയുടെ അധരമധുവാണ്. അതു പകർന്നുതന്ന് ഞങ്ങളെ ജീവസ്സുറ്റവരാക്കണമെ...''

"അങ്ങയുടെ പത്മപാദങ്ങൾക്ക് മുന്നിൽ നമിക്കുന്നവർക്ക് സംതൃപ്തിയും ആഗ്രഹലബ്ധിയും ഉണ്ടാകുന്നു. ആ പാദങ്ങൾ പത്മഭവനനായബ്രഹ്മാവിനാൽ പൂജിക്കപ്പെടുന്നവയല്ലേ... പ്രാണപ്രിയനേ ഞങ്ങളുടെ ഉത്കണ്ഠയകറ്റി ആ പാദകമലങ്ങൾ ഞങ്ങളുടെ മാറിടങ്ങളിൽ ചാർത്തുക.''

വിദ്യാപതിയുടെ കവിതകളിലും, ഗീതഗോവിന്ദത്തിലും ഇതുപോലെ ശ്രീകൃഷ്ണന്റെ പാദങ്ങളെയും നയനങ്ങളെയും താമരയുമായി ബന്ധപ്പെടുത്തിയുള്ള നിരവധി വരികളുണ്ട്.

മറ്റ് ദേവതകളും ഉപദേവതകളും താമരയും

മത്സ്യപുരാണത്തിൽ വിഘ്നേശ്വരനെ ചിത്രീകരിച്ചിരിക്കുന്നത് വലതുകയ്യിൽ മുറിഞ്ഞകൊമ്പും, ഇടതുകയ്യിൽ താമരയും ഏന്തുന്ന രീതിയിലാണ്. ഇന്ദ്രൻ ഒരു കൈയ്യിൽ വജ്രായുധവും, മറുകൈയിൽ താമരയുമായി നില്ക്കുന്നു. ഇന്ദ്രന്റെ ഇടതുഭാഗത്ത് ഇന്ദ്രാണി താമരയുമേന്തി ചേർന്നുനില്ക്കുന്നു. ഒരിക്കൽ ബ്രഹ്മഹത്യാപാപത്തിൽനിന്നും മുക്തി നേടാൻ ഇന്ദ്രൻ താമര സരസ്സിലെ ഒരു താമരത്തണ്ടിൽ അഭയം പ്രാപിച്ചതായി പുരാണകഥ. ശിവന്റെ രൗദ്രരൂപമായ രുദ്രൻ ഒരു കൈയിൽ താമരയേന്തുന്നു. നൈർമല്യത്തെ സൂചിപ്പിക്കുന്നതാണ് ഈ താമര. (ആസുര-രാക്ഷസീയ ശക്തികളെ നശിപ്പിക്കുന്ന ശിവരൂപമാണ് രുദ്രൻ), അന്ധകാസുരനുമായി ഉണ്ടായ ഏറ്റുമുട്ടലിൽ ശിവന്റെ എട്ടു രൂപങ്ങൾ പുറത്തുവന്നു. ഇവരാണ് അഷ്ടഭൈരവന്മാർ. വിദ്യാരാജൻ, കാമരാജൻ, നാഗരാജൻ, സ്വച്ഛന്ദരാജൻ, ലംബിതരാജൻ, ദേവരാജൻ, ഉഗ്രരാജൻ, വിഘ്നരാജൻ എന്നിവരാണ് അവർ. മഹാഭാരതത്തിൽ സംഹാരഭൈരവൻ, അസിതാംഗഭൈരവൻ, രുരുഭൈരവൻ, കാലഭൈരവൻ, ക്രോധഭൈരവൻ, രുദ്രഭൈരവൻ എന്നീ ശൈവരൂപങ്ങളെക്കുറിച്ച് പറയുന്നു. രുദ്രയാമലതന്ത്രത്തിലും ഈ രീതിയിലുള്ള ഭൈരവരൂപങ്ങളെപ്പറ്റി പറയുന്നുണ്ട്. ഭൈരവന്മാരുടെ കൂടെ എപ്പോഴും ഒരു നായ ഉണ്ടാകും. ഭൈരവൻ ഇന്ത്യയിലെ താണജാതിക്കാരുടെ ഉപാസനാമൂർത്തിയാണ്. കർഷകരുടെ സംരക്ഷകനാണ്. ക്ഷേത്രസംരക്ഷണത്തിനായി ഭൈരവനെ ക്ഷേത്രത്തിന് പുറത്തു പ്രതിഷ്ഠിക്കുന്നു. ചുറ്റിനടക്കുന്ന യോഗിയായും, കൂട്ടത്തിൽനിന്ന് പുറത്താക്കപ്പെട്ടവനായും ഭൈരവനെ കണക്കാക്കാറുണ്ട്.

ഹിന്ദുമതത്തിലെ സുപ്രധാനദേവൻമാരിൽ ഒരാളാണ് സൂര്യൻ. ബ്രാഹ്മണർ നിത്യം ഗായത്രീമന്ത്രം ജപിച്ച് ആരാധിക്കുന്ന ദേവനാണിത്. കാശ്യപമഹർഷിയുടെയും, അദിതിയുടെയും പുത്രനാണ് സൂര്യൻ. വിഷ്ണുവിന്റെ ഒരു അവതാരമാണെന്നു വിശ്വസിക്കുന്നു. മാത്രമല്ല ബ്രഹ്മ-വിഷ്ണു-മഹേശ്വരൻ എന്നീ ത്രിത്വത്തിന്റെ ഗുണങ്ങൾ സൂര്യനിൽ ഉൾച്ചേർന്നിരിക്കുന്നു. പ്രഭാതത്തിൽ ബ്രഹ്മാവും, ഉച്ചയ്ക്ക് ശിവനും, വൈകുന്നേരം വിഷ്ണുവും സൂര്യതേജസ്സിൽ തിളങ്ങുന്നതായി

സൂര്യ ഭഗവാൻ

വിശ്വസിക്കുന്നു. പത്മിനി അഥവാ താമരയാണ് സൂര്യപത്നി. സൂര്യന്റെ കൈകളിൽ താമര വഹിക്കുന്നു. നീലത്താമരകൾ സൂര്യന്റെ ചുമലിനെ അലങ്കരിക്കുന്നു. ഏഴുവെള്ളക്കുതിരകളെ പൂട്ടിയ തേരിലാണ് സൂര്യന്റെ സഞ്ചാരം. ഏഴു കുതിരകൾ മഴവില്ലിന്റെ ഏഴുനിറങ്ങളെയും പ്രതി നിധീകരിക്കുന്നു. കുജൻ (ബുധൻ, അംഗാരകൻ, മംഗളൻ) കൈകൾ താമരയേന്തുന്നു. ബൃഹസ്പതി (വ്യാഴം, Jupitor), ശുക്രൻ (വീനസ്), ചന്ദ്രൻ എന്നിവർ ആസനസ്ഥരായിരിക്കുന്നത് താമരയിലാണ്. ചന്ദ്രന് കൈയിൽ താമരയുമുണ്ട്.

ശൈവസമ്പ്രദായത്തിലെ ഉപദേവതമാരാണ് വാരുണി, വായവി, രക്ഷോവി, ധാരിണി, സരാജ, മായാവതി, വ്യാപിനി എന്നിവർ. ഇവർ കൈകളിലൊന്നിൽ താമരയും മറ്റേകൈയിൽ കപാലവും വഹിക്കുന്നു. സിദ്ധി, സമൃദ്ധി, ശുദ്ധി, ശക്തി, ബുദ്ധി, ക്ഷമ, രമ, ഉമ, ക്ലീഢിനി, പരാപരായന, സന്ധ്യ, പ്രഭ,നിശ, വിദ്യുത, കീർത്തിമേധ, സഹർഷ, ശ്രദ്ധ, ലജ്ജ, ജയ, സത്യ, റാണി, വിലാസിനി, എന്നീ ദേവതകൾ സ്വർണവർണത്തിലുള്ളവരാണ്. ഒരു കൈയിൽ താമരയും, മറുകൈയിൽ

അഭയമുദ്രയും വഹിച്ച് അനുഗ്രഹം ചൊരിയുന്ന രൂപത്തിലാണ് ഇവരുടെ ചിത്രീകരണം.

ശൈവ താന്ത്രിക സമ്പ്രദായത്തിൽ ദശമഹാവിദ്യകൾക്ക് പ്രധാന സ്ഥാനമുണ്ട്. എല്ലാം ദേവീരൂപങ്ങളും, ദുർഗ്ഗയുടെ വിവിധഭാവങ്ങളുമാണ്. സാധാരണഭക്തർ പൂജിക്കാത്ത ഈ ദേവതകളെ ശക്തിആരാധകരും, കാപാലികാരാധന അനുഷ്ഠിക്കുന്നവരും മാത്രമേ ഉപാസിക്കാറുള്ളൂ, അതും രഹസ്യപൂജയാണ് നടത്തുക. താന്ത്രികസാധനയിൽ മറ്റുദേവതകളും ഉണ്ടെങ്കിലും പ്രാധാന്യം ദശമഹാവിദ്യകൾക്കാണ്. ദശമഹാവിദ്യകളെപ്പറ്റിയുള്ള വിവരണങ്ങൾ ഭാഗവതപുരാണവും, ബൃഹത്ധർമപുരാണവും നൽകുന്നുണ്ട്. ദശമഹാവിദ്യകൾ ഇവരാണ്: കാളി, താര, ത്രിപുരസുന്ദരി (ഷോഡശി), ഭുവനേശ്വരി, ഭൈരവി, ചിന്നിമസ്ത, ധൂമാവതി, ഭഗൽമുഖി, മാതംഗി, കമല. കാളിയാണ് സർവ്വത്ര ആരാധിക്കപ്പെടുന്ന ദേവത, എല്ലാവർക്കും മറ്റു പേരുകളും, ഭാവങ്ങളുമുണ്ട്. (24)

പല മഹാവിദ്യകൾക്കും താമരയുമായി ബന്ധമുണ്ട്. വെള്ളത്താമരയിൽ ശയിക്കുന്ന ഒരു പുരുഷന്റെ മുകളിലാണ് ഉഗ്രതാരയുടെ ഇരിപ്പിടം. കൈയിൽ നീലത്താമര വഹിക്കുന്ന സത്വ-രജോ-തമസ്സുകളുടെ മൂർത്തിയായ ഭുവനേശ്വരി മൂന്നു രൂപങ്ങളിലുണ്ട്. സുവർണവർണത്തിലുള്ള ഹേമാംഗി, ചുവന്ന നിറത്തിലുള്ള സൗഭാഗ്യ ഭുവനേശ്വരി, നീലനിറത്തിലുള്ള മായാഭുവനേശ്വരി. ഭുവനേശ്വരി രൂപങ്ങൾ താമരപ്പൂക്കൾ നിറഞ്ഞ സരസ്സിന്റെ നടുവിൽ നഗ്നരൂപിണികളായിട്ടാണ് താമരയിൽ ഇരിക്കുന്നത്. താമര സൃഷ്ടിയുടെ പ്രതീകമായും, കൈയിലേന്തിയ താമരകൾ സൗന്ദര്യത്തിന്റെയും, ജൈവശക്തിയുടെയും പ്രതീകങ്ങളായും വർത്തിക്കുന്നു.

ഏറ്റവും പ്രത്യേകതയുള്ള ദശമഹാവിദ്യയാണ് ചിന്നമസ്ത. പ്രചണ്ഡ ചണ്ഡിക എന്നും ചണ്ഡിക എന്നും ചിന്തമസ്ത അറിയപ്പെടുന്നു. ഭീതി ഉളവാക്കുന്നതാണ് ചിന്നമസ്തയുടെ രൂപം. സ്വന്തം തല വെട്ടിയെടുത്ത് ആ തല ഒരു കയ്യിലും, മറുകൈയിൽ വാളുമായി നഗ്നയായിട്ടാണ് നില്ക്കുന്നത്. നഗ്നമേനിയിൽ സർപ്പം ചുറ്റിയിരിക്കുന്നു. പതിനാറു വയസ്സുള്ള പെൺകുട്ടിയുടെ രൂപത്തിലാണ് സങ്കല്പം. കഴുത്തിൽ തലയോട്ടിമാലയും അസ്ഥിമാലയും മുത്തുമാലകളും അണിഞ്ഞിരിക്കുന്നു താമരമാല മാറിടത്തെ മറയ്ക്കുന്നു. അടുത്തായി രതിയിൽ ഏർപ്പെട്ടിരിക്കുന്ന സ്ത്രീ-പുരുഷരൂപങ്ങൾ ഉണ്ട്. സ്ത്രീഉപരിസുരതം ചെയ്യുന്ന രീതിയിലാണ് ചിത്രീകരിച്ചിരിക്കുന്നത്. പുരുഷനാകട്ടെ സൃഷ്ടിയുടെ പ്രതീകമായ താമരപ്പൂവിലാണ് ശയിക്കുന്നത്. ചിന്നമസ്തയുടെ അർത്ഥങ്ങളും സങ്കല്പങ്ങളും നിരവധിയാണ്.

ചിന്നമസ്ത (ആനന്ദ സരസ്വതി)

ജീവിതത്തിന്റെയും മരണത്തിന്റെയും വൈപരീത്യം നിറഞ്ഞ ഭാവങ്ങളുടെ പ്രതീകമാണ് ചിന്നമസ്ത (പ്രചണ്ഡചണ്ഡിക). മാനവരെ സംരക്ഷിക്കുവാൻ സ്വയം ജീവസമർപ്പണം, മരണത്തിനും, രതിക്രീഡയ്ക്കുമിടയിലെ വൈപരീത്യം, രക്തം ചൊരിയവെതന്നെ മന്ദസ്മിതം തൂകുന്ന നില, വിനാശവും, സൃഷ്ടിയും ഒരു നാണയത്തിന്റെ രണ്ടുവശമാണെന്നുള്ള ഓർമ്മപ്പെടുത്തൽ, എന്നിങ്ങിനെ അനവധി പ്രതീകങ്ങളുടെ സമന്വയമാണ് ചിന്നമസ്തസങ്കല്പം. വീരം, ഭയാനകം, ബീഭത്സം, ശൃംഗാരം, എന്നീ ഭാവങ്ങളെല്ലാം ഇവിടെ സമന്വയിക്കുന്നു. അതോടുകൂടി ജീവിതത്തിന്റെ വൈവിധ്യത്തെയും, അവയുടെ നിർണ്ണായകശക്തികളെയും ഇവിടെ സമന്വയിപ്പിച്ചിരിക്കുന്നു. ഊർജസ്വലയായ ദേവീരൂപപരിണാമത്തെ പ്രവൃത്തിയായി അവതരിപ്പിക്കുന്നു. (25)

ഭഗലമുഖി സുവർണനിറം ഉള്ളവളും പീതാംബരധാരിയുമാണ്. മധു നിറഞ്ഞ സരസ്സിൽ നിറയെ താമരകളോടൊപ്പം സുവർണസിംഹാസനത്തിലിരിക്കുന്നു. മാതംഗി ഇരിക്കുന്നത് താമരകളുടെ സിംഹാസനത്തിലാണ്. പാദങ്ങൾ താമരയിൽ വിശ്രമിക്കുന്നു. താമരകൾ അറ്റത്ത്

ബന്ധിച്ച വീണ വായിക്കുന്ന നിലയിലാണ് മാതംഗി. രൗദ്രി എന്നും കാപാലികയെന്നും പേരുള്ള കമല അതിസുന്ദരിയും, സുവർണവർണം ഉള്ളവളുമാണ്. താമരസരസ്സിൽ താമരപ്പൂവിൽ ആസനസ്ഥയായിരിക്കുന്നു. കമല എന്ന പേരുതന്നെ താമരപ്പൂവിനെ സൂചിപ്പിക്കുന്നതാണല്ലോ. അലങ്കരിക്കപ്പെട്ട കലശങ്ങളിൽനിന്നും മധു ചൊരിയുന്ന രണ്ടോ, നാലോ ഗജവീരന്മാർ ദേവിയെ ചുറ്റിനിൽക്കുന്നു. രത്നഖചിതമായ കിരീടം, രണ്ടു കൈകളിൽ താമരമലരുകൾ, മറ്റു രണ്ടു കൈകൾ വരദമുദ്രയും, അഭയമുദ്രയും പ്രദർശിപ്പിക്കുന്നു. ദാരിദ്ര്യത്തെ അകറ്റുന്ന ദേവിയാണ് കമല എന്നും കല്പിക്കപ്പെടുന്നു. ക്ഷേമം, സമൃദ്ധി, ഫലഭൂയിഷ്ഠത എന്നിവ നൽകുന്നു. ഗജലക്ഷ്മിയുടെ സാമ്യം തോന്നിക്കുന്ന ഈ ദേവി പക്ഷേ താന്ത്രികാരാധനകളിൽ ഉൾപ്പെട്ട ശൈവമതത്തിലെ ആരാധ്യദേവിയാണ്.

മഹാവിദ്യകളുടെ താന്ത്രികസങ്കല്പം ടിബറ്റിലും നിലനില്ക്കുന്നുണ്ട്. ജൈനമതത്തിൽ മഹാവിദ്യകൾ ഉപദേവതകളാണ്.

ബുദ്ധമതാനുയായികളായ തായ്‌ലണ്ടുകാർക്ക് താമര വളരെ പ്രധാനമാണ്. തായ്ദൈവങ്ങളായ ഇരാവൻ (ഐരാവതം) ഫ്രാംഫ്രോം (ബ്രഹ്മാവ്) എന്നിവർ പ്രധാന ആരാധനാമൂർത്തികളാണ്. ബാങ്കോക്കിലെ ഇരാവൻ ക്ഷേത്രത്തിലാണ് ഗജപ്രതിഷ്ഠ. ഐരാവതത്തെപ്പോലെ അനേകം ശിരസ്സുകളുള്ള വെളുത്ത ആനയാണ് ഇരാവൻ. ഇരവാന്റെ 33 ശിരസ്സുകളിലായി 79233 താമരകൾ വിരിഞ്ഞുനില്ക്കുന്നതായി സങ്കല്പം. ഓരോ താമരയിലും, ഏഴുദേവതകളും അവരെ പരിചരിക്കുന്ന ഏഴു ദാസികളുമുണ്ട്. (26) സുഗന്ധത്തിരികൾ കത്തിച്ചും, മെഴുകുതിരികൾ കൊളുത്തിയും തായ്‌ലണ്ടുകാർ ബുദ്ധനേയും ഫ്രാംഫ്രോം പോലുള്ള ദേവന്മാരെയും ആരാധിക്കുന്നു.

ജൈനക്ഷേത്രങ്ങളിൽ സിദ്ധചക്രപ്രതിഷ്ഠകളുണ്ട്. ചുമരുകളിലും, തട്ടുകളിലും, അഞ്ചിതളുകളുള്ള താമര കൊത്തിവച്ചിരിക്കുന്നു. പഞ്ചപരമേസ്തിനുകൾ എന്നറിയപ്പെടുന്ന ജൈനമതത്തിലെ അഞ്ചു അതിപ്രധാനദേവന്മാരുടെ പ്രതീകമാണ് അഞ്ചിതളുള്ള താമര എന്നു വിശ്വസിക്കുന്നു. ഈ അഞ്ചു സുപ്രധാനദിവ്യന്മാർ; അർഹത്, തീർത്ഥാടകൻ, സിദ്ധാചാര്യന്മാർ, ഉപാധ്യായ, സാധു എന്നിവരാണ്.

ബുദ്ധമതവും, ജൈനമതവും, താമരയുമായുള്ള ബന്ധം വിശദമായി അടുത്ത അദ്ധ്യായത്തിൽ വായിക്കാം.

4

ശ്രീബുദ്ധ (മ്യൂറൽ: ശൈലജ)

താമരയും ബുദ്ധ-ജൈനമതങ്ങളും

ഹിന്ദുമതത്തിൽ ഉള്ളതിനേക്കാൾ പ്രാധാന്യം ബുദ്ധമതം താമരയ്ക്ക് നൽകുന്നുണ്ട്. അതിദിവ്യത്വമാണ് ബുദ്ധമതം താമരയ്ക്ക് നൽകുന്നത്. ബുദ്ധന്റെ ജനനത്തിനു മുമ്പുതന്നെ താമരയുമായുള്ള ബന്ധം ആരംഭിച്ചിരുന്നതായി ബുദ്ധമതഗ്രന്ഥങ്ങളിൽനിന്നും മനസ്സിലാക്കണം. എ.ഡി. ഒന്നാം നൂറ്റാണ്ടിൽ വിരചിതമായ ലളിതവിസ്താരം എന്ന ഗ്രന്ഥത്തിൽ പ്രതിപാദിച്ചിട്ടുള്ള ഗൗതമബുദ്ധന്റെ ജനനകഥ പിന്നീട് വന്ന ബുദ്ധസന്യാസിമാരും, ചിന്തകരും ആവർത്തിച്ച് ഉറപ്പിച്ചിട്ടുള്ളതാണ്. പാലിഭാഷയിൽ തേരാവദ (Theravada) എന്നറിയപ്പെടുന്ന

വിഭാഗമാണ് ഏറ്റവും പ്രാചീനബുദ്ധമതവിഭാഗമെന്നു കരുതപ്പെടുന്നു. ഇവരുടെ പാലി ഭാഷയിലുള്ള ഗ്രന്ഥങ്ങളിലാണ് ഗൗതമബുദ്ധന്റെ ജന്മവും ജീവിതവും വിവരിച്ചിട്ടുള്ളത്. കംബോഡിയ, തായ്‌ലാണ്ട്, ലാവോസ്, മ്യാൻമാർ, ശ്രീലങ്ക എന്നീ രാജ്യങ്ങളിലാണ് തെറവാഡാ ബുദ്ധമതവിഭാഗം പ്രചാരത്തിലുള്ളത്. തെരവാഡാബുദ്ധഗ്രന്ഥങ്ങളിലെ കഥയാണ് താഴെ കൊടുത്തിട്ടുള്ളത്.

രമാവതി (രമ്മ എന്നും അറിയുന്നു) എന്ന നഗരത്തിലെ ജനങ്ങൾ ബുദ്ധദീപാങ്കുരനെ സ്വീകരിക്കുവാനായിട്ടുള്ള ഒരുക്കങ്ങൾ നടത്തിക്കൊണ്ടിരിക്കുകയായിരുന്നു. ദീപാങ്കുരബുദ്ധന് നടക്കുവാനുള്ള പാതകൾ വൃത്തിയാക്കി നിരപ്പാക്കി. മറ്റ് നിരവധി ജോലികളും, അവിടെ നടന്നുകൊണ്ടിരുന്നു. ആ തിരക്കുകളെല്ലാം ആകാശം വഴി സഞ്ചാരം നടത്തിയിരുന്ന സുമേധനെന്ന യോഗി ദർശിച്ചു. അവിടെ നടക്കുന്ന ജോലിയുടെയും, തിരക്കിന്റെയും കാരണമറിയാൻ സുമേധൻ ആകാശത്തിൽനിന്നും ഭൂമിയിലേക്ക് ഇറങ്ങിവന്ന് കാര്യം അന്വേഷിച്ചു, ബുദ്ധന്റെയും അനുയായികളുടെയും വരവിനായിട്ടാണ് ഈ ഒരുക്കങ്ങൾ എല്ലാമെന്ന് മനസ്സിലായി. സുമേധയോഗിക്ക് ഏറെ സന്തോഷം തോന്നി. അദ്ദേഹം ആലോചിച്ചു. “ബുദ്ധന്റെ നാമം കേൾക്കാൻ തന്നെ അപൂർവം. അതിലും എത്രയോ ബുദ്ധിമുട്ടാണ് അദ്ദേഹത്തിന്റെ ദർശനം. ബുദ്ധനായിത്തീരുകയെന്നത് അതിലും എത്രയോ അധികം വൈഷമ്യമേറിയതാണ്.” അങ്ങനെ പാതയുടെ ഒരുഭാഗം വെടിപ്പാക്കാനുള്ള അനുവാദം ചോദിച്ചു. സുമേധയോഗിക്കത് യോഗശക്തിയാൽ അതിവേഗം ചെയ്തുതീർക്കുവാൻ കഴിയുമായിരുന്നു. പക്ഷേ, അദ്ദേഹം അതിനു തുനിഞ്ഞില്ല. കൂടുതൽ പുണ്യം നേടാനായി അദ്ദേഹം കൈകൾകൊണ്ടുതന്നെ നടപ്പാതയുടെ പണി ചെയ്തു തുടങ്ങി. പക്ഷേ, പണി പൂർത്തിയാകുന്നതിനു മുമ്പുതന്നെ ദീപാങ്കുരബുദ്ധനും അനുയായികളും എത്തി. ബുദ്ധന്റെ കാലിൽ ചളി പുരളാതിരിക്കാൻ സുമേധൻ ഒരു പാലംപോലെ ചളിയുള്ള ഭാഗത്ത് കമിഴ്ന്നു കിടന്നു. ബുദ്ധനെ സ്വാഗതം ചെയ്യാൻ വന്നവരിൽ സുമിത എന്നൊരു പെൺകുട്ടി ഏഴു താമരകളുമായി നിന്നിരുന്നു. യോഗിയുടെ പ്രവൃത്തി കണ്ട് അവൾ അഞ്ചു താമരമലരുകൾ യോഗിക്കു നല്കി. മൺപാതയിൽ കിടക്കുന്ന നിലയിൽതന്നെ യോഗി ആ താമരപ്പൂക്കൾ ബുദ്ധന് സമർപ്പിച്ചു. അവിടെനിന്നുകൊണ്ട് ദീപാങ്കുരബുദ്ധൻ പ്രവചിച്ചു: “ഈ യുവയോഗി സ്വസുരക്ഷ നോക്കാതെ ചെയ്ത ഈ പ്രവൃത്തി അതിമഹത്തരം തന്നെ. ഒരു നാൾ എന്നെപ്പോലെതന്നെ ഒരു ബുദ്ധനായി ഇദ്ദേഹം അവതാരം കൊള്ളുന്നതാണ്.” ഇതുകേട്ട് ജനങ്ങൾ ആഹ്ലാദംമൂലം ആർത്തുവിളിച്ചു.

ബുദ്ധനും അനുയായികളും യോഗിയെ സ്പർശിക്കാതെ ഒഴിഞ്ഞുനടന്നു നീങ്ങി. ദീപാങ്കരബുദ്ധന്റെ അനുഗ്രഹം നേടിയ സുമേധൻ എഴുന്നേറ്റി രുന്ന് ബുദ്ധനായിത്തീരാനുള്ള വഴികൾ ആലോചിക്കുവാൻ ആരംഭിച്ചു. അദ്ദേഹം അതിലേയ്ക്കായി പത്ത് പാവനഗുണാതിരേകങ്ങൾ നേടേണ്ട താണെന്ന് മനസ്സിലാക്കി. പരിപൂർണതയിലേക്ക് എത്താനുള്ള ആ പത്തുഗുണങ്ങൾ ഇവയാണ്. ദാനം, സദാചാരം, സഹനം, കർമ്മം, ധ്യാനം, വിവേകം പ്രായോഗികസിദ്ധി, ശപഥം, അദ്ധ്യാത്മിക ശക്തി, സർവജ്ഞാനം.ഇതേപ്പറ്റി ആലോചിച്ചിരുന്നപ്പോൾ ഭാവിബുദ്ധനെ പ്രകീർത്തിക്കുംപോലെ ഭൂമി പ്രകമ്പനം കൊണ്ടു. ആകാശത്തുനിന്നും സുമേധന്റെ മുകളിൽ പുഷ്പങ്ങൾ വർഷിക്കപ്പെട്ടു. (1,2)

പരമമായ പത്തുഗുണങ്ങൾ ആർജിക്കാൻ സുമേധൻ ശ്രമം തുടങ്ങി. തുടർന്ന് അദ്ദേഹം ബോധിസത്വന്റെ പദം കൈവരിച്ചു. ഏകദേശം ബി. സി. അഞ്ചാം ശതകത്തിൽ അദ്ദേഹം ശാക്യമുനിയായി അവതരിച്ചു. അവതാരം കൊള്ളുംമുമ്പ് ബോധിസത്വൻ തുഷിതസ്വർഗത്തിൽ (സംതൃപ്തിയുടെ സ്വർഗം) ഇരുന്നുകൊണ്ട് ഭൂമിയെ ദർശിച്ചപ്പോൾ അവതാരസമയമായി എന്ന ബോധം ഉളവായി. ജംബുദ്വീപം എന്ന ഭൂഖണ്ഡത്തിലെ മദ്ധ്യരാജ്യം എന്ന പ്രദേശമാണ് അവതാരത്തിന് ഏറ്റവും അനുയോജ്യമായതെന്ന് അദ്ദേഹത്തിനു മനസ്സിലായി. ആ രാജ്യവും അവിടുത്തെ ജനങ്ങളും തന്റെ ആശയങ്ങൾ ഉൾക്കൊള്ളുമെന്നും പ്രചരിപ്പിക്കുമെന്നും അദ്ദേഹം തിരിച്ചറിഞ്ഞു. കപിലവസ്തു എന്ന ശ്യാമളകോമളമായ നാടാണ് അവതാരത്തിനുവേണ്ടി അദ്ദേഹം തിരഞ്ഞെടുത്തത്.

കപിലവസ്തു ഭരിച്ചിരുന്നത് ശുദ്ധോദനൻ എന്ന രാജാവായിരുന്നു. അദ്ദേഹത്തിന്റെ പത്നിയായിരുന്നു മായാദേവി. ഇരുപതു വർഷത്തെ വിവാഹജീവിതത്തിനു ശേഷവും അവർക്ക് ഒരു സന്താനം ജനിച്ചില്ല. ഒരു ഭാദ്രമാസപൗർണ്ണമി നാളിൽ ഉറങ്ങിക്കിടന്ന മായാദേവിയെ എടുത്തു അനോതത്ത എന്ന സരസ്സിൽ കൊണ്ടുപോയി ജലസ്നാനം ചെയ്യിച്ച്, സുഗന്ധലേപനങ്ങൾ പൂശി സ്വർഗമനോഹരമായ ആടകൾ അണിയിക്കുന്നതായും സ്വർഗീയസുന്ദരമായ പുഷ്പങ്ങൾ ചൂടിക്കുന്നതായും രാജ്ഞി സ്വപ്നം കണ്ടു. തുടർന്ന് ഒരു തൂവെള്ള ആന തുമ്പിക്കൈയ്യിൽ ഒരു വെള്ളത്താമരപ്പൂവുമായി പ്രത്യക്ഷപ്പെട്ടു. ആ ഗജം മായാദേവിയെ മൂന്നുരു വലം വച്ചതിനുശേഷം വലതുവശത്തുകൂടി ഉള്ളിലേക്കു പ്രവേശിക്കുന്നതായി സ്വപ്നദർശനം ഉണ്ടായി. തുടർന്ന് രാജ്ഞി ഉണർന്നു. അതിപ്രധാനമായ ഒരു ദർശനമാണ് തനിക്കു ലഭിച്ചതെന്നു രാജ്ഞി തിരിച്ചറിഞ്ഞു. (3)

തുടർന്ന് രാജ്ഞി ഗർഭിണിയായി. പത്തുമാസം തികഞ്ഞപ്പോൾ ഒരു ശിശുവിന് ജന്മം നൽകി. ഏകദേശം 563 ബിസിയിൽ ആയിരുന്നു ആ ജനനം. അന്നൊരു പൗർണമിദിനമായിരുന്നു. അക്കാലത്തെ പതിവനുസരിച്ച് രാജ്ഞി പ്രസവത്തിന് സ്വന്തം ഗൃഹത്തിലേക്ക് പോകാനായി യാത്രയായപ്പോൾ. വഴിക്ക് ലുംബിനിയിലുള്ള ആരാമത്തിൽ വിശ്രമത്തിനു തങ്ങി. പൂത്തു നിന്നിരുന്ന ഒരു അശോകമരത്തിന്റെ ചില്ല പിടിക്കാനായി കൈ ഏന്തവേ മായാദേവിയ്ക്ക് പ്രസവവേദന തോന്നുകയും ആ നിലയിൽതന്നെ ഒരു കുട്ടിക്കു ജന്മം നൽകുകയും ചെയ്തു. ശിശു ജനിച്ചത് മായാദേവിയുടെ വലതുഭാഗത്തുകൂടി ആയിരുന്നു. ക്ലേശരഹിതമായ, വേദനാരഹിതമായ പ്രസവമായിരുന്നു അത് (മായാദേവി കൈയേന്തിപിടിച്ചത് സാൽമരത്തിന്റെ ശാഖയായിരുന്നുവെന്ന് ഒരു വകഭേദം ഉണ്ട്). ശിശുവിനെ ശുദ്ധമാക്കാൻ ആകാശത്തിൽനിന്ന് മഴ ശാന്തമായ ജലധാരപോലെ പെയ്തിറങ്ങി. തുടർന്ന് ആകാശത്തുനിന്നും ദേവകൾ പാരിജാതപുഷ്പവർഷം നടത്തി. (4)

ജന്മമെടുത്ത ഉടനെതന്നെ ആ ശിശു എഴുന്നേറ്റ് ഏഴുച്ചുവടുകൾ നടന്നതായി പാലിഗ്രന്ഥങ്ങളിൽ പറയുന്നു. ശിശുവിന്റെ ഓരോ കാലടിയിലും ഓരോ താമരപുഷ്പം പൊന്തി വന്ന് ശിശുവിന്റെ കാലിനെ സ്വീകരിച്ചു. ഏഴാമത്തെ പുഷ്പത്തിൽ നിന്നുകൊണ്ട് തന്റെ അവതാരോദ്ദേശം വിളംബരം ചെയ്തതായുമാണ് കഥ.

"ഞാൻ പ്രപഞ്ചത്തിന്റെ പ്രധാനിയാണ്. പരമോന്നതനാണ്. ഗുണങ്ങളുടെയെല്ലാം സത്തയാണ്. ഇതെന്റെ അവസാന അവതാരമാണ്. ഇനി മറ്റ് അവതാരങ്ങൾ ഇല്ല.''

ഏഴുദിനങ്ങൾ കഴിഞ്ഞപ്പോൾ മാതാവായ മായാദേവി തുഷിത സ്വർഗം പൂകി. ശിശുവിനെ പിന്നീട് വളർത്തിയത് മായാദേവിയുടെ സഹോദരിയായ മഹാപ്രജാപതിയാണ്. ശിശുവിന് സിദ്ധാർദ്ധൻ എന്നു നാമകരണം ചെയ്തു. ആ ചടങ്ങിനെത്തിയ ഏഴു പുരോഹിതന്മാർ പ്രവചിച്ചത് ഇങ്ങനെയാണ്. ഈ കുമാരൻ കൊട്ടാരത്തിൽ തന്നെ കഴിയുകയാണെങ്കിൽ ലോകത്തിന്റെ മുഴുവൻ ചക്രവർത്തിയാകും. കൊട്ടാരം വിട്ടിറങ്ങിയാൽ ബുദ്ധനായിത്തീരും.

ശ്രീബുദ്ധൻ താമരയ്ക്ക് സ്വജീവിതത്തിൽ സുപ്രധാനമായ സ്ഥാനം നൽകി. പാലിബുദ്ധപുരാണകഥയനുസരിച്ച് ബുദ്ധൻ ആത്മബോധം കൈവരിക്കുന്ന സമയം ഭൂമിയിൽ ഒരു ദിവ്യമായ താമര വിരിഞ്ഞതായി രേഖപ്പെടുത്തിയിരിക്കുന്നു. പ്രപഞ്ചത്തിലെ ആദിമസൃഷ്ടിയായി ബുദ്ധമതഗ്രന്ഥങ്ങൾ താമരയെ പ്രകീർത്തിക്കുന്നു. അഞ്ചു ദിവ്യകമലങ്ങൾ

ഗൌതമന്റെ ജനനം

അഞ്ചു ബുദ്ധന്മാരുടെ ബോധോദയം ആഘോഷിച്ചുകൊണ്ട് തുഷിത സ്വർഗ്ഗത്തിൽ നിലനില്ക്കുന്നതായി സങ്കല്പിക്കുന്നു. അതിൽ നാലെണ്ണം വിരിഞ്ഞ് നാലു അവതാരം ചെയ്ത ബുദ്ധന്മാരെ പ്രതിനിധാനം ചെയ്യുന്നു. ഒരെണ്ണം താമരമൊട്ടായി നില്ക്കുന്നു. അത് വരാനിരിക്കുന്ന ബുദ്ധന്റെ പ്രതീകമായിരുന്നു. ആ പൂമൊട്ടാണ് ഗൗതമൻ ആത്മജ്ഞാനം ചെയ്ത ബുദ്ധനായിത്തീർന്നപ്പോൾ വിടർന്നത് എന്നു വിശ്വസിക്കുന്നു. മറ്റൊരു വിശ്വാസം (പ്രത്യേകിച്ചും ഉത്തരഭാരതത്തിൽ പ്രചാരത്തിലുള്ളത്) ബുദ്ധൻ വിഷ്ണുവിന്റെ അവതാരങ്ങളിൽ ഒന്നാണെന്നാണ് (മത്സ്യം, കൂർമ്മം, വരാഹം, നരസിംഹം, വാമനൻ, പരശുരാമൻ, ശ്രീരാമൻ, ശ്രീ ബുദ്ധൻ, കല്ക്കി). വിഷ്ണുവിന്റെ രൂപങ്ങൾ കൊത്തിവച്ച പശ്ചാത്തലത്തിൽ ഇരിക്കുന്ന ബുദ്ധരൂപങ്ങൾ പലയിടത്തുനിന്ന് കണ്ടെടുത്തിട്ടുണ്ട്. ഈ വിശ്വാസമാകട്ടെ ഹിന്ദുമതത്തിന്റെ പുനരുത്ഥാന സമയത്തു സംഭവിച്ചതാണ്. ശ്രീശങ്കരന്റെ ദിഗ്വിജയകാലത്താണ് ഹിന്ദുമതത്തിന്റെ പുനരുജ്ജീവനകാലം. അതോടൊപ്പമാണ് ഇന്ത്യയിൽ ബുദ്ധമതശക്തി ക്ഷയിക്കുന്നതും. ശ്രീബുദ്ധനെ വിഷ്ണുവിന്റെ മറ്റൊരു അവതാരമാക്കിയതോടെ ബുദ്ധമതത്തിന്റെ പ്രസക്തി തന്നെ ഇല്ലാതായി.

ബുദ്ധമതത്തിലെ ബോധിസത്വന്മാർക്ക് കൊടുത്തിരിക്കുന്ന സ്ഥാനം ബുദ്ധന്റെ തൊട്ടുതാഴെയാണ്. ധാരാളമായി പല ബുദ്ധവിഭാഗങ്ങളും ബോധിസത്വന്മാരെ ആരാധിക്കുന്നുണ്ട്. ബോധിസത്വൻ അവലോകിതേശ്വരൻ പത്മപാണി എന്നാണ് അറിയപ്പെടുന്നത്. ബുദ്ധമതത്തിലും പല അവതാരങ്ങളെപ്പറ്റിയും കഥകളുണ്ട്. അവയിൽ മിക്കതും താമരയുമായി ബന്ധമുള്ളതുമാണ്. ഇന്ത്യയിൽ ഉദയം ചെയ്ത ബുദ്ധമതം തെക്കൻ ഏഷ്യ, ഉത്തര ഏഷ്യ-ദക്ഷിണ-പൂർവ്വ ഏഷ്യ എന്നീ ഭൂവിഭാഗങ്ങളിൽ പ്രചുരപ്രചാരം നേടി. ഇന്ന് ഏറ്റവും അധികം ബുദ്ധമതക്കാർ ഉള്ള രാജ്യങ്ങൾ കംബോഡിയ (96.9%), തായ്‌ലണ്ട് (93.2%) മ്യാൻമാർ (89.9%), ഭൂട്ടാൻ (74.7%), ശ്രീലങ്ക (69.3%), ലാവോസ് (66.1%), മംഗോലിയ (55.1%), ജപ്പാൻ (36.2%), സിംഗപ്പൂർ (33.9%), ചൈന (18.3%) എന്നിവയാണ്. ബുദ്ധമതംപിറവിയെടുത്ത ഇന്ത്യയിലാകട്ടെ ഇന്ന് 0.80% ബുദ്ധമതവിശ്വാസികൾ മാത്രമാണുള്ളത്. (5) ബുദ്ധമതം പ്രചാരം നേടിയ സ്ഥലങ്ങളിലെല്ലാം താമരയും ഒരു ദിവ്യപുഷ്പമായി. ഇവിടെയെല്ലാം ബുദ്ധനെ ആരാധിക്കുവാനും അദ്ദേഹത്തിന്റെ പ്രതീകമായും താമര സ്വീകരിക്കപ്പെട്ടു. താമരയിൽ പത്മാസനത്തിൽ ഇരിക്കുന്നപോലെയാണ് ബുദ്ധന്റെ ചിത്രീകരണം. ചിലപ്പോൾ താമരയിൽ നില്ക്കുന്നതായും, മറ്റുചിലപ്പോൾ താമരപാദപീഠമായി ഉപയോഗിക്കുന്നതുപോലെയും ബുദ്ധശില്പങ്ങളിൽ കാണാറുണ്ട്. ഇരിക്കുന്ന താമരയുടെ ഇതളുകൾ മുകളിലേക്കും താഴേക്കും തിരിഞ്ഞിരിക്കുന്ന രീതിയിൽ സാധാരണ ചിത്രീകരിക്കാറുണ്ട്. ഈ ചിത്രീകരണത്തെ ഭൂകമലം എന്നും പറയാറുണ്ട്. ശ്രീബുദ്ധന്റെ ഭൂകമലം ഒരേ സമയം സ്വർഗത്തെയും ഭൂമിയേയും പ്രതിനിധാനം ചെയ്യുന്നു.

അമിതാഭൻ, അവലോകിതേശ്വരൻ, മഞ്ജുശ്രീ

ഈ മൂന്നുപേരും ബുദ്ധമതത്തിലെ അതിപ്രധാനപ്പെട്ട ബോധിസത്വന്മാരാണ്. ഇവരെല്ലാംതന്നെ മഹായാന ബുദ്ധമതശാഖയിൽ വിശ്വസിക്കുന്നവരുടെ ആരാധനാദേവന്മാരാണ്. ഇവർ മൂവരുടേയും ആരാധനാപുഷ്പം താമരയാണ്. ബുദ്ധനെപ്പോലെത്തന്നെ ആത്മീയതയുടെ ശാശ്വതപ്രകാശമായിട്ടാണ് ഇവരെയും കരുതുന്നത്.

അമിതാഭബുദ്ധൻ (അമിതാഭൻ) അമിതമായ ആയുസ്സ്, അമിതമായ പ്രകാശം എന്നിവയുടെ മൂർത്തരൂപമാണ്. തെറാവദ ബുദ്ധ സമ്പ്രദായത്തിൽ ഈ ബുദ്ധനെക്കുറിച്ച് പരാമർശമില്ല. മഹായാനസമ്പ്രദായത്തിൽ മാത്രമാണ് അമിതാഭന്റെ ഉന്നതസ്ഥാനം. ഈ ബോധിസത്വൻ

(ബുദ്ധൻ എന്നും വിവക്ഷിക്കപ്പെടുന്നു) ലോകത്തിന്റെ (പ്രപഞ്ചത്തിന്റെ) പശ്ചിമഭാഗത്തിന്റെ അധികാരിയാണ്. അവിടെയാണ് വാസവും. അനന്തമായ ജീവിതത്തെക്കുറിക്കുന്ന സൂത്രവും, അനന്തമായ ആയുസ്സിന്റെ സൂത്രവും പിറവിയെടുത്തത് ഇന്ത്യയിലാണ്. അവ പാലി-സംസ്കൃതഭാഷകളിൽ നിന്ന് ചീനഭാഷയിലേക്ക് മൊഴിമാറ്റം ചെയ്യപ്പെട്ടു. ഈ സൂത്രങ്ങളിൽ വണ്ടിചക്രങ്ങളേക്കാളും വലിപ്പമുള്ള താമരകളിൽനിന്നും പുറപ്പെടുന്ന ചുവപ്പ്, നീല, മഞ്ഞ വർണ്ണങ്ങളിലുള്ള പ്രകാശം ജലത്തിലും ആ പ്രദേശമാകെയും പ്രതിഫലിക്കുന്നതായി പറഞ്ഞിരിക്കുന്നു. അമിതാഭബുദ്ധന്റെ ഭക്തർ മരിക്കുമ്പോൾ ബുദ്ധൻ തന്നെ പ്രത്യക്ഷപ്പെട്ട് അയാളുടെ ആത്മാവിനെ താമരയിലയിൽ കിടത്തി അമിതാഭമെന്ന നിർമല സ്വർഗത്തിൽ എത്തിക്കുന്നതായി വിശ്വസിക്കുന്നു. താമരയിലയിൽനിന്നും എഴുന്നേറ്റ് ആ ആത്മാവ് പുനർജനിക്കുന്നതാണ്. കൊറിയയിലും വിയറ്റ്നാമിലും പദ്മാകരൻ എന്നപേരിലാണ് അമിതാഭൻ അറിയപ്പെടുന്നത്. താമര കയ്യിൽ വഹിക്കുന്നവൻ എന്നാണ് ഈ പദത്തിനർത്ഥം. (6)

തിബത്തിൽ പ്രചാരത്തിലുള്ള വജ്രയാന ബുദ്ധവിഭാഗവും അമിതാഭബുദ്ധനെ ആരാധിക്കുന്നു. ഈ ബുദ്ധന് അമിതൃസ് എന്ന പേരും ഉണ്ട്. ചിത്രകലയിലും ശില്പകലയിലും താമരയിൽ പത്മാസനത്തിൽ ധ്യാനരൂപത്തിൽ ഇരിക്കുന്നതായിട്ടാണ് ചിത്രീകരിച്ചിരിക്കുന്നത്.

അവലോകിതേശ്വരൻ എന്ന പ്രസിദ്ധനായ ബോധിസത്വൻ അമിതാഭന്റെ ഒരു രൂപമാണെന്നും, അങ്ങനെയല്ല എന്നും കരുതിവരുന്നു. കരൻഡവ്യൂഹസൂത്രത്തിൽ പറയുന്നത് സൂര്യനും ചന്ദ്രനും അവലോകിതേശ്വരന്റെ കണ്ണുകളിൽനിന്നും ഉത്ഭവിച്ചു എന്നാണ്. അതുപോലെ ശിവൻ അദ്ദേഹത്തിന്റെ പുരികക്കൊടിയിൽനിന്നും, ബ്രഹ്മാവ് തോൾഭാഗത്തുനിന്നും, വിഷ്ണു ഹൃദയത്തിൽനിന്നും, സരസ്വതി പല്ലിൽനിന്നും, വായു അദ്ദേഹത്തിന്റെ വായിൽനിന്നും, ഭൂമി പാദത്തിൽനിന്നും ആകാശം വയറിൽനിന്നും ഉത്ഭവിച്ചതായി പറയുന്നു. ദയാവായ്പിന്റെ, അനുകമ്പയുടെ (Compassion) മൂർത്തിമദ്ഭാവമായി വാഴ്ത്തപ്പെടുന്നു. പത്മസൂത്രത്തിലെ 25-ാം അദ്ധ്യായം ഈ ബോധിസത്വന്റെ മഹത്വത്തെക്കുറിച്ച് വിശദമാക്കുന്നു. ഭക്തരുടെ സങ്കടങ്ങളും, ദീനതകളും കേൾക്കാനും, പരിഹരിക്കാനും അശ്രാന്തപരിശ്രമം ചെയ്യുന്ന ബോധിസത്വനാണ് അദ്ദേഹം. താമരയിലെ രാജാവ് എന്ന് ഈ ബോധിസത്വൻ വാഴ്ത്തപ്പെടുന്നു. അവലോകിതേശ്വരന് മുപ്പത്തിമൂന്ന് ഭാവങ്ങൾ ഉള്ളതായി രേഖപ്പെടുത്തിയിട്ടുണ്ട്. അവയിൽ ചിലത് സ്ത്രീരൂപങ്ങളാണ്.

അവലോകിതേശ്വരൻ

ഈ ബോധിസത്വനെപ്പറ്റിയുള്ള പ്രധാനസൂത്രമാണ് അവലോകിതേശ്വരസൂത്രം. കിഴക്കൻ ഏഷ്യയിലുള്ള ബുദ്ധമതവിഹാരങ്ങളിൽ നിത്യേന പാരായണം ചെയ്യുന്നതാണ് ഈ സൂത്രം. താന്ത്രികബുദ്ധവിഭാഗക്കാർ അവലോകിതേശ്വരന്റെ ആറ് ഭാവങ്ങളെ ആരാധിക്കാറുണ്ട്. ശ്രീലങ്കയിൽ നാഥ-ദേവ എന്ന പേരിലാണ് ആ ബോധിസത്വൻ അറിയപ്പെട്ടുന്നത്. മ്യാൻമറിൽ ലോകനാഥ് എന്ന പേരിലാണ് അറിയുന്നത്. ദക്ഷിണേന്ത്യയിൽ തമിഴകത്തിന്റെ ദേശീയ ഋഷിവര്യനായ അഗസ്ത്യനെ തമിഴ്ഭാഷ പഠിപ്പിച്ചുകൊടുത്തത് അവലോകിതേശ്വരനാണെന്ന് ഒരു കഥയുണ്ട്. ടിബറ്റിൽ പ്രചുരപ്രചാരമുള്ള "ഓം മണി പദ്മേഹം" എന്ന മന്ത്രം അവലോകിതേശ്വരനെ ആരാധിക്കുവാനുള്ളതാണ്. ആയിരം കൈകളുള്ള അവലോകിതേശ്വരരൂപവും ജപ്പാനിൽ ആരാധിക്കപ്പെടുന്നുണ്ട്.

ശില്പകലയിൽ അവലോകിതേശ്വരനെ സിംഹാസനത്തിൽ അല്ലെങ്കിൽ പത്മപീഠത്തിൽ ഇരിക്കുന്നതായി ചിത്രീകരിച്ചിരിക്കുന്ന ഇടതുകൈയിൽ താമരപ്പൂവ്, വലതുകൈ അഭയമുദ്രയിൽ. ശിരസിനു മുകളിൽ മുത്തുക്കുടയും ചുറ്റും താമരകളും ഉണ്ടായിരിക്കും. അവലോകിതേശ്വരന്റെ എല്ലാ ഭാവങ്ങളിലും ഒരു കൈയിൽ താമര ഉണ്ടായിരിക്കും.

ടിബറ്റിലെ അവലോകിതേശ്വരസങ്കല്പത്തിൽ പദ്മപാണിയെന്ന് അറിയപ്പെടുന്ന ഈ ബോധിസത്വൻ എട്ടിതളുള്ള വെള്ളത്താമരയാണ് കൈയിലേന്തുന്നത്. ഈ വെള്ളത്താമര നൈർമല്യത്തിന്റെയും ഭൂതദയയുടെയും, സ്നേഹത്തിന്റെയും പ്രതീകമാണ്. ഈ

അവലോകിതേശ്വരന്റെ പിൻഗാമികളാണ് ദലൈലാമകളെന്നു വിശ്വസിക്കുന്നു. എല്ലാവരുടെയും കയ്യിൽ വെള്ളത്താമരയുണ്ടാകും. പദ്മപാണിക്ക് പദ്മം കയ്യിലേന്തുന്നവനെന്നും, പദ്മങ്ങളുടെ ആഭരണ മെന്നും അർത്ഥം കല്പിക്കാം. അവലോകിതേശ്വരനും അദ്ദേഹത്തിന്റെ രൂപങ്ങളും ബന്ധപ്പെട്ട ദേവന്മാരും ചേർന്നതാണ് 'പത്മകുടുംബം'. ബുദ്ധമതത്തിൽ അറിയപ്പെടുന്ന ഈ കുടുംബത്തിലുള്ള എല്ലാ ദേവ, ദേവതകളും, ഉപദേവതകളും താമര (താമരമൊട്ട്) കൈയ്യിൽ ധരിച്ചിട്ടുണ്ടാകും. വിടരാത്ത താമര (താമരമൊട്ട്) ബോധിസത്വന്റെ ശപഥവുമായി ബന്ധപ്പെട്ടിരിക്കുന്നു. ഈ ശപഥമാകട്ടെ എല്ലാ ജീവ ജാലങ്ങൾക്കും അദ്ധ്യാത്മിക ഉണർവ്വും, ഉൾക്കാഴ്ചയും പകർന്നുകൊടു ക്കുമെന്നതാണ്. പരിപൂർണ്ണ ആത്മജ്ഞാനത്തിലേക്ക് എത്തുമ്പോൾ മാത്രമേ താമരമൊട്ടിന്റെ സ്ഥാനത്ത് വിരിഞ്ഞ താമര ചേർക്കാറുള്ളൂ. ജപ്പാനിൽ ക്യോട്ടോ എന്ന സ്ഥലത്തുള്ള റെൻഗ്വോജൻ എന്നു പേരുള്ള അവലോകിതേശ്വരക്ഷേത്രത്തിൽ നേരത്തെ സൂചിപ്പിച്ചതുപോലുള്ള ആയിരം കൈകളുള്ള ആയിരം പ്രതിമകൾ പ്രതിഷ്ഠിച്ചിട്ടുണ്ട്. സ്വർണ്ണ ത്തിൽ പൊതിഞ്ഞതാണ് ഈ പ്രതിമകൾ എല്ലാം തന്നെ. അവലോകി തേശ്വരനെ കാനൻ എന്നാണ് ജപ്പാനിൽ അറിയപ്പെടുന്നത്. ആയിരം കൈകളിൽ ഓരോ കൈയ്യും ഇരുപത്തിയഞ്ച് തലങ്ങളിലുള്ള ജീവികളെ സംരക്ഷിക്കുന്നു എന്നാണ് വയ്പ്. കൂട്ടത്തിൽ ദേഹാന്തരപ്രാപ്തി നേടിയ ജീവജാലങ്ങളുള്ള ആറ് തലങ്ങളുണ്ട്. (ഈ ആറു വിഭാഗങ്ങൾ-സ്വർഗവാ സികൾ, മനുഷ്യർ,മൃഗജാലങ്ങൾ, വിശക്കുന്ന ആത്മാക്കൾ (hungry spirits), യുദ്ധക്കൊതിയരായ പിശാചുക്കൾ (fighting demons), നരകം എന്നിവയാണ്.) മേൽപറഞ്ഞ ഓരോ പ്രതിമകളും താമരപീഠ ത്തിലാണ് നില്ക്കുന്നത്. (7)

ടിബറ്റിൽ അവലോകിതേശ്വരനെ ചെൻസിംഗ് എന്ന പേരിൽ അറിയുന്നു. ടിബറ്റിന്റെ രക്ഷാദേവനാണ്. ടിബറ്റിലെ രാജ പരമ്പരയുടെ ആരംഭം അദ്ദേഹത്തിൽനിന്നും ആണെന്നു കരുതുന്നു.

ശിഖിബുദ്ധ (ഷികിൻ ബുദ്ധ) ന്റെ പ്രതീകം കൂടിയാണ് വെള്ളത്താമര. ബുദ്ധവംശചരിതപ്രകാരം 23-ാംത്തെ ബുദ്ധനായിരുന്നു ശികിൻ (അഥവാ ശിഖിബുദ്ധ). ശിഖിബുദ്ധയ്ക്ക് 56 അടി ഉയരം ഉണ്ടായിരുന്നുവെ ന്നും അദ്ദേഹത്തിൽനിന്നുമുള്ള പ്രകാശം ഒൻപതുമൈൽ അകലെവരെ പ്രസരിച്ചിരുന്നുവെന്നും കഥ. ഒരു ചുവന്ന താമരയിലാണ് ഇരിക്കുന്നത്. അദ്ദേഹം ആത്മപ്രകാശത്തിലേക്ക് ഉണർന്നത് ഒരു വെള്ളത്തമരയുടെ മുന്നിൽ ഇരുന്നാണത്രെ.

മഞ്ജുശ്രീബോധിസത്വൻ ടിബറ്റൻ മഹായാന ബുദ്ധമതത്തിലെ ആരാധനീയ രൂപങ്ങളിൽ പ്രധാനപ്പെട്ട രൂപമാണ്. താമരയിൽ ആസനസ്ഥനായി, ഒരു കൈയ്യിൽ താമരയും മറ്റേ കൈയിൽ പ്രജ്ഞാപ രമിതസൂത്രവും ഏന്തിയാണ് അദ്ദേഹം നിലകൊള്ളുന്നത്. വലതുകയ്യിൽ ജ്വലിക്കുന്ന ഒരു വാളുണ്ട്. ഒരു കൈ വരദമുദ്രയിലാണ്. മഞ്ജുശ്രീയുടെ കൈയിലുള്ള ജ്വലിക്കുന്ന വാൾ മായയെ മുറിക്കാനുള്ളതാണെന്ന് വിശ്വ സിക്കുന്നു. വിവേകത്തിന്റെ വികാസവും ആത്യന്തികമായ ബോധോ ദയവുമാണ് സൂചന. അഷ്ടജ്ഞാനങ്ങളെ പ്രതിനിധീകരിക്കുന്ന എട്ടു യുവാക്കൾ മഞ്ജുശ്രീ ഇരിക്കുന്ന താമരയുടെ അഷ്ടദലങ്ങളിൽ സ്ഥിതി ചെയ്യുന്നു. ഇതിൽ വടക്കു കിഴക്ക് കേശിനിയും, തെക്കുപടിഞ്ഞാറ് ഉപകേശിനിയും, കിഴക്ക് ചിത്രയും, തെക്കുകിഴക്ക് വസുമതിയും, വടക്ക് ആകർഷണിയും, തെക്ക് ജലിനിപ്രഭയും, പടിഞ്ഞാറ് വിമലപ്രഭയും, വടക്കുപടിഞ്ഞാറ് അചിന്ത്യമതിയുമാണ് നിലകൊള്ളുന്നത്. (8)

മഞ്ജുശ്രീ ചൈനയിലെ ബുദ്ധമതവിശ്വാസികളുടെ ആരാധനാമൂർത്തി കൂടിയാണ്. ചൈനയിലെ മഞ്ജുശ്രീ ശില്പങ്ങളിൽ ഒരു കരത്തിലുള്ളത് വിമലകൃതിസൂത്രമാണ്. സാധാരണരൂപമല്ലാതെ മഞ്ജുശ്രീയുടെ ഘോര രൂപമാണ് യമന്തക (യമന്റെ സംഹാരകൻ) എന്നറിയപ്പെടുന്നത്.

താമര ഇലയ്ക്ക് ബുദ്ധമതത്തിലുള്ള സ്ഥാനം

നിസ്സംഗതയുടെ പ്രതീകമായി ബുദ്ധമതഗ്രന്ഥങ്ങളിൽ താമരയി ലയെ പലതവണ പരാമർശിച്ചിട്ടുണ്ട്. പാലിലിപിയിൽ എഴുതപ്പെട്ട പുരാണഗ്രന്ഥങ്ങളിലും ഈ പ്രതീകമുണ്ട്. യഥാർത്ഥസന്യാസിയെക്കു റിച്ചു പറയുന്നിടത്തൊക്കെ വരുന്നത് താമരയും, താമരയിലയും പോലെ എന്ന ഉപമാനമാണ്. ബുദ്ധമത ശിഷ്യന്മാർക്കും അനുയായികൾക്കും മനസ്സും ശരീരവും കർശനമായി നിയന്ത്രിക്കുവാനുള്ള പരിശീലനം ആവശ്യമുണ്ട്. ലൈംഗികപ്രലോഭനങ്ങളിൽനിന്നും ശ്രദ്ധ തിരിച്ച്, ഇന്ദ്രി യങ്ങളെ അടക്കാൻ മനസ്സ് പരിപാകപ്പെടുത്തിയെടുക്കണം. യഥാർത്ഥ ബുദ്ധസന്യാസിയുടെ മനസ്സിൽ അനാവശ്യവിചാരങ്ങളും, വികാരങ്ങളും തങ്ങി നില്ക്കുകയില്ല, താമരയിലയിൽ വെള്ളത്തുള്ളികൾ തങ്ങിനില്ക്കാ ത്തതുപോലെ. മഞ്ജിമനികായ എന്ന ബുദ്ധമതഗ്രന്ഥത്തിൽ ബുദ്ധൻ തന്റെ ശിഷ്യരോടു പറയുന്നു:

"...താമരയിലയിലെ ജലകണം അവിടെ പറ്റി നില്ക്കാതെ പതുക്കെ താഴേക്കു വീഴുമ്പോലെ, ഇഷ്ടപ്പെടുന്നതും ഇഷ്ടപ്പെടാത്തതുമായ ഭൗതി കവികാരങ്ങൾ മനസ്സിൽ തങ്ങാതെ നിസ്സംഗത നിലനിർത്തുന്നു."

അതേ ഗ്രന്ഥത്തിൽ താമയിലയെക്കുറിച്ച് പറയുന്ന മറ്റൊരു ഭാഗം;

"...ജലകണം താമരയിലയിൽ തങ്ങിനില്ക്കാത്തതുപോലെ, വരിയായി ഒരുക്കിയ കടുകുമണികളിലൊന്ന് തെന്നിനീങ്ങുന്നതുപോലെ, വികാരങ്ങളിൽ നിന്നകലാൻ കഴിയുന്നവനെ ഞാൻ ബ്രഹ്മിൻ എന്നു വിളിക്കുന്നു..."

താമരയിലയിലെ ജലകണവും, താമരയെ വഹിക്കുന്ന ജലവും തമ്മിലുള്ള വിപരീതാവസ്ഥ മറ്റു ഗ്രന്ഥങ്ങളിലും എടുത്തു പറയുന്നു.

ദാർശനികതയുടെ വികാസത്തിന്റെ വിവിധഘട്ടങ്ങൾ വ്യക്തമാക്കാൻ താമരമൊട്ടിന്റെയും താമരയായി വിടർന്ന പൂവിന്റെയും വികാസം ഉപമാനമാകാറുണ്ട്. താമരയ്ക്ക് ജലവുമായുള്ള ബന്ധവും, നിസ്സംഗതയും വ്യക്തമാക്കാൻ ഈ ഉപമ ഉപയോഗപ്പെടുത്തുന്നു.

"...ജലത്തിലെ ആമ്പലോ, നീലത്താമരയോ, ജലത്തിൽനിന്നും ജനനം സ്വീകരിക്കെത്തന്നെ, തലയുയർത്തി ജലവുമായി ഒരു ബന്ധവും ഇല്ലാതെ നിലകൊള്ളുന്നതുപോലെ, ഭിക്ഷുക്കളും, തഥാഗതരും ഈ ലോകത്തെ ജയിച്ചുകൊണ്ട് നിസ്സംഗരായി നിലകൊള്ളുന്നു..."

സംയുക്തനികായയിൽ ഈ ആശയം വ്യക്തമാക്കാൻ താമരയെ സ്വീകരിച്ചത് നോക്കുക:

"....നീലത്താമരയുടെയോ, വെള്ളത്താമരയുടെയോ, ചെന്താമരയുടെയോ സുഗന്ധമാണിത്. ഒരു പൂവിതളിന്റെയോ, വർണ്ണത്തിന്റെയോ, പൂമൊട്ടിന്റെയോ സുഗന്ധമെന്നു പറഞ്ഞാൽ ശരിയാണോ?

"ഇല്ല സുഹൃത്തെ"

"എങ്കിൽ ആ സുഗന്ധത്തെക്കുറിച്ച് വ്യക്തമാക്കുന്നതെങ്ങിനെ?"

"അത് ആ പുഷ്പത്തിന്റെ സ്വന്തം സുഗന്ധമാണെന്നു പറയുമ്പോഴെ ശരിയാകൂ."

ഖാദിരാകാരജാതകത്തിൽ കൊടുത്തിരിക്കുന്ന ഒരു കഥ നോക്കുക. ബോധിസത്വൻ കാശിയിലെ ഭണ്ഡാരസൂക്ഷിപ്പുകാരനായി കഴിഞ്ഞുകൂടിയ ഒരു കാലഘട്ടം ഉണ്ടായിരുന്നു. ആ സമയത്ത് അവിടെ പക്കേക എന്നു പേരുള്ള ഒരു നിശ്ശബ്ദ ബുദ്ധൻ വന്നുചേർന്നു. ആത്മബോധത്തിലേക്ക് ഉണർന്നാലും നിശ്ശബ്ദനായി, പ്രചാരകനല്ലാതെ കഴിയുന്ന ബുദ്ധന്മാരാണ് നിശ്ശബ്ദബുദ്ധൻ അഥവാ മൗനബുദ്ധൻ. അദ്ദേഹം ഏഴുദിവസത്തെ സംപത്തി (ഉപവാസം) കഴിഞ്ഞ് അത് അവസാനിപ്പിക്കുന്നതിലേക്കായി ബോധിസത്വൻ ഒരു ഭൃത്യൻ വശം ആഹാരം കൊടുത്തയച്ചു. ഭൃത്യന്റെ മാർഗ്ഗമദ്ധ്യേ മാരൻ (മാരാസുരൻ) തടസ്സം സൃഷ്ടിച്ചു.

ഭൃത്യന്റെ മുന്നിൽ ഒരു അഗ്നികുണ്ഡം പ്രത്യക്ഷമായി. ബോധിസത്വൻ ഈ വിവരം അറിഞ്ഞയുടൻ ആ ഭക്ഷണവും എടുത്ത് സ്വയം യാത്രയായി. അദ്ദേഹം അഗ്നികുണ്ഡത്തിലേക്കു പ്രവേശിക്കാൻ തയ്യാറായി. ബുദ്ധനുള്ള ആഹാരം മുടങ്ങുന്നതിനേക്കാൾ സ്വയം എരിഞ്ഞടങ്ങുന്നതാണ് അഭികാമ്യമെന്ന് അദ്ദേഹം തീരുമാനിച്ചു. അങ്ങനെ ബോധിസത്വൻ അഗ്നിയിലേക്ക് കാൽ എടുത്തുവച്ച ഉടൻതന്നെ അതിൽനിന്നും ഒരു താമര ഉയർന്നു വന്ന് അദ്ദേഹത്തിന്റെ കാലടി സ്വീകരിച്ചു. ഉടൻതന്നെ അഗ്നികുണ്ഡവും, മാരാസുരനും അപ്രത്യക്ഷമായി...''

താമരയും താമരയിലകളും ധാരാളമായി എല്ലാ ബുദ്ധമതഗ്രന്ഥങ്ങളിലും കടന്നുവരുന്നുണ്ട്. ഉപമയായും, രൂപകമായും, ഉൽപ്രേക്ഷയായും. അങ്ങനെ ബുദ്ധമതത്തിൽ സാർവ്വലൗകികത്വം ലഭിച്ച പുഷ്പമാണ് താമര.

താമരയും ബുദ്ധമതത്തിലെ ഉപദേവതകളും

താര: ബുദ്ധമതത്തിലെ താര എന്ന ദേവത പ്രപഞ്ചവ്യാപകമായ ഭൂതദയയുടെ മൂർത്തരൂപമാണ്. ബുദ്ധനു സമാനമായ സ്ത്രീരൂപമാണ് താര. ബുദ്ധന്റെ ബോധിസത്വാവതാര സമയത്ത് മനുഷ്യരാശിയുടെ വേദനകൾ കണ്ട് അദ്ദേഹത്തിന്റെ കണ്ണുകളിൽനിന്നും കണ്ണുനീർ ധാരയായി ഒഴുകി. ആ കണ്ണുനീർ സരസ്സായി രൂപപ്പെട്ടു. അതിനുള്ളിൽ ഒരു താമര വിരിഞ്ഞു. ആ താമരയിലാണ് താരാദേവി ഉടലെടുത്തത്. സംസാരത്തിന്റെ മറുകരയിലേക്ക് കടക്കാനാഗ്രഹിക്കുന്നവരെ മാർഗദർശനം നൽകി നയിച്ച് അധ്യാത്മികതയുടെ മറുകരയിലെത്തിക്കുന്ന ദേവിയാണ് താര. താരയ്ക്ക് 22 വിവിധ ഭാവങ്ങളുണ്ട്. പ്രധാനപ്പെട്ടവ ഇവയാണ്:

ശ്വേതതാര: ദയ, ദീർഘജീവിതം, രോഗം ഭേദമാക്കാനുള്ള സിദ്ധി, ശാന്തി എന്നിവയുടെ പ്രതീകം, ആഗ്രഹസാഫല്യം നൽകുന്ന ചക്രമായി ചിന്താചക്രം എന്നപേരിലും അറിയപ്പെടുന്നു.

ഹരിതതാര: ബുദ്ധന്റെ അദ്ധ്യാത്മികപ്രവർത്തനങ്ങളുടെ പ്രതിരൂപം.

ചുവന്നതാര: താരയുടെ ശക്തിരൂപം, എല്ലാ നന്മകളെയും ആകർഷിച്ച് തന്നിലേക്കടുപ്പിക്കുന്നു.

കറുത്തതാര: സമ്പത്തും സമൃദ്ധിയും ഏകുന്ന രൂപം.

നീലത്താര: കോപത്തെ ശമിപ്പിക്കുന്ന സിദ്ധിരൂപം.

ചിത്താര: ഗെലൂഗ് ബുദ്ധവിഭാഗത്തിൽ പച്ചനിറത്തിൽ അവതരിപ്പിക്കുന്ന താര, യോഗവിദ്യയിലും, താന്ത്രികവിദ്യയിലും, ഗുരുസ്ഥാനീയയാണ്.

ഖാദിരവാണിതാര: തെക്കെ ഇന്ത്യയിലെ ഖാദിരവനത്തിൽ നാഗാർജ്ജുനനു മുന്നിൽ പ്രത്യക്ഷപ്പെട്ട താര. 22-ാമത്തെ താരയെന്നും അറിയപ്പെടുന്നു.

ചില ബുദ്ധമതഗ്രന്ഥങ്ങളിൽ താര ഇരുപത്തിയൊന്നു വിധമെന്നും പറഞ്ഞിട്ടുണ്ട്. ടിബറ്റിൽ ബുദ്ധമതത്തിലെ നാലുവിഭാഗക്കാരും (ഹീനയാന, മഹായാന, വജ്റയാന, തെർവാദ) ഈ ഇരുപത്തിയൊന്നു താരകളെ സ്തുതിക്കാറുണ്ട് (ബുദ്ധമതത്തിലെ നാല് ആധുനികവിഭാഗങ്ങൾ തെർവാദ, മഹായാന, വജ്റയാന, സെൻ) എന്നിവയാണ്. ഹീനയാന വിഭാഗം ഏതാണ്ട് ഇല്ലാതായിത്തീർന്നിരിക്കുന്നു. സെൻ വിഭാഗം പ്രധാനമായും ജപ്പാൻ, ചൈന ദേശങ്ങളിലാണ് പ്രചാരത്തിലുള്ളത്. (9,10)

താരകൾ പലതരമുണ്ടെങ്കിലും പ്രമുഖമായതു രണ്ടു മാത്രം- വെള്ളത്താരയും, പച്ചത്താരയും. പച്ചത്താരയും അവളുടെ കൈയിലുള്ള കൂമ്പിയ താമരയും രാത്രിയെ പ്രതിനിധീകരിക്കുന്നു. വെള്ളത്താരയും അവളുടെ കൈയിലേന്തിയ വിടർന്ന താമരയും പകലിനെ പ്രതിനിധാനം ചെയ്യുന്നു. രണ്ടു താരകളും ചേർന്ന് സംസാരസാഗരത്തിൽ കിടന്നുഴലുന്ന, വേദനിക്കുന്ന മനുഷ്യരാശിയെ സംരക്ഷിച്ച്, നയിച്ച് മറുകരയെത്തിക്കാനായി അക്ഷീണം (രാപകൽ) പ്രയത്നിക്കുന്നതായി വിശ്വസിക്കപ്പെടുന്നു. അതിസുന്ദരിയായ പതിനാറുവയസ്സുള്ള പെൺകുട്ടിയായിട്ടാണ് താരയുടെ ചിത്രീകരണം. ദയയുടെ പ്രതിരൂപമായ അവൾ ശുഭ്രനിറത്തിൽ പൂർണ്ണചന്ദ്രനെപ്പോലെ ചുറ്റും പ്രകാശം പരത്തുന്നവളുമാണ്. പതിനാറിതളുകളുള്ള താമരപ്പൂവിനോടാണ് ശ്വേതതാരയെ താരതമ്യം ചെയ്തിരിക്കുന്നത്. എല്ലാ ബുദ്ധന്മാരുടെയും മാതാവെന്നും ശ്വേതതാരയെ വിളിക്കുന്നു. രണ്ടു, നാല്, എട്ട്, പന്ത്രണ്ട് കരങ്ങളുമായി താരയെ ചിത്രീകരിക്കാറുണ്ട്. രണ്ടു കൈകളുള്ള താരാരൂപത്തിന്റെ ഒരു കയ്യിൽ പതിനാറ് ഇതളുകളുള്ള വെള്ളത്താമരയുണ്ടായിരിക്കും. സാധാരണകണ്ണുകൾ കൂടാതെ അവളുടെ കൈകളിലും, കാലുകളിലും, നെറ്റിയിലും നേത്രങ്ങളുണ്ട്. അതുകൊണ്ട് ഈ രൂപം സപ്തനേത്രീ താര എന്നും അറിയപ്പെടുന്നു. ഹിന്ദുമതത്തിലെ ലക്ഷ്മീദേവിയുമായി താരയ്ക്ക് അപൂർവസാമ്യം ഉണ്ട്.

ശ്വേതതാര

വജ്രായാനബുദ്ധവിഭാഗത്തിൽ നീലത്താമര (പുഷ്കരം, നീലോൽപലം) ഹരിതതാരയുടെ പ്രതീകമാണ്. എല്ലാവിധ ഭയങ്ങളിൽനിന്നും മനുഷ്യനു മുക്തി നൽകുന്ന ദേവിയാണിത്. നിഗൂഢമായി മനസ്സിൽ സ്ഥിതി ചെയ്ത ഭയം മുതലായ സ്വഭാവവൈകല്യങ്ങളെ ഉന്മൂലനം ചെയ്യുന്നു ഈ താരാരൂപം. അങ്ങനെ എട്ടുവിധം ഭയങ്ങളെ താര ഇല്ലാതാക്കുമെന്ന് ടിബത്തൻ വിശ്വാസം എട്ടുതരം ഭയങ്ങൾ താഴെപ്പറയുന്ന വസ്തുക്കൾ/ ജീവികളോടുള്ളവയാണ്: സിംഹം

(അഹങ്കാരം), കാട്ടാനകൾ (മായാമോഹങ്ങൾ, അജ്ഞാനം), അഗ്നി (വെറുപ്പ്, വിദ്വേഷം), സർപ്പങ്ങൾ (അസൂയ), കള്ളന്മാർ/കൊള്ളക്കാർ (തെറ്റായ വിശ്വാസങ്ങളും, കടുംപിടുത്തങ്ങളും) ബന്ധനങ്ങൾ (ധൂർത്തും, പിശുക്കും), പ്രളയം (മോഹവും, സംഗവും), ദുരാത്മാക്കളും, ആസുരശക്തികളും (ദുഃസ്സംശയകാരണങ്ങൾ) ഇവയെല്ലാം മനുഷ്യസ്വഭാവത്തിൽ അടിഞ്ഞു കൂടിയിരിക്കുന്നു. ടിബറ്റിലെ വജ്രയാനബുദ്ധവിഭാഗത്തിൽ ഇത്തരം സ്വഭാവവൈകല്യങ്ങളെ മനസ്സിൽനിന്നും ഇല്ലാതാക്കാനുള്ള പരിശീലനം നൽകുന്നു. ബുദ്ധമതവിഭാഗങ്ങളിൽ തന്ത്രവിദ്യകൾക്ക് പ്രാധാന്യമുള്ള വിഭാഗമാണ് വജ്രായനബുദ്ധവിഭാഗം.

താരാദേവിയുടെ സുപ്രധാനധർമ്മങ്ങളിലൊന്ന് സ്ത്രീജീവിതത്തിന്റെ പരിപാലനമാണ്. ഇതുമായി ബന്ധപ്പെട്ടതാണ് താരയുടെ ശപഥം. “പുരുഷന്റെ ബോധോദയത്തിന് വേണ്ടി ആശ്രയിക്കുവാൻ നിരവധി മാർഗങ്ങളുണ്ട്. സഹായത്തിന് ദേവന്മാരുണ്ട്. പക്ഷേ, ഒരു ശക്തിയും, ഒരു ദേവനും സ്ത്രീയുടെ ബോധോദയത്തിനുവേണ്ടി സഹായിക്കുവാനായി ഇല്ല. അതിനാൽ സ്ത്രീയായി ജനിച്ച എല്ലാവരെയും സംസാരദുഃഖസാഗരത്തിന്റെ മറുകര എത്തിക്കുന്നതുവരെ ഞാൻ സ്ത്രീരൂപത്തിൽ അതിനുവേണ്ടി പ്രയത്നിച്ചുകൊണ്ടിരിക്കുന്നതാണ്. ഇതാണ് താരയുടെ ശപഥം എന്നറിയപ്പെടുന്നത്. ടിബറ്റിലെ സ്ത്രീകളുടെ ഇഷ്ടദേവിയാണ് താര. (11)

സ്ത്രീ-പുരുഷരൂപത്തിലുള്ള എല്ലാ ബോധിസത്വന്മാരും, ഉപദേവതാ-ദേവന്മാരും കൈയിൽ താമര ധരിക്കുന്നു. അവരുടെ കൈകളിൽ ധരിച്ചിരിക്കുന്ന വസ്തുക്കളെ നോക്കിയാണ് (hand-held objects) തിരിച്ചറിയുവാൻ കഴിയുന്നത്. ഇങ്ങനെയുള്ള ബോധിസത്വന്മാരിൽ താമരയുമായി ഏറ്റവും ബന്ധപ്പെട്ടിരിക്കുന്നത് അവലോകിതേശ്വരൻ തന്നെയാണ്.

മേൽപറഞ്ഞവ കൂടാതെ സ്വർഗ്ഗതലത്തിൽ വസിക്കുന്ന മറ്റുചില ദേവതകളുമുണ്ട്. ദേവിപ്രജ്ഞാനപരിമിത ശ്വേതവർണ്ണത്തിലുള്ളവളും അത്യുന്നത വിജ്ഞാനത്തിന്റെ പ്രതീകവുമാണ്. തന്റെ അത്യുന്നതസ്ഥാനം സ്പഷ്ടമാക്കാനായി ഈ ദേവി രണ്ടു പ്രജ്ഞാനപരിമതസൂക്തഗ്രന്ഥങ്ങൾ കൈയിലേന്തുന്നു. ഈ ഗ്രന്ഥങ്ങൾ ആ ദേവിയുടെ കരങ്ങളിൽ മുളച്ചു പൊന്തിയ താമരപ്പൂക്കളിലാണ് വിന്യസിച്ചിരിക്കുന്നത്. വെളുത്തതോ, ചുവന്നതോ ആയ താമരയിൽ ആസനസ്ഥയാണ് ദേവി. വെള്ളത്താമര വലതുകൈയിൽനിന്നും, ചെന്താമര ഇടതുകൈയിൽനിന്നും മുളച്ചു പൊന്തുന്നു.

ജൈനദേവതകളും താമരയും

ജൈനരുടെ തീർത്ഥങ്കരന്മാരും, യക്ഷികളും, യക്ഷിണികളും, യോഗികളും, വിദ്യാദേവിയും പലവിധത്തിൽ താമരയുമായി ബന്ധപ്പെട്ടിരിക്കുന്നു. മംഗളസ്വപ്നമെന്ന പ്രത്യേകസ്വപ്നങ്ങളിൽ വിശ്വാസം അർപ്പിക്കുന്നവരാണ് ജൈനന്മാർ. ഒരു തീർത്ഥങ്കരൻ അവതാരമെടുക്കുന്നതിനു മുമ്പുതന്നെ മാതാവാകേണ്ട സ്ത്രീ മംഗളസ്വപ്നം കാണുന്നു. തീർത്ഥങ്കരമഹാവീരന്റെ അമ്മ കണ്ട പതിനാലു മംഗളസ്വപ്നങ്ങളെപ്പറ്റി കല്പസൂത്രത്തിൽ വിസ്തരിക്കുന്നുണ്ട്. അതിൽ നാലെണ്ണം താമരയെക്കുറിച്ചായിരുന്നു. (12)

താമരകൾ അലങ്കരിച്ചുവച്ച കലശം, താമരപ്പൂക്കൾ നിറഞ്ഞ സരസ്സ്, ഗജങ്ങൾ ജലാഭിഷേകം ചെയ്യുന്ന താമരപ്പൂവേന്തിനില്ക്കുന്ന ശ്രീദേവി; വിവിധ പുഷ്പങ്ങൾ ചേർത്തിണക്കിയ മാല്യം എന്നിവ നാലു സ്വപ്നങ്ങളിൽ ദർശിച്ചു. പൂർണ്ണമായി വിടർന്ന താമര ശുഭലക്ഷണമായി ജൈനന്മാർ കരുതുന്നു. കലയിലും, ശില്പകലയിലും താമര സമൃദ്ധമായി ഉപയോഗപ്പെടുത്തിയിട്ടുണ്ട്. പാലിയിലെ ജൈനസരസ്വതി വെണ്ണക്കല്ലിൽ കൊത്തിയെടുത്തതാണ്. സരസ്വതി നില്ക്കുന്നത് വെള്ളത്താമരയിലാണ്. മൗണ്ട് അബുവിലെ ദിൽവാരാദേവാലയത്തിൽ ദർശിക്കുവാൻ കഴിയുന്നത് ജൈനമതത്തിൽ താമരക്കുള്ള പ്രാധാന്യത്തിന്റെ ജീവസ്സുറ്റ ഉദാഹരണങ്ങളാണ്. (അദ്ധ്യായം 6 നോക്കുക)

പത്മാവതി എന്ന ജൈനദേവത സ്പഷ്ടമായും താമരയുമായി ബന്ധപ്പെട്ടതാണ്. സരസ്വതീസങ്കല്പത്തോട് ചേർന്ന ദേവിയാണിത്. ഇരുപത്തിമൂന്നാമത്തെ തീർത്ഥങ്കരന്റെ ഉപദേവതാസ്ഥാനത്താണ് പദ്മാവതി എന്ന യക്ഷിണി. രണ്ടോ നാലോ ആറോ, പന്ത്രണ്ടോ, ഇരുപത്തിനാലോ കരങ്ങളുമായി ചിത്രീകരിക്കുമ്പോൾ ഒരു കയ്യിൽ നീളമുള്ള തണ്ടോടുകൂടിയ താമരപ്പൂവും മറ്റേ കൈ വരദമുദ്രയിലുമാണ്. ദിയോഗാറിലെ ഖനനത്തിലാണ് ചതുർഭുജയായ പത്മാവതീ വിഗ്രഹം കണ്ടെടുത്തത്. നാലു കൈകളിലായി തണ്ടു വളച്ചുപിടിച്ച താമര, പരിച, കലശം, വരദമുദ്ര എന്നിവ ഏന്തിയിരിക്കുന്നു. ഷഷ്ഠഭുജങ്ങളുള്ള പത്മാവതി താമര ഏന്തുന്നില്ല. 12 കൈകളുള്ള പത്മാവതീ വിഗ്രഹത്തിന്റെ ഒരു കയ്യിൽ താമരയുണ്ട്. (13)

മഹാവിദ്യകളെന്നും വിദ്യാദേവികളെന്നും വിളിക്കുന്ന 16 ദേവികൾ ജൈനമതത്തിലുണ്ട്. നേരത്തെ പറഞ്ഞ ദശമഹാവിദ്യകളെപ്പോലെയാണ് ഇവർ. ജൈനമതത്തിലെ പ്രധാനപ്പെട്ട ഉപദേവതമാരാണിവർ. ഇവരിൽ അഞ്ചുപേർ താമരയുമായി ബന്ധമുള്ളവരാണ്.

പ്രജ്ഞാപ്തി: മയിൽവാഹനമായ ഈ ദേവത ഒരു കൈയിൽ താമരയും, മറ്റേ കൈയിൽ ശക്തി എന്ന ആയുധവും വഹിക്കുന്നു. സരസ്വതി എന്നൊരു പേരും ഈ ദേവതയ്ക്കുണ്ട്.

മാനവി: താമരയിൽ ആസനസ്ഥയായ ദേവി. ഒരു കൈയിൽ വൃക്ഷശാഖയും രുദ്രാക്ഷമാലയും വഹിക്കുന്നു. മറ്റേ കൈ വരദമുദ്രയിലാണ്.

വൈരേത്യ: സർപ്പസഞ്ചാരിണിയായ ദേവത. പഞ്ചകരങ്ങളുണ്ട്, ഒരു കൈയ്യിൽ താമര വഹിക്കുന്നു.

മഹാമാനസി: നീണ്ട തണ്ടുള്ള ഒരു താമര വളച്ച് പിടിച്ചിരിക്കുന്നു, മറ്റേ കൈയിൽ ഒരു ഫലം.

ഗൗരി: ചതുർഭുജയായ ഗൗരി. ഒരു കൈയിൽ നീണ്ട തണ്ടുള്ള താമരയും മറ്റു കൈകളിൽ ഗദ, ഫലം, എന്നിവയും ധരിക്കുന്നു. ഒരു കൈ വരദമുദ്രയിലാണ്.

മറ്റ് പതിനൊന്ന് മഹാവിദ്യകൾ ആരുംതന്നെ താമരയുമായി ബന്ധമുള്ളവരല്ല. (അപ്രാതികര, മഹാകാളി, പുരുഷദത്ത, അച്ച്യൃപ്ത, വൈരോത്യ, കാളി, രോഹിണി, വജ്രകുശ, മഹാജ്വാല, മഹാമാനവി, വജ്രശൃംഖല എന്നിവരാണ് മറ്റ് മഹാവിദ്യകൾ അഥവാ വിദ്യാദേവികൾ. (14)

ഇന്ത്യയിലെ മണ്ണിലുടലെടുത്ത പ്രധാനപ്പെട്ട മൂന്നു മതങ്ങളിലും (ഹിന്ദു, ബുദ്ധ, ജൈന മതങ്ങൾ) ഇന്ത്യൻ ഉപഭൂഖണ്ഡത്തിലാകെയും താമര എല്ലാ ദിവ്യതയുടെയും അനന്വയമായി വിരാജിക്കുന്നു. ആചാരങ്ങളിലും, ദേവപൂജകളിലും അനിർവാര്യമായി വർത്തിക്കുന്ന ഇന്ത്യൻ മനസ്സുകളിൽ പ്രണയത്തോടെ നിറയുന്ന താമര പ്രപഞ്ചശക്തിയുടെ പ്രതീകമായതിൽ അത്ഭുതപ്പെടാനില്ല.

5

താമര ദർശനങ്ങളിലും പ്രതീകങ്ങളിലും

മാഡം ബ്ലാവിസ്കി 1888-ൽ പ്രസിദ്ധീകരിച്ച ഗുഹ്യസിദ്ധാന്തം (The Secret Doctrine) എന്ന ഗ്രന്ഥത്തിൽ നിന്നുമുള്ള ഒരു ഉദ്ധരണിയോടുകൂടി ഈ അദ്ധ്യായം തുടങ്ങാം. പ്രസിദ്ധ സംസ്കൃതപണ്ഡിതയും, തിയോസഫിക്കൽ സൊസൈറ്റിയുടെ സഹസ്ഥാപകയും, പൗരസ്ത്യ തത്ത്വശാസ്ത്രവിദുഷിയുമാണ് മാഡം ബ്ലാവിസ്കി.

"പൗരാണികമായ പ്രതീകങ്ങൾക്കെല്ലാം അഗാധവും, തത്ത്വചിന്താപരവുമായ അർത്ഥങ്ങളുണ്ട്. കാലപ്പഴക്കമുള്ള പ്രതീകങ്ങളുടെ അർത്ഥതലങ്ങളും പഴമയിൽ അടിയുറച്ചതായിരിക്കും. അവയുടെ പ്രാധാന്യം ഏറ്റുകയും ചെയ്യും. സ്ഥിരവും, അസ്ഥിരവുമായ പ്രപഞ്ചത്തെ പ്രതിനിധീകരിക്കുന്ന പ്രകൃതിയുടെ വരദാനമായ താമരയുടെ ദിവ്യത വർദ്ധിച്ചുകൊണ്ടിരിക്കുന്നതേയുള്ളൂ. ഭൗതികവും, ആത്മീയവുമായ സൃഷ്ടിപരതയുടെ പ്രതീകമായി താമര നിലകൊള്ളുന്നു. ആര്യന്മാരുടെ കാലം മുതൽക്കേ ഹിന്ദുത്വത്തിൽ താമരയുടെ സ്വാധീനം ദർശിക്കാം. ഈജിപ്റ്റുകാരും, ബുദ്ധമതക്കാരും, ചൈനക്കാരും, ജപ്പാൻകാരും ആര്യന്മാരെപ്പോലെ അതീതകാലത്തുതന്നെ താമരയെ സ്വീകരിച്ചു. ക്രിസ്ത്യാനികൾ താമരയ്ക്കു പകരമായി പിന്നീട് ലില്ലിപുഷ്പത്തെ സ്വീകരിക്കുകയുണ്ടായി.

അദ്ധ്യാത്മിക തത്വചിന്തയിലും, യോഗാത്മകതത്വചിന്തയിലും താമരയുടെ വലിയ സ്വാധീനം കാണാം.'' "...ഹിന്ദുക്കൾക്ക് താമര പ്രകൃതിയുടെ സൃഷ്ടികർമ്മത്തിന്റെ പ്രതിരൂപമാണ്. അഗ്നിയുടെയും ജലത്തിന്റെയും സമന്വയത്തിൽനിന്ന് ഭൗതികതയുടെയും ആത്മീയതയുടെയും വികാസമാണ് ഈ പുഷ്പത്തിൽ ദർശിക്കുന്നത്. ഭഗവത്ഗീത പറയുന്നു: "ശാശ്വതത്വമേ! ബ്രഹ്മാവ് താമരയിൽ ആസനസ്ഥനായ നിലയിൽ ഞാൻ സൃഷ്ടികർത്താവിനെ താമരയിൽ ദർശിക്കുന്നു.'' സർ ഡബ്ല്യൂ ജോൺസ് താമരവിത്തുകൾ മുളയ്ക്കും മുമ്പുതന്നെ അവക്കുള്ളിൽ താമരച്ചെടിയുടെ എല്ലാ ഭാഗങ്ങളും ഉള്ള ഒരു സൂക്ഷ്മമായ ചെടി നില്ക്കുന്നു എന്നു കാണിച്ചു തന്നു, ഭാവിയിൽ ഉണ്ടാകാൻ പോകുന്ന താമരച്ചെടിയുടെ സൂക്ഷ്മരൂപം. ഇന്ത്യയിലാകട്ടെ ഫലഭൂയിഷ്ഠമായ ഭൂമിയുടെയും ദൈവങ്ങളുടെ ഇരിപ്പിടമായ മേരു പർവ്വതത്തിന്റെയും പ്രതീകമാണ് താമര. നാലു ദിക്കുകളുടെ അധിദേവന്മാരും താമരയിലാണ് സ്ഥിതി ചെയ്യുന്നത്. ദിവ്യവും മാനുഷികവുമായ ഗുണങ്ങളുടെ ദ്വൈതരൂപമാണ് താമര. പുരുഷത്വവും സ്ത്രീത്വവും താമരയിൽ സംയോജിക്കുന്നു.''

ബ്ലാവസ്കി തുടർന്ന് എഴുതുന്നു:

"എല്ലാ മതങ്ങളിലും സ്ഥാനം പിടിച്ച താമര അതിസുന്ദരവും, പ്രതീകാത്മകവുമാണ്. താമരയായാലും, ആമ്പലായാലും സൃഷ്ടികർത്താവിന്റെ ആശയങ്ങളുടെ ദാർശനീയരൂപമാണ്, സൃഷ്ടിയുടെ സത്തയുടെ മൂർത്തരൂപമാണ്. അജ്ഞാനത്തിന്റെ അന്ധകാരത്തിൽനിന്നും സ്വയം മുക്തി നേടി ആത്മീയതയുടെ വെളിച്ചത്തിലേക്ക് ഉയരുന്ന വ്യക്തിയുടെ, (സൃഷ്ടിയുടെ നിർദ്ദേശം പാലിക്കുന്ന സത്തയുടെ) ആവിഷ്ക്കാരവുമാണ് താമരപ്പൂ. താമരയിതളുകൾപോലെ സ്വത്വം വിടരുകയായി. ആദർശ ലോകത്തിന്റെ പൂർവസങ്കല്പവും, സൃഷ്ടിയുടെ പ്രാക്തനരൂപങ്ങളും താമരയിൽ ഉൾച്ചേരുന്നു. സൃഷ്ടിയിലെ അചലവും, ചലനാത്മകവുമായ എല്ലാ രൂപങ്ങളും ഈ ദിവ്യപുഷ്പത്തിന്റെ മാതൃക പിൻതുടരട്ടെ!''

'പരേതാത്മക്കളുടെ പുസ്തകം' (The Book of the Dead) എന്ന ഈജിപ്റ്റുകാരുടെ ആദിമചിത്രരേഖാഗ്രന്ഥത്തിൽ ഈശ്വരൻ ഒരു താമരയായി രൂപാന്തരപ്പെടുന്നതായി പറയുന്നു. പ്രകാശരൂപിയായ പരാശക്തിയിൽനിന്ന് ആദ്യം ശിരസ്സ് താമരയിൽ പ്രത്യക്ഷമാകുന്നു. "ഞാനാണ് നിർമലമായ ഈ പുഷ്പം. ഹോറസ് ദേവന്റെ സന്ദേശവാഹകനായി സൂര്യമണ്ഡലത്തിൽനിന്നും പുറത്തുവന്ന ഈശ്വരനാണ് ഞാൻ.''

പൗരസ്ത്യആത്മീയദാർശനികരുടെ ഇഷ്ടപ്രതീകമാണ് താമര. സംസാരത്തിന്റെ അഴുക്കുജലത്തിൽനിന്നും, ഭൗതികസുഖങ്ങളോടുള്ള മോഹബന്ധങ്ങളിൽനിന്നും വിടുതൽ നേടി ഉയരുന്ന ആത്മാവിന്റെ ആവിഷ്കാരമാണ്, നൈർമല്യത്തിന്റെ പ്രതീകമായ താമര. ആധുനികകാലത്തെ ഇന്ത്യയിലും ആദ്ധ്യാത്മികതത്വചിന്തകർക്ക് പ്രിയപ്പെട്ട ഉപമാനം ദിവ്യമായ താമര തന്നെ. മാഡം ബ്ലാവസ്കി 'ഗൂഹ്യസിദ്ധാന്ത'മെന്ന ഗ്രന്ഥത്തിൽ (The secret Doctrine) പറയുന്നു:

"സൃഷ്ടിയുടെ ദ്വൈതരൂപങ്ങളുടെ ഭൗതികതലത്തിൽ പദാർത്ഥം (matter), ശക്തി(energy) എന്നിവയുടെ പ്രതിനിധിയാണ് താമര. പ്രകൃതിയുടെ ഭൗതികതലവും, സൃഷ്ടിയുടെ പ്രചോദനവും (ഊർജം, creative principle) അതിൽ സമന്വയിച്ചിരിക്കുന്നു. ഊർജത്തിന്റെയും, അഗ്നിയുടെയും, ജലത്തിന്റെയും പരിണതരൂപമായി വർത്തിക്കുന്നു താമര. ഏതു തത്വചിന്തയിലായാലും, മതത്തിലായാലും ഊർജ്ജം മൂർത്തീഭാവമാർന്ന, ഈശ്വരചൈതന്യത്തിന്റെയും സൃഷ്ടിയുടെയും നിയാമകശക്തിയായ പുരുഷതത്വമായി കരുതുന്നു. ദ്രവരൂപം സ്ഥിരതയുടെ ചലനാത്മകരൂപമാണ്. പ്രകാശവും, അതീന്ദ്രമായ, എല്ലാ സൃഷ്ടിയുടെയും ക്രിയാത്മകശക്തിയും ആത്മാവുമായത് സ്ത്രീതത്വമാണ്. ഈ പും-സ്ത്രീതത്വങ്ങളുടെ സംഗമത്തിൽനിന്നുമാണ് പ്രപഞ്ചസൃഷ്ടി. ജലം മാതൃരൂപവും, അഗ്നി പിതൃരൂപവുമാണ്... സമയം ആഗതമായില്ല, ഊർജത്തിന്റെ കിരണങ്ങൾ ബീജത്തിലേക്കു പ്രവേശിച്ചില്ല. മാതൃപത്മത്തിന്റെ വികാസം ആരംഭിച്ചിട്ടില്ല.'' ഇവിടെ മാതൃപത്മം സൃഷ്ടിശക്തിയുടെ പ്രതീകമാണ്. അതിൽനിന്നുമാണല്ലോ എല്ലാ സൃഷ്ടികളും ഉടലെടുക്കുന്നത്. മാഡം ബ്ലാവ്സ്കി ദുർഗ്രഹമായ ഈ തത്വചിന്തയെപ്പറ്റി വിശദമായി പ്രതിപാദിക്കുന്നുണ്ട്.

പ്രപഞ്ചത്തിന്റെയും മനുഷ്യന്റെയും ഉപമാനങ്ങളെന്ന നിലയിൽ ആദിമകാലം മുതൽക്കേ താമര സ്ഥാനം പിടിച്ചിരുന്നു. താമരവിത്തിൽ ഭാവി താമര സൂക്ഷ്മരൂപത്തിൽ നിലനില്ക്കുന്നതുപോലെ സൃഷ്ടിക്കാനിരിക്കുന്ന പ്രപഞ്ചത്തിലെ രൂപരേഖ മുഴുവൻ സൃഷ്ടികർത്താവിനുള്ളിൽ അണുരൂപത്തിൽ നിലനിന്നിരുന്നു. പ്രപഞ്ചത്തിന്റെ അവിഭാജ്യഘടകമാണെന്നും, മറ്റു പ്രകൃതിവസ്തുക്കളെപ്പോലെ മനുഷ്യനും ജനനം, ജീവിതം, വികാസം എന്നിവയുണ്ടെന്നും താമര കാണിച്ചുതരുന്നു. അവസാനം കാരണജലത്തിൽ (causal waters) എല്ലാം അലിഞ്ഞുതീരുന്നു. താമരയുടെ വേരുപോലെ, ഭൗതികസാഹചര്യങ്ങളിൽ മുഴുകിയാണ് മനുഷ്യജനനം. വെള്ളത്തിൽനിന്നുയരുന്ന താമരത്തണ്ട്

അദ്ധ്യാത്മികതയിലേക്കുയരുന്ന മനുഷ്യരെ സൂചിപ്പിക്കുന്നു. ജലത്തിൽ നിന്നുമുയർന്ന് വെളിച്ചത്തെ ധ്യാനിക്കുന്ന താമര മനുഷ്യന്റെ അദ്ധ്യാത്മികതയിലേക്കുള്ള സാധന അനുസ്മരിപ്പിക്കുന്നു. പുലരിയിൽ മെല്ലെ വിരിഞ്ഞുതുടങ്ങുന്ന ദലങ്ങൾ ആത്മീയതയുടെ ഉണർവാണ്. സൂര്യന്റെ ആദ്യകിരണത്തിന്റെ സ്പർശത്തിൽ ഓരോ ഇതളായി വിടർന്ന് താമര വികസിക്കുന്നു, പൂർണ്ണതയിലേക്ക് എത്തുന്നു. പ്രണയപ്രതീകമായി സൂര്യനും, താമരയും സ്വീകരിക്കപ്പെട്ടത് ഈ അർത്ഥത്തിലാണ്. മനുഷ്യജന്മത്തിന്റെ എല്ലാ അവസ്ഥകടെയും (ജനനം, ശൈശവം, യൗവനം, ആത്മീയതയിലേക്കുള്ള ഉണർവ്) മനോഹരമായ പ്രതീകം തന്നെയാണ്. താമര, ആ രീതിയിൽ പൗരസ്ത്യ-പാശ്ചാത്യ ദർശനങ്ങളിൽ അംഗീകരിക്കപ്പെടുന്നത് ഇതുകൊണ്ടാണ്.

സൃഷ്ടിയുടെ ചാക്രികഭാവവും താമരയിലുണ്ട്. ദുർഗന്ധം വമിക്കുന്ന ചളിവെള്ളത്തിൽ നിന്നുമാണ് ജനനമെങ്കിലും, അതുമായി ബന്ധമില്ലാത്ത അവസ്ഥ. കാരണജലത്തിൽ നിന്നുമുള്ള ഭൃസൃഷ്ടിയെ ഓർമ്മിപ്പിക്കുന്നു. താമരവിത്തിൽ പിന്നീട് പൂർണസസ്യമായിത്തീരാനുള്ള എല്ലാ ഘടകങ്ങളും ഉൾക്കൊള്ളുന്നതുപോലെ, ആദ്യം പ്രകൃതിയും അണ്ഡപ്രായമായിരുന്നു. പിന്നീടാണ് സൃഷ്ടിയുടെ വികാസം. ജനനവും, ജീവിതവും, മൃത്യുവും ഒരണുവിൽ ഒതുങ്ങിയിരിക്കുന്നു. അതാണ് ജീവിതത്തിന്റെ പദ്ധതി. ജീവിതചക്രം ആവർത്തിച്ച് അനുസ്യൂതം കറങ്ങിക്കൊണ്ടേയിരിക്കുന്നു. ചളിയും, വെള്ളവും ഒക്കെ ഇടയ്ക്കു കടന്നുപോകേണ്ട ഘടകങ്ങൾ മാത്രം. താമരയെപ്പോലെ ത്തന്നെ മനുഷ്യാത്മാവും ഈ ഘട്ടങ്ങൾ കടന്ന് ശാശ്വതമായ ബ്രഹ്മാനന്ദം നേടിയെടുക്കണം. ജന്മ-ജന്മാന്തരങ്ങളുടെ പ്രതിനിധിയായ താമര തുടർച്ചയുടെ പ്രതീകം കൂടിയാണ്. യുവത്വവും, സമൃദ്ധിയുമാണ് താമരയുടെ സിദ്ധി. നിസ്സംഗതയും വിവേകവുമാണ് താമരയുടെ ഗുണങ്ങൾ.

മഹാവീരൻ പറയുന്നു:

“കാലമെത്തുമ്പോൾ ഉണങ്ങിയ ഇല
വൃക്ഷത്തിൽനിന്നും താഴെ പതിയ്ക്കുംപോലെ
മനുഷ്യജീവിതത്തിനും ഒരന്ത്യമുണ്ട്
തൃണത്തിൽ തങ്ങുന്ന മഞ്ഞുകണംപോലെ
ഒരു നിമിഷം മാത്രം മനുഷ്യന്റെ അസ്തിത്വം.
എല്ലാ ബന്ധനങ്ങളും അകറ്റിവയ്ക്കു
ശരത്കാലത്തെ താമരയെപ്പോലെ
സംസാരജലത്തിലും നിർമ്മലരായിരിക്കു. (1)

മാസ്മരചൈതന്യമുള്ള ഈ പുഷ്പം കവികളുടെയും, തത്വചിന്തകന്മാരുടെയും കണ്ണിൽ അധ്യാത്മികതയുടെ ഉപമാനമായതിൽ അത്ഭുതപ്പെടാനില്ല. ജലത്തിൽനിന്നും, ഭൂമിയിൽനിന്നും ഉയർന്ന് പ്രകാശത്തെ സേവിക്കുന്ന താമര ഭൂമിയേയും, സ്വർഗത്തേയും ബന്ധിപ്പിക്കുന്നു. ഭൂമിയിൽ നിന്നുകൊണ്ട് സൂര്യചൈതന്യത്തെ ആവഹിക്കുന്ന മാധ്യമമായിത്തീരുന്നു. ദുർഗന്ധത്തെ സുഗന്ധവും സൗന്ദര്യവും ആയി പരിണമിപ്പിക്കുന്നു. ദ്രവത്തിൽനിന്നും ശോഭയാർന്ന വർണത്തെയും, രൂപത്തെയും, ചലനത്തെയും സൃഷ്ടിക്കുന്നു. രാത്രിയുടെയും പകലിന്റെയും അതിരുകൾ നിർണ്ണയിക്കുന്നു. ഇന്ത്യൻ തത്വചിന്തയെ സംബന്ധിച്ചിടത്തോളം ഏറ്റവും വ്യാപകമായ 'താമരതത്വം' ശ്രീബുദ്ധനും, മഹാവീരനും നേടിയെടുത്ത ആത്മസാക്ഷാത്കാരത്തിന്റെ പ്രതീകം ആണ്. താമരയെപ്പോലെ തന്നെ അവർ സംസാരത്തിന്റെ ഭൗതികപ്രലോഭനങ്ങളിൽ നിന്നും സ്വാതന്ത്ര്യം നേടി. അധ്യാത്മികപൂർണതയുടെയും നിസ്സംഗതയുടെയും, പരിശുദ്ധിയുടെയും പ്രതീകമായ താമരയെപ്പോലെ ഉയർന്നുനിന്ന് ആത്മജ്ഞാനത്തിന്റെ വെള്ളിവെളിച്ചം വിതറിക്കൊണ്ട് വിരാജിച്ചു. താഴെ കൊടുത്തിരിക്കുന്ന വാക്കുകൾ ശ്രദ്ധിക്കുക:

"സംഘാംഗങ്ങളെ, ജലത്തിൽ നിന്നും
പിറന്നുയർന്ന് പൂർണമായി വിരിഞ്ഞ് ഉല്ലസി
ക്കുന്ന താമരപോലെ;
ജലപ്പരപ്പിൽനിന്നുയർന്നു നിൽക്കെ
ജലം സ്പർശിക്കാത്ത താമരപോലെ
സംഘാംഗങ്ങളെ, തഥാഗതൻ
ഭൂമിയിൽ പിറന്ന്, പൂർണ്ണവളർച്ചയോടെ
ഭൂമിക്ക് അതീതനായി, ഭൂമിയുടെ സംഗങ്ങൾക്ക്
സ്പർശിക്കാൻ കഴിയാത്തവനായി നിലകൊള്ളുന്നു.'' (2)

ജന്മമെടുത്തയുടൻതന്നെ, ശ്രീബുദ്ധൻ എഴുന്നേറ്റ് ഏഴുചുവടുകൾ വച്ചതായും, ആ ഏഴുചുവടുകളിലും താമരകൾ ഭൂമിയിൽനിന്നും പൊട്ടിവിരിഞ്ഞ് ആ പിഞ്ചുപാദങ്ങളെ സ്വീകരിച്ചതായും ബുദ്ധമതഗ്രന്ഥങ്ങളിൽ പറഞ്ഞിരിക്കുന്നു. ഏഴാമത്തെ താമരയിൽ നിന്നുകൊണ്ട് ശിശു തന്റെ അവതാരലക്ഷ്യവും, ലോകാധിപത്യവും വ്യക്തമാക്കി. വർഷങ്ങൾക്കു ശേഷം ബോധിവൃക്ഷഛായയിൽ ഇരുന്ന് ആത്മബോധം ആർജിച്ച ബുദ്ധൻ ഭൂതദയയാൽ ആർദ്രചിത്തനായിരുന്നു. അദ്ദേഹം പല അവസ്ഥകളിലുമുള്ള മനുഷ്യരെ കണ്ടു. അദ്ദേഹം അവർക്ക് താമരയുടെ മൊട്ടുകളും തണ്ടുകളുമായി താരതമ്യം ഉണ്ടെന്ന് കണ്ടെത്തി. ചിലർ

താമരത്തണ്ടുകളെപ്പോലെ ചളിയിൽ പൂണ്ടിരിക്കുന്നു. ചിലർ സംസാര ജലത്തിൽ ഉയർന്നു പൊന്തിവരുന്നു. ചിലർ ജലോപരിതലത്തിലേക്ക് എത്തിച്ചേർന്നിരിക്കുന്നു. വളരെ ചുരുക്കം ചിലർ ജലോപരിതലത്തിൽ പൊന്തിവിരിയാൻ സന്നദ്ധരായി നില്ക്കുന്നു. എല്ലാ മനുഷ്യരേയും വിടർന്നുനില്ക്കുന്ന താമരപോലെ യഥാർത്ഥജ്ഞാനപ്രകാശത്തിന്റെ വെള്ളി വെളിച്ചത്തിലേക്ക് നയിക്കുവാനും ഫലപ്രാപ്തി നേടിക്കൊടുക്കുവാനും അദ്ദേഹം തീരുമാനം എടുത്തു. (നാലാം അദ്ധ്യായം നോക്കുക)

താമരയുടെ സോത്പാദനശക്തി ആ പുഷ്പത്തെ ദ്വിലിംഗരൂപമായ സൃഷ്ടികർത്താവിന്റെയും, ആ സൃഷ്ടി കർത്താവിൽനിന്നും ജന്മം കൊള്ളുന്ന ജീവന്റേയും, വസ്തുവിന്റെയും പ്രതീകം കൂടിയാക്കുന്നു. അതായത്, താമര ഭൂമിയുടെ, ഭൂദേവിയുടെ പ്രതീകമാണ്. സൃഷ്ടികർത്താവായ ബ്രഹ്മാവിന്റെയും, ഐശ്വര്യദേവതയായ ലക്ഷ്മീദേവിയുടെയും ആസ്ഥാനം താമരയായതുകൊണ്ടുതന്നെ ഈ പുഷ്പം പ്രപഞ്ചത്തിന്റെയും സൃഷ്ടിയുടെയും ഗർഭപാത്രമാണെന്ന് വിശേഷിപ്പിക്കപ്പെടുന്നു. (3) കൂടാതെ ഭാരതീയ തത്വചിന്തകർ ചൂണ്ടിക്കാണിച്ചിട്ടുള്ളതുപോലെ ലക്ഷ്മിയുടെ ഗജലക്ഷ്മീ രൂപം (രണ്ടു വശത്തും താമരയിൽ നില്ക്കുന്ന ആനകൾ ജലാഭിഷേകം നടത്തുന്ന രൂപം) ഉത്പാദനത്തിന്റെ (fertilization) പ്രതീകമാണെന്ന് അഭിപ്രായപ്പെട്ടിരിക്കുന്നു; അതായത് ഭൂമിയുടെ ഉർവരതയുടെ, ഫലഭൂയിഷ്ഠതയുടെ പ്രതീകമാണ് താമര. ഇതുപോലെ തന്നെയാണ് ബുദ്ധമാതാവായ മായാദേവിയുടെ ഗർഭധാരണത്തെപ്പറ്റിയുള്ള കഥയും, മനുഷ്യരാശിയുടെ രക്ഷകൻ ഒരു വെളുത്ത ആനയുടെ രൂപത്തിൽ തന്റെ ഉദരത്തിലേക്കു പ്രവേശിക്കുന്നതായി മായാദേവി സ്വപ്നം കണ്ടിരുന്നുവല്ലോ.

ശാന്തിലാൽ നഗർ എഴുതുന്നു:

"സൃഷ്ടിയുടെ പരമമായ പ്രതീകമാണ് താമര, സൃഷ്ടിയുടെ ആസ്ഥാനമാണ്. പരാശക്തിയുടെ (പരബ്രഹ്മത്തിന്റെ) നാഭിയിൽ നിന്നുയർന്ന താമരയെ പ്രപഞ്ചത്തിലെ സൃഷ്ടിയുടെ പ്രേരണശക്തിയുടെ പ്രതീകമായി കരുതാം. സൃഷ്ടിയുടെ ബുദ്ധികേന്ദ്രമായി ബ്രഹ്മാവിനെ സങ്കല്പിക്കുന്നുവെന്നേയുള്ളൂ. സൃഷ്ടികർത്താവായ ബ്രഹ്മാവാകട്ടെ ആസനസ്ഥനായിരിക്കുന്നത് നീണ്ട തണ്ടുള്ള താമരപ്പൂവിലാണ്. വിഷ്ണുവിന്റെ നാഭിയിലാണ് ഈ താമരയുടെ ഉറവിടം. പ്രാക്തനമായ ജലപരപ്പിൽനിന്നും പ്രപഞ്ചം (ഭൂമി) രൂപം പ്രാപിച്ചതിന്റെ സൂചനയാണ് ഈ ഭാവന."

പരാശക്തി പ്രപഞ്ചസൃഷ്ടിക്കായി നിശ്ചയമെടുത്തപ്പോൾ കാരണ ജലത്തിൽനിന്നും ആയിരം ഇതളുള്ള ഒരു താമര (സഹസ്രദലപത്മം) അനേക സൂര്യശോഭയോടെ പുറത്തുവന്നു. സിമ്മർ അദ്ദേഹത്തിന്റെ 'മിത്തുകളും സിംബലുകളും ഇന്ത്യൻ സംസ്കാരത്തിലും കലയിലും' (Myths and symbols in Indian art and civilization) എന്ന ഗ്രന്ഥത്തിൽ എഴുതിയതു താഴെക്കൊടുക്കുന്നു.

"പ്രപഞ്ചത്തിന്റെ ഗർഭപാത്രത്തിന്റെ പ്രവേശന കവാടമാണ് താമര. അതിലാണ് പ്രപഞ്ചസ്രഷ്ടാവായ ബ്രഹ്മാവിന്റെ ഉത്ഭവം. അങ്ങനെ പ്രപഞ്ചപദ്മത്തിന്റെ ആദ്യസന്താനമാണ് ബ്രഹ്മാവ്. ആ താമരയുടെ ആവരണങ്ങളിൽനിന്നും മറ്റെല്ലാ സൃഷ്ടികളും രൂപം കൊണ്ടു."

ഹിന്ദുവിശ്വാസമനുസരിച്ച് ജലം സ്ത്രീത്വത്തെ പ്രതിനിധാനം ചെയ്യുന്നു; പരാശക്തിയുടെ മാതൃരൂപമായും, സൃഷ്ടിയുടെ പ്രതീകവുമായി വിശ്വസിക്കപ്പെടുന്നു. പ്രപഞ്ചപദ്മത്തെ ഏറ്റവും ഔന്നിത്യം നേടിയ സൃഷ്ടിയായും ജലദേവതയായും, ഭൂദേവിയായും വ്യവഹരിക്കുന്നു. ഈ ശക്തികളുടെ മൂർത്തികരണമാണ് താമര, ഈ മാതൃദേവതയിൽ നിന്നുമാണ് സൃഷ്ടി ഉടലെടുത്തതും പുരോഗമിച്ചതും.(4) മോറി അദ്ദേഹത്തിന്റെ (Folk origins of Indian Art) എന്ന ഗ്രന്ഥത്തിൽ ഇപ്രകാരം പറയുന്നു:

"പൗരാണികമെങ്കിലും താമര എന്ന പ്രതീകം കൂടുതൽ പ്രാചീനമായ, ലളിതമായ, വർത്തുളാകാരമായ ഒരു മാതൃകയിൽനിന്നും രൂപമെടുത്തതായിരിക്കണം. ആ പ്രാചീന പ്രതീകം സ്ത്രൈണലൈംഗികതയുടെ അടിസ്ഥാനമായ യോനീരൂപമാണ്. താമര യോനിയുടെ പ്രതീകമാണ്. സ്ത്രൈണതയുടെ മാസ്മരികതയും, ലൈംഗികചോദനയും, താമരയിൽ പ്രതീകവത്കരിക്കപ്പെടുന്നു. തലമുറകളിൽനിന്നും തലമുറകളിലേക്ക് സൃഷ്ടി തുടരുന്നു. അടരടരായി വിന്യസിക്കപ്പെട്ട താമരദലങ്ങളുടെ മദ്ധ്യത്തിലാണ് പ്രപഞ്ചത്തിന്റെ നാഭീസ്ഥാനം, ഇതുതന്നെയാണ് പ്രാപഞ്ചികശക്തിയുടെ ചാക്രികസ്ഥാനവും. ജീവിതത്തിന്റെ പരമമായ സത്തയും."(5)

സ്റ്റെല്ലാ ക്രാമറിഷ് അവരുടെ പഠനത്തിൽ പറയുന്നു:

"ഇന്ത്യക്കാരുടെ ഏറ്റവും പാവനമായ പുഷ്പമാണ് താമര...മണ്ണിൽ വേരൂന്നി, ജലത്തിന്റെ പാളികൾ തരണം ചെയ്ത്, ഇലകൾ ജലോപരി വിലസുന്നു. ഇലകൾക്കിടയിലൂടെ താമരപ്പൂമൊട്ട് വെളിച്ചത്തിലേക്ക് ഉണരുന്നു. സ്വർഗത്തെയും, ഭൂമിയേയും കൂട്ടിയിണക്കുന്നു. വെളിച്ചത്തെയും ചളിയേയും സ്പർശിക്കുന്നു. ഈ പുഷ്പം ദുർഗന്ധത്തിൽനിന്നും സുഗന്ധത്തെ ഉദ്പാദിപ്പിക്കുന്നു. വടിവൊത്ത രൂപംകൊണ്ടും, ഉജ്വലമായ

വർണ്ണം കൊണ്ടും അനന്യമാണ് ഈ പുഷ്പം. കാലത്തിന്റെ ചലന ത്തോടൊപ്പം ദിനരാത്രങ്ങളുടെ വേർപിരിയലുകൾക്കും താമരസാ ക്ഷിയാകുന്നു. താമര പ്രഭാതത്തിൽ വികസിക്കുകയും പ്രദോഷത്തിൽ കൂമ്പുകയും ചെയ്യുന്നു. എട്ടു താമരയിതളുകൾ ഭൂമിയുടെ അഷ്ടദിക്കുകളെ സൂചിപ്പിക്കുന്നു."(6)

പുലരിയിൽ, സൂര്യോദയത്തിൽ വികസിക്കുന്ന താമര, സൂര്യാസ്തമയ ത്തോടെ കൂമ്പുന്നു. ഈ പ്രതിഭാസം ജീവിതത്തിന്റെ ദളങ്ങളെ മാത്രമല്ല, പ്രപഞ്ചത്തിന്റെ സൃഷ്ടിയും വികാസവും താമരയിലൂടെ സൂചിതമാകുന്നു. താമര സൂര്യന്റേയും പ്രതീകമാണ്. പരവും, അപരവുമായ ജലത്തെ ഓർമ്മിപ്പിച്ചുകൊണ്ട് സൂര്യദേവൻ കരങ്ങളിൽ താമരകളുമായി ചിത്രീ കരിക്കപ്പെടുന്നു. സ്വർഗത്തേയും, ഭൂമിയേയും മാത്രമല്ല, അസ്തിത്വത്തിന്റെ സാധ്യതകളെയും ഇവ ഓർമ്മിപ്പിക്കുന്നു. മരണാനന്തരമുള്ള നിലനിൽ പ്പിന്റെ സൂചനയും നൽകുന്നു.

വേദസങ്കല്പമനുസരിച്ച് താമരയില അന്തരീക്ഷത്തിന്റെ സൂചനയാണ്. അതുകൊണ്ടാണ് ദേവീദേവന്മാർ താമരയിൽ ഉപവി ഷ്ടരായിരിക്കുന്നത്. നാരായണനായ വിഷ്ണുവിന്റെ നാഭീകമലത്തിലെ താമരയിൽ ഉപവിഷ്ടനാണ് സൃഷ്ടികർത്താവായ ബ്രഹ്മാവ് എന്നു സങ്കല്പം. ബ്രഹ്മാവിന്റെ നാഭിയിലെ താമരനൂലിൽനിന്നുമാണ് എല്ലാ ജീവജാലങ്ങളുടെയും തുടക്കം. അങ്ങനെ ദേവീദേവന്മാരുടെ ആസ്ഥാ നമായും, കൈകളിലെ അലങ്കാരമായും, പാദോപധാനമായും താമര ചിത്രീകൃതമായി. ഗുപ്തരാജവംശകാലം മുതൽ ബുദ്ധന്മാരും, തീർത്ഥ ങ്കരന്മാരും താമരയുടെ പ്രകാശവലയം ശിരസ്സിനു ചുറ്റും അണിഞ്ഞ ശില്പങ്ങൾ ഉണ്ടാക്കാൻ തുടങ്ങിയിരുന്നു. അവരുടെ പാദങ്ങളാകട്ടെ താമരപീഠത്തിൽ വിശ്രമിച്ചു. പ്രകാശ വലയം ഭൂമിയും, സ്വർഗ്ഗവും അവരുടെ അധീനതയിലാണെന്നു സൂചിപ്പിക്കുന്നു.

സഹദേവ്കുമാർ രാജസ്ഥാനിലെ ജൈനദേവാലയങ്ങളിലെ വാസ്തു ശില്പകലയെക്കുറിച്ചുള്ള പഠനത്തിൽ ഇങ്ങനെ എഴുതുന്നു.

"താമര ഭൂമിയുടെയും ജലത്തിന്റെയും പ്രതിനിധാനമാണ്. ഭൂമിദേവി പത്മവാസിനിയും പുഷ്ടിദായിനിയുമാണ്. സംസ്കൃതത്തിൽ താമരയുടെ നാമമായ പുഷ്കരം പുഷ്ടിയെ ദാനം ചെയ്യുന്നത് എന്ന ധാത്വർത്ഥം കുറിക്കുന്നു. പത്മം ഇരിപ്പിടമാക്കിയ ഗജലക്ഷ്മിയെ രണ്ട് ഗജങ്ങൾ തുമ്പിക്കൈയിൽ പിടിച്ചിരിക്കുന്ന കലശങ്ങളിൽനിന്നും ജലാഭിഷേകം നടത്തുന്നു. സ്വർഗ്ഗീയമായ ജലം ഭൂമിയെ സമ്പന്നമാക്കുന്നു എന്നാണ് സൂചന. ഐശ്വര്യദേവതയായ ലക്ഷ്മി താമരയിൽ ഉപവിഷ്ടയാണ്."

ഈ സങ്കല്പം മുൻ അദ്ധ്യായങ്ങളിൽ വിശദമാക്കിയിട്ടുണ്ട്.

പദ്മത്തിന്റെ ഗൂഢാർത്ഥം അതു വഹിക്കുന്നവരെ അനുസരിച്ച് വ്യത്യസ്തമാണ്. വിഷ്ണുവിന്റെ നാഭീകമലം ഭൂമിയുടെ പ്രതീകമാണ്. ഉയർന്നുനില്ക്കുന്ന തണ്ട് ഭൂമിയുടെ അച്ചുതണ്ടാണ്. വിഷ്ണു കരത്തിലേന്തുന്ന താമര ജലത്തിന്റെയും, ദാർശനികതയുടെയും പാരമ്യത്തെ സൂചിപ്പിക്കുന്നു. ശ്രീലക്ഷ്മിയുടെ കൈയിൽ താമര ഐശ്വര്യത്തിന്റെ പ്രതീകമാണ്. പാർവ്വതീദേവിയുടെ കൈയിൽ നിസ്സംഗത സൂചിപ്പിക്കുന്നു. ഇന്ദ്രന്റെ കൈകളിൽ സമൃദ്ധിയും, അധികാരവും കാണിക്കുന്നു. പരാശക്തിയുടെ ലീലാഭാവവുമാണ് താമര. പ്രപഞ്ചസൃഷ്ടിതന്നെ പരാശക്തിയുടെ ലീലകളുടെ ഭാഗമാണല്ലോ. ബുദ്ധമതത്തിലാണ് താമരയെ ദേവസ്ഥാനമായും, ദേവപ്രതീകമായും ആദ്യം സങ്കല്പിച്ചത് എന്ന് അഭിപ്രായമുണ്ട്. എ.ഡി. രണ്ടാം നൂറ്റാണ്ടിൽ തന്നെ ശ്രീബുദ്ധന്റെ ആസ്ഥാനമായി താമര കല്പിക്കപ്പെട്ടിരുന്നു. സാഞ്ചി, ഗാന്ധാരം, മധുര എന്നിവിടങ്ങളിലെ ഖനനങ്ങളിൽ കണ്ടെടുത്ത ബുദ്ധപ്രതിമകൾ താമരയിൽ ഉപവിഷ്ടരാണ്. വിഷ്ണുസങ്കല്പത്തിന് മുമ്പേതന്നെ ബോധിസത്വന്മാരും താമരയുമായുള്ള ബന്ധം ഉറപ്പിച്ചിരുന്നു. പുദ്ഗല-പുഷ്കല, പുണ്ഡിര എന്നീ പേരുകളിൽ ബുദ്ധമതത്തിൽ ആരാധിക്കുന്ന ഈ പുഷ്പം സൃഷ്ടിയുടെ ചൈതന്യപ്രതീകമാണ്. പദ്മസൂത്രം എന്ന പേരിലാണ് മഹായാന ബുദ്ധമതവിഭാഗത്തിന്റെ അടിസ്ഥാനആശയങ്ങളും, തത്വചിന്തയും ക്രോഡീകരിച്ചിരിക്കുന്നത്.

"അവലോകിതേശ്വരന്റെ ആരാധനയ്ക്കു പദ്മപുഷ്പം അത്യന്താപേക്ഷിതമാണ്. കാരണം, അത് യഥാർത്ഥ മതവിശ്വാസത്തിന്റെ സത്തയാണ്. പിന്നീട് താമര മതഗ്രന്ഥങ്ങളുടെയും, ഇടിമിന്നലിന്റെയും പ്രതീകമായി. അവലോകിതേശ്വരന്റെ അവതാരത്തെ പുകഴ്ത്തുന്ന 'ഓം മണി പദ്മേ ഹൂം'' എന്ന മന്ത്രത്തിലും താമര പ്രധാനം തന്നെ. 'താമരയിൽ വജ്രംപോലെ പ്രകാശിക്കുന്നവനെ' എന്നാണല്ലോ അതിന്റെ സാരം.

ഹൃദ്പത്മം, ഹൃദ്കമലം, ഹൃദ്പുഷ്കരം എന്നിങ്ങനെ ഭക്തന്മാരുടെ ഹൃദയങ്ങളെ താമരയായി കല്പിക്കാറുണ്ട്. ആ താമരകളിൽ ഈശ്വരൻ വസിക്കുന്നു എന്നു സങ്കല്പം. എട്ടു ദലങ്ങളിലൂടെ താമര അഷ്ടദിക്കുകളെ പ്രതിനിധാനം ചെയ്യുന്നു. മണ്ഡലങ്ങളെ സൂചിപ്പിക്കുന്ന അഷ്ടദലപത്മം മൂന്നു പ്രധാന പൗരസ്ത്യമതങ്ങളിലും സ്ഥാനം പിടിച്ചിട്ടുണ്ട്. ഗുപ്തകാലത്തെ അജന്താഗുഹകളുടെ മേൽത്തട്ടിൽ എട്ടിതളുള്ള താമരകൾ കൊത്തിയിരിക്കുന്നു. താന്ത്രീകവിദ്യകൾ അഭ്യസിക്കുന്നവർ കഠിനമായ പരിശീലനത്തിന്റെയും മാറ്റങ്ങളുടെയും വിവിധപടവുകൾ താണ്ടണം.

അവസാനത്തെ പടവ് ഉഷ്ണീശകമലം എന്നറിയപ്പെടുന്നു. ഇതുതന്നെയാണ് ഹിന്ദുമതവിശ്വാസികളുടെ സഹസ്രദലപത്മം, ശിരോചക്രം, സഹസ്രകമലം എന്നീ പേരുകളിൽ അറിയപ്പെടുന്നത്. ഈ വിശ്വാസത്തിന്റെ ആദ്യകാല ഉദാഹരണങ്ങളിലൊന്ന് ആറാംനൂറ്റാണ്ടിലേതെന്നു കരുതപ്പെടുന്ന നരസിംഹശില്പമാണ്. ഇതിൽ നരസിംഹത്തിന്റെ ശിരസ്സിന്റെ മുകളിൽനിന്നും ഒരു താമര ഉടലെടുക്കുന്നതായി കാണിച്ചിരിക്കുന്നു.

താന്ത്രിക തത്വചിന്തയിൽ ആയിരം ഇതളുകളുള്ള താമര ശിരോചക്രത്തിന്റെ പ്രതീകമാണ്. ഇതു തന്നെയാണ് പരമമായ ബ്രഹ്മത്തിന്റെ (ഓംകാരം, സ്വത്വം) ആസ്ഥാനവും. കബീർ പറയുന്നു:

“സുഹൃത്തെ, വിരിഞ്ഞ പൂക്കൾ നിറഞ്ഞ
തോട്ടത്തിലേക്കു പോകരുതേ...
നിന്റെ ശരീരം തന്നെയാണ് പൂന്തോട്ടം
സഹസ്രദലപത്മത്തിൽ ഉപവിഷ്ടനായാലും
ശാശ്വതമായ സൗന്ദര്യത്തിന്റെ ഉറവിടം
ദർശിച്ച് സായൂജ്യം അടഞ്ഞാലും.”(7)

ഊർജദായകമായ പ്രപഞ്ചചക്രവുമായി താമരയ്ക്ക് ഗാഢബന്ധമുണ്ട്. താമരയുടെ ഊർജ്ജവും, കുണ്ഡലിനീയുടെ ശക്തിയും ബന്ധപ്പെട്ടതാണെന്ന് യോഗികൾ വിശ്വസിക്കുന്നു. അതുകൊണ്ടുതന്നെയാണ് താന്ത്രികവിദ്യയിലും കുണ്ഡലിനീയുടെ ഉണർവും, വികാസവും താമരയുമായി ബന്ധപ്പെട്ടിരിക്കുന്നത്, ഏഴുതലങ്ങളിലായിട്ടാണ് കുണ്ഡലിനീയുടെ വികാസവും നിലനില്പും. നട്ടെല്ലിന്റെ ഏറ്റവും താഴെ ഒരു ചുരുൾപോലെയാണ് കുണ്ഡലിനീശക്തി നിലകൊള്ളുന്നത് എന്നാണ് വിശ്വാസം. ചുരുണ്ടുകിടക്കുന്ന ഒരു സർപ്പംപോലെയാണെന്നും കരുതുന്നു. മറ്റൊരു രീതിയിൽ ഇതിനെ കാമചോദന (Libido) യുടെ ഉറവിടമെന്നും കരുതാം. യോഗക്രിയയുടെയും, ധ്യാനത്തിന്റെയും പരകോടിയിൽ കുണ്ഡലിനീ ശക്തി ഉണർന്ന്, ഉയർന്ന്, വികാസം പൂണ്ട് ഏഴാം ഘട്ടമായ ശിരോചക്രത്തിലേക്ക് ഉയർത്തപ്പെടുന്നു. ശിരോചക്രം ആയിരം ഇതളുകളുള്ള കുണ്ഡലിനീയുമായി ഉപമിപ്പിക്കപ്പെട്ടിരിക്കുന്നു. കുണ്ഡലിനീയുടെ വികാസം ചക്രങ്ങളുമായും ഏഴു തരം താമരകളുമായി ബന്ധപ്പെട്ടിരിക്കുന്നു.(8-11)

1. മൂലാധാരചക്രം:

നട്ടെല്ലിന്റെ ഏറ്റവും താഴെയുള്ള ചക്രമാണിത്. ഭൂമിയെ തൊട്ടിരിക്കുന്നു. ഈ ചക്രമാണ് കുണ്ഡലിനീയോഗധ്യാനത്തിൽ ആദ്യം ഉണർത്തപ്പെടുക. ഈ ചക്രം ഉണരുമ്പോൾ നാലിതളുള്ള രക്തവർണത്തിലുള്ള (ക്രിംസൺ) താമര വിരിയുന്നു. ഈ ചക്രം ദിവ്യമാതാവുമായി ബന്ധപ്പെട്ടിരിക്കുന്നു. കുണ്ഡലിനീ ധ്യാനത്തിന്റെ ഈ സമയം ഏകാഗ്രമായി പ്രപഞ്ചമാതാവിനെ സ്മരിക്കേണ്ടതാണ്. ജീവദാതാവായ ആദിമാതാവിന്റെ സമന്വയശക്തിയും, സത്തയും, ഓർമിക്കണം. മൂലാധാരചക്രത്തിന്റെ അധിദേവൻ വിഘ്നേശ്വരനാണ്, ശക്തിയാകട്ടെ ഡാകിനി എന്ന ഉപദേവതയാണ്. ചില സങ്കല്പങ്ങളിൽ അധിദേവൻ ബ്രഹ്മാവും, നിയന്ത്രിക്കുന്ന ഗ്രഹം ചൊവ്വയുമാണെന്നു പറഞ്ഞിരിക്കുന്നു. ഈ ചക്രത്തിന്റെ മൂലമന്ത്രം 'ഓം ഐം നമഹ' എന്നതാണ്. ഈ മന്ത്രം ജപിച്ചു വേണം ഈ ചക്രത്തെ ഉണർത്തുവാൻ.

2. സ്വാധിഷ്ഠാനചക്രം (അധിഷ്ഠാനചക്രം)

ജനനേന്ദ്രിയത്തിന്റെ ഭാഗത്ത് സ്ഥിതി ചെയ്യുന്ന ഈ ചക്രം ജലത്തിന്റെ പ്രതിനിധിയാണ്. കുണ്ഡലിനീ ധ്യാനത്തിന്റെ രണ്ടാംപടിയായ ഈ ചക്രസ്ഥാനത്തേക്ക് ഉയർത്താൻ "ഓം വാം നമഹ'' എന്ന മൂലമന്ത്രം ജപിച്ച് ധ്യാനിക്കേണ്ടതാണ്. ഈ ചക്രം ഉണർന്നുകഴിയുമ്പോൾ സിന്ദൂരവർണത്തിലുള്ള (vermilion) ആറിതൾ താമര വിരിയും. ചില സങ്കല്പങ്ങളിൽ സ്വാധിഷ്ഠാനചക്രം ചന്ദ്രനെ ഉള്ളിൽ വഹിക്കുന്ന വെള്ളത്താമരയാണ്. ബ്രഹ്മാവാണ് ഈ ചക്രത്തിന്റ അധിദേവൻ. ശക്തിയാകട്ടെ രാകിനി (അഥവാ ചാക്നി) എന്ന ഉപദേവതയാണ്. ചില വിശ്വാസമനുസരിച്ച് വിഷ്ണുവാണ് ഈ ചക്രത്തിന്റെ അധിദേവൻ. ബന്ധപ്പെട്ട ഗ്രഹം ബുധനാണ്.ചക്രത്തിന്റെ മൂലമന്ത്രം "ഓം വാം നമഹ " ഉരുവിട്ടു കൊണ്ടു വേണം ഈ ചക്രത്തെ ഉണർത്തുവാൻ.

മണിപുരചക്രം (മണിപൂരകചക്രം) :

അടിവയറിന്റെ സ്ഥാനത്തായി സ്ഥിതി ചെയ്യുന്ന ഈ ചക്രം മഞ്ഞനിറ (അഗ്നിനിറം) വുമായി ബന്ധപ്പെട്ടിരിക്കുന്നു. അഗ്നിശോഭയുള്ള ഈ ചക്രം വികസിക്കുമ്പോൾ പത്തിതളുള്ള കരിനീലനിറത്തിലുള്ള (blueblack) താമര വിരിയുന്നു. "ഓം രാം നമഹ'' എന്ന മൂലമന്ത്രം ചൊല്ലി ധ്യാനിച്ചാണ് ഈ ചക്രത്തെ ഉണർത്തുക. അധിദേവൻ ബ്രദ്ധരുദ്രൻ എന്ന ശിവയോഗീരൂപവും, ബന്ധപ്പെട്ട ശക്തിലോകിനി എന്ന ദേവതയുമാണ്. ഈ ചക്രത്തിന്റെ അധിഗ്രഹം സൂര്യനാണ്.

ഹൃദ്ധചക്രം (അനാഹതചക്രം) :

ഹൃദ്ചക്രം, പദ്മസുന്ദരചക്രം, സുധാചക്രം എന്നീ പേരുകളിലും ഈ ചക്രം അറിയപ്പെടുന്നു. ഹൃദയഭാഗത്ത് സ്ഥിതി ചെയ്യുന്നു. എന്നു മാത്രമല്ല, വായുവിനോടും, ശാരീരികകർമ്മങ്ങളോടും ഇത് ബന്ധപ്പെട്ടിരിക്കുന്നു. കുണ്ഡലിനീ ധ്യാനത്തിൽ ഈ ചക്രം വികസിക്കുമ്പോൾ 12 ഇതളുള്ള ചെന്താമര വിരിയുന്നു. ചില ആചാര്യന്മാർ ഹരിതകമലത്തെയാണ് ഈ ചക്രവുമായി ബന്ധപ്പെടുത്തിയിരിക്കുന്നത്. ശാന്തിയുടെ സന്തുലനത്തിനും, ഹൃദയനൈർമല്ല്യത്തിനും വേണ്ടി "ഓം യാം നമഹ" എന്ന മൂലമന്ത്രം ചൊല്ലി ധ്യാനിക്കുമ്പോഴാണ് ഈ ചക്രം വികസിക്കുന്നത്. ഈശാനരുദ്രനാണ് അധീശദേവൻ. അതീതജ്ഞാനത്തെയും, ശുദ്ധമായ വിജ്ഞാനത്തെയും പ്രതിനിധീകരിച്ച ദേവനാണ് ഈ ശിവരൂപം. ശക്തിയാകട്ടെ കാകിനി എന്ന ഉപദേവതയാണ്. ഈ ചക്രത്തിന്റെ അധിഗ്രഹം ശുക്രനാണ്. ഹൃദ്-മനോചക്രമെന്നും അറിയപ്പെടുന്ന ഈ ചക്രം സ്ത്രൈണവും, പൗരുഷവുമായ ശക്തികളെ പ്രതിനിധാനം ചെയ്യുന്നു. ഈ ചക്രത്തിൽ പും-സ്ത്രീതത്വങ്ങളെ പ്രതിനിധാനം ചെയ്യുന്ന രണ്ട് ത്രികോണങ്ങൾ സംഗമിക്കുന്നു എന്നാണ് വിശ്വാസം. ബുദ്ധമതസങ്കല്പങ്ങളിൽ, ശുക്ല-ശോണ ബിന്ദുക്കളുടെ ഉറവിടം ഈ ചക്രസ്ഥാനമാണെന്നു വിശ്വസിക്കപ്പെടുന്നു. ഈ ശുക്ലശോണ ബിന്ദുക്കളാണ് മനുഷ്യന്റെ ആത്മസത്തയെ അടുത്ത ജന്മത്തിലേക്ക് നയിക്കുന്നത്. ശാശ്വതത്ത്വമായ ഈ ബിന്ദുക്കൾ വെള്ളത്താമരപോലെയാണ്. വർത്തുളാകൃതിയിൽ എട്ടുദലങ്ങൾ താഴേയ്ക്ക് ചൂണ്ടുന്ന നിലയിലാണ് ഈ താമര സ്ഥിതി ചെയ്യുന്നതെന്ന് ടിബറ്റിലെ ബുദ്ധമതവിശ്വാസികൾ കരുതുന്നു. 'ഹ്രം' എന്ന ലിഖിതം ചെയ്ത മൂലമന്ത്രം ഈ താമരയുടെ മദ്ധ്യത്തിൽ സ്ഥിതി ചെയ്യുന്നു. കുണ്ഡലിനീ-താന്ത്രിക വിദ്യയുടെ താഴെ തലങ്ങളിൽ ഹൃദയരൂപത്തിനുള്ളിൽ ഒരു ജ്വാല സങ്കല്പിക്കപ്പെടുന്നു. ആ ജ്വാലയിൽനിന്നുമാണ് മൂലമന്ത്രമായ 'ഹ്രം' ഉദ്ഗമിക്കുന്നത്. പരമമായ ജ്ഞാനത്തിന്റെ ഉറവിടമാണ് അനാഹതചക്രം.

വിശുദ്ധചക്രം:

കണ്ഠസ്ഥാനത്തു സ്ഥിതി ചെയ്യുന്ന ഈ ചക്രത്തെ കണ്ഠചക്രം എന്നും പറയുന്നു. ഇത് ആകാശവുമായി ബന്ധപ്പെട്ടിരിക്കുന്നചക്രമാണ്. കുണ്ഡലിനീ ധ്യാനത്തിൽ 'ഓം ഹം നമഹ' എന്ന മൂലമന്ത്രം ചൊല്ലി ഈ ചക്രത്തെ ഉണർത്തുന്നു. അപ്പോൾ ഹരിതനീലനിറമുള്ള (Turquoise) പതിനാറിതളുകളുള്ള താമര വിടരുന്നു. വെള്ള

വൃത്തത്തിനുള്ളിൽ വെള്ളി നിറത്തിലുള്ള ചന്ദ്രക്കലപോലെയുള്ള സങ്കല്പമാണ് ഈ ചക്രത്തിന്റേത്. ഈ ചക്രത്തിന്റെ അധിപൻ പഞ്ച വക്ത്രശിവനാണ്. (അഞ്ചുതലകളും, നാലു കൈകളും ഉള്ള ശിവരൂപം) ശക്തി ശാകിനി എന്ന ഉപദേവത. വ്യാഴമാണ് അധീശഗ്രഹം. ടിബറ്റൻ ബുദ്ധമതവിശ്വാസത്തിൽ 16 ഇതൾ മുകളിലേക്കും 16 ഇതൾ താഴേക്കും ചൂണ്ടുന്ന രീതിയിലാണ് ഈ ചക്രത്തിന്റെ ചുവന്ന താമരസങ്കല്പം. ടിബറ്റിലെ ബുദ്ധമതവിശ്വക്കാർ വിശ്വസിക്കുന്ന സ്വപ്നങ്ങൾക്ക് ഈ ചക്രത്തിൽ പ്രധാന സ്ഥാനമുണ്ട്. ഈ ചക്രം വ്യക്തമായ സ്വപ്നങ്ങൾ കാട്ടിത്തരുന്നു.

ആജ്ഞാചക്രം

പുരികക്കൊടിക്ക് മദ്ധ്യേ സ്ഥിതി ചെയ്യുന്ന ഈ ചക്രത്തെ മൂന്നാം തൃക്കണ്ണ് എന്നു പറയുന്നു. ഈ സ്ഥാനം സുപ്രധാന മർമസ്ഥാനമായി കരുതപ്പെടുന്നു. ബോധം, സത്യം, സുഖപ്രാപ്തി, ഏകലോചന ദിവ്യ ദർശനം എന്നിവയുടെയെല്ലാം കേന്ദ്രബിന്ദുവാണിത്. കുണ്ഡലിനീധ്യാന ത്തിൽ ഈ പടിയിലേക്ക് എത്തുമ്പോഴാണ് രണ്ടിതളുള്ള വെള്ളത്താമര വിരിയുന്നത്. ആ വെള്ളത്താമരയാകട്ടെ വയലറ്റും, നീലയും, ഇളം നീലയും കലർന്നതുമാകുന്നു. രണ്ടിതളുകളുള്ള ശ്വേതപത്മം ശിവ-പാർവ്വ തിമാരെ പ്രതിനിധാനം ചെയ്യുന്നു. അർദ്ധനാരീശ്വരനാണ് അധിദേവൻ. ശക്തി ഹാകിനി എന്ന ദേവതയാണ്. ബന്ധപ്പെട്ട ഗ്രഹം ശനിയാണ്. താന്ത്രികവിദ്യയിൽ അതിപ്രാധാന്യമുള്ള ഒരു ചക്രമാണിത്.

ശിരോചക്രം

സഹസ്രാര എന്നും അറിയപ്പെടുന്നു. ശിരോമദ്ധ്യത്തിൽ സ്ഥിതി ചെ. യ്യുന്ന ചക്രകിരീടംപോലയോ, ജലധാരപോലെയോ അത് ശിരസ്സിനെ വലയം ചെയ്യുന്നു. ആയിരത്തിയെട്ട് ഇതളുകളുള്ള, സ്വപ്നവർണങ്ങളു ള്ള, മഴവിൽ-താമരയായി ശിരോചക്രത്തെ സങ്കല്പിക്കുന്നു. വിവേക ത്തിന്റെയും, അഹംജ്ഞാനത്തിന്റെയും ആസ്ഥാനം ഇവിടെയാണ്. കുണ്ഡലിനീ ധ്യാനത്തിൽ 'ഓം, ഐം, ഹ്രീം, ശ്രീം, ക്ലീം, സൗ, ഹം, ഓം' എന്ന മൂലമന്ത്രം ജപിച്ചുവേണം സഹസ്രാരപത്മത്തെ ഉണർ ത്തേണ്ടത്. നിർവ്വാണദായകമെന്ന നിലയിൽ ശിവ-ശക്തി രൂപമായ നിർവ്വാണശക്തിയാണ് അധിദേവത. ബന്ധപ്പെട്ട ഗ്രഹം കേതുവാണ്. ടിബറ്റുകാർ ശിരസ്സിനു മുകളിലുള്ള ഒരു വെള്ള വലയമായും അതിൽനി ന്നു താഴേക്ക് ചൂണ്ടുന്ന മുപ്പത്തിമൂന്ന് ഇതളുകളുള്ള ശ്വേതപത്മമായും

ശിരോചക്രത്തെ സങ്കല്പിക്കുന്നു. മായാമോഹങ്ങളിൽനിന്നും മുക്തി നൽകുന്ന വെള്ളത്താമരയാണിത്. മറ്റ് ചക്രങ്ങളിൽ നിന്നുയരുന്ന ഊർജ്ജത്തെ (ശക്തിയെ) നിയന്ത്രിക്കുന്ന പരമമായ ശക്തി ഇതിനുണ്ട്. യോഗി കുണ്ഡലിനീ ശക്തിയെ ഉണർത്തുമ്പോൾ ആത്മബോധം പ്രകാശിച്ച് നിർവികല്പസമാധിയിൽ എത്തിച്ചേരുന്നു. ഈശ്വരനുമായുള്ള അദ്വൈതഭാവം അനുഭവിച്ചറിയുന്നു. അഹം ബ്രഹ്മാസ്മി എന്നും, തത്ത്വമസി എന്നും വിശേഷിപ്പിക്കുന്ന അദ്വൈതഭാവമാണിത്.

താമരയുമായി ബന്ധപ്പെട്ട ചില ചെറുചക്രങ്ങൾ കൂടി ചില യോഗികൾ സ്വീകരിക്കുന്നുണ്ട്.

മാനസചക്രം: മാനസചക്രത്തിന്റെ സ്ഥാനം നാഭിക്കും ഹൃദയത്തിനും ഇടയിലായോ, ഭ്രൂമദ്ധ്യത്തിൽനിന്നും മുകളിൽ നെറ്റിത്തടത്തിന് മുകളിലായിട്ടോ സങ്കല്പിക്കാറുണ്ട്. നെറ്റിയുടെ ഭ്രൂമദ്ധ്യത്തിൽ നിന്നും മുകളിൽ സങ്കല്പിക്കാറുണ്ട്. നെറ്റിയുടെ ഭ്രൂമദ്ധ്യത്തിന്റെ മുകളിലായിട്ടാണ് മനസ്സ് സ്ഥിതി ചെയ്യുന്നത് എന്നും വിശ്വസിക്കുന്നുണ്ട്. നെറ്റിത്തടത്തിൽ സ്ഥിതി ചെയ്യുന്ന ഈ താമരയ്ക്ക് ആറ് ഇതളുകളുണ്ട്. മനസ്സിന്റെയും, പഞ്ചേന്ദ്രിയങ്ങളുടെയും പ്രതിനിധിയാണ് ഈ താമര. വായുചക്രം എന്ന നിലയിൽ ആറ് ആരക്കാലുകളുള്ള ചക്രമായും ഇത് ചിത്രീകരിച്ചിട്ടുണ്ട്.

ബ്രഹ്മരന്ധ്രം, നിർവ്വാണചക്രം: സഹസ്രാരചക്രം ശിരസ്സിലാണെന്നാണല്ലോ സങ്കല്പം. ശ്രീ അരവിന്ദമഹർഷിയെപ്പോലുള്ള യോഗികൾ മറ്റൊരു പാഠത്തിൽ വിശ്വസിക്കുന്നു. അതനുസരിച്ച് ബ്രഹ്മരന്ധ്രമെന്ന നൂറിതളുള്ള പദ്മമാണ് ശിരസ്സിന്റെ തൊട്ടുമുകളിലായി സ്ഥിതി ചെയ്യുന്നത്. ബ്രഹ്മരന്ധ്ര പുഷ്പം സഹസ്രദലപദ്മത്തിന്റെ ഉപപുഷ്പമായി കരുതി വരുന്നു.

ശ്രീചക്രം, ഗുരുചക്രം: താരതമ്യേന അപ്രധാനമായ ഈ ചക്രം ശിരസ്സിനു തെല്ലു മുകളിൽ സ്ഥിതി ചെയ്യുന്നു. ബ്രഹ്മരന്ധ്രയുടെ 12 ഇതളുകൾ മുകളിലേക്ക് ചൂണ്ടിയിരിക്കുന്നു. ഗുരുവും വഴികാട്ടിയുമെന്ന നിലയിൽതന്നെ അധ്യാത്മിക മാർഗത്തിലേക്ക് നയിക്കലാണ് ഈ ചക്രത്തിന്റെ ധർമം.

മൂലാധാരം മുതൽ എല്ലാ ചക്രങ്ങളെയും ബന്ധപ്പെടുത്തി പല ദേവിമാരും ഉണ്ട്. ഡാകിനി, രാകിനി, ഹാകിനി, രാകിനി, ലാകിനി, കാകിനി, ശാകിനി, ഹാകിനി, ശക്തി (ദുർഗ്ഗ) എന്നിവരെയെല്ലാം ദുർഗ്ഗാദേവിയുടെ ഉപദേവതകളായി കരുതാവുന്നതാണ്. ശിവനോടു ചേർന്നു നിൽക്കുന്ന ശക്തികളാണ് എല്ലാവരും.

സെൻ ബുദ്ധമതശാഖയിൽ യോഗ-താന്ത്രികവിദ്യകളെപ്പോലെ പത്മധ്യാനം എന്നൊരു ഇനമുണ്ട്. ഈ ധ്യാനത്തെപ്പറ്റി എലിസബത്ത് ക്ലേർ പ്രോഫറ്റ് എഴുതിയ 'Quietly comes the Budha'എന്ന ഗ്രന്ഥത്തിൽ ഇങ്ങനെ പറയുന്നു:

"പദ്മധ്യാനം ആരംഭിക്കും മുമ്പേ പദ്മാസനത്തിലിരുന്ന് ശ്വാസത്തെ മാത്രം ശ്രദ്ധിക്കുക. ഹൃദയചക്രം അഥവാ ഹൃദയചക്രത്തിന്റെ ഇതളുകളിൽ മനസ്സൂന്നി ഹൃദയതാളം ശ്രദ്ധിക്കുക. ഹൃദയകമലം സസ്നേഹം മന്ദമായി വിടരുന്നത് അനുഭവിച്ചറിയുക. ഇതളുകൾ വെളിച്ചത്തിലേക്ക് ഉയരട്ടെ. അസ്വസ്ഥതകൾ നീക്കുന്ന നൈർമല്യം അറിയുക. അതോടെ ഒരു താമര ഉള്ളിൽ വിടരുന്നതായിട്ടുള്ള ബോധം ഉദിക്കും. ഒരു താമര കൈയിലുമുണ്ട് എന്നു സങ്കല്പിക്കുക. ഉജ്ജ്വലമായ ഈ താമര നിങ്ങളുടെ മനസ്സിനെയും പ്രകാശമാനമാക്കട്ടെ. കൈകൾ മുട്ടിലുറപ്പിച്ച്, കൈവെള്ളകൾ മുകളിലേക്കായി വച്ച് ആ കൈവെള്ളകളിൽ പ്രകാശമാനമായ രണ്ടു താമരകൾ വിരിയുന്നതായി സങ്കല്പിച്ച് ധ്യാനിക്കുക. എല്ലാ താമസവികാരങ്ങളും, അപകർഷതാബോധവും നിങ്ങളെ വിട്ട് അകലും. ആത്മാവ് നിർമലവും സംതൃപ്തവും ആകും. കൈകൾ മുട്ടിന്മേൽവച്ച് കൈപ്പത്തികളിൽ നിന്നും താമരകൾ വിരിയുന്നതായ ബോധം ഉണരും. ആ താമരകൾ സഹജീവികളെ സഹായിക്കാനും സേവിക്കാനുമുള്ള പ്രേരണയുടെ മിടിപ്പുകൾ ഉണർത്തും. ജീവജാലങ്ങളെയെല്ലാം തുണയ്ക്കാനുള്ള ഈശ്വരനിയോഗം കൈകൾ ഏറ്റെടുത്തിരിക്കുന്നുവെന്ന് നിങ്ങൾ അറിയും. ഹൃദയകമലത്തിലെ 12 താമരയിതളുകളിലേക്ക് മനം തിരിക്കുക. ഹൃദയത്തിൽനിന്നും ഒരു താമരനൂൽ ഉയർന്ന് മനസ്സുമായി ബന്ധിക്കുന്നതായി സങ്കല്പിക്കുക. തുടർന്ന് അതേ താമരനൂൽ കൈകളെയും മനസ്സുമായും ബന്ധിപ്പിക്കണം. പരാശക്തിയുടെ ഊർജം നിങ്ങളുടെ ശിരോചക്രം മുതൽ മൂലാധാരചക്രംവരെ വ്യാപിക്കട്ടെ. അസ്വസ്ഥതകളിൽ നിന്നും സ്വയം മുക്തി നേടാനും, ഉയിർത്തെഴുന്നേൽക്കാനും, പരമമായ ശക്തി നേടാനും നിങ്ങൾ പ്രാപ്തനായിക്കഴിയും. കൈവെള്ളകൾ കൂട്ടിപ്പിടിച്ച് കരങ്ങളിലെത്തിയ ശക്തിയെ ഭദ്രമാക്കുക. ലോകമൊട്ടുക്കും ഈ മുദ്ര പ്രാർത്ഥനയെ സൂചിപ്പിക്കുന്നു." (12)

ടിബറ്റിലെ സന്യാസിമാർക്കിടയിൽ പ്രചാരത്തിലുള്ള ഒരു പ്രത്യേക 'കരിം താമര ധ്യാനം' ഉണ്ട്. (Black lotus meditation). അവർ കരിംകമലസൂത്ര (Black lotus sutra) എന്ന തത്വചിന്തയിലും വിശ്വസിക്കുന്നവരാണ്. ഇത് ഒരു നിഗൂഢ ധ്യാനരീതിയാണ്, അതുകൊണ്ടുതന്നെ സാധാരണ ജനങ്ങളും, ബുദ്ധവിശ്വാസികളും ഈ രീതി

പിൻതുടരാറില്ല. ഈ ധ്യാനത്തിൽ ഏർപ്പെടുന്നവർ എട്ടിതളുള്ള ഒരു താമര ഹൃദയത്തിൽ വിടരുന്നതായി സങ്കല്പിക്കുന്നു. ഇതളുകൾ മേലോട്ടു തിരിഞ്ഞ് വെളുത്ത പ്രകാശം ചൊരിയുന്ന ബിന്ദുക്കൾ ഈ താമരയിൽ സങ്കല്പിക്കുന്നു. ഈ പ്രകാശബിന്ദുക്കളെ ശരീരത്തിന്റെ ഉപരിതലംവരെ ഉയർത്താൻ ശ്രമിക്കണം. പിന്നീട് ഹൃദയത്തിൽ ഇതളുകൾ കീഴോട്ടായി മറ്റൊരു താമര വിരിയുന്നതായി സങ്കല്പിക്കണം. ആ താമരയിൽ കറുത്ത ബിന്ദുക്കൾ ഉണ്ടെന്നു കണ്ട് അവയെ താഴെ ഭൂമിയിലേക്ക് പതിപ്പിക്കണം. ഈ നിലയിൽ വളരെ നേരം രണ്ട് ഹൃദ്കമലങ്ങളെയും ധ്യാനിക്കണം. നിഗൂഢമായ ധ്യാനമാർഗമാണെങ്കിലും ഇപ്പോൾ അതിന്റെ വിഡിയോകൾ കിട്ടാനുണ്ട്.

ശ്വേതപത്മത്തെക്കുറിച്ച് അല്പം കൂടി നമുക്ക് ചിന്തിക്കാം. ഈ താമരകൾക്ക് പ്രത്യേകമായ ചില സവിശേഷതകളും പ്രതീകങ്ങളുമുണ്ട്. ഇതേപ്പറ്റി ജോൺ അൽജിയോ എഴുതിയത് താഴെ കൊടുക്കുന്നു:

"പ്രപഞ്ചത്തിന്റെ തുലനശക്തിയുടെ പ്രതീകമായി എട്ടു ദിക്കുകളെ കാണിക്കുന്ന അഷ്ടദലങ്ങൾ താമരയ്ക്കുണ്ട്, ആകാശം സർവ്വവ്യാപിയുമാണ്. എട്ട് എന്ന സംഖ്യ പൗരാണികമായിത്തന്നെ പല സങ്കല്പങ്ങളുമായി ബന്ധപ്പെട്ടിരിക്കുന്നു. ബുദ്ധമതത്തിലെ അഷ്ടമാർഗ്ഗങ്ങളെയും (അഷ്ടചക്രം, ബുദ്ധചക്രം), പ്രാപഞ്ചിക നിയമങ്ങളുടെ ചക്രത്തെയും, താമരയുടെ എട്ടിതളുകൾ പ്രതിനിധാനം ചെയ്യുന്നു. ചൈനയിലെ ഏറ്റവും പ്രാചീനമായ ഗ്രന്ഥമാണ് ഐ.ചിങ്ങ് (അഥവാ യിചിങ്) (ഇംഗ്ലീഷിൽ ഇത് The Book of Chaung അഥവാ The Classic of Chaung എന്ന പേരിൽ പരിഭാഷപ്പെടുത്തിയിട്ടുണ്ട്.) ഈ ഗ്രന്ഥത്തിൽ എട്ടു "ട്രൈഗ്രാം'' ത്രിഗുണങ്ങളെപ്പറ്റി പറയുന്നുണ്ട്. ചൈനക്കാർ വിശുദ്ധമായി കരുതുന്ന എട്ടുവസ്തുക്കളാണ് (സ്വർഗം, ഭൂമി, ജലാശയം, അഗ്നി, ഇടിമുഴക്കം, കാറ്റ്, വെള്ളം, പർവ്വതം) ഐ-ചിങ്ങിൻ പറയുന്ന എട്ടു ട്രൈഗ്രാമുകൾ (ത്രിഗുണങ്ങൾ) ആദിമക്രിസ്തുമതത്തിലെ എട്ടുതരം ദൈവികജ്ഞാനത്തെ (gnostic ogdoad) അനുസ്മരിപ്പിക്കുന്നു. പുരാതനഈജിപ്റ്റിൽ ഉണ്ടായിരുന്ന വിശ്വാസം അനുസരിച്ച് സൂര്യന്റെ ഉൽപത്തിക്കു മുമ്പ് എട്ടുദേവതമാർ ഉണ്ടായിരുന്നുവെന്നും അവർ നാല് ആൺ-പെൺ ജോടികൾ ആയിരുന്നുവെന്നും വിശ്വസിക്കുന്നു. ഷിന്റോ മതത്തിൽ എട്ടുലോകസന്യാസിമാരെപ്പറ്റി വിശദീകരിക്കുന്നുണ്ട്. ശൈവ വിഭാഗങ്ങളുടെ അനുഷ്ഠാനമൂർത്തികളിലൊന്നായ അഷ്ടമൂർത്തി രുദ്രന്റെ (ശിവന്റെ) എട്ടുഭാവങ്ങൾ ചേർന്നതാണ്. പുരാണങ്ങളിൽ പറയുന്ന അഷ്ടവസുക്കൾ വിഷ്ണുവിന്റെ സേവകരാണെന്നു വിശ്വസിക്കുന്നു.

ജ്യോതിഷശാസ്ത്രത്തിൽ പറയുന്ന തിഥികളിൽ എട്ടാമത്തെ ചാന്ദ്രഭാവമാണ് അഷ്ടമി. വാവു തുടങ്ങി 8-ാം ദിവസം. ഹിന്ദുമതത്തിലെ പല പ്രധാന ഉത്സവങ്ങളും നടക്കുന്നത് ഈ ദിനത്തിലാണ്. ഈ ദിനത്തിന്റെ അധിപൻ രുദ്രനാണ്.” (13)

താമരയുടെ വിവിധ അർത്ഥതലങ്ങളാണ് ഇതെല്ലാമെന്നു കരുതാം.

ലൈംഗികതയെ വ്യക്തമാക്കാനും താമരയുടെ രൂപത്തെ സ്വീകരിക്കുന്നുണ്ട്. പ്രപഞ്ചത്തിന്റെ നിയാമകവിധിയായ ആൺ-പെൺ ദ്വൈതത്തിന്റെ ഏറ്റവും ഉദാത്തമായ ഉദാഹരണമായി താമര കണക്കാക്കപ്പെടുന്നു. ആൺ-പെൺ ദ്വൈതത്തിൽ നിന്നാണല്ലോ ജീവജാലങ്ങളുടെ ഉത്ഭവം. സംസാരം ദ്വന്ദ്വരൂപത്തിലാണല്ലോ. സൃഷ്ടി, ജീവിതം, ജനനം, മരണം, പുനർജനനം, പുനർ നവീകരണം, തുടർച്ച ഇവയെല്ലാറ്റിനും മാതൃകയാണ് താമര. ജീവിതത്തിന്റെ നാലു വ്യത്യസ്ത ഘട്ടങ്ങളെ താമര പ്രതിഫലിപ്പിക്കുന്നു. ഭൗതികം, വൈകാരികം, മാനസികം, അധ്യാത്മികം എന്നീ ജീവിതഭാവങ്ങളുടെ പ്രതീകമാണ് താമര. ജീവിതത്തിൽ എല്ലാ ഘട്ടങ്ങളും പൂർണ്ണതയാർജ്ജിച്ച് ഹൃദയകമലത്തിൽ വിലയം പ്രാപിക്കുന്നു. ഇളം ചുവപ്പോ, നീലയോ, വെള്ളയോ ആയ താമരമൊട്ടുകൾ സൂര്യനേയും ചന്ദ്രനേയും സൂചിപ്പിക്കുന്നു. പ്രകാശത്തിന്റെ ദ്വൈതഭാവങ്ങളാണല്ലോ സൂര്യചന്ദ്രന്മാർ. വെള്ള, മറ്റെല്ലാ രൂപങ്ങളുടെയും വിലയിതരൂപമാകുന്നതുപോലെ താമര പ്രപഞ്ചശക്തികളെയെല്ലാം തന്റെ ശ്വേത വർണത്തിൽ സമന്വയിപ്പിക്കുന്നു. താമരമൊട്ടുകളിൽ ചുവന്നവ സൂര്യനേയും, നീലനിറമുള്ളവ ചന്ദ്രനേയും, സൂചിപ്പിക്കുന്നുണ്ടെങ്കിലും രണ്ടുംകലർന്ന പ്രകാശത്തിന്റെ പ്രതിനിധാനമാണവ. പാവനമായ ജീവിതത്തിന്റെ ഏറ്റവും ഉന്നത ലക്ഷ്യമായ പൂർണ്ണതയുടെ മൂർത്തരൂപമാണ് താമര, അതുകൊണ്ടാണ് ദേവീദേവന്മാരും, ബുദ്ധ-ബോധിസത്വന്മാരും താമര കൈകളിൽ ധരിക്കുകയും, താമരയിൽ ആസനസ്ഥരായിരിക്കുകയും ചെയ്യുന്നത്. താമരയെപ്പോലെ നാം പരിതസ്ഥിതികളിൽ നിന്നും ഉയർന്ന് പൊങ്ങണം. ഉറപ്പുള്ള തണ്ടുപോലെ ശക്തിയാർജ്ജിച്ച്, വൈകാരികതയിൽനിന്നും മാറി യഥാർത്ഥജ്ഞാനത്തിന്റെ അന്തരീക്ഷം സ്വന്തമാക്കണം. പുതിയൊരു താപവും, ഊർജവും, പ്രകാശവും നേടിയെടുക്കണം.

പൂർണതയുടെ പ്രതീകമായ താമരയിലൂടെ ഭൂമി സ്വർഗമായി മാറുന്നു എന്നാണ് സങ്കല്പം. ജീവിതം പൂർണത നേടുന്നു. ബുദ്ധവിശ്വാസമനുസരിച്ച് താമരയ്ക്ക് സൂര്യനുമായി അഭേദ്യബന്ധമുണ്ട്. താമരയിതളുകൾ സൂര്യരശ്മികളെപ്പോലെയാണെന്നു വിശ്വാസം. ബോധോദയത്തിന്റെ

പ്രകാശമാണ് സൂര്യൻ. അതിനാൽ ധ്യാനാവസ്ഥയിൽ ബുദ്ധമതാനു യായികൾ താമരയെ മനക്കണ്ണിൽ ഉറപ്പിക്കുന്നു. ബാഹ്യവും, ആന്ത രികവും. ആദ്ധ്യാത്മികവുമായ എല്ലാ ഘടകങ്ങളും ധ്യാനത്തിൽ ഒന്നി ക്കുന്നു. താമര അദ്ധ്യാത്മികതയുടെ അമൃതാണ്. ധ്യാനത്തിലൂടെ ഈ അമൃതിന്റെ പാനം സാദ്ധ്യമാക്കുന്നു. അതുമൂലം മനസ്സ് സ്വസ്ഥമാകുന്നു, ഏകാഗ്രത വർദ്ധിക്കുന്നു. വിശ്വാസത്തിന്റെയും പ്രതീകമാണ് താമര. ചൈനയിലെ ബുദ്ധമതാനുയായികളുടെ നിഗമനത്തിൽ താമര നേട്ടങ്ങ ളുടെയും, ബോധോദയത്തിന്റെയും പ്രതീകമാണ്. സാധാരണവിലയി രുത്തലുകൾക്ക് അതീതമായ തലത്തിലാണ് താമരയുടെ സൗന്ദര്യം. താമര ദിവ്യജനനത്തിനും തുടക്കം കുറിക്കുന്നു. ബുദ്ധമതഗ്രന്ഥമായ ലളിതാവിസ്താരത്തിൽ "ഏറ്റവും ഉന്നതനായ വ്യക്തിയുടെ ആത്മാവ് കറയറ്റതാണ്. ചെളിയിൽനിന്നുയരുമ്പോഴും "കളങ്കലേശമില്ലാത്ത താമരപോലെ" എന്ന് പറഞ്ഞിരിക്കുന്നു.

ജപ്പാനിൽ പ്രചാരത്തിലുള്ള ബുദ്ധമതശാഖയിൽ വിടരാത്ത താമര മൊട്ട് മനുഷ്യഹൃദയത്തിന്റെ പ്രതീകമാണ്. സദ്ഗുണങ്ങൾ ഉച്ചസ്ഥായി യിൽ എത്തുമ്പോൾ താമരമൊട്ടു വികസിക്കുന്നു. അതുകൊണ്ടുതന്നെ താമര വിടരുന്നത് ഏറ്റവും ഉന്നതമായ സദ്ഗുണങ്ങളുടെ ആർജവവും, വികാസവുമായി ബന്ധപ്പെട്ടതാണ്. എല്ലാ സദ്ഗുണങ്ങളുടെയും, നന്മ കളുടെയും ഉത്തുംഗശൃംഗത്തിൽ എത്തുമ്പോൾ ആ വ്യക്തിക്ക് താമര ഇരിപ്പിടം സ്വായത്തമാകുന്നു. അതുകൊണ്ടാണ് ബുദ്ധൻ താമരയിൽ ഇരിക്കുന്നത്. ചൈനയിലെ ബുദ്ധമതക്കാർക്കിടയിൽ കൂമ്പിയ താമ രമൊട്ട് മനുഷ്യഹൃദയത്തിന്റെ പ്രതീകമാണ്. പൂർണമായ വിരിഞ്ഞ താമരയാകട്ടെ ബുദ്ധമനസ്സിന്റെ പ്രതീകവും. ടാവോയിസത്തിലും (താവോവിസം, Taoism) ഖെമർ വിശ്വാസത്തിലും താമരമൊട്ട് സാധാരണ മനുഷ്യന്റെ മനസ്സിനെ സൂചിപ്പിക്കുന്നു. ജ്ഞാനപ്രകാശം ഏൽക്കുമ്പോൾ ആ താമര വിരിയുന്നു. തന്ത്രവിദ്യകളിൽ താമര സ്ത്രീത്വ ത്തിന്റെ പ്രതീകമാണ്. താമരയുടെ വിവിധരൂപങ്ങൾ സ്ത്രീയുടെ വളർച്ച യുടെ വിവിധരൂപങ്ങളുമായി താരതമ്യം ചെയ്തിരിക്കുന്നു.

ബുദ്ധമതത്തിലെ പ്രധാനഗ്രന്ഥങ്ങളിലൊന്നായ വിമലകീർത്തീസൂ ത്രത്തിൽ ബോധിസത്വനായ മഞ്ജുശ്രീ ബുദ്ധനെ അഭിസംബോധന ചെയ്തുകൊണ്ട് ഇങ്ങനെ പറയുന്നു.

"പരിപാവനനെ, സൃഷ്ടിക്ക് അതീതനായവനെ ദർശിക്കാൻ ശഠി ച്ചുകൊണ്ട് തപസ്സിലിരിക്കുന്നവന് പരാശക്തിയെ സ്വന്തമാക്കാനാവി ല്ല, അവർക്ക് യഥാർത്ഥ ബോധപ്രകാശം ലഭിക്കുകയില്ല. എന്നാൽ

സൃഷ്ടിയെടുത്ത ജീവികൾക്കു നടുവിൽ, സത്യദർശനം എന്തെന്നറിയാത്ത മനുഷ്യജന്മങ്ങൾക്ക് യഥാർത്ഥ ആത്മജ്ഞാനത്തിലേക്ക് ഉയരുവാനുള്ള അർഹതയുണ്ട്.

പരിപാവനനെ, നീലത്താമരയും, ചെന്താമരയും, ശ്വേതപത്മവും, ആമ്പലും, വെള്ളാമ്പലും ഊഷരമായ വിജനപ്രദേശങ്ങളിലോ, വനഭൂവിലോ അല്ല വളരുകയും, പുഷ്പിക്കുകയും ചെയ്യുക. മറിച്ച് ചതുപ്പുനിലങ്ങളിലും ദുർഗന്ധം വമിക്കുന്ന ചളിവെള്ളത്തിലുമാണ് അവയുടെ ജനനവും വളർച്ചയും.

അതുപോലെ ബുദ്ധന് ആർജിതമായ ദിവ്യജ്ഞാനവും, ബുദ്ധഗുണങ്ങളും ഊഷരമായ ധ്യാനത്തിൽ മാത്രം മുഴുകിയിരിക്കുന്ന വ്യക്തിക്ക് ഒരിക്കലും ലഭിക്കുകയില്ല. പക്ഷേ, അജ്ഞാനത്തിലും, വികാരസാഗരത്തിലും പെട്ടുഴലുന്ന ഒരുവനു ലഭിക്കുവാനുള്ള അർഹതയുണ്ട്. വിത്തുകൾ ആകാശത്തു മുളയ്ക്കാറില്ല. അതിന് അവയെ മണ്ണിൽതന്നെ വിതയ്ക്കണം. അതുപോലെ ബുദ്ധഗുണങ്ങൾ പരമസത്യത്തെ അറിയാൻ വേണ്ടി യത്നിക്കുന്നവന് ലഭിക്കുകയില്ല. പക്ഷേ, സുമേരു പോലെ അഹന്തയുണ്ടായിരുന്ന ഒരു വ്യക്തിയുടെ മനസ്സിൽ വീഴുന്ന ഒരു തുള്ളി പ്രകാശം മതി അയാൾക്ക് ബുദ്ധജ്ഞാനത്തിലേക്ക് ഉള്ള വഴി കാട്ടാനായി. അങ്ങനെയുള്ള മനുഷ്യർക്ക് ബുദ്ധജ്ഞാനം ലഭ്യമായിരിക്കും.

പരിപാവനനെ, തഥാഗതന്മാരുടെ വംശം മുഴുവൻ ഈ ബോധം ഉൾക്കൊണ്ടവരാണ്. അവരെല്ലാവരുംതന്നെ വൈകാരികജീവിതസാഗരത്തിൽനിന്നും ഉയർന്നു വന്നവരാണല്ലോ. മഹാനുഭാവ, സമുദ്രാന്തർഭാഗത്തേക്കു കടന്നുചെല്ലാതെ ആർക്കാണ് അമൂല്യമായ മുത്തുകളും പവിഴങ്ങളും ശേഖരിക്കാനാകുക. അതുപോലെ തന്നെ വികാരസാഗരത്തെ അറിയാതെ, അതിൽ പ്രവേശിക്കാത്ത ആർക്കുംതന്നെ ബുദ്ധഗുണങ്ങളും, സർവ്വജ്ഞത്വമായ ബുദ്ധമനസ്സും നേടാനാവുകയില്ല.''

മഞ്ജുശ്രീ പറഞ്ഞുവയ്ക്കുന്നു: സംസാരസാഗരത്തിൽ ജനിച്ച്, ആ സാഹചര്യം അറിയുക എന്നുള്ളത് ബോധിസത്വനാകാൻ ആഗ്രഹിക്കുന്ന ആർക്കും അത്യാവശ്യമാണ്. ബുദ്ധഗുണങ്ങൾ നേടിയെടുക്കാൻ സാധാരണമനുഷ്യരുടെ ജീവിതം ജീവിച്ചറിയുകതന്നെ വേണം. അങ്ങനെയുള്ളവരാണ് എപ്പോഴും ധ്യാനത്തിൽ മുങ്ങിയിരിക്കുന്ന സന്യാസിമാരേക്കാൾ ബുദ്ധഗുണങ്ങൾ നേടിയെടുക്കാൻ ശ്രേഷ്ഠരായത്.

ചൈനയിലെ കവിയായ കുകായ് ഒരു ബുദ്ധസന്യാസിയായിരുന്നു. അദ്ദേഹം എഴുതിയ ചില വരികളാണിവ:

എണ്ണമറ്റ രാജ്യങ്ങളിലെ ബുദ്ധന്മാർ
നമ്മുടെ മനസ്സിനുള്ളിലെ ഏകബുദ്ധനാണ്
ആ സുവർണപത്മം സമുദ്രത്തിലെ
ജലകണങ്ങൾപോലെ
നമ്മുടെ ഉള്ളിൽത്തന്നെ വസിക്കുന്നു
ശതകോടിരൂപങ്ങൾ ഓരോ ശിലയിലും
ഒളിഞ്ഞിരിക്കുന്നു
ഓരോ ലോഹക്കഷണത്തിലും ഒരു മൂർത്തി
മറഞ്ഞിരിക്കുന്നു
സത്യത്തിന്റെയും നന്മയുടെയും മൂർത്തികളാണവ.
ഈ സത്യം ഉൾക്കൊള്ളാൻ കഴിഞ്ഞവർ
ജീവിതം ധന്യമെന്നറിയുന്നു, ജീവരൂപ
ങ്ങളെ സ്നേഹിക്കുന്നു. (14)

പല നിറങ്ങളിലുള്ള താമരകളെപ്പറ്റി ഗ്രന്ഥങ്ങളിൽ പ്രതിപാദിക്കുന്നുണ്ട്. നിറഭേദങ്ങളനുസരിച്ച് താമരയ്ക്കു നൽകിയിട്ടുള്ള അർത്ഥങ്ങളും മാറുന്നു.

വെള്ളത്താമര: നൈർമല്യത്തിന്റെ അധ്യാത്മികമായ പരമോന്നതത്വത്തിന്റെയും പ്രതീകമായി ബോധി എന്ന പേരിൽ വെള്ളത്താമരയെ പരിഗണിക്കുന്നു. ബുദ്ധമതത്തിലെ അഷ്ടമാർഗങ്ങളെ സൂചിപ്പിക്കും വിധം ഈ താമരയ്ക്ക് അഷ്ടദലങ്ങളുണ്ട്. ഗർഭ ധാതുമണ്ഡലം അഥവാ സൃഷ്ടിയുടെ ഉത്ഭവകേന്ദ്രമാണ് ഈ താമരയുടെ ഉറവിടം. ഇതാണ് ബുദ്ധന്റെ താമര. ആത്മീയ തത്വചിന്തകരും ഉപമാനമായി സ്വീകരിക്കുന്ന പുഷ്പം കൂടിയാണിത്. തിബത്തിലെ ബുദ്ധമതവിഭാഗത്തിൽ ഈ താമര ശ്വേതതാരയുടെ പ്രതീകമാണ്. നിറത്തിലും, രൂപത്തിലും എതിരില്ലാത്ത സൗന്ദര്യം പ്രസരിക്കുന്ന ദേവിയാണ് ശ്വേതതാര. ഹിന്ദുക്കൾ സരസ്വതീദേവിയെ വെള്ളത്താമരയിൽ ഉപവിഷ്ടമായ നിലയിൽ ആരാധിക്കുന്നു.

ചെന്താമര: സ്നേഹം, വികാരം, ദയ എന്നിങ്ങനെ ഹൃദയജന്യമായ ഗുണങ്ങളോടുചേർന്ന് സൃഷ്ടികർത്താവിന്റെ ഹൃദയമായിചെന്താമര പരിഗണിക്കപ്പെടുന്നു. ദയയുടെ മൂർത്തരൂപമായ അവലോകിതേശ്വരന്റെ താമരയാണിത്.

നീലത്താമര: വികാരങ്ങൾക്കു മുകളിൽ വിജയം നേടിയ ആത്മീയ ശക്തിയുടെ പ്രതീകമാണ് നീലത്താമര. ബുദ്ധി, വിവേകം വിജ്ഞാനം എന്നിവയുടെ മൂർത്തരൂപമായ മഞ്ജുശ്രീ എന്ന ബോധിസത്വന്റെ താമരയാണ് നീലത്താമര. പാതിവിടർന്ന മൊട്ടിന്റെ രൂപത്തിലാണ്

ഈ താമരയെന്നു സങ്കല്പം. പ്രജ്ഞാനപരിമിത എന്ന വിവേകത്തിന്റെ പരമോന്നതഭാവത്തിന്റെ മൂർത്ത രൂപമായി നീലത്താമരയെ കണക്കാക്കി വരുന്നു.

ഇളംചുവപ്പ താമര (പിങ്ക്): പരാശക്തിയുടെ പ്രതീകമാണ് പാടലവർണത്തിലുള്ള (pink) താമര. ഈ താമരയാണ് ഗൗതമബുദ്ധൻ കൈയിൽ ധരിക്കുന്നതും, ഇരിപ്പിടമാക്കിയിട്ടുള്ളതും. ലക്ഷ്മീ ദേവിയുടെ ആസ്ഥാനം പിങ്കു താമരയിലാണ്. പരിപൂർണ്ണതയുടെ പ്രതീകമാണ് ഈ താമര. അതുകൊണ്ടാണ് വിഷ്ണുവും, ലക്ഷ്മിയും, ബുദ്ധനും ഇത് ധരിച്ചിരിക്കുന്നത്.

പർപ്പിൾ താമര (വയലറ്റു കലർന്ന ചെന്താമര, ധൂമ്രവർണ്ണം: പ്രകൃതിയിൽ കാണാത്ത പുഷ്പമാണിത്. ഈ നിറത്തിലുള്ള ഒരു താമരയിനം ഇല്ല. ബുദ്ധമതത്തിലെ ചില ഗൂഢവിഭാഗങ്ങളുടെ (mystic) താമരയാണിത്. ഇത്തരം ബുദ്ധവിശ്വാസികൾ മൂന്നു തണ്ടുകളുള്ള പർപ്പിൾ താമരയെ ഉപാസിക്കുന്നു. മൂന്നു തണ്ടുകൾ ഗർഭധാതുമണ്ഡലത്തിന്റെ മൂന്നുവിഭാഗങ്ങളുടെ പ്രതീകമാണ്. (വൈരോകന, താമര, വജ്രവിഭാഗങ്ങൾ). അഞ്ചു തണ്ടുകളുള്ള പിങ്കു താമരയും രേഖപ്പെടുത്തിയിട്ടുണ്ട്. അഞ്ചുതണ്ടുകൾ വജ്രധാതുവിന്റെ അഞ്ചുവിഭാഗങ്ങളെ പ്രതിനിധീകരിക്കുന്നതായി വിശ്വസിക്കുന്നു. എട്ടിതളുള്ള ഈ താമര ബുദ്ധമതത്തിലെ അഷ്ടമാർഗങ്ങളെ പ്രതിനിധീകരിക്കുന്നതായി വിശ്വസിക്കുന്നു. കൂടാതെ വജ്രായനബുദ്ധമതവിഭാഗത്തിലെ എട്ടു ഉപമൂർത്തികളെക്കൂടി സൂചിപ്പിക്കുന്നു. (അവർ ഈ എട്ടുദലങ്ങളിൽ വസിക്കുന്നതായി വിശ്വാസം) (വജ്രധാതു അഥവാ വജ്രധാതുമണ്ഡലം ഒരു നിഗൂഢ, അതീന്ദ്രീയമായ തലമാണ്. അവിടെയാണ് അഞ്ച് ധ്യാനി ബുദ്ധൻമാൻ സ്ഥിതി ചെയ്യുന്നത്. അമോഘസിദ്ധി, അമിതാഭൻ, വൈരോചനൻ, രത്നസംഭവൻ, അക്ഷോഭ്യൻ എന്നിവരാണവർ. വജ്രശേഖരസൂത്രമെന്ന നിഗൂഢഗ്രന്ഥത്തിൽ (metaphysical text) ഈ ധാതുമണ്ഡലത്തെപ്പറ്റി വിശദമായി പ്രതിപാദിക്കുന്നു.

പത്മാസനത്തിൽ എട്ടിതളുള്ള പത്മത്തിൽ ഇരിക്കുന്ന നിലയിലാണ് ബുദ്ധന്റെ ചിത്രീകരണം. പ്രാചീനകാലംമുതൽ ആധുനികകാലം വരെ ധ്യാനത്തിൽ ഇരിക്കുന്നത് പദ്മാസനത്തിലാണ്. ബുദ്ധനെപ്പോലെ ബ്രഹ്മാവും ആസനസ്ഥനായിരിക്കുന്നത് പദ്മത്തിൽ പദ്മാസനത്തിലാണ്.

താമരയെന്ന പ്രതീകം ശ്രീബുദ്ധൻ ആവോളം ഉപയോഗപ്പെടുത്തിയിട്ടുണ്ട്. താമരയുടെ വളർച്ചയുടെ നാലുഘട്ടങ്ങളെ സാധാരണമനുഷ്യനും

അവന്റെ ബോധോദയത്തിനിടയ്ക്കുള്ള കാലഘട്ടവുമായി താരതമ്യം ചെയ്യുന്നു.

1. വളർച്ച തുടങ്ങുന്ന ഒരു താമരമൊട്ട്.

2. ജലോപരിതലത്തിൽ എത്താറായ താമരമൊട്ട്

3. ജലോപരിതലത്തിൽ നിന്നുയർന്ന്, തുറക്കാത്ത മൊട്ട്

4. ജലോപരിതലത്തിൽ നിന്നുയർന്ന്, സൗന്ദര്യത്തിന്റെയും നൈർമല്യത്തിന്റെയും പ്രതീകമായി വിടരാൻ വെമ്പി നില്ക്കുന്ന താമരമൊട്ട്.

ബുദ്ധമതത്തിൽ താമരമൊട്ട് ഒരു പ്രധാന പ്രതീകമാണ്. സ്വന്തം സാഹചര്യങ്ങൾക്ക് അനുസൃതമായി ഭക്തനു നേടാൻ കഴിയുന്ന ബോധോദയത്തിന്റെ വിവിധ അവസ്ഥകളെ താമരമൊട്ടിന്റെ വളർച്ച സൂചിപ്പിക്കുന്നു. വിരിയാത്ത താമരമൊട്ട് മറ്റു പുഷ്പങ്ങളേക്കാൾ അധികദിവസം വാടാതെ നിലനിൽക്കുന്നു. മാത്രമല്ല ജലത്തിൽ മൂർത്തിക്കു മുമ്പിൽവച്ചാൽ ഈ മൊട്ടു വിരിയുകയും ചെയ്യും. അതുകൊണ്ട് താമരമൊട്ടിന് ഉയർത്തെഴുന്നേല്ക്കാൻ കഴിവുള്ളത് നാശമില്ലാത്തത് എന്ന അർത്ഥതലം കൂടിയുണ്ട്.

പദ്മസൂത്രം

മഹായാന ബുദ്ധമതവിഭാഗത്തിന്റെ ആധ്യാത്മിക അടിത്തറ പാകിയ ഗ്രന്ഥമാണ് പദ്മസൂത്രം. ശ്രീബുദ്ധന്റെ ചിന്താസത്തകളെ ക്രോഡീകരിക്കുന്ന ഗ്രന്ഥമാണിത്. അഞ്ഞൂറു വർഷം ഈ ഗ്രന്ഥം വ്യാളികളുടെ ലോകത്ത് (നാഗലോകം) സൂക്ഷിച്ചുവത്രെ. അതിനുശേഷം കാശ്മീരിലെ നാലാം ബുദ്ധമതസമ്മേളന സമയത്താണ് ഈ ഗ്രന്ഥം മനുഷ്യരുടെ മുമ്പിൽ സമർപ്പിക്കപ്പെട്ടത് എന്നാണ് ബുദ്ധമതവിശ്വാസം. കുമാരജീവ 406 എഡിയിൽ പത്മസൂത്രം ചൈനീസ് ഭാഷയിലേക്കു വിവർത്തനം ചെയ്തു. പിന്നീട് അത് ജാപ്പാനീസ് ഭാഷയിലും, ഇംഗ്ലീഷിലും മൊഴിമാറ്റം ചെയ്യപ്പെട്ടു. ശ്വേതപത്മസൂത്രം സംസ്കൃതത്തിൽ ഉദാത്തമായ ധർമ്മത്തിന്റെ സൂത്രം എന്ന നിലയിൽ 'സാധർമ്മ പുണ്ഡരിക സൂത്രം' എന്നും അറിയപ്പെടുന്നു.

ഈ ഗ്രന്ഥത്തിൽ ബുദ്ധമതചിന്തകളുടെ സത്തായി താമര സങ്കല്പിക്കപ്പെടുന്നു. 'ഓം നമ്യോഹം രംഗോക്യോ' എന്നതാണ് പദ്മസൂത്രത്തിന്റെ മന്ത്രം. ഇതിന്റെ വാച്യാർത്ഥം 'പദ്മസൂത്രത്തിലെ അധ്യാത്മിക തത്വത്തിന് വേണ്ടി സ്വയം സമർപ്പിക്കുക എന്നതാണ്. ജപ്പാനിലെ ബുദ്ധമതാചാര്യനായ നക്കീരന്റെ ബുദ്ധമത ഉപവിഭാഗത്തിന്റെ

ആരാധനാമന്ത്രമാണിത്. ഇന്നും ഈ മന്ത്രത്തിന്റെ ആലാപനം തുടർന്നു വരുന്നു.

പദ്മസൂത്രത്തെപ്പറ്റിയുള്ള വിശദീകരണത്തിൽ ജോൺസൺ എഴുതുന്നു:

"താമരപ്പൂ ആദ്ധ്യാത്മികജീവിതത്തിന്റെ ശാശ്വതഭാവത്തെ സൂചിപ്പിക്കുന്നു. ചളിയിൽ നിന്നും, ചതുപ്പിൽനിന്നും (ഭൗതികലോകം, ശരീരം) ഉയർന്ന് ജലമദ്ധ്യത്തിലൂടെ (ഐന്ദ്രിയപരമായ വികാരലോകം) ആകാശത്തിന്റെ ശുദ്ധവായുവിലേക്ക് (മാനസികമായ വളർച്ച) വിടരുന്ന വെള്ളതാമരപ്പൂ ദാർശനികമായ ആത്മപ്രകാശത്തെ (ധർമ്മത്തെ) തേടുന്ന ഭക്തന്റെ പ്രതീകമാണ്. സ്വർഗപ്രാപ്തിക്ക വേണ്ടിയുള്ള പുണ്യങ്ങളുടെ എല്ലാം പ്രതീകമായ നാലു ബോധിസത്വന്മാരും അവരാൽ നയിക്കപ്പെടുന്ന ഭൂമിയിൽ നിന്നുയർന്നു വന്ന നിരവധി ബോധിസത്വന്മാരെയും ശ്വേതപദ്മം പ്രതിനിധീകരിക്കുന്നു. അവരെല്ലാം നിർവ്വാണത്തിന്റെ സത്തയെ അന്വേഷിച്ചവരത്രെ. കാരണവും, ഫലവും തമ്മിലുള്ള അഭേദ്യബന്ധത്തെയും, സങ്കല്പവും, യാഥാർത്ഥ്യവും തമ്മിലുള്ള ചേർച്ചയേയും, പരിശ്രമവും, ബോധോദയയും തമ്മിലുള്ള ഐക്യത്തെയും താമരയെന്ന പ്രതീകത്തിൽ കാണാം." (15)

താമരവിത്ത് യാഥാർത്ഥ്യത്തെ പ്രതിനിധീകരിക്കുന്നു. (അതായത് ആത്മപ്രകാശത്തിന്റെ ഫലം). അതേസമയം താമരപ്പൂ പ്രതിനിധീകരിക്കുന്നത് ആത്മപ്രകാശം നേടാനുള്ള മാർഗ്ഗത്തെയാണ്. പദ്മസൂത്രത്തിൽ നിന്നുമുള്ള ചില ഉദ്ധരണികൾ താഴെക്കൊടുക്കുന്നു. (ജോൺസന്റെ പരിഭാഷയിൽനിന്നും)

1. താമരവിത്തിനുവേണ്ടിയാണ് താമരപ്പൂ നിലനില്ക്കുന്നത്. അതായത് യാഥാർത്ഥ്യം നേടിയെടുക്കാൻ ഒരു മാർഗ്ഗം ആവശ്യമുണ്ട്. പദ്മസൂത്രത്തിൽ പറയുന്നു:

"അവസാന വിലയനത്തിന് മാർഗ്ഗമന്വേഷിച്ച ഞാൻ

പല പാതകൾ നിർദ്ദേശിച്ചു

പക്ഷേ, യഥാർത്ഥത്തിൽ എല്ലാ പാതകളും

ഒരേ പാതയിൽ ചെന്നെത്തി

ബോധോദയത്തിന്റെ പാതയിൽ..."

2. താമരപ്പൂ വിടരും, താമരഫലത്തെ വെളിവാക്കും. അതുപോലെ മാർഗ്ഗങ്ങൾ വിടർന്ന് യാഥാർത്ഥ്യത്തെ കാട്ടിത്തരുന്ന ബോധോദയം വിടരുന്ന താമരപ്പൂപോലെയാണ്.

3. താമരപ്പൂവിന്റെ ഇതളുകൾ വാടിവീഴും. പക്ഷേ ഫലം നിലനിൽക്കും. യാഥാർത്ഥ്യത്തിലേക്ക് എത്തിച്ചേരാനുപയോഗിച്ച ഉപാധികൾ എല്ലാം നശിച്ചാലും യാഥാർത്ഥ്യം നിലനില്ക്കും. പദ്മസൂത്രത്തിൽ പറയുന്നു:

"കാര്യകാരണങ്ങൾ എല്ലാം മറന്ന് മനസ്സ് പരമമായ സുബോധത്തിന്റെ ആത്മപ്രകാശത്തിന്റെ, വെള്ളിവെളിച്ചത്തിലേയ്ക്ക് ഉണരും."

വിത്തുകളെ വഹിക്കുന്ന താമരഫലം ഉറവിടത്തിന്റെയും താമര പുഷ്പം സാക്ഷാൽക്കാരത്തിന്റെയും പ്രതീകങ്ങളാണ്.

4. ഉറവിടമായ താമരക്കിഴങ്ങിൽനിന്ന് താമരമൊട്ട് ഉടലെടുക്കുന്നു. താമരമൊട്ടിന്റെ സുസ്ഥിതി താമരക്കിഴങ്ങിനെ അനുസരിച്ചിരിക്കുന്നു. പദ്മസൂത്രം പറയുന്നതു നോക്കുക:

"ഞാൻ യഥാർത്ഥത്തിൽ ബോധോദയം ലഭിച്ച് ശാശ്വതത്വം ലഭിക്കാനാണ് ഇവിടെ വന്നിരിക്കുന്നത്. ജനങ്ങളെ അഭ്യസിപ്പിക്കാനും സ്വാധീനിക്കാനുമായി ഞാൻ ചെറുപ്പത്തിലേ വീടുവിട്ടു. എന്നിട്ട് 'സംബോധി' (പരിപൂർണ്ണമായ ആത്മജ്ഞാനം) സമാർജിച്ചു."

5. താമരമൊട്ട് വിടർന്ന് താമരമലരായി, താമരയുടെ സ്വത്വം വെളിപ്പെടുത്തുന്നു. താമരയുടെ സാക്ഷാത്കാരം, താമരയുടെ കാരണത്തെപ്പറ്റിയും നമുക്ക് അറിവു തരുന്നു. പദ്മസൂത്രത്തിൽ പറയുന്നു:

'ലോകമെങ്ങും എല്ലാവരും കരുതുന്നത് ഞാൻ ഈ ജീവിതത്തിൽ, ആദ്യമായിട്ടാണ് ആത്മജ്ഞാനവും, ആത്മപ്രകാശവും നേടിയെടുത്തത്. എന്നാൽ സത്യം അതല്ല. ഞാൻ എണ്ണമറ്റ തവണ ജീവിതം കൈക്കൊള്ളുകയും ആത്മജ്ഞാനം നേടുകയും ചെയ്തിട്ടുണ്ട്. അപ്പോഴൊക്കെ വിടർന്ന താമരപോലെ ഞാനെന്റെ സ്വത്വത്തെയും ആത്മജ്ഞാനത്തെയും വെളിവാക്കിയിട്ടുണ്ട്.

6. പൂ പൊഴിഞ്ഞുപോകും, താമര അതിന്റെ ലക്ഷ്യം കൈവരിച്ചു. അതായത് ലക്ഷ്യം കൈവരിക്കാനായി പ്രത്യക്ഷരൂപം കൈവെടിഞ്ഞു. പദ്മസൂത്രത്തിൽ പറയുന്നു:

'ബുദ്ധന്റെ എല്ലാ ഉദ്ബോധനങ്ങളും ഇതുപോലെയാണ്. എപ്പോഴും ജീവികളെ രക്ഷിക്കാനായി മാത്രമാണ്. ആ ഉദ്ബോധനങ്ങളൊക്കെത്തന്നെയും സത്യമാണ്. ഒന്നുംതന്നെ അസത്യമല്ല." (16)

ബുദ്ധനായിത്തീരാനുള്ള പ്രയത്നത്തിന്റെ പടവുകൾ താമര എന്ന പ്രതീകത്തിലൂടെ വ്യക്തമാക്കാൻ ടിബത്തിലെ ബുദ്ധമതവിശ്വാസക്കാരും ശ്രമിക്കുന്നു. അവരുടെ സങ്കല്പത്തിൽ ബുദ്ധൻ ധ്യാനനിമഗ്നനായി താമരയിൽ ഉപവിഷ്ടനാണ്. യുദ്ധങ്ങളും, വെറുപ്പും, അവിശ്വാസവും, ഉത്കണ്ഠയും, മറ്റു പല താമസവികാരങ്ങളും ചേർന്ന ഭൗതികതയുടെ പരിതസ്ഥിതിയിൽ നിന്നാണ് ദയാമൂർത്തിയും, വിവേകത്തിന്റെ ഉത്തമസ്വരൂപവുമായ ശ്രീബുദ്ധന്റെ ഉദയം. താമസവികാരങ്ങൾ മനുഷ്യരെ സ്വാർത്ഥരാക്കുന്നു, സ്വയം പീഢിതരാക്കുന്നു, മറ്റുള്ളവരെ പീഢിപ്പിക്കുന്നു. അജ്ഞാനത്തിൽനിന്ന് മാറി, യാഥാർത്ഥ്യത്തെ അറിയാനും, മായാമറയിൽനിന്ന് സത്യത്തെ കാണാനും, മറ്റു ജനങ്ങളുടെ ജീവിത ദൈന്യം കണ്ടറിയാനും താമരയിലിരിക്കുന്ന ബുദ്ധനെപ്പോലെ നമുക്കും കഴിയും. യഥാർത്ഥബോധത്തിലേക്ക് നാം ഉണരും. ബുദ്ധന്മാരും ആദ്യഘട്ടത്തിൽ സാധാരണമനുഷ്യരായിരുന്നു. യുദ്ധം, മാത്സര്യം, അസൂയ, വെറുപ്പ്, എന്നിങ്ങനെയുള്ള ജീവസഹജമായ വികാരദൗർബല്യങ്ങളിൽ നിന്നും അവർ വിമുക്തി നേടി. ധ്യാനത്തിലൂടെ അവർ ഇതിനെയൊക്കെ അതിജീവിച്ചു. താമരയെപ്പോലെ ചളിയിൽ നിന്നും (മേൽ പറഞ്ഞ ദൗർബല്യങ്ങളിൽനിന്നും) പരിപൂർണമായ മോചനം നേടി ഉയർന്ന്, നിഷ്കളങ്കനായി, ബൗദ്ധികപ്രകാശം സ്വന്തമാക്കി ഉജ്ജ്വലപ്രഭയോടെ വിലസുന്നു, താമരയിൽ ആസനസ്ഥരായിരിക്കുന്നു.

താമരയുടെ പൂർണതയിലും, ചളിയിൽ വളരുന്ന കിഴങ്ങുമായുള്ള ബന്ധം മുറിഞ്ഞുപോകുന്നില്ല. അതുപോലെ ബുദ്ധന്മാരും, പൂർണ്ണതയിൽ അഭിരമിക്കുമ്പോഴും ചുറ്റുമുള്ള അജ്ഞാനികളായ ജനങ്ങളെ പരിഹാസത്തോടെയോ, അവജ്ഞയോടെയോ വീക്ഷിക്കുകയല്ല ചെയ്യുന്നത്. ഉള്ളു നിറഞ്ഞ ദയാവായ്പോടെ, അജ്ഞാനത്തിൽനിന്നും, ദൈന്യതകളിൽ നിന്നും മോചനം നൽകി അവരിൽ ജ്ഞാനപ്രകാശം ഉണ്ടാക്കുവാൻ അക്ഷീണം പ്രയത്നിച്ചു. അവർക്കെല്ലാം ബുദ്ധന്മാരാകാനുള്ള മാർഗ്ഗം കാണിച്ചുകൊടുത്തു. ഈ ആശയം ബുദ്ധമതഗ്രന്ഥങ്ങളിൽ ആവർത്തിച്ച് ഉപപാദിക്കുന്നുണ്ട്.

താമര-ടിബറ്റൻ, ചൈനീസ് ബുദ്ധമതങ്ങളിൽ

ചെറിയ വ്യത്യാസങ്ങളോടെ താമരയുടെ പ്രതീകാത്മകതയെ ടിബറ്റിലും, ചൈനയിലുമുള്ള ബുദ്ധമതവിശ്വാസികളും പിൻതുടരുന്നു. ടിബറ്റുകാരുടെ ഏറ്റവും പാവനമായ മന്ത്രമാണ് 'ഓ മണി പദ്മേ ഹും'. ചെൻ റെസിഗ് എന്നു പേരുള്ള അവലോകിതേശ്വരനെ (ബോധിസത്വൻ) ധ്യാനിച്ച് ഈ മന്ത്രം നിശ്ശബ്ദമായോ, അല്ലാതെയോ ചൊല്ലി

ഭജിക്കുകയാണ് ചെയ്യുന്നത്. ബോധിസത്വൻ ചെൻറെസിഗ് ദയയുടെ മൂർത്തിഭാവമാണ്. (17) ബുദ്ധന്റെ ഉപദേശങ്ങളുടെ സത്ത (ആത്മാവ്) ഈ മന്ത്രത്തിലുണ്ടെന്നും, അതു പരിഭാഷയ്ക്കു വഴങ്ങുന്നതല്ലെന്നും വിശ്വസിക്കപ്പെടുന്നു. 'ഓം മണി പദ്മേ ഹും'. എന്നത് ആറ് ഉച്ചാരണശബ്ദങ്ങൾ (6 Syllables) ഉള്ള സംസ്കൃതത്തിലെ ഒരു പാവനമന്ത്രമാണ്. ടിബറ്റൻ ഭാഷയിൽ ചെൻ റെസിഗ് എന്നും ചൈനയിൽ ഗ്വാൻയിൻ എന്നും വിളിക്കുന്ന ഷഡാക്ഷരിരൂപമായ അവലോകിതേശ്വരന്റെ വിശുദ്ധമന്ത്രമാണിത്. പത്മം എന്നാൽ താമര, മണി എന്നാൽ വജ്രം എന്നാണ് ഇവിടത്തെ അർത്ഥം. താമരയിൽ വജ്രംപോലെ തിളങ്ങുന്നവനേ എന്നർത്ഥം (Jewel in the lotus എന്ന് ഇംഗ്ലീഷ് പരിഭാഷ).

മറ്റൊരു രീതിയിൽ പറഞ്ഞാൽ പ്രപഞ്ചത്തിന്റെ പ്രതീകമായ താമരയുടെ അലങ്കാരം എന്നോ, പ്രപഞ്ചപത്മത്തിൽ വജ്രംപോലെ വിളങ്ങുന്നവ എന്നോ അർത്ഥം കല്പിക്കാം. ഈ മന്ത്രം വിപരീതങ്ങളുടെ സമന്വയവും വെളിവാക്കുന്നു, മൃദുലവും, നശ്വരവുമായ താമര, അതിനുള്ളിൽ കഠിനവും ശാശ്വതവുമായ വജ്രം. മായാമോഹങ്ങളിൽ നിന്നും, നശ്വരജീവിതത്തിലെ ഗതി വിഗതികളിൽനിന്നും വിമുക്തി നേടി ശാശ്വതമായ പ്രകാശത്തെ അറിയട്ടെ എന്ന പ്രാർത്ഥനയാണ് ഈ മന്ത്രം. ഇതിലെ ആറ് കാരണശബ്ദങ്ങൾക്ക് (syllables) ന് ഗഹനമായ അർത്ഥതലങ്ങളുണ്ട്. (18)

ഓം: നിസ്വാർത്ഥത, ഔദാര്യം, വിവേകം (അഹം, എന്ന ഭാവത്തിന്റെ നിർമാർജനം.

മ: ധാർമികത, ദയ (അസൂയ, കാമം എന്നിവയുടെ നിർമാർജനം)

ണി: ക്ഷമ, ശരീരം-ഭാഷണം,മനസ്സ് എന്നിവയുടെ ഏകീകരണം (വികാരങ്ങളെയും, ആഗ്രഹങ്ങളെയും ഏകീകരിപ്പിക്കുന്നു.)

പദ്: ജാഗ്രത, സമത്വം (അജ്ഞതയേയും, മുൻവിധി, ദുരാഗ്രഹം എന്നിവയും ദൂരീകരിക്കുന്നു)

മേ: ത്യാഗം, പരിത്യാഗം, പരമാനന്ദം (ശ്രുദ്ധീകരണം, ദാരിദ്ര്യം, സ്വന്തമാക്കാനുള്ള മോഹം എന്നിവയുടെ നിർമാർജനം)

ഹും: ജ്ഞാനം, ഭൂതദയ (ആക്രമണസ്വഭാവം, വിദ്വേഷം എന്നിവയൊക്കെ ഇല്ലാതാക്കുന്നു.)

ഈ മന്ത്രത്തിലെ നാലു വാക്കുകൾക്ക് മറ്റ് ഗൂഢാർത്ഥങ്ങളുമുണ്ട്.

ഓം: ബുദ്ധമതവിശ്വാസം അനുസരിച്ച് ഓം ശബ്ദവീചികൾ അനുയായിയുടെ ശരീരം, ഭാഷണം, മനസ്സ് എന്നിവയിൽ അനുരണനം സൃഷ്ടിച്ച്

ബുദ്ധനോടും, മറ്റുജീവജാലങ്ങളോടും തുലനസ്ഥിതി ഉണ്ടാക്കുന്നു.

മണി: വജ്രം എന്നർത്ഥം. അനുകമ്പയും, സ്നേഹവുമായിത്തീർന്ന് ഭൂതദയയുടെ വെളിച്ചം പ്രാപിക്കാൻ ഭക്തനെ സഹായിക്കുന്നു.

പദ്മെ: പദ്മം വിവേകത്തിന്റെ ചിഹ്നമാണ്. സംസാരത്തിന്റെ എല്ലാ ശക്തികളെയും അതിജീവിച്ച്, ഉയർന്ന്, വികസിച്ച്, ബോധോദയത്തിന്റെ പ്രകാശം തേടുന്ന താമരയെപ്പോലെ ഭക്തനും മായയിൽനിന്നും വിമോചനം നേടാം.

ഹൂം: അസ്വസ്ഥമാക്കാൻ കഴിയാത്തത് എന്നർത്ഥം. പ്രയത്നം കൊണ്ടും, വിവേകം കൊണ്ടും സമാർജ്ജിക്കാൻ കഴിയുന്ന നൈർമല്യത്തെ പ്രതിനിധാനം ചെയ്യുന്നു ഈ ശബ്ദം. (19)

ടിബറ്റൻ ബുദ്ധമതാനുയായികളുടെ ആത്മീയാചാര്യനായ ദലൈലാമ 'ശ്വേതപത്മത്തിന്റെ ദേവനായി' പരിഗണിക്കപ്പെട്ടു വരുന്നു. എല്ലാ വർണ്ണങ്ങളുടെയും സമന്വയമാണല്ലോ ശുഭ്രനിറം. അധ്യാത്മികതയുടെ കളങ്കരഹിതമായ നൈർമല്ല്യത്തിന്റെ പ്രതീകമാണ് വെള്ളത്താമര. ചീനരുടെ സങ്കല്പമനുസരിച്ച് സുഗന്ധം, മാർദ്ദവം, നൈർമല്യം, സൗന്ദര്യം എന്നീ നാലു ഗുണങ്ങളും താമരയിൽ ഒത്തുചേരുന്നു. കാലത്തെ വെല്ലാൻ കഴിയുന്ന ശക്തി താമരയിലുണ്ടെന്നാണ് ചൈനയിലെ വിശ്വാസം. താമരക്കിഴങ്ങും താമരയും ഒരേ കാലത്ത് പുഷ്ടിപ്പെടുന്നുണ്ടല്ലോ. ഒന്നിന്റെ നാശത്തിൽ നിന്നല്ല മറ്റൊന്നിന്റെ വികാസം. കാലത്തിന്റെ പരിമിതികളെ നമുക്കും അതിജീവിക്കാം എന്നാണ് സൂചന.

ചൈനയിലെ ബുദ്ധമതവിഭാഗങ്ങളിലെ പ്രതീകാത്മകതയും തത്ത്വചിന്തയും വിശദമാക്കിക്കൊണ്ട് ഫിറ്റസ്ജറാൽഡ് എഴുതുന്നു: ബുദ്ധമതം എത്തുന്നതിനു മുമ്പുതന്നെ താമര ചൈനക്കാർക്ക് പ്രിയംകരമായ പുഷ്പമായിരുന്നു. ഗ്രീഷ്മത്തിന്റെ വരവിനെ വിളിച്ചറിയിച്ചുകൊണ്ട് ജലാശയങ്ങളിൽ ഉയർന്നുനിന്നു പ്രകാശവും, ആഹ്ലാദവും പരത്തുന്ന താമരയെ ആ നാട്ടുകാർ ബഹുമാനിക്കുകയും ആദരിക്കുകയും ചെയ്തിരുന്നു. തുറന്ന മനസ്സുള്ളവരുടെ ശാശ്വതപ്രതീകങ്ങളായ എട്ടുദേവന്മാർ കരങ്ങളിൽ താമര ചൂടുന്നു. നൈർമല്ല്യത്തെയും, പുനഃസൃഷ്ടിക്കുള്ള കഴിവിനെയും ഓർമ്മിപ്പിക്കുന്നതായിരുന്നു താമര. താമരയെ പൂജനീയമായി കരുതുന്ന ചൈനയിലെ ബുദ്ധമതവിഭാഗം (Lotus Sect of Chinese Budhism) വിശ്വസിക്കുന്നത് പുണ്യപ്രവൃത്തികളും, ധ്യാനവും അവരെ സ്വർഗം (മോക്ഷം) കൈവരിക്കുവാൻ സഹായിച്ചും എന്നാണ്. അങ്ങനെയുള്ളവർക്ക് ജന്മങ്ങളുടെ ശൃംഖലയിൽനിന്നും വിമുക്തരായി പശ്ചിമസ്വർഗത്തിൽ എത്തിച്ചേരാനാകും എന്നാണ് വിശ്വാസം. ഈ

താമര അർപ്പിക്കുന്ന ദേവി: താമരയിൽ നിന്നും *ഓം മണി പദ്മെ ഹൂം* എന്ന മന്ത്രം ഉദ്ഗമിക്കുന്നു.

പശ്ചിമസ്വർഗം അതിമഹത്തും വിശിഷ്ടവുമാണ്. ഇവിടെ അതിശ്രേഷ്ഠമായ ഏഴു സരസ്സുകൾ ഉണ്ട്. അടിയിൽ സുവർണരേണുക്കൾ നിറഞ്ഞ ഈ സരസ്സിൽ വലിയ വണ്ടിചക്രങ്ങളുടെ വലിപ്പമുള്ള താമരകൾ നിറഞ്ഞു നിൽക്കുന്നു. നീലയും, ചുമപ്പും, മഞ്ഞയും, വെള്ളയും താമരകൾ. നീലത്താമരകളിൽനിന്നും നീലവെളിച്ചവും, ചുവന്ന താമരകളിൽനിന്നും ചുവന്ന വെളിച്ചവും, വെള്ളത്താമരകളിൽനിന്നും വെള്ളവെളിച്ചവും മഞ്ഞത്താമരകളിൽനിന്നും മഞ്ഞവെളിച്ചവും പ്രസരിക്കും. എല്ലാ താമരകൾക്കും അനന്യമായ സുഗന്ധവും ഉണ്ടാകും. വെള്ളത്താമര നൈർമല്യത്തിന്റെയും, നീലത്താമര നന്മയുടെയും, ചുവന്ന താമര ബോധോദയത്തിന്റെയും, മഞ്ഞത്താമര ആദ്ധ്യാത്മികൌന്നത്യത്തിന്റെയും പ്രതീകങ്ങളാണ്. പശ്ചിമസ്വർഗ്ഗത്തിൽ എത്തുന്ന ഓരോ ആത്മാവും അതിനു വിധിക്കപ്പെട്ട താമര വിടരാനായി കാത്തുനില്ക്കുന്നു. ഭൂമിയിൽ പുണ്യം ആർജിച്ചിട്ടുള്ള മഹത്വം നിറഞ്ഞവരുടെ ആത്മാക്കൾക്കുവേണ്ടി താമരകൾ ഉടനടി തുറക്കപ്പെടുന്നു. അതുപോലെതന്നെ ആത്മാക്കളുടെ പുണ്യത്തിന്റെ തോതനുസരിച്ച് താമരകൾ കൂമ്പുകയോ, വാടുകയോ, വിടരുകയും ചെയ്യുമത്രെ! മഹത്വം നിറഞ്ഞവരുടെ ആത്മാക്കളെ സ്വീകരിക്കുവാനുള്ള താമരയും വിടരുമത്രെ. (20)

ചൈനയിൽ ശവദാഹ സമയത്ത് ബന്ധുക്കൾക്ക് താമരമുദ്ര പതിപ്പിച്ച നന്ദിസന്ദേശം അടങ്ങിയ കവറുകൾ കൈമാറുന്ന പതിവുണ്ട്.

താമരസുഗന്ധം ഉള്ള തിരികൾ കത്തിക്കുന്നതും പതിവാണ്. താര എന്ന ദേവിയെ അവർ താമര എന്നും വിളിക്കാറുണ്ട്. ഭൂതദയയുടെ മൂർത്തിയായ ക്വാൻയിൻ എന്ന ദേവത താമരയിൽ ഉപവിഷ്ടയായി കണ്ണുകൾ താഴ്ത്തി താമരയെ വീക്ഷിച്ചുകൊണ്ട് സ്ഥിതി ചെയ്യുന്നു. നൈർമല്ല്യത്തിന്റെ പ്രതീകമായ താമര അദ്ധ്യാത്മികതയുടെ ശുദ്ധജലം വഹിക്കുന്ന സരസ്സിൽ വിടരുന്നു എന്ന് വിശ്വാസം. അങ്ങനെ ആദ്ധ്യാത്മികതയുടെ ജലം വഹിക്കുന്ന സരസ്സിൽ (ആദ്ധ്യാത്മികത നിറഞ്ഞുനില്ക്കുന്ന ഭക്തന്റെ മനസ്സിൽ) താമരയുടെ കിഴങ്ങ് (വിത്ത്) വേഗം വേരുറയ്ക്കും, അതിൽനിന്നും സുഗന്ധം പരത്തുന്ന താമരപ്പൂ വിരിഞ്ഞ് ഉല്ലസിക്കും. ആദ്ധ്യാത്മികചിന്തകൾ നിറഞ്ഞ മനസ്സിൽ ജ്ഞാനത്തിന്റെ പ്രകാശം (ജ്ഞാനപദ്മം) വിടരാൻ എളുപ്പമാണെന്നു സാരം. അങ്ങനെയുള്ളവർ സാമാന്യജനങ്ങളുടെ എല്ലാ അസംസ്കൃതചിന്തകളിൽനിന്നും പെരുമാറ്റങ്ങളിൽനിന്നും വിട്ടകന്ന് ആകാശത്തിൽ ഉയർന്നു നില്ക്കുന്ന താമരപ്പൂപോലെ നിലനില്ക്കും. മഹായാന ബുദ്ധവിഭാഗത്തിൽ ഈ ചിന്താധാര ഒരു പടികൂടി കടന്ന് വളരുന്നു. "ഈ പുഷ്പം കുന്നുകളിലോ, പർവ്വതങ്ങളിലോ, മറ്റ് ഉയർന്ന പ്രദേശങ്ങളിലോ വളരുകയില്ല, ചളിയിലും, ചതുപ്പിലുമാണ് വളരുക." നൈർമല്യവും, കളങ്കിതഭാവവും ഒരു നാണയത്തിന്റെ രണ്ടു വശങ്ങളെപ്പോലെയാണ്. ഏതു പരിതസ്ഥിതിയിൽ നിന്നും ഒരു വ്യക്തിയ്ക്ക് ഉയർന്ന് ഉണർന്ന്, ആത്മാവിഷ്ക്കാരം നേടാൻ കഴിയും. (21)

ചൈനയിലെ നാട്ടാചാരങ്ങളിൽ താമരയ്ക്ക് പ്രചുരപ്രചാരമുണ്ട്. അവരുടെ വീടുകളിൽ തടിച്ചുകൊഴുത്ത ആൺകുട്ടികൾ താമരയും പിടിച്ചു തുള്ളിക്കളിക്കുന്ന രീതിയിലുള്ള ചിത്രങ്ങൾ പ്രദർശിപ്പിക്കാറുണ്ട്. ഒന്നിനുപിറകേ ഒന്നായി ധാരാളം ആൺകുട്ടികൾ ജനിക്കും എന്ന വിശ്വാസമാണ് ഇതിന്റെ പിന്നിൽ. താമര എന്ന പദത്തിന് ചൈനീസ് ഭാഷയിൽ ഒന്നിനുപിറകെ ഒന്നായി എന്ന ഒരു അർത്ഥം കൂടിയുണ്ട്. കൂടാതെ താമരയില സമൃദ്ധിയുടെ പ്രതീകമായ സുവർണ്ണ മത്സ്യങ്ങളെ സംരക്ഷിക്കുന്നതുമൂലം താമരയും സമൃദ്ധിയുടെ ഹേതുവായി വിശ്വസിക്കപ്പെടുന്നു.

മണ്ഡലവും താമരയും

മണ്ഡലം (മണ്ഡലകം) പ്രതീകങ്ങളുടെ ഒരു ജ്യാമിതീയഘടനയാണ്. പല സംസ്കാരങ്ങളിലും ധ്യാനത്തിനുവേണ്ടി അവലംബിക്കുന്ന ഒരു ഘടനയാണിത്. ഹിന്ദുമതം, ബുദ്ധമതം, ജൈനമതം, ഷിന്റോ മതം

എന്നിവയിലെല്ലാം മണ്ഡലം വളരെയധികം പ്രാധാന്യം അർഹിക്കുന്നു. ടിബത്തിലുള്ള ബുദ്ധമതവിഭാഗത്തിന് അഞ്ചുവിഭാഗങ്ങൾ ഉണ്ട് (ബുദ്ധ കുടുംബങ്ങൾ). അതിലൊന്ന് പദ്മവിഭാഗമാണ്. ഈ വിഭാഗത്തിൽ താമരയ്ക്കുള്ള പ്രാധാന്യം ഏറ്റും. സൃഷ്ടിപരമായതും, വിനാശകരമായതു മായ രണ്ട് ഭാവങ്ങളെ ബന്ധിപ്പിക്കുന്ന കണ്ണിയാണ് താമര. അതായത് സൃഷ്ടി-സംഹാര ദ്വന്ദ്വങ്ങളെ സമന്വയിപ്പിക്കുന്നത് താമരയാണെന്ന് വിശ്വസിക്കുന്നു. ഭക്തിവേദാന്തസ്വാമികളുടെ വാക്കുകൾ താഴെ ഉദ്ധ രിക്കുന്നു.

"പദ്മം സുന്ദരവും, ലോലവുമായ പുഷ്പമാണ്. ചളിയിൽ നിന്നുയ രുന്ന പദ്മം ചുവന്ന നിറം പ്രസരിപ്പിക്കുന്നു. ഈ നിറം വികാരപാര മ്യത്തിന്റെയും, ആത്മാവിനെ പിടിച്ചുനിർത്തുന്ന നിർഗുണത്തിന്റെയും സൂചനയാണ്. അനുഭവംകൊണ്ട് ഈ വികാരോർജം വിവേകമായിത്തീ രുന്നു. ചളിയെന്ന ഭൗതികതയിൽ നിന്നുയരാനുള്ള പ്രേരകശക്തിയായി മാറുന്നു. അതു ജ്ഞാനപ്രകാശത്തിലേക്കുള്ള വഴി തുറക്കുന്നു. അനുകമ്പ, ദയ, സ്നേഹം എല്ലാം പ്രസരിപ്പിക്കുന്ന ഊർജം താമരയിൽ നിന്നെ ന്നപോലെ സംഭവിക്കുന്നു." (22)

ശ്രീകൃഷ്ണന്റെ ബാലലീലകൾ ആറാടിയ ഗോകുലമാണ് പദ്മമണ്ഡ ലത്തിന്റെ ഒരു ഉത്തമ ഉദാഹരണം. ഭക്തിവേദാന്തസ്വാമികൾ ബ്രഹ്മ സംഹിതയിൽ നൽകുന്ന വ്യാഖ്യാനം ശ്രദ്ധിക്കുക:

സഹസ്രപത്രകമലം
ഗോകുലാഖ്യം മഹദ്പദം
തത്കർണ്ണികാരം-തദ്-ധാമ
തദ്-അനന്താംശ സംഭവം (23)

ഗോകുലമെന്ന ശ്രീകൃഷ്ണന്റെ ഉദാത്തഭൂമി ആയിരം ഇതളുകളുള്ള താമരയാണ്. ശാശ്വതതേജസ്സ് പ്രസരിപ്പിക്കുന്ന ദേവൻ താമരയില യിൽ എന്നപോലെ ഗോകുലത്തിൽ വസിച്ചു.

തദ്-കിഞ്ജൽക്കരാം-തദ് അംശാനാം
തത്-പത്രാണി ശ്രീയാമപി. (24)

അഷ്ടദളങ്ങളുടെ ഒരു ഭൂമികയാണ് ശ്രീകൃഷ്ണലീലകൾ അരങ്ങേറിയ ഗോകുലം. ശ്രീകൃഷ്ണലീലയിൽ പങ്കെടുത്ത്, ശ്രീകൃഷ്ണനെ പ്രണയിച്ച്, ശ്രീകൃഷ്ണനിൽ വിലയം പ്രാപിച്ച ഗോപികമാർ ആ എട്ടുദലങ്ങളിൽ വസി ക്കുന്നു. ശ്രീകൃഷ്ണനാകട്ടെ ആ ദളങ്ങളെയും ബന്ധപ്പെട്ട ഇലകളെയും വലയം ചെയ്തു നിലകൊള്ളുന്നു."

ഭാഗവതപുരാണത്തിൽ പറയുന്നു:

“സഹസ്രദലങ്ങളുള്ള താമരയെപ്പോലെയാണ ഗോകുലം എന്ന പുണ്യഭൂമി. മദ്ധ്യത്തിൽ ദേവദേവനായ ശ്രീകൃഷ്ണൻ ആവസിക്കുന്നു. അനന്തന്റെ ഇച്ഛാശക്തിയനുസരിച്ചാണ് ഈ സഹസ്രദളപത്മം സൃഷ്ടിക്കപ്പെട്ടത്. അധ്യാത്മികതയുടെ ആകാശത്തിലേക്ക് ദലങ്ങൾ ഉയർന്നു നില്ക്കുന്നു. ഏറ്റവും മധ്യേയുള്ള പുഷ്പമണ്ഡലത്തിലാണ് ശ്രീകൃഷ്ണന്റെ ആസ്ഥാനം. ഈ വിശ്വപുഷ്പത്തിന്റെ ദളങ്ങളിൽ വൈകുണ്ഠവും, മറ്റു പല ഗ്രഹങ്ങളും സ്ഥിതി ചെയ്യുന്നു. ശക്തിഗുപ്ത അവരുടെ ‘സസ്യകഥകളും പാരമ്പര്യവും’ എന്ന കൃതിയിൽ പറയുന്നു: (24)

“വിഷ്ണുവിന്റെ അവതാരമായ ശ്രീകൃഷ്ണന്റെ ഗോകുലം ആയിരം ഇതളുള്ള താമരയായി കല്പിക്കപ്പെട്ടിരിക്കുന്നു. മധ്യഭാഗത്തുള്ള കർണിക (torus) യിലാണ് ശ്രീകൃഷ്ണന്റെ വാസം. ചുറ്റുമുള്ള ദലങ്ങൾ കൃഷ്ണന്റെ ലീലകളുടെയും ഭാവങ്ങളുടെയും ആസ്ഥാനങ്ങളാണ്. തെക്കുഭാഗത്തെ ദലം യോഗികൾക്ക് ദുർലഭമായി മാത്രം നേടാവുന്ന മന്ത്രസിദ്ധികളെ വഹിക്കുന്നു. തെക്കുകിഴക്കുള്ള ദലം രണ്ടു കാലങ്ങളെ പ്രതിനിധാനം

താമര മണ്ഡലം

ചെയ്യുന്നു. കിഴക്കുള്ള ദളം മനസ്സിനെ ശുദ്ധീകരിക്കാൻ കഴിവുള്ളതാണ്. വടക്കുകിഴക്കുള്ള ദളം ആഗ്രഹങ്ങളെ സഫലീകരിക്കുന്നു. പാർവ്വതിയുടെ രൂപമായ കാർത്യായനിയെ പൂജിച്ചുകൊണ്ട് ഗോപികമാർ ആഗ്രഹങ്ങൾ നേടിയെടുത്തത് ഈ ദലത്തിലാണ്. ശ്രീകൃഷ്ണൻ ഗോപികമാരുടെ വസ്ത്രങ്ങൾ ഒളിപ്പിച്ചതും ഈ ദളത്തിലാണ്. വടക്കുദലം പന്ത്രണ്ട് ആദിത്യന്മാരുടെ ആവാസസ്ഥലമാണ്. പന്ത്രണ്ട് ആദിത്യന്മാർ-ദ്വാദശാദിത്യന്മാർ ഇവരാണ്. ബ്രാക്കറ്റിൽ കൊടുത്തിരിക്കുന്നത് ഓരോ ആദിത്യനും ഭൂമിയെ നിയന്ത്രിക്കുന്ന കാലമാണ്) : ധാതൻ (മാർച്ച്-ഏപ്രിൽ), അര്യാമൻ (ഏപ്രിൽ-മേയ്), മിത്രൻ (മേയ്-ജൂൺ), വരുണൻ (ജൂൺ-ജൂലൈ), ഇന്ദ്രൻ (ജൂലൈ-ആഗസ്റ്റ്), വിവസ്വാൻ (ആഗസ്റ്റ്-സെപ്റ്റംബർ), ത്വഷ്ടൻ (സെപ്റ്റംബർ-ഒക്ടോബർ), വിഷ്ണു (ഒക്ടോബർ-നവംബർ), അംശുമാൻ (നവംബർ-ഡിസംബർ), ഭഗൻ (ഡിസംബർ-ജനുവരി), പൂഷാൻ (ജനുവരി-ഫെബ്രുവരി) പാർജന്യൻ (പെബ്രുവരി-മാർച്ച് ഇവരെല്ലാവരും സൂര്യദേവന്റെ വിവധരൂപങ്ങളാണ്-സൂര്യദേവനാകട്ടെ വിഷ്ണുവിന്റെ ഒരു ഭാവവുമാണ്. ഈ വടക്കുദളം ശ്രീകൃഷ്ണന്റെ ആസ്ഥാനമായ കർണിക പോലെ തന്നെ പവിത്രമാണ്. വടക്കു പടിഞ്ഞാറുഭാഗത്തുള്ള ദലം കാളിയന്റെ ആസ്ഥാനമാണ്. പടിഞ്ഞാറുള്ള ദലത്തിലാണ് ഋഷിപത്നിമാരെ ആദരിച്ചതും അനുഗ്രഹിച്ചതും. ഈ ദലത്തിൽത്തന്നെയാണ് അഘാസുരവധം നടന്നതും. ഇവിടെത്തന്നെയാണ് ബ്രഹ്മസരസ്സിന്റെ സ്ഥാനവും. വ്യോമം (ആകാശം, ശൂന്യത) ആവസിക്കുന്നത് തെക്കുപടിഞ്ഞാറെ ദലത്തിലാണ്. ഈ എട്ടു ദലങ്ങളും വൃന്ദാവനത്തിലാണ്. വൃന്ദാവനത്തിനു ചുറ്റുമായി 16 ദലങ്ങളുണ്ട്. ഒന്നിൽ ഗോവർദ്ധനപർവ്വതം. ഇവിടെവെച്ചാണ് ശ്രീകൃഷ്ണൻ ഗോവിന്ദനായി അവരോധിക്കപ്പെട്ടത്. മധുവനവും ഇവിടെത്തന്നെയാണ്. ഇവിടെയാണ് ധേനുകാസുരന്മാരുടെ വധം നടന്നത്. ഒമ്പതാമത്തെ ദലത്തിലാണ് കുമുദവനം. ബ്രഹ്മാവ് കൃഷ്ണനെ വിഷ്ണുരൂപമായി തിരിച്ചറിഞ്ഞത് ഇവിടെയാണ്. പതിനൊന്നാമത്തെ ഇതളിൽ വൃക്ഷനിബിഡമായ വനഭൂമിയാണ്. പന്ത്രണ്ടാമത്തെ ഇതളിൽ ഖാണ്ഡീരവനം, പതിമൂന്നാമത്തെ ഇതളിൽ ഭാദ്രവനം, പതിനാലാമത്തെ ദലത്തിൽ ശ്രീവനം, പതിനഞ്ചാമത്തെ ഇതളിൽ ലോഹാർവനം. പതിനാറാമത്തെ ദലത്തിൽ മഹാവനം എന്നിവ സ്ഥിതി ചെയ്യുന്നു. അഞ്ചുവയസ്സുവരെയുള്ള ശ്രീകൃഷ്ണലീലകൾ മഹാവനത്തിലായിരുന്നു.''

ഇന്ത്യയിലെ കൃഷ്ണഭക്തിപ്രസ്ഥാനത്തെക്കുറിച്ച് പഠനം നടത്തിയ ബാർബാറ ഹോൾഡ്രിജ്. വ്രജദേശത്തെപ്പറ്റി ഇങ്ങനെ എഴുതുന്നു.

മഥുരയും വൃന്ദാവനവും ഭൂമിശാസ്ത്രപരമായി രണ്ടു മണ്ഡലങ്ങളാണ്. താമരത്താരുകളായി ഇവയെ സങ്കല്പിക്കുന്നു. മഥുരമഹാത്മ്യത്തെ അടിസ്ഥാനമാക്കി അവർ എഴുതുന്നു: "വിഷ്ണുവിന് ഏറ്റവും പ്രിയങ്കരമായ മഥുര സ്ഥിതി ചെയ്യുന്ന ഭൂമി ത്രിഭുവനത്തിൽ ഏറ്റവും അനുഗ്രഹീതമാണ് മഥുരമണ്ഡലം. ശ്രീകൃഷ്ണൻ ഏറെക്കാലം ലീലകളാടിയ സ്ഥലമാണ്. ആജ്ഞേയവും വൈവിധ്യം നിറഞ്ഞതുമായ ഈ ഭൂമി സഹസ്രദലപദ്മംപോലെയാണ്. വിഷ്ണുചക്രത്തെ ഉള്ളിലേന്തുന്നു. ഈ താമര വൈഷ്ണവക്ഷേത്രമാണ്. (25)

പത്മപുരാണത്തിലെ വൃന്ദാവനമഹാത്മ്യത്തിൽ ഇങ്ങനെ പറയുന്നു.

"ഗോകുലം എന്ന ശ്രീകൃഷ്ണവാസസ്ഥാനം ഒരു സഹസ്രദലപദ്മമാണ്. അതിന്റെ മദ്ധ്യത്തിലുള്ള കർണിക (torus) ആരാധ്യമായ ധാമമാണ്. ഇവിടെ രത്നഖചിതമായ കൊട്ടാരത്തിൽ, സുവർണസിംഹാസനത്തിൽ ശ്രീകൃഷ്ണൻ ഉപവിഷ്ടനായിരിക്കുന്നു. ആ താമരയുടെ പുറംതോടിൽനിന്നും (Pericarp) ഇതളുകൾ നാല് ദിക്കുകളിലേക്കും വിടരുന്നു. ഈ സഹസ്രദലപദ്മത്തിന്റെ കർണികയിലാണ് വൃന്ദാവനം സ്ഥിതി ചെയ്യുന്നത്. ഈ വൃന്ദാവന സാമീപ്യം തന്നെ ഭൂമിയെ പരിപാവനമാക്കുന്നു. ശ്രീകൃഷ്ണലീലകൾ ആടിയത് ഇവിടെയാണല്ലോ." (26)

രാസലീലയിലും പദ്മമണ്ഡലം പ്രസിദ്ധമാണ്. രാസക്രീഡാനൃത്തം ചിത്രങ്ങളായും, കാവ്യങ്ങളായും, നടനഭാവങ്ങളായും അനവധിരൂപങ്ങളിൽ പുനരാവിഷ്ക്കരിച്ചിട്ടുണ്ട്. രാസലീല ഭക്തന്മാരുടെ ഹൃദയങ്ങളിൽ ശ്രീകൃഷ്ണഭഗവാൻ നൃത്തം ചെയ്യുന്നതിന്റെ പ്രതീകമാണ്. രാസമണ്ഡലത്തിലാണ് ഈ ക്രീഡ അരങ്ങേറുന്നത്. യോഗാത്മകദർശനത്തിന്റെയും പ്രതീകാത്മകതയുടെയും കേന്ദ്രമാണ് രാസലീല. പ്രസിദ്ധ മതശാസ്ത്രപണ്ഡിതനും ചിന്തകനുമായ ജംഗ് (ഫ്രോയിഡ്, ആഡ്ലർ, ജംഗ് എന്നീ മനഃശാസ്ത്രത്രിമൂർത്തികളിൽ ഒരാൾ) മണ്ഡലം-ഒരു പ്രാക്രൂപം (ആർക്കിടൈപ്പ്) പ്രതീകമാണ് എന്നു പറയുന്നു. എല്ലാകാലത്തും ജനങ്ങൾ മണ്ഡലങ്ങളെ സങ്കല്പിച്ചിട്ടുണ്ട്. "മണ്ഡലം ഈശ്വരന്റെ പ്രതീകാത്മകതയും, സ്വത്വത്തിന്റെ പൂർണ്ണതയേയും സൂചിപ്പിക്കുന്നു. അധ്യാത്മികതയിലേക്കുള്ള ചവിട്ടുപടിയാണത്. ശാശ്വതത്ത്വത്തിലേക്കു തുറക്കുന്ന വാതായനമാണ്. വ്യക്തിത്വത്തിന്റെ പൂർണ്ണതയും, അനന്തതയുടെ സംതൃപ്തഭാവവും മണ്ഡലപ്രതീകത്തിൽ സമന്വയിക്കുന്നു." ദിവ്യസ്നേഹത്തിന്റെ നൃത്തം (Dance of Divine Love) എന്ന ഗ്രന്ഥത്തിൽ ഷൈവ്ഗ് (Schweig)) പറയുന്നതു നോക്കുക.

“രാസമണ്ഡലം രാസലീലയുടെ പരിപൂർണ്ണതയെ പ്രതിഫലിപ്പിക്കുന്ന, അത്യുന്നതത്തിൽ നിൽക്കുന്ന ഒരു വിധാനമാണ്. ഇതുതന്നെയാണ് എല്ലാ ആത്മീയവിശുദ്ധഗ്രന്ഥങ്ങളും പ്രതിഫലിപ്പിക്കുന്ന സത്യം, രാസലീലയാകട്ടെ കൃഷ്ണ-രാധമാരുടെ നിഗൂഢലീലകളുടെ ഒരു ദർശനം മാത്രമാണ്. രാസമണ്ഡലം, താമരയേയും, താമരയുടെ ഉത്തുംഗതലത്തിൽ നില്ക്കുന്ന പ്രതീകങ്ങളെയും തന്നെ ഓർമ്മപ്പെടുത്തുന്നു. രാസമണ്ഡലത്തിലെ പദ്മപ്രതീകം വളരെ ശ്രദ്ധേയമാണ്. മാത്രമല്ല ശ്രീകൃഷ്ണന്റെ അവതാരകാലത്തുള്ള ലീലകളെല്ലാം തന്നെ താമരപ്രതീരങ്ങളുമായി ബന്ധപ്പെടുത്താം. എല്ലാ വൃന്ദാവനലീലകളുടെയും ആദ്യത്തെ പുഷ്പമണ്ഡലമാണ് രാസലീല. എല്ലാ ശ്രീകൃഷ്ണ ലീലകളുടേയും അത്യുന്നതഭാവമാണ്. രണ്ടാമത്തെ മണ്ഡലത്തിൽ രാധാ-കൃഷ്ണലീലയും, മൂന്നാമത്തെ മണ്ഡലത്തിൽ വ്രജലീലയും, നാലാമത്തെ മണ്ഡലത്തിൽ ഗോപീലീലയും, നിലകൊള്ളുന്നു. ഈ നാലുമണ്ഡലങ്ങളെ ഉള്ളിലൊതുക്കി സ്ഥിതി ചെയ്യുന്നത് അഞ്ചാമത്തെ മണ്ഡലം, അതു ശ്രീകൃഷ്ണൻ തന്നെയാണ്. അങ്ങനെ അഞ്ചിതളുകളുള്ള വിശ്വപുഷ്പമായി താമര നിലകൊള്ളുന്നു.” ഈ പ്രപഞ്ചം മുഴവൻ ഒരു താമരയായി സങ്കല്പിക്കാം. അപ്പോൾ താമരയുടെ പ്രതീകാത്മകത്വം അത്യുന്നതശൃംഗത്തിലെത്തുന്നു. (27, 28)

താമര-പ്രപഞ്ചചക്രത്തിന്റെ പ്രതീകം

(Lotus as Universal or Cosmic Wheel)

ഈ വിഷയം പലയിടത്തും മുൻപുതന്നെ സൂചിപ്പിച്ചിട്ടുണ്ട്. പ്രപഞ്ചചക്രം സമയാതീതമായ ശാശ്വതമായ ഒരു തത്വമാണ്. ഈ ചക്രത്തിന്റെ മധ്യത്ത് സ്ഥിതി ചെയ്യുന്നത് അഗ്നി (energy) യാണ്. അഗ്നിയും താമരയുമായുള്ള ബന്ധം ഒന്നാം അദ്ധ്യായത്തിൽ തന്നെ സൂചിപ്പിച്ചിട്ടുണ്ട്. അഥർവ വേദത്തിൽ ഈ ബന്ധം വ്യക്തമാക്കുന്നുണ്ട്:

“ജലപുഷ്പമെ, ദൈവങ്ങളും, മനുഷ്യനും,
ആരക്കാലുകൾ പോലെ വിന്യസിച്ചിരിക്കെ
ചക്രത്തെ ചുറ്റിക്കുന്ന പരമമായ ശക്തി എവിടെയാണ്.”

പ്രപഞ്ചചക്രം, ദൈവങ്ങളെയടക്കം എല്ലാറ്റിനെയും സംക്രമണത്തിൽ സ്വീകരിക്കുന്നു. അഥർവവേദത്തിൽ ചക്രത്തിന്റെ മധ്യത്തിൽ താമരയാണ്. അഗ്നിയല്ല. താമര ശാശ്വതത്തിന്റെ പ്രതീകമാണ്. കൊണാർക്കിലെ സൂര്യക്ഷേത്രത്തിന്റെ തട്ടിൽ താമര കൊത്തിയിരിക്കുന്നത് ചക്രത്തിന്റെ രൂപത്തിലാണ്. ഇവിടെ സൂര്യദേവൻ രണ്ടുവരി താമരദലങ്ങളാൽ അലങ്കരിക്കപ്പെട്ടിരിക്കുന്നു. ഈ ദലങ്ങളിലും ദേവരൂപങ്ങൾ കൊത്തിയിട്ടുണ്ട്.

ഗർഭപാത്രത്തിന്റെ പ്രതീകമായ താമര

അഗ്നി പല രൂപങ്ങളായി പിരിഞ്ഞതിനാൽ താമര അഗ്നിജനനിയായി, സൃഷ്ടിയുടെ ജനനിയായി, പ്രചോദനമായി. ഋഗ്വേദശ്ലോകം ഇങ്ങനെ പ്രാർത്ഥിക്കുന്നു.

"താമരസരസ്സിനെ കാറ്റ് ഉലയ്ക്കുംപോലെ നിന്റെ ഗർഭപാത്രത്തിലെ ഭ്രൂണം ഉലഞ്ഞുകൊണ്ടിരിക്കും. പത്തു മാസത്തിനുശേഷം ശിശുവായി പുറത്തുവരും." (ഒന്നാം അദ്ധ്യായം നോക്കുക)

പൗരാണികസങ്കല്പത്തിൽ ഗർഭപാത്രത്തിന്റെ ആകൃതി താമരമൊട്ടിനു തുല്യമാണ്. അവതാംശകസൂത്രത്തെ (കൊറിയയിലെ ബുദ്ധമതവിഭാഗത്തിന്റെ പ്രധാന ആത്മീയഗ്രന്ഥം ഇംഗ്ലീഷിൽ Flower garland Sutra എന്ന് മൊഴി മാറ്റിയിട്ടുണ്ട്.) അവലംബിച്ച് തനാഹാഷി എന്ന ബുദ്ധമതചിന്തകൻ പറയുന്നു. "പ്രകാശം ചൊരിയുന്ന ബുദ്ധദേവരൂപമായി വൈരോചനനെ ആവഹിക്കുന്ന ഈ സൂക്തം, പ്രപഞ്ചത്തിന്റെ മുഴുവൻ ചൈതന്യമായി വന്ന ദേവനെ സങ്കൽപ്പിക്കുന്നു. ഈ സൂത്രമനുസരിച്ച് പ്രപഞ്ചം മുഴുവൻ ഒരു ഗർഭപാത്രത്തിൽ എന്നപോലെ താമരമൊട്ടിൽ ഒതുങ്ങിയിരിക്കുന്നു. ഈ പ്രപഞ്ചത്തെയാണ് പത്മ ഗർഭധാതു എന്ന് വിശേഷിപ്പിക്കപ്പെടുന്നത്. ഈ ലോകത്തിലാണ് വൈരോചനൻ എന്ന ദേവൻ സ്ഥിതി ചെയ്യുന്നത്."

തനാഹാഷി തുടർന്ന് എഴുതുന്നു:

"അവതാംശകസൂത്രമനുസരിച്ച് പ്രപഞ്ചത്തിൽ അനവധി വായുമണ്ഡലങ്ങൾ ഉണ്ട്. ഇവ ഒന്നിനുമുകളിൽ മറ്റൊന്നായി, അടുക്കടുക്കായി സ്ഥിതി ചെയ്യുന്നു. ഏറ്റവും മുകളിലത്തെ മണ്ഡലത്തിൽ സുഗന്ധപൂരിതമായ ജലം. അതിനു നടുവിൽ വിസ്തൃതമായ അതിസുന്ദരമായ ദിവ്യകമലം. അതിന്റെ ഇതളുകളിൽ സമുദ്രങ്ങൾ അലയടിക്കുന്നു. അതിന്റെ ചുറ്റും പർവ്വതങ്ങൾ സ്ഥിതി ചെയ്യുന്നു. അതിന്റെ വിത്തുകൾ വിതയ്ക്കപ്പെടേണ്ട ഞാറ്റടിയാണ് ഭൂമി. ഓരോ വിത്തിലും ഇരുപതു ലോകങ്ങൾ ഉൾക്കൊള്ളുന്നുണ്ട്. താഴെനിന്ന് മുകളിലേക്ക് 13-ാം ലോകമാണ് മനുഷ്യൻ വസിക്കുന്ന ലോകം. വൈരോചനന്റെ സാന്നിധ്യം എല്ലാ ലോകങ്ങളിലുമുണ്ട്. ഓരോ മണ്ഡലവും ഗർഭപാത്ര സദൃശമാണ്. വൈരോചനന്റെ ധർമ്മങ്ങളെ ഓരോ അണുവും ആവാഹിക്കുന്നു." കുക്കായ് ഈ താമരമൊട്ടിനെ ഗർഭപാത്രത്തോട് ഉപമിക്കെ, യാഥാർത്ഥ്യത്തിന്റെ പ്രതീകമെന്നും വിശേഷിപ്പിക്കുന്നു. "എല്ലാ സ്ഥാവരജംഗമവസ്തുക്കളെയും വഹിക്കുന്ന ലോകം യഥാർത്ഥം തന്നെയാണ്. വസ്തുക്കളുടെ കലവറ എന്നതിനെ വിശേഷിപ്പിക്കാം. പരമമായ നിർവൃതി

ഈ താമരക്കലവറയ്ക്കുള്ളിൽ ആണ്. ഇതുതന്നെയാണ് സ്വർഗവും, പരമനിർവൃതിയുടെ സ്ഥാനവും.'' (29)

താമര-ശാശ്വതത്വത്തിന്റെ പ്രതീകം

ബ്രഹ്മാവിന്റെയും, ലക്ഷ്മിയുടെയും സരസ്വതിയുടെയും, അഗ്നിയുടെയും ആസ്ഥാനമായ താമര ശാശ്വതത്വത്തിന്റെ പ്രതീകമാണ്. അഥർവവേദം ഇങ്ങനെ പറയുന്നു. "യജ്ഞത്തിൽ സമർപ്പിക്കുന്ന അന്നം അഥവാ വിസ്താരിൽ ബലിദാനത്തിന്റെ വാഹകമാണ്. ഈ അന്നം പാചകം ചെയ്ത് സമർപ്പിക്കുന്നവൻ സ്വർഗ്ഗത്തിൽ പ്രവേശിച്ച കഴിഞ്ഞു. താമരമൊട്ടിനെ വഹിക്കുന്ന തണ്ടും, കിഴങ്ങും, താമരനൂലും സരസ്സിൽ നിറഞ്ഞുകിടക്കുന്നു. അതുപോലെ എല്ലാ മധു നിറഞ്ഞ ജലാശയങ്ങളും സ്വർഗ്ഗത്തിൽചെന്ന് അങ്ങയെ പ്രാപിക്കട്ടെ.''

"മധു നിറഞ്ഞ സരസ്സുകൾ അങ്ങയെ പ്രാപിക്കട്ടെ.'' എന്ന പ്രാർത്ഥന ശാശ്വതത്വത്തിനും, മോക്ഷപ്രാപ്തിക്കും, അളക്കാനാകാത്ത നിർവൃതിക്കും വേണ്ടിയുള്ള പ്രാർത്ഥനയാണ്.

ശതപഥബ്രാഹ്മണത്തിൽ താമരയെ ശാശ്വതപുഷ്പം എന്നു വിശേഷിപ്പിക്കുന്നു. താമരയിലയിൽ ജ്വലിക്കുന്ന അഗ്നിയാണ് ശാശ്വതത്വത്തിന്റെ വാഹകൻ. "ഭക്തർ താമരയില വിടർത്തിവച്ച് യജ്ഞമണ്ഡപത്തിൽ അഗ്നിയെ ഉജ്ജ്വലിപ്പിക്കുന്നു. ഋക്, യജ്ജുസ്, സാമവേദങ്ങളുടെ ഉച്ചാരണത്തിലൂടെ ശാശ്വതത്ത്വത്തിലേക്ക് ഉയരാനുള്ള പരിശ്രമം തുടങ്ങുകയായി. അങ്ങനെ അവർ ചിരന്തർനാകുന്നു.''

യജ്ഞവേദി പണിയുന്നതിനു മുമ്പ് അടിയിൽ താമരയിലകൾ വിരിക്കുന്ന പതിവുണ്ട്. അതിന്റെ മുകളിലാണ് യജ്ഞവേദി പണിയുക. മേൽപ്പറഞ്ഞ സങ്കല്പമാണ് ഇതിന്റെ പിന്നിൽ. മുഖ്യപുരോഹിതന്റെ ഗൃഹത്തിൽ യാഗാഗ്നി കെടാതെ സൂക്ഷിക്കുന്നത് ശാശ്വതശക്തി കെടാവിളക്കാണെന്ന സങ്കല്പത്തിലാണ്. അഗ്നിയും, താമരയിലയും അങ്ങനെ ശാശ്വതത്വത്തിന്റെ പ്രതീകങ്ങളാകുന്നു. ജൈമനീയ ഉപനിഷദ് ബ്രാഹ്മണവും താമരയെ ശാശ്വതപുഷ്പമായി അംഗീകരിക്കുന്നു. ഭൂത-വർത്തമാന-ഭാവികളെ സമന്വയിപ്പിക്കുന്ന കാലപ്രതീകമാണ് ബുദ്ധമതവിശ്വാസമനുസരിച്ച് ഭൂതകാലത്തെ കാണിക്കുന്നത് പഴുത്ത താമരയിലയാണ്. കണ്ണാടിപോലെ തിളങ്ങുന്ന താമരയില വർത്തമാനകാലത്തെയും വിടരാത്ത ചുരുൾ നിവരാത്ത താമരയില ഭാവിയേയും സൂചിപ്പിക്കുന്നു.

നിസ്സംഗതയുടെ പ്രതീകമായ താമര

ഈ വിഷയം മുൻ അദ്ധ്യായത്തിൽ വിശദമാക്കിയിരിക്കുന്നതു കാണുക.

സെൻ (Zen), സെൻകോൻ (ZenKoan) എന്നിവയിൽ താമരയുടെ പ്രാധാന്യം

സെൻ (Zen) എന്ന് ജപ്പാൻ ഭാഷയിലും ചാൻ എന്ന് ചീനഭാഷയിലും പറയുന്ന ഈ വാക്കിന്റെ ഉത്ഭവം സംസ്കൃതത്തിലെ ധ്യാൻ എന്ന പദത്തിൽ നിന്നുമാണ്. ധ്യാനം, വിലയനം എന്നീ അർത്ഥത്തിൽ ചൈനയിലും, ജപ്പാനിലും ഈ പദം ഉപയോഗിക്കുന്നു. ആറാം നൂറ്റാണ്ടിൽ ജീവിച്ചിരുന്ന ഭാരതീയനായ ബോധിവർമ്മൻ എന്ന ആചാര്യൻ പ്രചരിപ്പിച്ച ആശയങ്ങളാണ് ചൈനയിലെ ചാൻ സംഘടനയ്ക്ക് രൂപം നൽകിയത് എന്നു വിശ്വസിക്കപ്പെടുന്നു. സ്വയം അറിയാനും, ചുറ്റുപാടുകളെക്കുറിച്ച് ബോധവാന്മാരാകാനുമുള്ള ചിട്ടപ്പെടുത്തിയ പരിശീലനമാണ് സെൻ/ചാൻ വിശ്വാസത്തിന്റെ കാതൽ. വാക്കുകളിലോ, അധ്യയനത്തിലോ, ഉപദേശങ്ങളിലോ ഒതുങ്ങുന്നതല്ല ഈ തത്വചിന്തകൾ, അവയ്ക്ക് അതീതമായി വർത്തിക്കുന്നതാണവ. ചോദ്യോത്തരങ്ങളിലൂടെ മുന്നേറുന്ന സെൻ പാഠങ്ങൾ, പ്രതീകാത്മകതകൊണ്ടും കേൾക്കുന്നവർക്ക് അപഹാസ്യമെന്നുവരെ തോന്നാം. സെൻ വിദ്യാലയത്തിലെ പഠിതാവ് ഈ സങ്കല്പങ്ങളെയൊക്കെ മനസ്സുകൊണ്ട് തൊട്ടറിയണം. അവരുടെ ചോദ്യോത്തരങ്ങളിൽ താമരയുടെ സ്ഥാനം വലുതാണ്. തകയാമിയുടെ താഴെപ്പറയുന്ന ഉദ്ധരണത്തിൽ ഒരു സെൻഗുരുവും, ശിഷ്യനും തമ്മിലുള്ള സംഭാഷണം നോക്കുക:

ശിഷ്യൻ: താമരമൊട്ട് വെള്ളത്തിൽ സ്ഥിരമായി നില്ക്കുന്നതെങ്ങിനെ?

ഗുരു: പൂച്ച കടലാസുതൊപ്പി ഇട്ടിരിക്കുന്നു.

ശിഷ്യൻ: താമര വെള്ളത്തിൽനിന്നും ഉയർന്നാൽ എങ്ങിനെയിരിക്കും?

ഗുരു: പാദരക്ഷകൾ ധരിച്ച ഒരു ശ്വാനൻ ചുറ്റിനടക്കുന്നു. (30)

ബുദ്ധൻ ഒരിക്കൽ ഒരു പുഷ്പോപദേശം (flower sermon) നൽകിയതായി രേഖപ്പെടുത്തിയിട്ടുണ്ട്. സെൻചിന്തയുടെ തുടക്കം ഈ ഉപദേശത്തിൽ നിന്നാണ്. ആ കഥ ഇങ്ങനെ:

ബുദ്ധൻ ജീവിതാന്ത്യത്തോടടുക്കുകയാണ്. ഒരു ദിവസം എല്ലാ ശിഷ്യന്മാരെയും അദ്ദേഹം ഒരു താമരസരസ്സിലേയ്ക്ക് നയിച്ചു. സരസ്സിനെ പിൻതിരിഞ്ഞ് ഏറെ നേരം അദ്ദേഹം ചിന്തയിൽ മുഴുകി, മൗനം പൂണ്ടു നിന്നു. അവിടെയും നിശ്ശബ്ദത മാത്രം. പിന്നീട് അദ്ദേഹം സരസ്സിലേക്കു തിരിഞ്ഞ് ഒരൊറ്റ താമരപ്പൂ വലിച്ചെടുത്ത് ശിഷ്യരെ കാണിച്ചു. എല്ലാവരും നിശ്ശബ്ദരായി നിന്നതെയുള്ളു. ആർക്കും ഒന്നും മനസ്സിലായില്ല. അവസാനം അദ്ദേഹം മഹാകാശ്യപന്റെ (ബുദ്ധന്റെ പ്രധാനശിഷ്യൻ) അരികിലെത്തി. പെട്ടെന്ന് അയാൾ പൊട്ടിച്ചിരിച്ചു. തുടർന്ന് ബുദ്ധൻ ഇങ്ങനെ പറഞ്ഞു

"പറയേണ്ടത് എല്ലാം ഞാൻ നിങ്ങളോടു പറഞ്ഞുകഴിഞ്ഞു. പറയാൻ കഴിയാത്തത് ഞാൻ മഹാകശ്യപന് കൈമാറിയിരിക്കുന്നു." (31)

ശ്രീബുദ്ധന്റെ നിർവ്വാണശേഷം മഹാകാശ്യപൻ പ്രധാനഗുരുവായി സ്ഥാനം വഹിച്ചു. ഇതേപ്പറ്റി മറ്റൊരു ഐതിഹ്യം കൂടിയുണ്ട്. ബുദ്ധൻ അനുയായികൾക്കൊപ്പം വൾച്ചർ പീക്ക് (ബീഹാറിലെ രാജ്ഗീർ ജില്ലയിൽ ശദ്ധ്രകൂടം എന്ന സ്ഥലം) എന്ന സ്ഥലത്ത് വസിക്കുകയായിരുന്നു. ഒരു ദിവസം ബുദ്ധസംഘാംഗങ്ങളുടെ യോഗത്തിൽ തഥാഗതൻ പങ്കെടുത്തു. അദ്ദേഹം ശിഷ്യർക്കു മുമ്പിൽ ഇരുപ്പുറപ്പിച്ചപ്പോൾ ദേവകൾ ആകാശത്തുനിന്നും പുഷ്പവൃഷ്ടി നടത്തി. ദേവകൾക്കുപോലും ആരാധ്യനായിത്തീർന്ന ബുദ്ധൻ ഒരു താമരപ്പൂ ഉയർത്തിക്കാണിച്ചിട്ട് ഉത്തരത്തിനുവേണ്ടി സംഘാംഗങ്ങളെയെല്ലാം നോക്കി കണ്ണിറുക്കി കാണിച്ചു. അർത്ഥമറിയാതെ ശിഷ്യൻമാരെല്ലാം മിഴിച്ച് മൂകരായി ഇരുന്നതേയുള്ളു. അപ്പോൾ മഹാകാശ്യപന്റെ ചുണ്ടിൽ ചിരി പടർന്നു.ശ്രീബുദ്ധൻ എന്നിട്ട് എല്ലാ ശിഷ്യരോടുമായി പറഞ്ഞു:

"യഥാർത്ഥ ധർമ്മത്തിന്റെ അക്ഷയഖനിയാണ് ഞാൻ. പരമമായ സത്യത്തിന്റെ കണ്ണാണു ഞാൻ. നിർവ്വാണത്തിന്റെ അത്ഭുതകരമായ മനവും ഞാൻ തന്നെ. ഇതെല്ലാം പ്രചരിപ്പിക്കുവാനുള്ള അവകാശം ഞാൻ മഹാകാശ്യപനു നൽകുന്നു. പ്രചാരം നിർവിഘ്നം തുടരട്ടെ." (32)

വാക്കുകളുടെ, ശബ്ദത്തിന്റെ സഹായമില്ലാതെതന്നെ ബുദ്ധൻ തന്റെ ജ്ഞാനമെല്ലാം ഒരു മാത്രയിൽ മഹാകാശ്യപനു പകർന്നു നൽകി. സെൻ ബുദ്ധമതാചാരങ്ങൾക്കു തുടക്കം ഈ സംഭവത്തിൽ നിന്നെന്നു വിശ്വസിക്കുന്നു. ഗുരുവിൽനിന്ന് ശിഷ്യനിലേക്ക് വാങ്മയത്തിനപ്പുറമുള്ള ഉപദേശം നിശ്ശബ്ദമായിപകരുന്നു. മനസ്സിൽനിന്ന് മനസ്സിലേയ്ക്ക് പകരുന്ന ജ്ഞാനമാണിത്.

ചാൻ/ സെൻ ആദിഗ്രന്ഥങ്ങളിൽ കാണാത്ത ഈ ഐതിഹ്യം പിന്നീട് ചമച്ചതാവാം എന്ന് ചില ചിന്തകർ കരുതുന്നു. പുഷ്പം കൈയിലേന്തിയുള്ള ഉപദേശവും, മഹാകാശ്യപന്റെ പുഞ്ചിരിയും കെട്ടിച്ചമച്ച് ബുദ്ധകഥകളിൽ ചേർത്തതാകാമെന്ന് ബുദ്ധമതഗവേഷകനും പണ്ഡിതനുമായ വെൽട്ടറും എഴുതുന്നു. ഏറ്റവും സ്വീകരണാർഹമായ ഉദാത്തമായ മനസ്സിലേയ്ക്കേ ജ്ഞാനം പകരാനാവൂ. വെൽട്ടർ ഇതിനെ നിശ്ശബ്ദപ്രസരണം (Silent Transmission of Knowledge) എന്നു വിശേഷിപ്പിക്കുന്നു. (33)

സ്വാർത്ഥകേന്ദ്രമായ, ചെളി നിറഞ്ഞ മാധ്യമത്തിൽനിന്നാണ് ബോധോദയത്തിന്റെ താമര വിരിയുന്നത് എന്നാവാം തഥാഗതൻ സൂചിപ്പിച്ചത്. എല്ലാത്തിന്റെയും നിലനില്പ് ചലനാത്മകമാണ്, നശ്വരമാണ് എന്ന് കാണിക്കാനും താമരയെ ഉദാഹരണമായി എടുക്കാം.

ബുദ്ധൻ താമര പുഷ്പവുമായി

വാക്കുകളാൽ വെളിവാക്കാൻ പറ്റാത്തത് എന്ന് പറയുമ്പോൾ തഥാഗതൻ താനാർജ്ജിച്ച ജ്ഞാനം ശിഷ്യർക്ക് പകരുകയായിരുന്നില്ല, മറിച്ച് ജ്ഞാനാർജ്ജനത്തിനുള്ള മാർഗം നിർദ്ദേശിക്കുകയായിരുന്നു എന്നു വരാം. ജ്ഞാനത്തിന്റെ നിധിപേടകവും അതു തുറക്കാനുള്ള രഹസ്യകോഡും നൽകി സ്വയം ജ്ഞാനപേടകം തുറന്നുകൊള്ളുവാൻ ആവശ്യപ്പെടുകയായിരുന്നു ശ്രീബുദ്ധൻ.

സെൻ മതാചാര്യന്മാർ പദ്മത്തെ സുബോധത്തിന്റെ വികാസമായി കണക്കാക്കുന്നു. റിൻസായ്സെൻ വിഭാഗത്തിന്റെ സ്ഥാപകൻ ഹക്കുനിൻ ഏകാകു അപൂർവ്വ സിദ്ധിയുള്ള ഗുരുവും വഴികാട്ടിയുമായിരുന്നു. ദ്വൈതചിന്ത വെടിയാൻ ഒറ്റക്കൈകൊണ്ട് കരഘോഷം മുഴക്കുവാനുള്ള രീതി ശിഷ്യർക്ക് പകർന്നുകൊടുത്തത് അദ്ദേഹമാണ്. 'In Praise of ZaZen' എന്ന കവിതയിൽ അദ്ദേഹം താമരത്താരുകളുടെ നാടിനെ വാഴ്ത്തുന്നു. അതിന്റെ തുടക്കം ഇങ്ങനെ:

"എല്ലാ സൃഷ്ടികളും ബുദ്ധന്റെ രൂപംതന്നെ
മഞ്ഞുകട്ടവെള്ളത്തിന്റെ രൂപം ആയതുപോലെ
വെള്ളത്തിൽ വേറിട്ട് മഞ്ഞുകട്ട ഇല്ലല്ലോ
അതുപോലെ ബുദ്ധനില്ലാതെ സൃഷ്ടികളുമില്ല."

ഈ കവിത അവസാനിക്കുക താഴെക്കൊടുക്കുന്ന പ്രശസ്തമായ വരികളിലാണ്:

"സമാധിയുടെ ആകാശം പരിധിയില്ലാത്തതും
സ്വതന്ത്രവുമാണ്
അവിടെ ജ്ഞാനത്തിന്റെ പൂർണചന്ദ്രൻ
ജ്വലിച്ചു നിൽക്കുന്നു
ഇവിടെ എന്താണ് ഇല്ലാത്തത്?
നിർവ്വാണം ഇതാ നമ്മുടെ കൺമുന്നിൽ
ഇതുതന്നെയാണ് പദ്മഭൂമിയും
ഈ ശരീരം തന്നെയാണ് ബുദ്ധനും." (34)

റിൻസായ് പഠനകേന്ദ്രങ്ങളിൽ ഈ കവിത നിത്യേന പാരായണം ചെയ്യപ്പെടുന്നു. സെൻചിന്താഗതിയനുസരിച്ച് 'നാളെ' അവരുടെ ദർശനത്തിലില്ല. ഇന്ന്, ഇപ്പോൾ, ഇവിടെ ഈ നിമിഷം ഇതാണ് അവരുടെ പ്രവർത്തനശൈലി. ഓരോ നിമിഷവും പരിപൂർണ്ണനായി ജീവിക്കുക.

താമരയും ലൈംഗികതയും

വിശുദ്ധപുഷ്പമായ താമരയും, ഈജിപ്റ്റിലെ പൗരാണികരുടെ പാവനപുഷ്പമായിരുന്ന നീലത്താമരയും ലൈംഗികതയുടെ പ്രതീകങ്ങളായി ചിത്രീകരിക്കപ്പെടുന്നു. പദ്മ എന്ന സംസ്കൃതനാമം യോനി എന്നും, ഗർഭപാത്രം എന്നും പരിപാവനസ്ഥാനം കല്പിക്കുന്ന പദമാണ്. സ്ത്രീയുടെ ജനനേന്ദ്രിയങ്ങൾ താമരയുമായി ബന്ധപ്പെടുത്തിക്കൊണ്ടാണ് പരാമർശങ്ങൾ:

"ഫലാഗമനത്തിനായി കാത്തിരിക്കുന്ന ഗർഭപാത്രമാണ് പാവനപത്മം. അതിന്റെ കർണ്ണിക (Lotus) യാണ് ഭ്രൂണം. കന്യകയുടെ സഫലമാകാൻ സന്നദ്ധമായ യോനിയാണ് പദ്മം. അതിന്റെ ഇതളുകൾ യോനീദളങ്ങളാണ്." ബാർബാറവാക്കർ പറയുന്നു:

"ഏഷ്യക്കാരുടെ യോനീമുദ്ര പ്രാഥമികമായും പദ്മമാണ്. പത്മാദേവി ലക്ഷ്മിയുടെയും, ശക്തിയുടെയും മൂർത്തരൂപമാണ്." (35) തിബത്തൻ ബുദ്ധമതത്തിലും ഇതേ കല്പനയുണ്ട്. പദ്മം, കമലം എന്നീ പദങ്ങൾ സ്ത്രീയുടെ താമര എന്ന സൂചന നൽകുന്നു. യോനീമുഖംപോലെ മൃദുലമായി, ഇളംചുവപ്പ് കലർന്ന് വിടർന്നതാണല്ലോ താമര. ഉറപ്പും, കടന്നുകയറാനുള്ള ശക്തിയുമുള്ള പുരുഷലിംഗത്തെ വജ്രം എന്നു വിളിക്കുന്നു. പദ്മവും, വജ്രവും തമ്മിലുള്ള സംഗമത്തെ രൂപവും, ശൂന്യതയും തമ്മിലുള്ള സംഗമമായി വിശേഷിപ്പിക്കാം. മറ്റൊരു അർത്ഥത്തിൽ ഈ സംഗമം മാനസികശക്തിയുടെ അലകൾ ശരീരത്തിന്റെ കേന്ദ്രപ്രാണനാളിയിലേക്കെത്തിക്കുന്നതിനെ കാണിക്കുന്നു. അത് കേന്ദ്രപ്രാണനാളിയിലെ താമരകളെയും, ചക്രങ്ങളെയും ഉത്തേജിപ്പിക്കുന്നു. തുറക്കാനുള്ള താമരപോലെ വിടരാനുള്ള ഊർജം പ്രദാനം ചെയ്യുന്നു.

'ഓം മണി പദ്മേ ഹും' എന്ന ബുദ്ധതാന്ത്രികമന്ത്രം വജ്രത്തെ (മണി) പുരുഷത്വമായും, പദ്മത്തെ സ്ത്രീത്വമായും കണക്കാക്കുന്നു. വജ്രംപോലെ പുരുഷത്വം പദ്മമാകുന്ന സ്ത്രീത്വത്തിന്റെ ഉള്ളിൽ വസിക്കുന്നു. ഈ ഗൂഢാർത്ഥം മറ്റു തലങ്ങളിലേയ്ക്കും വ്യാപിച്ചിരിക്കുന്നു. അങ്ങനെ പുരുഷലിംഗം സ്ത്രീയോനിയിൽ എന്നും, ഭ്രൂണം ഗർഭപാത്രത്തിൽ എന്നും, മൃതദേഹം ഭൂമിയിലെന്നും, ദേവൻ ദേവതയിൽ എന്നുമുള്ള അർത്ഥതലങ്ങൾ ചിന്തകർ ചൂണ്ടിക്കാണിച്ചിട്ടുണ്ട്. ദേവീദേവന്മാർ ഭൂമിയിൽ താമരയായി സംഗമത്തിൽ ലയിക്കുന്നു. പുരുഷന്റെ ലൈംഗികാവയവങ്ങൾ ഉയിർത്തെഴുന്നേല്പിന്റെയും, സൃഷ്ടിയുടെയും പ്രതീകമായി താമരയിൽ പ്രതിഫലിക്കുന്നു.

ദലൈലാമയുടെ അനുയായികൾ ഇപ്പോഴും 'ഓം മണി പദ്മേ ഹും' എന്ന മന്ത്രം നിരന്തരം ഉച്ചരിക്കുന്നു. പക്ഷേ, ലൈംഗികതയുമായി ഈ മന്ത്രത്തിന് എന്തെങ്കിലും ബന്ധമുണ്ടെന്ന് അവർ അംഗീകരിക്കുന്നില്ല.

താമരപ്പൂവിന്റെ ഘടനയിൽതന്നെ ലൈംഗികതയുടെ പ്രതീകാത്മകത ദൃശ്യമാണ്. ഒരു ചഷകത്തിന്റെ രൂപത്തിൽ വർത്തുളമാണ് താമര. ചഷകത്തിന്റെ വശങ്ങൾ മൃദുലവും, വർത്തുളവുമാണ്. താമരയിതളുകൾ ചേർന്ന് ചഷകത്തിന്റെ ആന്തരരൂപം സൃഷ്ടിക്കുന്നു. ചഷകം എന്തും സ്വീകരിക്കാനുള്ള ഒരു പാത്രമായിത്തീരുന്നു. പൗരാണികവും, മദ്ധ്യകാലീനവുമായ സങ്കല്പങ്ങളിൽ ചഷകം സ്ത്രീലിംഗത്തിന്റെ പ്രതീകമാണ്. The Davinci Code എന്ന ഗ്രന്ഥത്തിൽ ഡാൻ ബ്രൗൺ ഈ ചഷകപ്രതിരൂപം സമൃദ്ധമായി ഉപയോഗപ്പെടുത്തിയിട്ടുണ്ടല്ലോ. താമരയുടെ മദ്ധ്യഭാഗത്തുള്ള ഉയർന്നുനില്ക്കുന്ന കർണിക (torus) പുരുഷലിംഗത്തിന്റെ പ്രതീകമാണ്. പും-സ്ത്രീ ദ്വന്ദങ്ങളെ താമര അതിനുള്ളിൽ സമന്വയിപ്പിക്കുന്നു. മറ്റൊരു പുഷ്പവും ഇത്ര വ്യക്തമായി, സുന്ദരമായി സ്ത്രീ-പുരുഷ സംഗമത്തിന്റെ സൂചന നൽകുന്നില്ല. അനന്യമായ ഈ പുഷ്പം പ്രകൃതിയുടെ ഏറ്റവും പ്രാധാന്യമേറിയ പ്രതിഭാസങ്ങളിലൊന്നാണ് താമരച്ചെപ്പിൽ ഒളിപ്പിച്ചു വച്ചിരിക്കുന്നു. വസ്തുക്കളുടെ സമന്വയമാണ് പ്രകൃതിനിയമം. താമരയിൽ ദേവീദേവന്മാർ ഉപവിഷ്ടരായിരിക്കുന്നത് അതുകൊണ്ടാണ്.

മറ്റ് പ്രാചീനസംസ്കാരങ്ങളിൽ താമരയ്ക്കുള്ള സ്ഥാനം

ഹെറഡോട്ടസും, തിയോഫ്രാസ്റ്റസും പാവനപദ്മമെന്നു വിളിച്ച, വിവരിച്ച താമര ഇപ്പോൾ ഈജിപ്റ്റിൽ ലഭ്യമല്ല. പുരാതന ഈജിപ്റ്റിൽ ദിവ്യപുഷ്പമായി കണക്കാക്കി ആരാദിച്ചിരുന്ന നീലത്താമര നാമറിയുന്ന താമരയല്ല. അത് നീലനിറമുള്ള ആമ്പലാണ്. ആകാശനീലിമയുടെ നിറവും ഉള്ളിൽ മദ്ധ്യത്തായി മഞ്ഞനിറവുമുള്ളതാണ് നീലത്താമര എന്ന പേരിൽ പ്രസിദ്ധിയാർജ്ജിച്ച നീലആമ്പൽ. ഇതിനെ നൈൽനദിയിലെ ലില്ലി എന്നും വിളിക്കും. ഈജിപ്റ്റിലെ സങ്കല്പമനുസരിച്ച് വൃത്താകൃതിയിലുള്ള താമരയിലകളിലാണ് ദേവീദേവന്മാരുടെ ആവാസം. പുരാതന ഈജിപ്റ്റിലെ ആരാധ്യദേവനായിരുന്ന ഹാർപോക്രാറ്റസ് താമരയിലയുടെ തൊട്ടിലിൽ കിടക്കുന്നു. നിശ്ചലതയുടെയും, നിശ്ശബ്ദതയുടെയും ദേവനാണ് ഹാർപോക്രാറ്റസ്. ആരാധ്യനായ ഓസിരിസ് താമരയിലയിൽ ജലയാനം നടത്തുന്നു. ഐസിസ് എന്ന

പേരുള്ള ദേവത ജലത്തിൽനിന്നുമുയരുന്ന താമരയുടെ രൂപം വഹിക്കുന്നു. സമുദ്രജലത്തിൽനിന്നുയരുന്ന വിധത്തിലാണ് താമരരൂപത്തിലുള്ള ഔമ (Aum) എന്ന ആദിമദേവന്റെ സങ്കല്പം. താമരയെ സൂര്യനുമായി ബന്ധപ്പെടുത്തുന്ന കല്പനയും പ്രസിദ്ധമാണ്. പ്രാചീന ഈജിപ്റ്റിലെ ആരാധ്യനായ ഹോറസ് ഓരോ ദിവസവും വിരിയുന്ന താമരയിൽനിന്നും പുനർജ്ജനിക്കുന്നതായി വിശ്വസിച്ചിരുന്നു.

ഗ്രീസിലേയും, റോമിലേയും പൗരാണിക ഗ്രന്ഥങ്ങളിൽ താമരയെപ്പറ്റിയുള്ള പരാമർശം വളരെയൊന്നും ഇല്ല. താമരയുമായി ബന്ധപ്പെട്ട ചില ഐതിഹ്യങ്ങൾ ആ ഗ്രന്ഥങ്ങളിലുണ്ട്. ഹെർക്കുലിസ് ഒരു ദേവതയെ പ്രലോഭിപ്പിച്ച ശേഷം ഉപേക്ഷിച്ചു. അവർ ഒരു സരസ്സിൽ ചാടി ജീവനൊടുക്കി. അനുകമ്പ തോന്നിയ മറ്റു ദേവന്മാർ അവൾക്ക് താമരരൂപം നൽകി പുനർജന്മം നൽകി. മറ്റൊരു കഥയിൽ അപ്പോളോ ദേവൻ പിന്തുടർന്ന ഡ്രയോപ് എന്ന ദേവത ഒരു താമരരൂപമെടുത്ത് രക്ഷപ്പെടാൻ ശ്രമിച്ചു. അപ്പോളോയിൽനിന്നും രക്ഷപ്പെടാൻ അവർക്കുകഴിഞ്ഞില്ല. അവരുടെ സംഗമത്തിൽനിന്നും ജനിച്ച അംഫീസസും താമരയായി മാറിയതായി മറ്റൊരു കഥയുണ്ട്. ഹെർക്കുലിസ് താമരയുടെ ആകൃതിയിലുള്ള ഒരു ചഷകം സൂര്യനിൽ നിന്നും സ്വീകരിക്കുന്നതായി പറയുന്നു. ഫലഭൂയിഷ്ഠിയുടെയും, കാലി സമ്പത്തിന്റെയും ദേവനായ പ്രിയാപിസിനെപ്പറ്റി ഓവിഡ് ഇങ്ങനെ എഴുതുന്നു. 'ഫലഭൂയിഷ്ഠിയുടെയും, വൃക്ഷലതാദികളുടെയും അധിദേവനായ പ്രിയാപിസ് ലോട്ടിസ് എന്നൊരു ജലദേവത (Nymph)യെ പിന്തുടർന്നു, പ്രിയാപിസിൽനിന്നും രക്ഷപ്പെടുത്താനായി മറ്റു ദേവകൾ അവളെ ഒരു താമരയാക്കി മാറ്റി.

സുമേറിയന്മാരും, അസീറിയക്കാരും താമരയെ അനുസ്മരിക്കുന്നുണ്ട്. അവരുടെ പ്രാക്തന സങ്കല്പങ്ങളെപ്പറ്റി ഗ്രിഫിത്ത്സ് എഴുതുന്നു: ഉർക്ക് ദേശത്തുള്ള ഇവർ ഒരു കുന്നിൻമുകളിൽ ഇനാനദേവിക്കുവേണ്ടി ഒരു ദേവാലയം ഉണ്ടാക്കി. ഉർവ്വരത (fertility) യുടെ ദേവതയായിരുന്നു ഇനാന. അക്കേഡിയൻ, ഇഷ്ടാർ, അസ്റ്റാർടേ എന്നീ വംശങ്ങൾക്കൊക്കെ ജന്മം നൽകിയത് ഇനാനയാണെന്നു വിശ്വസിക്കുന്നു. ഇനാന താമരയുടെ ദേവിയാണ്. ബി.സി. മൂന്നാംശതകം മുതൽ കണ്ടെടുത്ത ലോക്കറ്റുകളിലും, ശിലാഫലകങ്ങളിലും, മുദ്രകളിലും, താമരമുദ്രയിലൂടെ ഇനാനദേവിയുടെ സാന്നിദ്ധ്യം സൂചിതമാകുന്നുണ്ട്. മെസപ്പൊട്ടോമിയയിലും, സുമേറിയയിലുമുള്ള പ്രാക്തന സംസ്കാരങ്ങളിൽ താമരയുടെ പ്രാധാന്യം വ്യക്തമാകുന്നു. താമരയെ പ്രതീകാത്മകമായിട്ടാണ്

ചിത്രീകരിച്ചിരിക്കുന്നത്. സാധാരണയായി വിത്തുകൾ വഹിക്കുന്ന താമരയുടെ ഫല-കോശത്തിന്റെ രൂപത്തിൽ താമരമദ്ധ്യത്തിലുള്ള കർണിക മാത്രമേ ചിത്രീകരിച്ചിട്ടുള്ളൂ. ഇതിൽ വിത്തുകൾ വിന്യസിച്ചിരിക്കുന്നത് വർത്തുളാകൃതിയിലാണ്, അതുപോലെ തന്നെയാണ് ഇനാനാ ദേവി മുദ്രണം ചെയ്യപ്പെട്ടിരിക്കുന്നത്. ഗ്രിഫിത്ത് എഴുതുന്നു: "ഇനാനാദേവിയുടെ മുദ്രണങ്ങളിൽ അവർ രണ്ട് താമരത്തണ്ടുകൾ വഹിക്കുന്നു. അവയുടെ വിത്തറകൾ (Seed pod) അഭിമുഖമായി കാണിച്ചിരിക്കുന്നു. മറ്റുചിലപ്പോൾ ഒരു വിത്തറയോടുകൂടിയ താമരത്തണ്ടു മാത്രമേ കാണുന്നുള്ളൂ. ചിലപ്പോൾ അത് ഇതളുകളുടെ അകമ്പടിയോടെ ആകാശയാനം ചെയ്യുന്നതുപോലെ ചിത്രീകരിച്ചിരിക്കുന്നു. ഇങ്ങനെയുള്ള ആകാശത്താമരകൾ പലപ്പോഴും ചുരുക്കി നക്ഷത്രരൂപത്തിൽ മുദ്രണം ചെയ്തിരിക്കുന്നു. ഇത്തരം മുദ്രണങ്ങളിൽ എട്ടുകോണുകളുള്ള നക്ഷത്രം പോലെയാണ് ഈ ചിത്രീകരണം. ഇത് ഇഷ്ടാറിന്റെ നക്ഷത്രം എന്നറിയപ്പെടുന്നു. പൗരസ്ത്യദേശങ്ങളിലൊക്കെ താമരയെ ചിത്രീകരിക്കാൻ ഉപയോഗിക്കുന്ന എട്ടുദലങ്ങൾ തന്നെയാണ് ഈ മുദ്രണങ്ങളിലും ഉപയോഗപ്പെടുത്തിയിരിക്കുന്നത്.''

ഗ്രിഫിത്ത് അദ്ദേഹത്തിന്റെ യാത്രാവിവരണഗ്രന്ഥമായ 'The Lotus Quest' എന്ന ഗ്രന്ഥത്തിൽ താമരയ്ക്ക് മദ്ധ്യപൗരസ്ത്യ ദേശങ്ങളിലെ വാസ്തുവിദ്യയിൽ ഉണ്ടായിരുന്ന പങ്കിനെപ്പറ്റി പ്രതിപാദിക്കുന്നുണ്ട്.

ചൈനയിൽ പ്രചാരത്തിലുള്ള ഫെങ്ഷൂയി (Feng Shui) കലയിൽ താമരയ്ക്ക് വളരെ പ്രാധാന്യം കല്പിച്ചിട്ടുണ്ട്. ഈ കലയിൽ താമരപ്പൂ പ്രണയത്തിന്റെയും, വിവാഹത്തിന്റെയും പ്രതീകമാണ്. പ്രണയബന്ധത്തെ സൂചിപ്പിക്കുവാനും, സാക്ഷാത്കാരം ദ്യോതിപ്പിക്കുവാനുമായി മണിയറകളിലും, കിടപ്പറകളിലും താമരപ്പൂക്കൾ വയ്ക്കുക എന്നുള്ളത് സർവ്വസാധാരണയായി അനുവർത്തിച്ചു വരുന്നു. സ്വാസ്ഥ്യത്തെയും, സ്വരച്ചേർച്ചയേയും, ഭാഗ്യത്തെയും ആകർഷിക്കാനും നിലനിർത്താനും ഗൃഹാന്തർഭാഗങ്ങളിൽ താമരപ്പൂക്കളെക്കൊണ്ട് അലങ്കാരങ്ങൾ സാധാരണയാണ്. ഫെങ്ഷൂയിൽ പറയുന്നത് താമരപ്പൂക്കൾ വ്യക്തികളെ മഹത്വികാരങ്ങളിലേയ്ക്കും നേർവഴിയിലേയ്ക്കും, സത്യസന്ധതയിലേക്കും നയിക്കുമെന്നാണ്. ചീനക്കാർ ഉദ്യാനസരസ്സുകളിൽ താമര കൂടാതെ സുവർണമത്സ്യങ്ങളും ഓസ്മാന്തസ് ചെടികളും, ഞാങ്ങണപ്പുല്ലുകളും വളർത്താറുണ്ട്. ചിത്രങ്ങളിലും ഇതെല്ലാം പ്രകടമാണ്. ഇവയെല്ലാം നല്ല നിമിത്തങ്ങളായി അവർ വിശ്വസിക്കുന്നു. ഇവയുടെ കൂട്ടത്തിൽ ചൈനയിലെ താറാവുകളെയും ചിത്രീകരിക്കാറുണ്ട്. ഫെങ്ഷൂയിയുടെ

സ്വാധീനം ഇതുകൊണ്ടൊക്കെ വളരെ വർദ്ധിക്കുമെന്നു കാണുന്നു.

ക്രിസ്തീയ വിശ്വാസത്തിൽ താമരയെപ്പറ്റി അവശേഷിക്കുന്ന ഒരേയൊരു സങ്കല്പം വെളിച്ചവും ജീവിതവുമായി താരതമ്യപ്പെടുത്തി യുള്ളതാണ്. (വെളിച്ചത്തിന്റെ താമര, ജീവന്റെ താമര). ത്രീത്വത്തിന്റെ പ്രതീകമാണ് താമരയെന്നും രേഖപ്പെടുത്തിയിരിക്കുന്നു. ഈ താമര ഇരുട്ടിൽനിന്നും പ്രസരിക്കുന്ന വെളിച്ചമായി ക്രിസ്തുവിന്റെ സ്മരണ ഉണർത്തുന്നു. ജീവന്റെ പുഷ്പം (flour delys) എന്ന പേരിൽ ഭൂമിയുടെ പ്രകാശമായി, ജീവന്റെ പ്രതീകമായി ക്രിസ്തീയ മതം താമരയെ സ്വീക രിക്കുന്നു.

വസന്തത്തിന്റെ വരവിനെ വിളിച്ചറിയിക്കുന്ന താമര. സന്തോഷത്തി ന്റെയും, സ്നേഹത്തിന്റെയും, പ്രതീക്ഷയുടെയും, പരിണാമത്തിന്റെയും പ്രതീകമാണ്. അധ്യാത്മികതയുടെ ബോധവും, സ്നേഹവും ഉണർത്തു ന്ന പുഷ്പമാണ് താമര. ഛന്ദോഗ്യോപനിഷത്തിലെ വരികൾ ഇവിടെ പ്രസക്തമാണ്.

"ബ്രഹ്മന്റെ ആസ്ഥാനത്തിൽ ഒരു രഹസ്യ സ്ഥാനമുണ്ട്. അതാണ് ഹൃദയപദ്മം. നമ്മുടെ ആഗ്രഹനിവൃത്തിക്കുള്ള നിഗൂഢസ്ഥാനമാണത്. ഈ ആന്തരാളത്തിന്റെ വിശാലാകാശം പോലെ തന്നെ, ഹൃദയകമല ത്തിലെ ആകാശവും. അതിന്റെ അന്തരാളത്തിലാണ് സ്വർഗവും ഭൂമിയും ഒന്നിക്കുന്നത്, അവിടെയാണ് അഗ്നിയും ആകാശവും, സൂര്യനും, ചന്ദ്രനും, മിന്നൽപ്പിണരും നക്ഷത്രങ്ങളും സമ്മേളിക്കുന്നത്. ഈ രഹസ്യകല വറയെ അറിഞ്ഞാലും ഇല്ലെങ്കിലും ഇവിടെയാണ് സകലത്തിന്റെയും ആസ്ഥാനം."

6

വാസ്തു വിദ്യയിലും, ശില്പകലയിലും താമരയുടെ പ്രാധാന്യം

പൗരസ്ത്യ കവികളുടെയും, കലാകാരന്മാരുടെയും, ശില്പികളുടെയും മനസ്സിനിഷ്ടപ്പെട്ട പ്രതീകമാണ് താമര. ഭാരത സംസ്കാരത്തിന്റെ സത്തയിൽ താമര എന്ന പ്രതീകം അലിഞ്ഞു ചേർന്നിരിക്കുന്നു. താമര മുദ്രയാൽ അലംകൃതമാണ് ക്ഷേത്രങ്ങളും ബുദ്ധവിഹാരങ്ങളും. ശ്രീലങ്കയിലും, തിബത്തിലും, ഇന്ത്യയിലും താമര ശില്പം കൊത്തിവയ്ക്കാത്ത ദേവാലയങ്ങൾ ഇല്ലെന്നു തന്നെ പറയാം. പൂർണമായി വിടർന്ന താമര, താമരമൊട്ട്, താമര വിത്തുകൾ, താമരയിതളുകൾ, താമര ചേർത്ത അലംകൃത മാതൃകകൾ എന്നിവയാൽ സമ്പന്നമാണ് ക്ഷേത്രകല. സ്ത്രീസൗന്ദര്യത്തിന്റെ മൂർത്തീകരണമായും, നൈർമല്യത്തിന്റെയും, വിവേകത്തിന്റെയും പ്രതീകമായും കാല്പനിക കവികൾ താമരയെ സ്വീകരിച്ചു. ചിത്രകാരന്മാർ താമരയെ പ്രണയിച്ചു. പല നിലകളിലുള്ള, വൈവിധ്യമേറിയ നിരവധി ചിത്രങ്ങളിലും പെയിന്റിംങ്ങുകളിലും അവർ താമരയെ സൃഷ്ടിച്ചു. എല്ലാ രാജ്യങ്ങളിലുമുള്ള

കലാകാരന്മാരും സാധാരണ മനുഷ്യരും താമരയെ സ്നേഹിച്ചു. പുക ഴ്ത്തിപാടി.

ക്ഷേത്ര കലയിലെ താമര

മിക്ക ഹിന്ദു ദൈവങ്ങളും താമരയിൽ ഇരിക്കുന്നതോ, നിൽക്കു ന്നതോ ആയ നിലയിലാണ് ചിത്രീകരിക്കപ്പെട്ടിട്ടുള്ളത്. അതുപോലെ ത്തന്നെയാണ് ബുദ്ധമതത്തിലും. ശ്രീബുദ്ധനും, ബോധിസത്വന്മാരും, താര മുതലായ ദേവതകളും താമരയിൽ ആസനസ്ഥരായിരിക്കുന്നു. അവർ താമര കൈകളിൽ ധരിക്കുന്നു. ഈ രീതിയിലാണ് അവരുടെ യെല്ലാം ശില്പസൃഷ്ടി. ആരാധനാ മൂർത്തികൾ താമരയിൽ ഇരിക്കുന്ന തായോ, പാദപീഠമായി ഉപയോഗിക്കുന്നതായോ ചിത്രീകരിക്കപ്പെ ട്ടിരിക്കുന്നു. മിക്കവാറും എല്ലാ മൂർത്തി ശില്പങ്ങളിലും, ചിത്രങ്ങളിലും ഒരു കൈയിൽ താമരയുണ്ടാകും. ആ താമരയ്ക്ക് എട്ടു ഇതളുകളാകും ഉണ്ടാകുക. നേരത്തെ സൂചിപ്പിച്ചതുപോലെ എട്ടുദിക്കുകളിലുമുള്ള അധീ ശത്വത്തെ സൂചിപ്പിക്കുന്നു ഈ താമര. എട്ടിതളുള്ള താമര ഒരു പ്രതീകം മാത്രമാണ്. കാരണം എട്ടിതളുള്ള താമര നിലവിലില്ല. ശില്പങ്ങളിൽ ദേവന്മാർ പലരും താമരയിൽ നിൽക്കുന്നതായുള്ള ദൃശ്യമാണ്. സൂര്യ ദേവന്റെ രൂപങ്ങളിൽ രണ്ടു കൈകളിൽ താമര വഹിക്കുന്നതായിട്ടാണ് ശില്പം, പിന്നീടുള്ള ഒരു കൈ താമരമാല്യം വഹിക്കുന്നു. ലക്ഷ്മീ ദേവിയെ താമരയിൽ ഇരിക്കുന്നതോ. നിൽക്കുന്നതോ ആയ രീതിയിലാണ് ചിത്രീകരിക്കുക. ഋഗ്വേദവിദഗ്ധനായ സിമ്മർ (1) തന്റെ വേദങ്ങളെ പ്പറ്റിയുള്ള പഠന ഗ്രന്ഥത്തിന്റെ അവസാനം ഇങ്ങനെ എഴുതുന്നു: "ആദിലക്ഷ്മി, അഷ്ട ലക്ഷ്മി എന്നിങ്ങനെ താമര കൈയിൽ വഹിക്കുന്ന എല്ലാ ദേവികളും മഹാലക്ഷ്മിയുടെ വിവിധ ഭാവങ്ങളാണ്. ചിലപ്പോൾ താമരരൂപം മാത്രമായി ലക്ഷ്മിദേവിയെ സൂചിപ്പിക്കുവാൻ ഉപയോഗി ക്കുന്നു. താന്ത്രിക സംസ്കാരത്തിൽ നഗ്നരൂപത്തിൽ ശിരസ്സിന്റെ ഭാഗത്ത് താമര പ്രതിഷ്ഠിച്ച ദേവതകളുണ്ട്. കമലമുഖീദേവികൾ എന്ന പേരിലാണവർ അറിയപ്പെടുന്നത്. "ബാനർജിയുടെ അഭിപ്രായത്തിൽ ഊർവ്വരതയുമായി (ഗർഭസിദ്ധി)യുമായി ബന്ധപ്പെട്ട ദേവതകളാണവർ. അദ്ദേഹം എഴുതുന്നു: "അകളങ്കിതമായ താമര കാരണജലത്തിൽ നിന്നുമുയർന്ന്, നൈർമല്യത്തിന്റെയും, സത്വഗുണത്തിന്റെയും പ്രതീ കമായി വിടരുന്നു. പ്രപഞ്ചത്തിന്റെ സൃഷ്ടിയും വികാസവും മാത്രമല്ല താമര സ്വന്തം വിത്തുകൾ കാരണജലത്തിലേക്കു നിക്ഷേപിക്കുക വഴി അനന്തമായി വരുംതലമുറകളിലൂടെ ജീവന്റെ ശാശ്വതത്വത്തെയും പ്രദർശിപ്പിക്കുന്നു." (2)

ചിത്രങ്ങളിലും ശില്പങ്ങളിലും ബ്രഹ്മാവ് താമരയിൽ ആസനസ്ഥനായ രീതിയിലാണ് എവിടെയും കാണുന്നത്. പരാശക്തി പദ്മരൂപത്തിൽ ബ്രഹ്മാവിന്റെ അധാരമായി നിലകൊണ്ട്, ബ്രഹ്മാവിലൂടെ സൃഷ്ടി നടത്തുന്നു എന്നാണ് സങ്കല്പം. പ്രാക്തനമായ വേദകാലം മുതൽ ജലം ആദിസൃഷ്ടിയായ കാരണജലമാണ്. താമര ആ ജലത്തിൽ നിന്നാണ് പൊന്തി വന്നത്. ചെടികൾ ഇന്ത്യൻ ക്ഷേത്രകലയിൽ (Plants in Indian Temple Art) എന്ന ഗ്രന്ഥത്തിൽ ഗുപ്ത, ബർഹുതിൽ നിന്നും ലഭിച്ച ഒരു മുദ്രയിൽ ലക്ഷ്മീ രൂപം ചിത്രീകരിച്ചത് വിശദീകരിക്കുന്നു. ശിരസ്സിൽ ശിരോഭൂഷണം അണിഞ്ഞ്, ഇടതുകൈ മുടിയിൽ ചുറ്റിപ്പിടിച്ച്, വലതുകൈ അരയിലൂന്നി നിൽക്കുന്ന ലക്ഷ്മിയുടെ അടുത്ത് നീളമുള്ള ഒരു താമരത്തണ്ടും, മൊട്ടും ചിത്രീകരിച്ചിരിക്കുന്നു. സാഞ്ചിയിലെ ഖനനത്തിൽ കിട്ടിയ ഒരു പതക്കത്തിൽ ഒരു ആമയുടെ വായിൽ നിന്നും താമരത്തണ്ടുകളും പൂവുകളും വരുന്നതായി ശില്പി ചിത്രീകരിക്കുന്നു. ലക്ഷ്മീപതിയായ വിഷ്ണുവിന്റെ കൂർമ്മാവതാരത്തിന്റെ സൂചനയാകാം ഇതെന്നു കരുതുന്നു. മറ്റൊരു മുദ്രയിൽ യാഗാഗ്നി താമരയിൽ നിറയുന്നതു കാണാം. മറ്റു രണ്ടു പതക്കങ്ങളിൽ ജീവവൃക്ഷം (Tree of life) ആയി താമരയെ ചിത്രീകരിക്കുന്നു. താമരകൾ ഒരു അലംകൃതചഷകത്തിൽ നിന്നും വളരുന്നതായിട്ടാണ് ശില്പി ച്ത്രീകരിച്ചിരിക്കുന്നത്. ഒരു താമര വെള്ളത്തിനടിയിൽ, മറ്റൊന്ന് വെള്ളത്തിന്റെ നിരപ്പിൽ, മറ്റൊന്നു വെള്ളത്തിൽ നിന്ന് ഉയർന്ന് നിൽക്കുന്നു. വെള്ളത്തിന്റെ നില സൂചിപ്പിക്കുവാൻ രണ്ട് അരയന്നങ്ങളെ കാണിച്ചിരിക്കുന്നു. ഓരോ തേനീച്ച വീതം താമരയിലിരുന്ന് തേൻ കുടിക്കുന്നതും ചിത്രീകരിച്ചിരിക്കുന്നു. ചില മുദ്രകളിൽ ആനയോ, ആമയോ, സിംഹമോ താമരക്കൊപ്പം ഉണ്ടാകും. ചില മുദ്രകളിൽ സൂര്യദേവനേയും താമരയേയും കാണിച്ചിരിക്കുന്നു. ഗജലക്ഷ്മീ രൂപത്തിലുള്ള ചിത്രീകരണം ചില മുദ്രകളിലുണ്ട്. ഇത്തരത്തിലുള്ള പല മുദ്രകളും ഉത്തരേന്ത്യയിലെ പല ഖനനങ്ങളിലും കണ്ടെടുത്തിട്ടുണ്ട്. (3)

ശാന്തിലാൽ നഗർ പതക്കങ്ങളിലെ എല്ലാത്തരം മുദ്രകളെയും സമാഹരിച്ച് പറയുന്നതു ശ്രദ്ധിക്കുക.:

"താമരകൾ പക്ഷികളോടൊപ്പം, സിംഹാസനം എന്ന നിലയിൽ, താമരയിലകൾ, ബുദ്ധനെ വഹിക്കുന്ന താമര, മർത്ത്യശിരസ്സിന്റെ ആലേഖനം, ജീവവൃക്ഷത്തിന്റെ പ്രതീകം, ബ്രഹ്മാവിനെ വഹിക്കുന്ന താമര, നന്ദിപാദനെ ചിത്രീകരിച്ച മുദ്ര, ബുദ്ധന്റെ പരിശുദ്ധ പിറവി, മായാദേവിയുടെ ആസ്ഥാനം, തുമ്പിക്കൈയിൽ താമരയേന്തിയ

ഗജരൂപം,, ഭദ്ര ഘടത്തിൽ നിന്നും ഉയരുന്ന താമര, ആമയുടെ മുഖത്തു നിന്നുയരുന്ന താമരകൾ, അവലോകിതേശ്വരന്റെ മുദ്രണം ചെയ്ത താമര, എന്നിവയെല്ലാം വിവിധ ഖനനങ്ങളിൽ നിന്നും കണ്ടെത്തിയിട്ടുണ്ട്."

ഇന്ത്യയിൽ കല്ലിലും വെണ്ണക്കല്ലിലും, മരത്തിലും ഏറ്റവുമധികം ചിത്രീകരണം ചെയ്യപ്പെട്ട ക്ഷേത്ര രൂപങ്ങൾ താമരയുടേതാണ് എന്ന് നഗർ ഉപപാദിക്കുന്നു. പുരാതനമോ, ആധുനികമോ ആകട്ടെ ക്ഷേത്രശിൽപങ്ങളിൽ താമരയുണ്ടാകും. ബർഹുത്, അമരാവതി, സാഞ്ചി എന്നിവിടങ്ങളിൽ ബുദ്ധദേവാലയങ്ങളാണ് ഏറ്റവും പുരാതനം. താമര എന്ന പ്രതീകം എത്ര വ്യാപകമായിരുന്നു എന്ന് അവ കാണിച്ചു തരുന്നു. ഗവേഷകന്മാർ ഇവിടെയെല്ലാം താമരയുടെ പലരൂപങ്ങൾ കണ്ടെടുത്തിയിട്ടുണ്ട്. സാഞ്ചിയിലെ സ്തൂപത്തിലെ താമരയെപ്പറ്റി ഗ്രിഫിത്ത് ആവേശം കൊണ്ട് ഇങ്ങനെയെഴുതുന്നു.

"സാഞ്ചിയിലെ ഉന്നതമായ സ്തൂപത്തിൽ കൊത്തിയ അനേകം അലംകൃത രൂപങ്ങളിൽ ഏറ്റവും മനോഹരം താമരയാണ്. സ്തൂപത്തിന്റെ അകത്തോട്ടു തിരിയുന്ന ഭാഗത്ത് താമര മുഖ്യ പ്രതീകവും മുദ്രയുമാകുന്നു. ഒരു മീറ്ററോളം വിസ്തൃതമായ രണ്ടു വശങ്ങളിൽ രണ്ടു ചതുരങ്ങളിലായി ഒരു ഭീമചഷകത്തിൽ നിന്നും താമരമൊട്ടുകൾ ഉയരുന്നു. ഒന്നിൽ ഏഴും, മറ്റതിൽ ഒൻപതും മൊട്ടുകളുണ്ട്. താമരയുടെ ജീവചക്രത്തിൽ സംഭവിക്കുന്ന പരിവർത്തനത്തിന്റെ ചിത്രീകരണമാണ് ഇവ. വിടരാത്ത മൊട്ടുകളും, വിടർന്നു നിൽക്കുന്ന താമരകളും കൂട്ടത്തിലുണ്ട്. പരാഗണം നടന്ന പൂക്കൾ, തെല്ലുവാടി ചാഞ്ഞു നില്ക്കുന്ന പൂക്കൾ എന്നിവയും ഉണ്ട്. അവയിൽ മുളയ്ക്കേണ്ട വിത്തുകൾ തിങ്ങിനിറഞ്ഞു നില്ക്കുന്നു."

മജ്ജിമനികായയിലും വിനയമഹാവാഗ്ഗയിലും പാലിഭാഷയിൽ ബുദ്ധോപദേശങ്ങൾ സംഗ്രഹിച്ചിട്ടുണ്ട്. ഇതനുസരിച്ച് ഒരു താമര ജലത്തിൽ ആഴ്ന്നു കിടക്കുന്നു. ഒന്ന് ജലത്തിന്റെ ഉപരിതലത്തിൽ എത്തിനിൽക്കുന്നു. മറ്റൊന്ന് ജലത്തിനുമുകളിൽ ഉയർന്നു നിൽക്കുന്നു. ഈ പ്രതീകവൽക്കരണം ബുദ്ധന്റെ ഒരു ഉപദേശത്തിന്റെ സൂചനയാണ്. ഇതേപ്പറ്റി മുമ്പ് പ്രതിപാദിച്ചിട്ടുണ്ടല്ലോ.

"ഉൽപലങ്ങൾ അഥവാ പദ്മങ്ങൾ, പുണ്ഡരീകങ്ങൾ നോക്കുക. ചിലത് അവിടെത്തന്നെ കിടക്കുന്നു. ചിലത് വെള്ളത്തിൽ നിന്ന് ഉടലെടുത്തതെങ്കിലും ജലപ്പരപ്പിലേക്ക് എത്തിനിൽക്കുന്നു. മറ്റു ചിലത് വെള്ളത്തിൽ ജനിച്ചതെങ്കിലും, ജലോപരി ജലസംഗമമില്ലാതെ തലയുയർത്തി നിൽക്കുന്നു. ഭിക്ഷുക്കളേ ഞാൻ ബുദ്ധന്റെ സർവ്വദർശകമായ സിദ്ധികൊണ്ട് എല്ലാ സൃഷ്ടികളെയും വീക്ഷിച്ചു. ചിലർ തെല്ലു

മാത്രം കളങ്കിതർ, ചിലർ കളങ്കത്തിൽ മുങ്ങിത്താണു കിടക്കുന്നു. ചിലർ ജീവശക്തി തേജസ്സുള്ളവർ, ചിലർ മധ്യവർത്തികൾ, ചിലർ രൂപഗുണമുള്ളവർ, ചിലർ വികലാംഗർ, ചിലർ അജ്ഞാനികൾ, ചിലർ ജ്ഞാനികൾ. അവർ മിക്കവരും ജീവിതാന്ത്യത്തിലെത്തുന്ന അവസ്ഥയെക്കുറിച്ചും പാപത്തെക്കുറിച്ചും ഭയമുള്ളവരാണ്.''

സാഞ്ചിയിലെ തെക്കെപ്രവേശന കവാടത്തിന്റെ മുകളിലുള്ള ഉത്തരത്തിൽ (architrave) ജീവന്റെ വൃക്ഷമായി താമര മുകളിലും താഴെയുമായി കൊത്തിവെച്ചിരിക്കുന്നു. ഒന്നിൽ മായാദേവിയുടെ ലളിത രൂപവും, പക്ഷികൾ, ഇലകൾക്കിടയിൽ മത്സ്യം എന്നിവയും കൊത്തിവെച്ചിട്ടുണ്ട്. കിഴക്കേ കവാടത്തിൽ പൂർണ്ണമായി വിരിഞ്ഞ താമര ഒരു സ്തൂപത്തിൽ കൊത്തിയിട്ടുണ്ട്. അതേ മാർഗ്ഗത്തിന്റെ മറുവശത്ത് പാമ്പിന്റെ രൂപത്തിലുള്ള താമരത്തണ്ടും താമരപ്പൂവും കൊത്തിയിട്ടുണ്ട്. പടിഞ്ഞാറെ മാർഗ്ഗത്തിൽ ഏറ്റവും ഭംഗിയുള്ള താമരശില്പങ്ങൾ കാണുന്നു. ഇവിടെ ദൃഢമായ തണ്ടുകളോട്ടുകൂടിയ താമരപ്പൂവുകളും ഇലകളും കൊത്തിവച്ചിരിക്കുന്നു. അഞ്ചുതട്ടുകളിലായിട്ടാണ് ഈ ശിൽപങ്ങൾ നിർമ്മിച്ചിരിക്കുന്നത്. അവയ്ക്കിടയിൽ ഇണ മൃഗങ്ങളെയും ചിത്രീകരിച്ചിട്ടുണ്ട്. ബുദ്ധപാദങ്ങളിലൂടെ പൊട്ടിവിടരുന്നതുപോലെ താമര എന്ന ജീവപുഷ്പം കൊത്തിവെച്ചിരിക്കുന്നു. ഭദ്രഘടം എന്നറിയപ്പെടുന്ന ഭാഗ്യചഷകത്തിൽ നിന്നും തലയുയർത്തുന്ന ശില്പവും ഉണ്ട്. യക്ഷന്മാരും യക്ഷിണികളും അവയ്ക്ക് അകമ്പടി നിൽക്കുന്നതായി രേഖപ്പെടുത്തിയിരിക്കുന്നു. സ്ത്രീ പുരുഷരൂപങ്ങളും ചിത്രീകരിച്ചിട്ടുണ്ട്. ഒരു സ്തൂപത്തിൽ മകരപദ്മത്തിൽ നിന്നുമുയരുന്ന താമരപ്പൂക്കൾ കൊത്തിയിരിക്കുന്നു. താമരമാലകൾ പല തൂണുകളിലും കൊത്തിയിട്ടുണ്ട്. അമരാവതി, ഗയ, മഥുര, ബർഹുത് എന്നിവിടങ്ങളിലെ ബുദ്ധസ്തൂപങ്ങളിലും താമര ശിൽപങ്ങൾ ധാരാളമായി കൊത്തിയിട്ടുണ്ട്. ജീവന്റെ വൃക്ഷം താമരയാണെന്ന സൂചന നൽകുന്ന ശിൽപങ്ങൾ സൃഷ്ടി താമരയിൽ നിന്നാണെന്നു ചിത്രീകരിക്കുന്നു. ജനനം, ജീവിതം, മോക്ഷം എന്നിങ്ങനെയുള്ള ജീവചക്രത്തെ താമര പ്രതിനിധാനം ചെയ്യുന്നു. അനുഗ്രഹ ദാതാവായ ദേവന്റെയും അദ്ദേഹം പ്രചരിപ്പിച്ച ദർശനങ്ങളുടെയും പ്രതീകമാണ്. അതിന്റെ ശാശ്വത പ്രതീകംപോലെയാണ് ബുദ്ധദേവാലയങ്ങളിൽ കൊത്തിയിരിക്കുന്ന താമരയിലകളും, മൊട്ടുകളും, പൂക്കളും.

ബുദ്ധന്റെ കാലം കഴിഞ്ഞ് നൂറ്റാണ്ടുകൾക്കു ശേഷമാണ് ശങ്കരാചാര്യരുടെ വരവ്. അതോടെയാണ് ഭാരതത്തിൽ ഹിന്ദുമതത്തിന്റെ നവോത്ഥാനം ആരംഭിച്ചത്. ആ കാലഘട്ടത്തിൽ ധാരാളം

ക്ഷേത്രങ്ങളുടെ നിർമ്മാണം നടക്കുകയുണ്ടായി. ഈ ക്ഷേത്രങ്ങളി ലെല്ലാം തന്നെ താമര ശിൽപഭംഗിയോടെ ധാരാളമായി സ്ഥാനം പിടിച്ചിട്ടുണ്ട്. വിഷ്ണുവിന്റെ നാഭിയിൽ നിന്നുയർന്ന സഹസ്രദലപത്മം ആലേഖനം ചെയ്ത കൊത്തുപണികളുമുണ്ട്. ശാശ്വതത്വത്തിന്റെ പ്രതീ കമാണ് ഈ ചിത്രം. ഇന്ത്യയിൽ ഭൂതകാലത്ത് ധാരാളം സരസ്സുകളും, ജലാശയങ്ങളും ഉണ്ടായിരുന്നുവല്ലോ. അവയിലൊക്കെ താമരകൾ ധാരാളമായി വിടർന്നു നിന്നിരിക്കണം. താമരയുടെ സൗന്ദര്യത്തിൽ ആകൃഷ്ടരായിരിക്കണം ഭാരതത്തിലെ പഴമക്കാർ. പിന്നീടാണ് ദേവീ ദേവന്മാരുടെ ഇരിപ്പിടമായി താമര അറിയപ്പെട്ടു തുടങ്ങിയത്. ദേവീ ദേവന്മാർക്ക് ഇതിലും നിർമ്മലമായ, മനോഹരമായ ഒരു സ്ഥാനം വേറെ നൽകാനില്ലല്ലോ. അങ്ങനെയാണ് താമര ദേവീ- ദേവന്മാരുടെ മൂർത്തീകരണമായി കരുതിത്തുടങ്ങിയതും, ഒരു താമര കൊണ്ട് ഒരു ദേവതയെ അല്ലെങ്കിൽ ദേവനെ പ്രതിനിധീകരിക്കാൻ തുടങ്ങിയതും. സിമ്മർ എന്ന വാസ്തു ശിൽപ വിദഗ്ധൻ താമരകളാൽ അലംകൃതമായ ദേവികളെകുറിച്ച് പറയുന്നു:

“മാനുഷിക രൂപത്തിൽ പ്രത്യക്ഷപ്പെടാത്തപ്പോഴും ദേവിയുടെ പ്രതീ കമായി താമരയെ അവതരിപ്പിച്ചിരുന്നു. ദേവന്മാരുടെ നിലയും ഇതിനെ അനുകരിച്ചു. പത്മഹസ്ത എന്നോ, പത്മാവതി എന്നോ നിലയിലാണ് ദേവിയുടെ പ്രത്യക്ഷ രൂപം. മഹായാന ബുദ്ധമതത്തിലെ ലോകരക്ഷ കനായ പദ്മപാണി എന്ന ബോധിസത്വാവതാരങ്ങളിലൊന്നിന്റെ ശാശ്വത പ്രതീകമാണ് താമര.”

ഹിന്ദുമതത്തിലെ പ്രതീകങ്ങളെക്കുറിച്ചും ക്ഷേത്രശിൽപങ്ങളെക്കു റിച്ചുമുള്ള ഒരു ഗഹന പഠനം ഗോപിനാഥറാവു നടത്തിയിരിക്കുന്നു. ഹർഷാനന്ദ സ്വാമിയും ജാൽസനും ചേർന്ന് ഹിന്ദുമതത്തിലെ പ്രതീ കങ്ങളെക്കുറിച്ച് വിശദമായി എഴുതിയിട്ടുണ്ട്. ഇതിൽ നിന്നെല്ലാം നാം മനസ്സിലാക്കുന്നത് താമരയാണ് എല്ലാ ദേവീദേവന്മാരുടെയും പ്രതീ കമെന്നാണ്. ലക്ഷ്മിദേവിയെയും, വിഷ്ണുവിനെയും, സരസ്വതിയെയും, ബുദ്ധനെയും, താമരയില്ലാതെ സങ്കൽപിക്കാൻ തന്നെ വയ്യ. വാമനനും പരശുരാമനും ഒഴികെയുള്ള മറ്റെല്ലാ അവതാരങ്ങളിലും വിഷ്ണു താമരയു മായി ബന്ധപ്പെട്ടിരിക്കുന്നു. മധ്യപ്രദേശിലെ വിദിശയിലെ ഉദയഗിരി ഗുഹയ്ക്കുള്ളിൽ കാണുന്ന വരാഹാവതാര മൂർത്തീ രൂപം ആയിരം താമരപ്പൂക്കൾ കോർത്ത മാല (കിൽജാൽകിണി എന്നാണ് അത്തരം മാലകളുടെ പേര്) ധരിച്ചിരിക്കുന്നു. പാലാഴിയിൽ നിന്നും താമരയിൽ നിന്നുയർന്നുവന്ന ലക്ഷ്മീദേവിക്ക് വരുണൻ കിൽജാൽകിണി എന്ന

മാല സമ്മാനിക്കുന്നതായി പറഞ്ഞിരുന്നു. പുഷ്കര മെന്നോ, പദ്മതീർത്ഥം എന്നോ വിളിക്കാറുള്ള സരസ്സുകൾ വിഷ്ണു ക്ഷേത്രങ്ങളിൽ കാണാം.

ഗണേശ വിഗ്രഹങ്ങൾ കൈയിൽ താമരയേന്തിയോ, പാദം പദ്മപീഠത്തിൽ വെച്ചോ ചിത്രീകരിക്കപ്പെട്ടിരിക്കുന്നു. വിദ്യാദേവിയായ സരസ്വതി പദ്മത്തിലിരുന്ന് വീണ വായിക്കുന്ന രീതിയിലാണ് ചിത്രീകരണം. ലക്ഷ്മീദേവിയുടെ സഹോദരിയായ അലക്ഷ്മിയും പരാശക്തിയിൽ നിന്നും ഉടലെടുത്തതാണ്. ലക്ഷ്മീ ദേവിയുടെ വിപരീത ഗുണങ്ങളാണ് ഈ ദേവിക്കുള്ളത്. വൃത്തിഹീനതയും, അശ്രീകരതയും അതുപോലുള്ള ദുസ്വഭാവങ്ങളും മൂർത്തീഭവിച്ചതാണ് ഈ ദേവി (ജ്യേഷ്ഠ, ചേട്ട എന്നു വിളിക്കുന്നു). ഈ ദേവിയുടെ കൈയിലും രണ്ടു താമര മൊട്ടുകളുണ്ട്. (വിരിയാത്ത താമര മൊട്ടുകൾ അപൂർണതയുടെ ലക്ഷണമാണെന്നു കരുതുന്നു.) മുരുകനെന്നും, ഷൺമുഖനെന്നും കുമാരനെന്നുമൊക്കെ അറിയപ്പെടുന്ന സുബ്രഹ്മണ്യൻ ദേവസേനാപതി എന്ന നിലയിൽ കൈയിലേന്തുന്നത് താമരയാണ്. പന്ത്രണ്ടു കൈകളിൽ ഒന്നിലാണ് താമര. ശരവണഭവൻ, ബാലസ്വാമി എന്നീ മുരുക രൂപങ്ങളിലും താമരയുണ്ട്. കംബോഡിയയിലെ ആങ്കോർവാറ്റ് ക്ഷേത്രത്തിലെ അപ്സര നർത്തകികളുടെ കൈകളിലും താമര കാണാം. അവർ ഒരു കൈയിൽ താമരയും മറു കൈയിൽ താമര ചഷകവും വഹിക്കുന്ന രീതിയിലാണ്. ഗുപ്ത സാമ്രാട്ടുകൾ നിർമ്മിച്ച രുക്മിണി ക്ഷേത്രത്തിലും, ഗുജറാത്തിലെ ദ്വാരകാ ക്ഷേത്രത്തിലും, മൗണ്ട് അബുവിലെ വേദിബന്ധ ക്ഷേത്രത്തിലും മറ്റ് അനേകം ക്ഷേത്രങ്ങളിലും താമരയിതളുകൾ ചുറ്റും കൊത്തിയിരിക്കുന്നു. പൂർണ്ണമായി വിടർന്ന താമരയ്ക്കുള്ളിലാണ് ക്ഷേത്രം എന്നാണ് സൂചന. (മൂന്നാം അദ്ധ്യായവും കാണുക)

ക്ഷേത്രശില്പങ്ങളിൽ താമരയെപ്പോലെ സുലഭമായ മറ്റൊരു പുഷ്പവുമില്ല. താമരയെ ഹൃദയപദ്മമായി സങ്കൽപിച്ച് ഭക്തർ ദേവനു സമർപ്പിക്കുന്നു. ഇന്ത്യയിൽ പ്രവേശിക്കും മുമ്പുള്ള പൂർവ്വാചാര്യന്മാരുടെ പ്രതീകങ്ങൾ പിന്നീടു വന്ന ആര്യന്മാർ ഇന്ത്യയിലും പ്രചരിപ്പിച്ചിരിക്കണം. എന്ന് ഗുപ്ത അഭിപ്രായപ്പെടുന്നു. ആര്യന്മാർക്ക് അത്ര പരിചിതമായ പുഷ്പമായിരുന്നില്ല താമര. പിന്നീട് മുദ്രകളിലും, ശില്പങ്ങളിലും പ്രതീകാത്മക രൂപത്തിൽ താമര ഇടം തേടി. താമര എന്ന പ്രതീകം അതിന്റെ പരകോടിയിലെത്തി നിൽക്കുന്നു സാഞ്ചിയിൽ. മാർഷൽ 'സാഞ്ചിയിലെ സ്മാരകങ്ങൾ (Monuments of Sanchi) ' എന്ന ഗ്രന്ഥത്തിൽ വാചാലമായി താമരശില്പങ്ങൾ രേഖപ്പെടുത്തിയിട്ടുണ്ട്.

മൗണ്ട്അബുവിലെ ജൈനമത ദേവാലയങ്ങളിലാണ് ഏറ്റവും സുന്ദരമായി താമരകൾ ലേഖനം ചെയ്തിരിക്കുന്നത്. ദിൽവാരാ ദേവാലയങ്ങൾ എന്നറിയപ്പെടുന്ന ഇവ വെണ്ണക്കല്ലിൽ തീർത്ത വിസ്മയകരമായ കൊത്തുപണികളാൽ സമൃദ്ധമാണ്. ചാലൂക്യ വംശരാജാക്കന്മാർ 13ാം ശതകത്തിൽ നിർമ്മിച്ചവയാണ് ഈ ദേവാലയങ്ങൾ. ഇവ അനന്യവും അപൂർവ്വവുമായ ശിൽപ സൗന്ദര്യത്തിന്റെ ദൃഷ്ടാന്തമാണ് എന്ന് ശിൽപകലാ വിദഗ്ധർ അഭിപ്രായപ്പെട്ടിട്ടുണ്ട്. രാജസ്ഥാനിലെ രത്തൻപൂർ എന്ന സ്ഥലത്തുള്ള ക്ഷേത്രങ്ങളിലും, ദിൽവാരാ ക്ഷേത്രങ്ങളിലുമാണ് മേൽത്തട്ടു മുഴുവൻ അതിസുന്ദരമായ താമര ശിൽപങ്ങളാൽ അലങ്കൃതമായിരിക്കുന്നത്. രംഗമണ്ഡപത്തിന്റെ തൂണുകളിലും, ഗോളങ്ങളിലും ചെറുതും വലുതുമായ നിരവധി താമര ശിൽപങ്ങൾ കൊത്തിയിരിക്കുന്നു. മാസ്മരികമായ ഭംഗിയോടെ മുഖമണ്ഡപങ്ങളിലും, ഇടനാഴികളിലും വെണ്ണക്കല്ലിൽ താമരകൾ വിലസുന്നു. നൂറുകണക്കിൽ യക്ഷന്മാരും, അപ്സരസുകളും, വിദ്യാധരന്മാരും, പാട്ടുകാരും, നർത്തകിമാരും ദേവാലയ ഗോളങ്ങളെയും, തട്ടുകളെയും, മണ്ഡലങ്ങളെയും അലംകൃതമാക്കുന്നു. ചിലർ ധ്യാനരൂപത്തിൽ മറ്റുചിലർ നൃത്തരൂപത്തിൽ, താമരകൾക്കിടയിലോ, താമരദലങ്ങൾക്കിടയിലോ അവരൊക്കെ ആഘോഷിക്കുന്നത് താമരകളുടെ സൗന്ദര്യത്തെത്തന്നെ ആകണം.

ദിൽവാരാക്ഷേത്രങ്ങളിൽ ഏറ്റവും പ്രധാനം വിമലവാസാഹി, ലൂനിവാസാഹി,പിത്താൽഹാർ, പാർശ്വനാഥ്, മഹാവീർ സ്വാമി എന്നീ ക്ഷേത്രങ്ങളാണ്. അഞ്ചു ദേവാലയങ്ങളുടെ ഒരു സംഗമഭൂമിയാണ് ഇത്. ദിൽവാരാ ക്ഷേത്രങ്ങളിൽ ശിൽപഭംഗിയിൽ ഏറ്റവും ഉദാത്തമായത് വിമലവാസിയാണ്, രണ്ടാം സ്ഥാനം ലൂനിവാസിയ്ക്കും. ഇവിടെയാണ് താമര ശില്പങ്ങളുടെ ചാരുത പരകോടിയിലെത്തി നിൽക്കുന്നത്.. ഈ ക്ഷേത്രങ്ങളിലെ ശിൽപഭംഗിയെപ്പറ്റി പല ശിൽപകലാ വിദഗ്ധരും, ചരിത്ര പണ്ഡിതന്മാരും പുകഴ്ത്തിയിട്ടുണ്ട്. രാജസ്ഥാനിലെ ജൈന ക്ഷേത്രങ്ങൾ (Jain Temples of Rajasthan) എന്ന ഗ്രന്ഥത്തിൽ സഹദേവ് കുമാർ എഴുതുന്നു:

"ഈ ജൈന ക്ഷേത്രത്തിലെ രംഗ മണ്ഡപവും, നൃത്ത മണ്ഡപവും അനവധി താമര മുദ്രകളാൽ അലംകൃതമാണ്. കൊത്തുപണി കൂടുതലും തട്ടുകളിലും തൂണുകളിലുമാണ്. ഗോളാകൃതിയിൽ പദ്മം എന്ന താമര ശിൽപം അതിമനോഹരമായി കൊത്തിവെച്ചിരിക്കുന്നു. താഴേക്കു ഊന്നിനിൽക്കുന്ന മധ്യഭാഗത്തുള്ള കർണികയുടെ ആകൃതിയിലാണ്

സൃഷ്ടി. ഗോളങ്ങളുടെ ശിൽപത്തിൽ പതിനൊന്ന് ദീർഘവും വർത്തു ളവുമായ പദ്മശിലകളുടെ ആവർത്തനമുണ്ട്. താമരപ്പൂവിലെ കർണി കയുടെ രീതിയിലാണ് ഇവയുടെയും അഗ്രഭാഗത്തിന്റെ നിർമ്മാണം. ഈ ശിൽപങ്ങളുടെ ഇടയ്ക്ക് ധാരാളം കൊത്തുപണികൾ താമരയി തളുകളെയും വർത്തുളാകൃതിയെയും അലങ്കരിക്കുന്നു. ഇവ മനുഷ്യന്റെ സൃഷ്ടിയാണോ അതോ വിശ്വകർമ്മാവിന്റെ കരവിരുതാണോ എന്ന് കാഴ്ചക്കാർക്ക് നിശ്ചയമായും സംശയം തോന്നുന്നതാണ്. അത്ര മനോഹരമാണവ. വാക്കുകൾക്ക് അതീതമാണ് ആ ശിൽപ്പഭംഗി. ഓരോന്നും വിശദവും ചൈതന്യവത്തും സമൃദ്ധവുമാണ്. ശിൽപങ്ങളെ ന്നനിലയിൽ നമുക്ക് അവയെ വിലിരുത്താൻ കഴിയുമെങ്കിലും അവയുടെ ഉദാത്ത സൗന്ദര്യം വർണ്ണനാതീതമത്രെ.” ഈ ശിൽപങ്ങളുടെ വാങ്മയ ചിത്രങ്ങൾ സഹ്ദേവ് കുമാറിന്റെ ഗ്രന്ഥത്തിൽ ദർശിക്കാം.

ചതുർഭുജയായ ഗജലക്ഷ്മി പദ്മാസനത്തിൽ പദ്മങ്ങളുടെ ചഷകങ്ങ ളുമായി രംഗമണ്ഡപത്തിന്റെ തെക്കു വശത്തുള്ള പൂമുഖത്ത് ഇരിക്കുന്നു. ഈ ഭാഗം വിമലവാസാഹി ക്ഷേത്രം എന്നറിയപ്പെടുന്നു. കൈയിൽ താമരയേന്തിയ ഗജലക്ഷ്മിയിൽ രണ്ടു ഗജങ്ങൾ രണ്ടു വശത്തു നിന്ന് തുമ്പിക്കൈയിലേന്തിയ കുംഭങ്ങളിൽ നിന്നും ജലാഭിഷേകം നടത്തുന്നു. ഒന്നാം ശതകം ബിസിയിൽ സാഞ്ചിയിൽ കണ്ടെടുത്ത ഗജലക്ഷ്മീ രൂപത്തെ ഓർമ്മിപ്പിക്കുന്നതാണ് മേൽപറഞ്ഞ രൂപവും. പൂർണ്ണമായി വിടർന്ന താമരയിൽ കൈയിൽ താമരപ്പൂവേന്തി നിൽക്കുന്ന മഹാലക്ഷ്മി യാണല്ലോ സാഞ്ചിയിൽ ഉള്ളത്. ഗജങ്ങൾ നിൽക്കുന്നതും താമരകളിൽ തന്നെ.

കുമാർ തുടർന്ന് എഴുതുന്നു.

“പൂക്കളുടെയും ഇലകളുടെയും ജ്യാമിതീയ മാതൃകകൾ സ്വീകരിച്ചാണ് ഈ അലംകൃത ശിൽപങ്ങൾ കൊത്തിയിരിക്കുന്നത്. വല്ലികൾ, വജ്രാ കൃതിയിലുള്ള പതക്കങ്ങൾ, താമര, ചെമ്പകം, മന്ദാരം എന്നിവയാണ് അലങ്കാരങ്ങളിൽ മുഖ്യം. ലൂനാവാസി ദേവാലയത്തിൽ ഇത്തരം ശിൽപങ്ങളും കൊത്തുപണികളും സമൃദ്ധമായി പ്രദർശിപ്പിച്ചിരിക്കുന്നു. ഭാവനയും നിഗൂഢതയും ഒന്നു ചേരുന്ന ഈ കൊത്തുപണികളിൽ, അർദ്ധപദ്മത്തിന്റെ രൂപത്തിന് പല അർത്ഥങ്ങളുമുണ്ട്. പൂമൊട്ടുകളും ഉൾച്ചേർന്നാണ് അർദ്ധ പദ്മത്തിന്റെ നില. മേലോട്ടു ചൂണ്ടുന്ന താമരദ ലങ്ങൾക്കിടയിൽ മൊട്ടുകളേന്തിയ താമരകളുമുണ്ട്. ഈ പുഷ്പം ഏറ്റവും മനോഹരമായി സൃഷ്ടിച്ചിരിക്കുന്നത് വിമലവാസാഹി ക്ഷേത്രത്തിന്റെ മുകൾത്തട്ടിലാണ്. ഗൂഢ മണ്ഡപ ഗോളത്തിലാണ് ഇത്തരം താമരകൾ

കൊത്തിവെച്ചിട്ടുള്ളത്. ഇവിടെ പൂർണ്ണമായി വിടർന്ന താമരയുടെ മധ്യത്തിലുള്ള കർണിക സൂക്ഷ്മമായി കൊത്തിവെച്ചിട്ടുണ്ട്. വിമലവാസാഹിയിലും ലൂനാവാസാഹിയിലും രംഗമണ്ഡപത്തിന്റെ തട്ടിലും, ഇടനാഴികളിലും ഇത്തരം കൊത്തുപണികളുണ്ട്. ലൂനാവാസാഹിയിലെ താമര

എല്ലാ വിശദാംശങ്ങളും കാണിക്കുന്നു. അർദ്ധമണ്ഡപത്തിൽ പൂർണവും അർദ്ധാകൃതിയിലുള്ളതുമായ താമരകളുണ്ട്. താമരകൾ കോർത്ത മാല്യത്തിൽ പതക്കം പോലെ താമര മൊട്ടുകൾ തൂങ്ങുന്ന ശിൽപവുമുണ്ട്.''

കുമാർ തുടർന്നെഴുതുന്നു:

"ഈ ഭാവനാശിൽപങ്ങളുടെയും, പ്രതീകങ്ങളുടെയും പൂർണ്ണമായ അർത്ഥ സൂചന അറിയാൻ പ്രയാസമാണ്. ഏതാണ്ട് ഇരുപതോളം അടി വ്യാസത്തിൽ, ആയിരം വർഷങ്ങൾക്കു മുമ്പ് ഈ ശാശ്വത ശിൽപങ്ങൾ കൊത്തിയ അത്ഭുതകരങ്ങൾ തീർച്ചയായും ഹിരണ്യകോശം എന്നറിയപ്പെടുന്ന സഹസ്ര പദ്മത്തിന്റെ നിർവൃതി അറിഞ്ഞിരിക്കണം. പതിനൊന്നാം ശതകത്തോളം പഴക്കം ഈ ശിൽപങ്ങൾക്കുണ്ട്.

'ചെടികൾ ഇന്ത്യൻ ക്ഷേത്ര ശിൽപ കലയിൽ' എന്ന ഗ്രന്ഥത്തിൽ ഗുപ്ത എഴുതുന്നു:

"... വിഷ്ണു ക്ഷേത്രങ്ങളിലും ബുദ്ധ ദേവാലയങ്ങളിലും അലങ്കാരത്തിനായോ, വിഗ്രഹത്തിന്റെ ഭാഗമെന്ന നിലയിലോ പ്രകൃതി പാശ്ചാത്തലമായോ ധാരാളം താമരകൾ ഉണ്ടാകും. പക്ഷേ ശിവക്ഷേത്രങ്ങളിൽ താമര ഉപയോഗിക്കാറില്ല. പത്മാസനം എന്ന നിലയിലോ, ഇലയും മൊട്ടും, തണ്ടുമായോ, താമരകൾ കൊത്തിവെച്ചിട്ടുള്ളതു കാണാം. തമിഴ്നാട്ടിലെയും കർണ്ണാടകത്തിലെയും കേരളത്തിലെയും, ആന്ധ്രപ്രദേശത്തിലെയും ക്ഷേത്രങ്ങളിലെ പദ്മങ്ങളിൽ വിത്തു വഹിക്കുന്ന ഭാഗം കാണാറില്ല. ബുദ്ധക്ഷേത്രങ്ങളായ അമരാവതി, നാഗാർജ്ജുനകൊണ്ട എന്നിവിടങ്ങളിലെ ചുമരുകളിൽ മൂപ്പെത്തിയ താമര വിത്തടങ്ങിയ അഗ്രഭാഗങ്ങളുള്ള ഫലഭാഗം (വിത്തറ) കാണുന്നുണ്ട്.

ന്യൂഡൽഹിയിലെ പ്രശസ്തമായ പത്മക്ഷേത്രം (Lotus Temple) അടുത്ത കാലത്തുണ്ടായ ഏറ്റവും സുന്ദരമായ ശിൽപകലാമാതൃകയാണ്. ബഹായി മതവിശ്വാസികൾക്കായി പണിതിരിക്കുന്ന ഈ ക്ഷേത്രം ഒരു വെള്ളത്താമരയുടെ ആകൃതിയിലാണ് നിർമ്മിച്ചിരിക്കുന്നത്. ഇതിന്റെ നിർമ്മാണ ശിൽപി ഫറിബോർസ് സഹബയാണ്. താമരപ്പൂവിലെ വജ്രം (The Jewei in the Lotus) എന്ന ലേഖനത്തിൽ അദ്ദേഹം എഴുതുന്നു:

"ബി.സി 200 മുതൽ ഇന്ത്യയിൽ ഉദിച്ച ഭക്തിമാർഗ്ഗം ധാരാളം ബുദ്ധക്ഷേത്രങ്ങൾക്ക് തുടക്കം കുറിച്ചു. സാഞ്ചി, ബർഹുത്. അമരാവതി, ബോധിഗയ എന്നിവിടങ്ങളിലെ ദേവാലയങ്ങളിൽ വർത്തുളാകൃതിയിലുള്ള താമര അലങ്കാരത്തിനായി ചേർത്തിരിക്കുന്നു. പാറയിൽ കൊത്തിയ രീതിയിലുള്ള ഇന്ത്യൻ ശില്പങ്ങളിൽ പതക്കം പോലെ തൂണുകളിലും,

പത്മക്ഷേത്രം-ന്യൂഡൽഹി

ഇടച്ചുമരുകളിലും തട്ടിലും താമരയുടെ ശിൽപങ്ങൾ കൊത്തിയിരിക്കുന്നു. സമൃദ്ധമായി കൊത്തുപണി ചെയ്ത അർദ്ധപദ്മങ്ങളും ധാരാളമായുണ്ട്. ശ്രീലങ്കയിലെ ചന്ദ്രക്കല്ലുകളിലും (Moon Stones) അർദ്ധവൃത്താകൃതിയിലുള്ള ഫലകങ്ങളിലും, ചവിട്ടു പടികളിലും താമരയുടെ ചിത്രീകരണമുണ്ട്. ഗാന്ധാരത്തിലും മഥുരയിലുമുള്ള ക്ഷേത്രങ്ങളിൽ നീണ്ടതണ്ടുള്ള താമരകൾ കൊത്തിവെച്ചിട്ടുണ്ട്. വിശദാംശങ്ങൾ സൂക്ഷ്മമായി ചിത്രീകരിച്ചിരിക്കുന്ന താമരവള്ളികളും, പൂക്കളും, സാഞ്ചിയിലെ സ്തൂപങ്ങളിൽ കാണാം. അമരാവതിയിലെ തൂണുകളും താമരകളാൽ അലംകൃതമാണ്... മാത്രമല്ല പുരാതന കാലം മുതൽക്കേ ദേവിദേവന്മാരുടെ ആസ്ഥാനമോ, പാദപീഠമോ താമരയാണ്. ലക്ഷ്മീ ദേവിയുടെ ആസ്ഥാനമാണ് താമര. ഉദയഗിരി, ബർഹുത്, സാഞ്ചി എന്നിവിടങ്ങളിലെ പ്രവേശന കവാടത്തിൽ താമര ശില്പങ്ങളുണ്ട്. ലക്ഷ്മീദേവി ഇരിക്കുന്ന നിലയിലോ നിൽക്കുന്ന നിലയിലോ താമരയിൽ വിരാജിക്കുന്നു; രണ്ടു ഗജങ്ങൾ വശങ്ങളിൽ നിന്നുകൊണ്ട് ജലാഭിഷേകം നടത്തുന്നു. ശ്രീലങ്കയിലെ പോളോന്നറുവയിലും, പ്രാക്തനമായ ഹിന്ദുക്ഷേത്രങ്ങളിലും ഈ രൂപം ആവർത്തിക്കപ്പെട്ടു. ബുദ്ധന്റെ ശില്പങ്ങൾ പ്രത്യക്ഷപ്പെടുന്ന കാലത്ത് ദേവൻ പത്മാസനത്തിൽ ഇരിക്കുന്നതായി കാണാം. ചിലപ്പോൾ താമരപീഠത്തിൽ നിൽക്കുന്ന ബുദ്ധ രൂപങ്ങളുമുണ്ട്. ബീഹാറിലെ രാജഗിരിയിലും (Rajgir) മുംബൈക്കടുത്ത് കാനേരി ഗുഹകളിലും,വടക്ക

പടിഞ്ഞാറ് ഗാന്ധാര സ്മാരകങ്ങളിലും ബുദ്ധവിഗ്രഹം താമരയിൽ നിൽക്കുന്ന നിലയിലാണ്. ഇന്ത്യയുടെ അതിരുകൾ താണ്ടി നേപ്പാൾ, മ്യാൻമാർ, ചൈന, ജപ്പാൻ എന്നിവിടങ്ങളിലും ബുദ്ധശിൽപങ്ങൾ ഉണ്ടായി. താമരയിൽ ആസനസ്ഥനല്ലെങ്കിൽ ബുദ്ധവിഗ്രഹങ്ങൾക്കു മുമ്പിൽ രണ്ടോ മൂന്നോ നാലോ താമരകൾ ഉണ്ടാകും. ഗാന്ധാര ക്ഷേത്രത്തിലെ ബുദ്ധന്റെ നില ഇതാണ്. ബുദ്ധൻ പത്മാസനത്തിൽ ഇരിക്കുന്നില്ലെങ്കിൽ കാലുകൾ താമരയിൽ വിശ്രമിക്കുന്നുണ്ടാകും. ആ താമരകളിൽ നാലോ ആറോ ഇതളുകളായിരിക്കും ഉണ്ടാവുക. ബോധിസത്വന്മാർക്കും ഈ പ്രതീകങ്ങൾ കണ്ടുതുടങ്ങി. പിന്നീടാണ് ബോധിസത്വൻ പിറന്നത് താമരപ്പൂള്ളിലാണെന്ന ഐതിഹ്യം ഉണ്ടാകുന്നത്. ബോധിസത്വൻ പത്മപാണിയുമാണ്. അവലോകിതേശ്വരനെ കീർത്തിക്കുന്നതും, തിബത്തിൽ ഏറ്റവും പ്രചാരമുള്ളതുമായ മന്ത്രമാണല്ലോ "ഓം മണി പദ്മേ ഹും" എന്നുള്ളത്. ആധുനികകാലത്തെ ഓട്ടുശിൽപങ്ങളിലും, രാജാക്കന്മാരുടെ സിംഹാസനങ്ങളിലും മാത്രമേ ഹിന്ദു ദൈവങ്ങൾ താമരയുമായി പ്രത്യക്ഷപ്പെട്ടു എന്ന വിശ്വാസം തെറ്റാണ്. 19.ാം നൂറ്റാണ്ടിന് എത്രയോ മുമ്പ് ബുദ്ധമത ശിൽപകലയിലും, സാഹിത്യത്തിലും താമരയുടെ സാന്നിദ്ധ്യമുണ്ട്. സുഖവതി എന്ന ബുദ്ധന്മാരുടെ സ്വർഗ്ഗത്തിൽ മരിക്കുന്നവരൊക്കെ സദ്ധർമ്മപുണ്ഡരീകം എന്ന താമരയിൽ ദേവനായി പുനർജ്ജനിക്കുന്നുവെന്നു പറഞ്ഞിരിക്കുന്നു.. മഹായാന ബുദ്ധമതവിശ്വാസമാണിത്. സുഖവതിസ്വർഗ്ഗത്തിൽ താമരകൾക്കു നടുവിൽ വജ്രങ്ങളുണ്ട്. അതു കരത്തിൽ വഹിച്ചുകൊണ്ടാണ് പുനർജന്മം നേടിയവരുടെ നില. ദിവ്യജന്മത്തിന്റെയും ശാശ്വതമായ ജീവിതത്തിന്റെയും പുനർജനിയുടെയും പ്രതീകമാണ് വജ്രഖചിതമായ താമര. ആര്യന്മാരുടെ സ്വർഗ്ഗീയ രാജ്ഞിയും ബ്രാഹ്മണർ ആരാധിച്ചിരുന്ന ശ്രീഭഗവതിയും ബുദ്ധമതത്തിലെ താരാദേവിയും താമരമാലകളാൽ അലംകൃതരാണ്. ബുദ്ധമതത്തിന് വളരെ മുമ്പേ പ്രചരിച്ച വേദങ്ങളിൽ ശതപഥ ബ്രാഹ്മണത്തിൽ താമര ഗർഭപാത്രത്തെ പ്രതിനിധാനം ചെയ്യുന്നു. 'ഓം മണി പദ്മേഹും' എന്ന മന്ത്രത്തിൽ ഈ സൂചനയുണ്ട്. താമര എന്ന പ്രതീകത്തിന്റെ ഉദ്ഭവം സൊറൊസ്ട്രിയൻ (Zorostrian) മതത്തിൽ നിന്നാണെന്ന് നിഷ്പ്രയാസം കണ്ടെത്താം. തക്-ഇ-ബസ്റ്റാനിലെ അർഡാസിർ രണ്ടാമന്റെ ശിൽപത്തിൽ മിത്രൻ താമരയിൽ നിൽക്കുന്നതായി രേഖപ്പെടുത്തിയിരിക്കുന്നു. പെർസിപോളിസിലെ ചിത്രത്തിൽ രാജാവും മിക്ക അനുചരന്മാരും കൈയിൽ താമര ധരിച്ചിരുന്നു. പേർഷ്യൻ പരവതാനികളുടെ നെയ്ത്തിൽ ഏറ്റവും പ്രധാനം താമരയുടെ വിവിധ രൂപങ്ങൾക്കാണ്. സെൽജൂക്ക് കാലഘട്ടത്തിലും

അതിനുശേഷവും ഇസ്ലാം ശിൽപങ്ങൾ താമരയ്ക്ക് സദൃശമാണ്. കിർമിയയിലെ ഇസ്ലാം ആരാധനാലയങ്ങളിൽ പ്രാർത്ഥനാ മുറിയുടെ ചുമരുകൾ താമരയുടെ ചിത്രങ്ങളാൽ അലങ്കരിയ്ക്കപ്പെട്ടിരിക്കുന്നു." (4)

താമരത്തൂണുകളും, ഇരിപ്പിടങ്ങളും.

പലപ്പോഴും കമഴ്ത്തിവെച്ച താമരയുടെ ആകൃതിയിലാണ് ബുദ്ധവിഹാരങ്ങളിലെയും, ഹിന്ദുക്ഷേത്രങ്ങളിലെയും തൂണുകളുടെ അഗ്രങ്ങൾ. ദേവന്മാർ പത്മാസനത്തിൽ വിടർന്ന പദ്മങ്ങളിലിരിക്കുന്നതുപോലെയാണ് ശിൽപങ്ങളിൽ കൊത്തിവെച്ചിരിക്കുന്നത്. ചാർനാഥിലെ ബുദ്ധന്റെ ഇരിപ്പിടം താമരയാണ്. ദേവന്മാർ ഇരിക്കുന്ന നിലയിലോ, നിൽക്കുന്ന നിലയിലോ പദ്മപീഠത്തിൽ ചിത്രീകരിച്ചിരിക്കുന്നു. അശോകന്റെ കാലം മുതൽ സ്തംഭങ്ങളിൽ കമഴ്ത്തിവെച്ച താമര കൊത്തുന്നത് പതിവായി. പിന്നീട് പലകാലഘട്ടങ്ങളിലായി ഉണ്ടായ വിദേശീയാക്രമണങ്ങളെ അതിജീവിച്ച് അശോകൻ സൃഷ്ടിച്ച സ്തൂപങ്ങളും ബുദ്ധവിഹാരങ്ങളും ഇന്നും നിലനിൽക്കുന്നു. അശോകസ്തംഭങ്ങളുടെ വിദഗ്ദ്ധമായ നിർമ്മാണ രീതിയിൽ താമരയ്ക്കു മുകളിൽ ഒരു മൃഗവും ഉണ്ടാകും, സാധാരണ അതു സിംഹത്തിന്റെ ശിൽപമായിരിക്കും. സാരാനാഥിലെ അശോകസ്തംഭത്തിൽ നിന്നാണല്ലോ ഇന്ത്യയുടെ ദേശീയ ചിഹ്നം സ്വീകരിക്കപ്പെട്ടത്. കമഴ്ത്തിവെച്ച താമരയിൽ നാലു സിംഹങ്ങൾ നാലു ദിക്കുകളിലേക്ക് മുഖം തിരിച്ചു നിൽക്കുന്നു. ഒരൊറ്റ ശിലയിലാണ് 2.1 മീറ്റർ ഉയരമുള്ള ശിൽപം കൊത്തിയെടുത്തിട്ടുള്ളത്. (5)

ഇതളുകൾ മേലോട്ടോ താഴോട്ടോ അഭിമുഖമായി ക്ഷേത്രങ്ങളുടെ അടിഭാഗത്തായി കൊത്തിയിരിക്കുന്നു. ചില ക്ഷേത്രങ്ങളുടെ നാലുചുറ്റിലും ഇത്തരം താമരയിതളുകൾ കാണാം. ക്ഷേത്രം നിൽക്കുന്നത് താമരയുടെ മദ്ധ്യത്തിലെന്നു സൂചന. സാരാനാഥിലെ സിംഹസ്തംഭത്തെ അനുസ്മരിപ്പിക്കുന്ന നിരവധി തൂണുകൾ ബുദ്ധദേവാലയങ്ങളിലുണ്ട്. ശാക്യസിംഹം എന്നറിയപ്പെടുന്ന ബുദ്ധന്റെ പ്രതീകമാണ് സിംഹങ്ങൾ. ബുദ്ധൻ നാലുദിക്കിന്റെയും അധിപനാണെന്ന് നാലുവശത്തേക്കു തിരിഞ്ഞു നിൽക്കുന്ന സിംഹങ്ങൾ സൂചിപ്പിക്കുന്നു.

ഈജിപ്റ്റിലെ നീലത്താമരയെക്കുറിച്ചും പത്മാരാധനയെക്കുറിച്ചും എട്ടാം അദ്ധ്യായത്തിൽ വിശദീകരിക്കുന്നുണ്ട്.

ഇന്ത്യൻ സംസ്കാരത്തെ സ്വാധീനിച്ച, അതിൽ അലിഞ്ഞു ചേർന്ന താമര എന്ന പ്രതീകം ബഹായ് താമര മാതൃകയിൽ ക്ഷേത്രം നിർമ്മിച്ച് ലോകശ്രദ്ധ മുഴുവനും പിടിച്ചുപറ്റി.

മദ്ധ്യ പൂർവ്വ ദേശത്തെ ശിൽപകലയിൽ താമരയ്ക്കുള്ള സ്ഥാനം.

പേർഷ്യൻ ഗൾഫിലും, മദ്ധ്യപൗരസ്ത്യ ദേശത്തും താമരയുടെ പ്രസക്തിയെപ്പറ്റി ഗ്രിഫിത്ത് പഠനം നടത്തിയിരിക്കുന്നു. പ്രാചീന കാലത്ത് ഏഷ്യാ മൈനർ മുതൽ കാസ്പിയൻ കടൽ വരെയും, പേർഷ്യൻ ഉൾക്കടൽ വരെയുമുള്ള പ്രദേശങ്ങളിൽ താമര വ്യാപകമായിരുന്നു. യൂഫ്രട്ടീസിന്റെയും ടൈഗ്രീസിന്റെയും നദിക്കരകളിൽ താമരക്കാടുകൾ വളർന്നിരുന്നു. ഈ പുഷ്പത്തിന്റെ അപൂർവ്വസൗന്ദര്യവും ജലവുമായുള്ള ബന്ധവും അന്നത്തെ ആളുകളെ ഹഠാദാകർഷിച്ചു. പിന്നീട് ചക്രവർത്തിമാരും പ്രഭുക്കന്മാരും പദവിയുടെയും അധികാരത്തിന്റെയും ചിഹ്നമായി ഈ വിശിഷ്ട പുഷ്പത്തെ സ്വീകരിച്ചു. ഗ്രിഫിത്ത് എഴുതുന്നു:

"ഡാറിയസ് മൂന്നാമന്റെ കാലം വരെ തലമുറകളോളം താമര അധികാരത്തിന്റെ ചിഹ്നമായി രാജാക്കന്മാർ സ്വീകരിച്ചു പോന്നു. അത് സംസ്കാരത്തിന്റെ അവിഭാജ്യഘടകമായി. ബിസി 330ൽ അലക്സാണ്ടർ കീഴടക്കിയ പേർഷ്യൻ രാജാവാണ് ഡാറിയൂസ്. ഇനാന, ഇസ്താർ എന്നൊക്കെ വിളിച്ചിരുന്ന ദേവീ പ്രതീകമാണ് താമര. ഈ ദേവീ ഉൽപാദനത്തിന്റെയും, സത്വത്തിന്റെയും ദേവിമാത്രമല്ല. സർവ്വാധികാരിയായ ദേവനു നൽകിയ താമര എന്ന ശോഭനപുഷ്പത്തിന്റെ ഉറവിടവുമാണ്. ഈ താമരയിൽ നിന്നത്രെ സൃഷ്ടിയുടെ തുടക്കം. ബിസി 575-ൽ നെബുക്കൻഡ്നാസർ രണ്ടാമൻ ബാബിലോൺ നഗരം പുനർനിർമ്മിക്കുകയുണ്ടായി. നഗരിയുടെയും കൊട്ടാരത്തിന്റെയും കവാടങ്ങൾ നൂറുകണക്കിന് താമരത്താരുകളാൽ അലംകൃതമാക്കണമെന്ന് അദ്ദേഹം ആജ്ഞാപിച്ചു. ബിസി എട്ടാം നൂറ്റാണ്ടിൽ നിം റോഡ് എന്ന രാജാവ് ഉപയോഗിച്ചിരുന്ന അഞ്ചു വശങ്ങളുള്ള സിംഹാസനം ആനക്കൊമ്പു കൊണ്ട് ഉണ്ടാക്കിയതായിരുന്നു. അത് ബാഗ്ദാദിലെ മ്യൂസിയത്തിൽ കാണാം. അഞ്ചു വശങ്ങളിലും രാജാവ് താമരയുമേന്തി നിൽക്കുന്നത് ചിത്രീകരിച്ചിട്ടുണ്ട്. താമരയുടെ തണ്ടുകൾ വളഞ്ഞ് ഉയർന്ന്, ശിരസ്സിനു മീതെ അലങ്കാരമായിത്തീരുന്നു. ജീവിത വൃക്ഷത്തിന്റെ പ്രതീകമായി ഈ താമരയെ കാണണം. അതേ മ്യൂസിയത്തിലെ ഒരു ഫലകത്തിൽ രണ്ട് ഇളം താമരകളും, വിത്തുകൾ നിറഞ്ഞ ഒരു കർണികാഭാഗവും മുദ്രണം ചെയ്തിരിക്കുന്നു. ബിസി 2600 നും 2400 നു മിടയ്ക്ക് ഇന്ദ്രനീല രത്നത്തിൽ കൊത്തിയ താമരകളാണ് ഏറ്റവും വിലമതിക്കാനാകാത്ത നിധി. ഇതു കണ്ടെടുത്തത് തെക്കെ ഇറാക്കിലെ രാജകീയ ശ്മശാനമായ ഉർൽ സർ ലിയോനാർഡ് വൂളി 1928-1929 കാലത്തു നടത്തിയ ഖനനത്തിലാണ്.

പുരാതന ഇറാക്കിലെ ശിൽപത്തെക്കുറിച്ച് പഠിച്ച ഗ്രിഫിത്ത് അവയിൽ താമരയുടെയും കാട്ടാടിന്റെയും സമന്വയം കാണുന്നു. രണ്ടും മെസപ്പൊട്ടോമിയയിലെ സമൃദ്ധിയുടെ പ്രതീകങ്ങളാണ്. പുബാബി (പുരാബി) എന്ന ഒരു പുരോഹിത (ഇല്ലെങ്കിൽ ആ പേരിലുള്ള ഒരു രാജ്ഞി) യുടെ ശവകുടീരം വൂളി എന്ന ഖനന ശാസ്ത്രജ്ഞൻ കണ്ടെത്തി. അതിൽ നിന്നും കണ്ടെത്തിയ ഒരു കിരീടം (പുബാബി രാജ്ഞിയുടെ കിരീടം) താമരപ്പൂക്കൾ ആലേഖനം ചെയ്തിട്ടുള്ളതാണ്. ശവകുടീരത്തിൽ നിന്നും കിട്ടിയ വസ്തുക്കളിൽ ഒരു ചീർപ്പും ഉണ്ടായിരുന്നു. ആ ചീർപ്പിന്റെ ഓരോ പല്ലിലും താമരപ്പൂ കൊത്തിയിരിക്കുന്നു. മെസപ്പൊട്ടോമിയയിലെ സംസ്കാരം അസ്തമിച്ചശേഷം തുടർന്നു വന്ന കാലങ്ങളിലെയും ഖനനാവശിഷ്ടങ്ങളിൽ താമര രൂപങ്ങൾ കണ്ടെത്തിട്ടുണ്ട്. ഇവയിൽ ഏറ്റവും പ്രാധാന്യം അർഹിക്കുന്നത് ഇന്നത്തെ ഖോർസാബാദിലുള്ള സാർഗൻ രണ്ടാമൻ എന്ന രാജാവിനു വേണ്ടി നിർമിച്ചിട്ടുള്ള താമരശില്പങ്ങളാണ്. ഇവയുടെ തിയ്യതി 713 ബിസിയായി കണക്കാക്കിയിട്ടുണ്ട്. ഇവകളിൽ തന്നെ സുപ്രധാനമായിട്ടുള്ളത് ഒരു കൂറ്റൻ മനുഷ്യരൂപമാണ്. ഈ കൂറ്റൻ പ്രതിമയുടെ കൈളിലും തലയിലും ധരിച്ചിട്ടുള്ള ആഭരണങ്ങളിലൊക്കെയും താമരപ്പൂക്കൾ കൊത്തിവെച്ചിട്ടുണ്ട്. പ്രതിമയുടെ ഒരു കയ്യിൽ ഒരു വിരിഞ്ഞ താമരയും രണ്ട് താമരമൊട്ടുകളും കൊത്തിയിരിക്കുന്നു. ഈ താമരകൾ ഉൽപാദനശേഷിയെയും, അധികാരത്തെയും, പദവിയെയും സൂചിപ്പിക്കുന്നുവെന്ന് ഗവേഷകർ അഭിപ്രായപ്പെടുന്നു. ബോംബിങ്ങിൽ തകർന്ന ഒരു ബാങ്കിന്റെ നിലവറയിൽ നിന്നും ഒരു അമൂല്യ നിധി കണ്ടെത്തിയിരുന്നു. നിംറോഡിന്റെ നിധി എന്നറിയപ്പെടുന്ന ഈ നിധി ശേഖരത്തിൽ 600 സാധനങ്ങൾ രേഖപ്പെടുത്തിയിട്ടുണ്ട്. ഇവയിൽ പലതിലും താമരയുടെ പ്രതിരൂപങ്ങൾ ചിത്രീകരിച്ചിട്ടുണ്ട്. അതിൽതന്നെ ചിലതിൽ താമരയുടെ കൂടെ മാതളനാരകം (Pomegranate) കൂടി മുദ്രണം ചെയ്തിരിക്കുന്നു. കൂട്ടത്തിലുള്ള ശുദ്ധ സ്വർണ്ണത്തിൽ തീർത്ത ഒരു ശിരോഭൂഷണത്തിൽ അതിമനോഹരമായ അനവധി താമരകളും മാതളനാരങ്ങകളും ചിത്രീകരിച്ചിട്ടുണ്ട്.

മറ്റു സംസ്കാരങ്ങളിലും താമര പ്രചുരപ്രചാരം നേടിയിരിക്കുന്നു. ഫിനിഷ്യന്മാരുടെ ദേവതയായ അസ്റ്റാർടേ, മറ്റു ദേവിമാരെപ്പോലെ (ഇനാന, ഇസ്ഷ്ടാർ, ഐസിസ്) ഉർവ്വരതയുടെയും, ഉൽപാദനക്ഷമതയുടെയും ദേവിയാണ്, ജനനത്തിന്റെ അധിദേവതയുമാണ്. ബിസി 1500നും 1200നും മദ്ധ്യെ നിർമ്മിച്ചതെന്നു കരുതുന്ന അസ്റ്റാർടെ ദേവിയുടെ പ്രതിമകൾ നഗ്നവും, നീലത്താമര കൈയ്യിൽ വഹിച്ചുകൊണ്ടുള്ളതുമാണ്.

പേർഷ്യൻ ഉൾക്കടൽ മുതൽ ഈജിപ്റ്റുവരെ പരന്നു കിടന്ന പൗരാണിക സാമ്രാജ്യത്തിന്റെ ആധിപത്യം ബിസി 556 മുതൽ 330 വരെ പേർഷ്യയിലെ ആൽക്കമെനിഡ് വംശത്തിനായിരുന്നു. ഇക്കാലത്താണ് ഏറ്റവും വലിയ താമരശിൽപങ്ങൾ സൃഷ്ടിക്കപ്പെട്ടിട്ടുള്ളത്. ഖനനത്തിൽ ഇക്കാലഘട്ടത്തിലെ പല താമരശിൽപങ്ങളും കണ്ടെത്തിയിട്ടുണ്ട്. ഒരു മീറ്റർ നീളമുള്ള താമരത്തണ്ടുകൾ കിട്ടിയിട്ടുണ്ട്. സ്തൂപങ്ങളുടെ ഭാഗമായിരുന്നിരിക്കാം ഇവ. ലിഡോമ എന്ന നഗരത്തിന്റെ അവശിഷ്ടങ്ങളായിരിക്കാം ഇവ. പെർസിപോളിസ് പുരാതന പേർഷ്യൻ സാമ്രാജ്യത്തിന്റെ തലസ്ഥാനമായിരുന്ന ഇവിടെ നിന്നും കണ്ടെത്തിയിട്ടുള്ള അവശിഷ്ടങ്ങളിൽ എണ്ണമില്ലാത്ത താമര ശിൽപങ്ങളുടെ ഒരു ഭണ്ഡാഗാരം തന്നെ കണ്ടെത്തിയിട്ടുണ്ട്. പേർഷ്യയിലെ രാജാക്കന്മാർ അതിഥികളെ സ്വീകരിക്കുന്ന വേളയിൽ ഒരു താമരപ്പൂ കൈയിലേന്തിയിരുന്നുവത്രെ!

സുമേറിയക്കാർക്കും ബാബിലോണിയക്കാർക്കും താമര അധികാരത്തിന്റെയും പൗരുഷത്വത്തിന്റെയുംചിഹ്നമായിരുന്നു. ദിവ്യവും പാവനവുമായ അധികാരത്തെ സൂചിപ്പിക്കുവാൻ താമര ഉപയോഗിച്ചിരുന്നു. അന്നത്തെ പേർഷ്യക്കാർക്ക് സൂര്യനായിരുന്നു പരാശക്തി. സൂര്യനെയാകട്ടെ താമരയുടെ രൂപത്തിൽ ചിത്രീകരിച്ചിരുന്നു. സൂര്യോദയത്തിൽ വിടരുന്ന താമര ദൈവങ്ങൾ തങ്ങളിൽ അർപ്പിച്ച അധികാരത്തിന്റെ സൂചനയായി അവർ പ്രദർശിപ്പിച്ചിരുന്നു. “അവരുടേത് പൗരുഷം നിറഞ്ഞ ശക്തമായ താമരകളായിരുന്നു. അവയുടെ മുമ്പിൽ ദേവതകളുടെ പ്രതീകമായ താമരകൾ ഒരളവുവരെയെങ്കിലും മങ്ങിപ്പോയിരുന്നു.” സ്വർണ്ണത്തിലും, ആനക്കൊമ്പിലും, എബണിയിലും, സിഡാർ മരത്തിലും കൊത്തിയ താമര ശിൽപങ്ങൾ കൊണ്ട് സമൃദ്ധമായി അലങ്കരിക്കപ്പെട്ട പെർസി പോളിസ് നഗരം എല്ലാ രാഗങ്ങളും ചേർന്ന സംഗീതം പോലെയോ, താമരയ്ക്കു വേണ്ടി അർപ്പിച്ച സ്തുതിഗീതം പോലെയോ ആയിരുന്നുവെന്ന് ഗ്രിഫിത്ത് പറയുന്നു. ബിസി 330ൽ അലക്സാണ്ടർ നഗരം കൊള്ളയടിച്ചു. കണ്ണിൽ കണ്ടതെല്ലാം തച്ചുടച്ചു. പക്ഷേ താമരകൾ അതെല്ലാം അതിജീവിച്ച് നിലനിന്നു. മാസിഡോണിയയിലെ കുന്നുകൾ മുതൽ ആതൻസിലെ വാസഗൃഹങ്ങൾ വരെ പേർഷ്യൻ താമരയിൽ നിന്നും പ്രചോദനം തേടി. പക്ഷേ, അവർക്കാർക്കും താമരയുടെ യഥാർത്ഥ മൂല്യം മനസ്സിലായിട്ടുണ്ടാവില്ലെന്നു മാത്രം.

താമര- തെക്കു പടിഞ്ഞാറൻ രാജ്യങ്ങൾ, ചൈന, ജപ്പാൻ ശിൽപ വിദ്യയിലും നിർമ്മാണ കലയിലും.

മറ്റുരാജ്യങ്ങളിലും താരതമ്യേന ചെറിയ നിലയിലാണെങ്കിലും താമരയുടെ സ്വാധീനമുണ്ട്. തെക്കൻ ഏഷ്യയിലെ കംബോഡിയയിൽ പണ്ട് ഹിന്ദുമതത്തിന്റെയും, സംസ്കാരത്തിന്റെയും സ്വാധീനമുണ്ടായിരുന്നു. അങ്കോർവാറ്റ് എന്ന ലോകത്തിലെ ഏറ്റവും വിപുലമായ ക്ഷേത്രസമുച്ചയം കംബോഡിയയിലാണ്. ഇവിടെ ഹൈന്ദവ ദൈവമായ വിഷ്ണുവാണ് പ്രതിഷ്ഠ. ഒരു താമരയുടെ രൂപത്തിലാണ് ക്ഷേത്ര നിർമ്മാണം. ആകാശക്കാഴ്ചയിൽ മാത്രമേ സാദൃശ്യം മനസ്സിലാകു. മദ്ധ്യത്തിലുള്ള സ്തൂപം താമരപ്പൂവിന്റെ മദ്ധ്യഭാഗത്തുള്ള കർണികയെ ഓർമ്മിപ്പിക്കുന്നു. അട്ടിയട്ടിയായി ഉയരുന്ന ക്ഷേത്ര ഭാഗങ്ങൾ ഒരു കോണിൽ ഒന്നിക്കുന്നു. താമര ശിൽപങ്ങൾ ഈ കോണിൽ വരിയായി സമ്മേളിക്കുന്നു. അങ്കോർവാറ്റ് ക്ഷേത്രത്തിന്റെ ഫോട്ടോകളിൽ ഈ രൂപം ദേവീദേവന്മാരോടു ചേർന്നു നിൽക്കുന്ന രീതിയിൽ കാണുന്നില്ല. ആ ക്ഷേത്രത്തിൽ 1976 ദേവരൂപങ്ങളുണ്ടെന്നു കണക്കാക്കിയിരിക്കുന്നു. ഒരു ശിൽപത്തിൽ മൂന്നു താമര ഫലകോശങ്ങളുമായി നിൽക്കുന്നതായി കാണിച്ചിട്ടുണ്ട്. ചില ഭാഗങ്ങളിൽ എട്ടിതളുള്ള താമരകൾ കൊത്തിവെച്ചിരിക്കുന്നു. ചില ദേവതകളുടെ ശിരസ്സിൽ താമര കാണാം. സാപ്പോമാർഷലിന്റെ പഠനത്തിൽ താമരയേന്തിയ അധികം ദേവതകളെക്കുറിച്ചു പറയുന്നില്ല. ആമ്പൽപ്പൂക്കൾ വഹിച്ച ചില ദേവതാ രൂപങ്ങൾ കാണുന്നുണ്ട്. (6-8)

ജാവയിലെ ബോറാബദൂർ മഹായാന ബുദ്ധമതത്തിന്റെ സുവർണ്ണകാലത്ത് ഇന്തോനേഷ്യയിൽ സ്ഥാപിച്ച ദേവാലയമാണ്. എട്ടു ചത്വര വേദികൾക്കു മീതെ വൃത്താകൃതിയിലുള്ള മൂന്നു വേദികകൾ സ്ഥാപിച്ച നിലയിലാണ് ഈ ദേവാലയം പണിതിരിക്കുന്നത്. 504 ബുദ്ധ വിഗ്രഹങ്ങളും 2672 അലംകൃത രൂപങ്ങളും മദ്ധ്യത്തിലുള്ള ഗോളാകൃതിയിലുള്ള സ്തൂപത്തിനു ചുറ്റും കൊത്തിവെച്ചിരിക്കുന്നു. ബുദ്ധ പ്രതിമകൾ ആസനസ്ഥമായ നിലയിലും ബുദ്ധനെ ഓർമ്മിപ്പിക്കുന്ന പ്രതീകങ്ങളാൽ വലയിതവുമാണ്. ഈ ക്ഷേത്രം ഒരു പ്രധാനപ്പെട്ട ബുദ്ധതീർത്ഥാടന കേന്ദ്രമാണ്. ബോറബദൂർ തീർത്ഥാടകർ ക്ഷേത്രത്തിന്റെ അടിത്തട്ടിൽ നിന്നും യാത്രയാരംഭിച്ച് പ്രദക്ഷിണം ചെയ്ത് ഉയർന്നു നിൽക്കുന്ന മൂന്നു തട്ടുകളിൽ എത്തുന്നു. കാമധാതു (ആഗ്രഹമണ്ഡലം) രൂപധാതു (സ്ഥാവര മണ്ഡലം) അരൂപധാതു (രൂപരഹിതമായ ശക്തിയുടെ മണ്ഡലം) എന്നിവയാണവ. തൂണുകളിലും ഫലകങ്ങളിലും

1460 കഥകൾ ഓർമ്മിപ്പിക്കുന്ന കൊത്തുപണികൾക്കിടയിലൂടെ ഇടനാഴികൾ താണ്ടി തീർത്ഥാടകരെ വഴികാട്ടികൾ മുന്നോട്ട് നയിക്കും. ഒരു സരസ്സിന്റെ തീരത്തോ, സരസ്സിനുള്ളിലോ പണിത ക്ഷേത്രമാണിതെന്നു കരുതുന്നു. ഡച്ചുകലാകാരനായ ന്യൂവൻ കാമ്പ് ഹിന്ദു, ബുദ്ധ നിർമ്മാണകലയെക്കുറിച്ചുള്ള പഠനത്തിൽ ഈ ക്ഷേത്രം കേതു താഴ്‌വരയിൽ സരസ്സിൽ പൊങ്ങിനിൽക്കുന്ന നിലയിലായിരുന്നു എന്ന് കണ്ടെത്തിയിട്ടുണ്ട്. ഇപ്പോൾ യുനെസ്കോയുടെ സംരക്ഷണത്തിലുള്ള പൈതൃക സ്വത്തായി സംരക്ഷിക്കപ്പെടുന്നു. (9)

വിയറ്റ്നാമിലെ ഹാനോയിൽ ലോട്ടസ് പഗോഡ എന്ന പേരിൽ വിശ്രുതമായ ഒരു ബുദ്ധ ക്ഷേത്രമുണ്ട്. ലിതായിടോ ചക്രവർത്തി ബോധിസത്വ അവലോകിതേശ്വരനെ സ്വപ്നത്തിൽ കണ്ടുവത്രെ. ദേവൻ അദ്ദേഹത്തിന് ഒരു പുത്രൻ ഉണ്ടാകുമെന്നു വരം നൽകി. തുടർന്ന് അദ്ദേഹത്തിന് ഒരു പുത്രൻ ജനിച്ചു. അതേത്തുടർന്നാണ് അദ്ദേഹം ഈ പഗോഡ നിർമ്മിച്ചത്. ഈ സംഭവത്തിന്റെ ഓർമ്മയ്ക്കായി ഒറ്റസ്തൂപത്തിൽ പണിത പഗോഡയാണിത്. ജലത്തിൽ നിന്നുയരുന്ന രീതിയിലുള്ള താമര പോലെയാണ് പഗോഡ പണിതിരിക്കുന്നത്. ബോധിസത്വ അവലോകിതേശ്വരനാണ് ഈ പഗോഡ സമർപ്പിച്ചിരിക്കുന്നത്. (10)

മലേഷ്യയിലെ തായ് ബുദ്ധക്ഷേത്രം വർണ്ണശബളിമയേറിയ താമര ശിൽപങ്ങൾ കൊണ്ട് അലംകൃതമാണ്. തറയിൽ നിറയെ

പത്മക്ഷേത്രം-തായ് ലാണ്ട്

താമരസ്റ്റേഡിയം ചൈന

വലിയ താമരപ്പൂക്കൾ ചിത്രീകരിച്ചിരിക്കുന്നു. ശ്രീബുദ്ധൻ ഒരു ദിവസം ഉപദേശം നൽകിക്കൊണ്ടിരുന്ന സമയത്ത് പദ്മാസനത്തിൽ ധ്യാന നിരതനായി. തത്സമയം സ്വർഗ്ഗത്തിൽ നിന്നും അവിടെ താമരപ്പൂക്കൾ വർഷിക്കപ്പെട്ടു. ഈ സംഭവം ഓർമ്മിപ്പിക്കാനാണ് ക്ഷേത്രത്തിന്റെ തറയിൽ നിറയെ താമരകൾ മുദ്രണം ചെയ്യപ്പെട്ടിരിക്കുന്നത്. ചുവരിൽ നിറയെ ചെറിയ ബുദ്ധ രൂപങ്ങൾ സ്വർണ്ണ നിറത്തിലും, താമരകൾ ചുവന്ന പശ്ചാത്തലത്തിലും തിളങ്ങുന്നു. (11)

ജപ്പാനിലും, കൊറിയയിലും താമരകൾ കൊത്തിയ അനവധി സ്തൂപങ്ങളും, പഗോഡകളും ബുദ്ധ വിഹാരങ്ങളുമുണ്ട്. കൊറിയയിലെ ടാൻചോംഗ് (Tanchong) ചിത്ര കലയിൽ ചുവപ്പും നീലയും വർണ്ണങ്ങളേ ഉപയോഗിക്കാറുള്ളൂ. നീല പശ്ചാത്തലത്തിൽ ചുവന്ന താമരകൾ വിരിഞ്ഞു നിൽക്കുന്ന ചിത്രങ്ങൾ ഈ കലാരൂപത്തിൽ ധാരാളമുണ്ട്. ബുദ്ധനും ബോധിസത്വന്മാരും താമരകളിൽ ആസനസ്ഥരായ നിലയിൽ കൊത്തിവെച്ചിട്ടുള്ള സ്തൂപങ്ങളും, പഗോഡകളും താമരയിതളുകളാൽ വലയം ചെയ്യപ്പെട്ട രീതിയിലാണ് നിർമ്മിച്ചിട്ടുള്ളത്.

ആധുനികകാലത്തും താമരയുമായി ബന്ധമുള്ള നിർമ്മിതികളുണ്ട്. ചൈനയിലും, തായ്‌വാനിലും, ജപ്പാനിലും താമര നിറഞ്ഞ അനവധി സരസ്സുകളുണ്ട്. തായ്‌ലണ്ടിലെ വെള്ളത്തിൽ നിർമ്മിച്ചിരിക്കുന്ന താമരക്ഷേത്രം 2011 ലെ പ്രളയദുരന്തത്തിന്റെ സ്മരണയ്ക്കാണ് സമർപ്പിച്ചിരിക്കുന്നത്. നോങ്പ്രജൂത് ചതുപ്പ നിലത്തിൽ നിന്നുമുയരുന്ന ഒരു ഭീമൻ താമര ഒരു മൊട്ടും അതിനടിഭാഗത്ത് നിറയെ ഇതളുകളുമായിട്ടാണ് നിർമ്മിച്ചിരിക്കുന്നത്. പന്ത്രണ്ടു മീറ്റർ വീതിയും ഏഴുമീറ്റർ ഉയരവുമുള്ള ഈ താമരയിൽ നിറയെ കൊത്തുപണികളാണ്. ഇതളുകളിൽ ഉള്ളതിലധികം കൊത്തുപണികൾ മൊട്ടിലുണ്ട് ഇതിൽ

കൊത്തിവെച്ചിരിക്കുന്നത് ഭൂമിപോൾ രാജാവിന്റെയും ഉഡോൻതനി രാജാവിനെയും പറ്റിയുള്ള ഐതീഹ്യങ്ങളാണ്. വിനോദ യാത്രികർക്ക് ഏറെ പ്രിയപ്പെട്ട പ്രദേശമാണ് ഇത്. (12)

ആധുനിക ശിൽപികളുടെ ഭാവനയെയും താമര ഉത്തേജിപ്പിച്ചിട്ടുണ്ട്. ന്യൂഡൽഹിയിലെ താമരക്ഷേത്രം (Lotus Temple) ഇതിനകം പ്രതിപാദിച്ചു കഴിഞ്ഞല്ലോ. വെണ്ണക്കല്ലിൽ തീർത്ത ഈ ക്ഷേത്രമാണ് ഏറ്റവും പ്രധാനപ്പെട്ട ആധുനികശിൽപകല. ഇതേ രീതിയിലുള്ള ഒരു താമരക്ഷേത്രം തായ്‌ലണ്ടിലും ഉണ്ട്. രാജസ്ഥാനിലെ മൗണ്ട് അബുവിലെ ബ്രഹ്മകുമാരി ആശ്രമമാണ് താമരയിൽ നിന്നും പ്രചോദനമുൾക്കൊണ്ട മറ്റൊരു നിർമ്മിതി. ശ്രീ ശ്രീ രവിശങ്കറിന്റെ ബാംഗ്ലൂരിലെ ആശ്രമത്തിലും കരുണാകര ഗുരുവിന്റെ പോത്തൻകോട് (തിരുവനന്തപുരം) ആശ്രമത്തിലും താമരയുടെ മാതൃകയിലുള്ള നിർമ്മിതികളുണ്ട്. മെക്കാവുവിലെ ലിസ്ബോവാ ഹോട്ടലും സിയാങ്ഷാ വാസ കേന്ദ്രവും മംഗോളിയയിലെ ഗോബി മരുഭൂമിയിൽ സ്ഥിതി ചെയ്യുന്നു. മെക്കാവു വിമാനത്താവളത്തിൽ ഒരു സുവർണ കമലം പ്രദർശിപ്പിച്ചിരിക്കുന്നു. വെള്ളത്തിൽ ചലിക്കുന്ന താമരകളും, താമര വീടുകളും അവിടെയുണ്ട്. ഹസ്തിനപുരത്തിലെ കമല താമരക്ഷേത്രം താമരയുടെ ആകൃതിയിലുള്ള ധ്യാന കേന്ദ്രമുൾക്കൊണ്ടതാണ്. ജലാശയത്തിൽ പൊങ്ങിക്കിടക്കുന്ന താമര പോലെയാണ് ഫയോറില്ല ലോട്ടസ് കാബിനുകളുടെ സൃഷ്ടി. ഹ്യൂൺ സൂക്ക് കിം എന്ന ശിൽപിയാണ് ഈ വിചിത്രമായ നിർമ്മിതിക്കു പിന്നിൽ. ഉത്തർ പ്രദേശിലെ പല ചിത്ര രൂപങ്ങളും, ആകാശ നഗരങ്ങളും, നിർമ്മിതികളും താമരാകൃതിയിലാണ്. അത്യന്താധുനിക താമര നിർമിതികളിൽ ഏറ്റവും പ്രധാനപ്പെട്ടവ ചൈനയിലെ താമരകെട്ടിട സമുച്ചയങ്ങളാണ്. ഇപ്പോൾ നിർമിതിയിലിരിക്കുന്ന താമരസ്റ്റേഡിയം ലോകത്തിലെ ഏറ്റവും വലിയ താമരരൂപത്തിലുള്ള നിർമിതിയാണ്. ഫുട്ബോൾ കളിക്കുവേണ്ടി നിർമിക്കുന്ന ഈ സ്റ്റേഡിയം പൂർത്തിയാകുമ്പോൾ അതൊരു ലോകാതിശയം തന്നെയായിരിക്കും. ചൈനയിലെ ഗ്വാൻങ്ഷോ പ്രോവിൻസിലാണ് ഈ സ്റ്റേഡിയം ഉള്ളത്.

ഭാവനാശാലികളുടെ കൈയിൽ സ്വർണ്ണ ആഭരണങ്ങളിലും, സാരികളിലും, അലങ്കാര വസ്തുക്കളിലും, കളിമൺ പാത്രങ്ങളിലും ഓടിന്റെയും മരത്തിന്റെയും ശിൽപങ്ങളിലും, മയിലാഞ്ചി ഡിസൈനുകളിലും, ടാറ്റു മുദ്രകളിലും താമര ചിത്രീകരിക്കപ്പെടുന്നുണ്ട്. താമരയെപ്പോലെ പ്രചുര പ്രചാരം നേടുകയും സർവ്വരാലും അംഗീകരിക്കപ്പെടുകയും, ഇഷ്ടപ്പെടുകയും ചെയ്ത മറ്റൊരു മുദ്രയും, പ്രതീകവും, അലങ്കാരവസ്തുവും ഇല്ലെന്നു തന്നെ പറയാം.

7

താമര
കവിതകളിലും ചിത്രങ്ങളിലും

കാമുകന്റെ കരസ്പർശത്തിൽ
താമരമൊട്ട് ചഞ്ചലിക്കുന്നു
ഇതളുകൾ ത്രസിച്ച്, ഇളകി വികസിക്കുന്നു
മന്ദമായി, ഒന്നൊന്നായി...
കാമുകന്റെ ആദ്യചുംബനം മുദ്രിതമാകെ
അവൾ പൂർണ്ണമായി വിടർന്ന്
കാമുകനായ സൂര്യന്റെ നേർക്ക് മിഴിയുയർത്തി.

"മണ്ണിൽനിന്നും ചുരുളുയർത്തിയുയരുന്ന
താമരയിലകൾക്കിടയിലെ താമരയെ നോക്കുക...
മഞ്ഞുതുള്ളികളെ വജ്രാഭരണങ്ങളായി
അവൾ സ്വയം പരിരംഭണം ചെയ്യുന്നു.
ചളിയിൽനിന്നും അവൾ താമരമൊട്ടും ഇലകളും
ഭദ്രമായി ചുരുട്ടിക്കൊണ്ട് പുറത്തുവരുന്നു
വർണ്ണശബളമായി, ലോലരൂപയായി
ശക്തിയുടെ പ്രതിരൂപമായി വികസിക്കുന്നു."
(സിവേക്, സേക്രഡ്‌ലോട്ടസ്)

ചളിയിലും വെള്ളത്തിലും നിന്നുയർന്ന് ശോഭായമാനമായ സൗന്ദര്യത്തോടെ പുതുമയും, നൈർമ്മല്യവും നിലനിർത്തിക്കൊണ്ട് വിരിയുന്ന താമരകൾ കവികളെ ആവേശം കൊള്ളിച്ചിട്ടുണ്ട്. ഹീനമായ പരിതസ്ഥിതികളിൽ ജനിച്ചാലും താമരയെപ്പോലെ അതിൽനിന്നും മോചനം നേടി ജനനന്മയ്ക്കായി പ്രവൃത്തിക്കാനുള്ള പ്രചോദനം നൽകാൻ താമര എന്ന ഉപമാനം ചൈനയിലെ കവികൾ പുരാതനകാലം മുതൽക്കേ സ്വീകരിച്ചു വരാറുണ്ട്. പണ്ടുമുതൽ ആധുനികകാലം വരെയുള്ള ചില കവിതകളിൽക്കൂടി ഒന്ന് കണ്ണോടിച്ചുനോക്കാം.

എ.ഡി.370-450 കാലഘട്ടത്തിൽ ജീവിച്ചിരുന്ന പ്രശസ്തകവി കാളിദാസൻ സിംഹളദ്വീപിൽ വസിക്കുന്ന സുഹൃത്തായ കുമാരദേവനെ സന്ദർശിച്ചുവെന്ന് കഥ. അവിടെ എത്തിയ ദിവസം കാളിദാസൻ ഒരു ദാസീഗൃഹത്തിലാണ് അന്തിയുറങ്ങിയത്. ആ ദാസി അവിടുത്തെ രാജാവിന്റെ ഒരു വിളംബരം കാളിദാസന്റെ ശ്രദ്ധയിൽപ്പെടുത്തി. അതൊരു സമസ്യയായിരുന്നു. രാജാവ് ഒരു കവിതയുടെ ഒരു വരി എഴുതിയിട്ടുണ്ട്. അതിന്റെ ബാക്കി ഭാഗം പൂരിപ്പിക്കുന്ന ആൾക്ക് ഒരു വലിയ സമ്മാനം നൽകുന്നതാണെന്നതായിരുന്നു വിളംബരം. പൂരിപ്പിക്കേണ്ട കവിതയുടെ വരി ഇതായിരുന്നു:

"കമലേകമലോൽപത്തിശ്രൂയതേ ന ദൃശ്യതേ!"

'ഒരു കമലത്തിൽനിന്ന് രണ്ടു കമലങ്ങൾ വിടരുന്നതായി കേൾക്കുന്നു, പക്ഷേ അതാരും കണ്ടിട്ടില്ല.' എന്നാണ് ഈ വരിയുടെ സാരം.

കാളിദാസനല്ലാതെ മറ്റാർക്കും ഇതു പൂരിപ്പിക്കുവാൻ കഴിയില്ല എന്ന് രാജാവിന് ഉറപ്പായിരുന്നു. കേട്ടയുടൻ കാളിദാസൻ ആ ദാസി സുന്ദരിയുടെ മുഖം കൈകളിലൊതുക്കി ഇങ്ങനെ പറഞ്ഞു.

സുന്ദരീ, നിന്റെ താമരപ്പൂ വിടർന്നപോലുള്ള വദനത്തിൽ രണ്ടുനീല നളിനനയനങ്ങൾ വിടരുന്നത് ആരും കാണുന്നില്ലേ.

"കമലേകമലോൽപത്തിശ്രൂയതേന ദൃശ്യതേ
ബാലേതവമുഖാംഭോജത്കഥമിന്ദീവരദ്വയം."

രാജാവിന്റെ സമ്മാനം സ്വന്തമാക്കാനായി ദാസി കാളിദാസനെ വിഷം കൊടുത്തു കൊന്നു എന്നാണു കഥ. വിവരമറിഞ്ഞ് കുമാരദാസൻ ദുഃഖം സഹിക്കാനാകാതെ ചിതയിൽചാടി ആത്മഹത്യ ചെയ്തു. ദാസിയെ പട്ടാളക്കാർ പിടികൂടി വധിക്കുകയും ചെയ്തു.

പാർവ്വതീ പരമേശ്വരന്മാരുടെ പ്രണയലീലകൾ ദ്യോതിപ്പിക്കാൻ കുമാരസംഭവത്തിൽ കാളിദാസൻ താമര എന്ന പ്രതീകത്തെ സ്വീകരിക്കുന്നു.

പദ്മനാഭചരണാങ്കിതാശ്മസു പ്രാപ്തവത്സു
അമൃതവിപ്രുഷോനവാഃ
മന്ദാരസ്യകടകേഷു ചാവസത്പാർവ്വതി
വദന പത്മഷട്പദാഃ

ശിവന്റെ വദനമുകുളത്തിലെ വണ്ട് മന്ധരപർവ്വതത്തിന്റെ തുടകളിൽ വിഹരിച്ചു. പദ്മനാഭനായ വിഷ്ണുവിന്റെ കരാഭരണങ്ങളാണവ. അമൃത ബിന്ദുക്കൾ അവയിൽ തുള്ളികളായി. ശിവൻ വണ്ടാണെങ്കിൽ ഇവിടെ പാർവ്വതിയുടെ തുടകൾ പർവ്വതത്തിന്റെ ഇരുഭാഗങ്ങളാണ്. ശിവന്റെ മധുപാനം പാലാഴി കടഞ്ഞെടുത്ത അമൃതിനെ ഓർമ്മിപ്പിക്കുന്നു. വിഷ്ണുവിന്റെ കരാഭരണങ്ങൾ പാർവ്വതിയുടെ മേനിയിലെ നഖക്ഷതങ്ങളുടെ സൂചനയാണ്. പർവ്വതവിഭാഗങ്ങൾ എന്ന രൂപകം പാർവ്വതിയുടെ തുടകളെ മാത്രമല്ല ശിവന്റെ ലിംഗത്തെയും, അതിൽ നിന്നുതിർന്ന അമൃതകണങ്ങളെയും സൂചിപ്പിക്കുന്നു.(1)

കുമാരസംഭവത്തിൽ, ശിവനെ വരനായി ലഭിക്കാൻ തപസ്സിരിക്കുന്ന പാർവ്വതിയെ കാളിദാസൻ ഇങ്ങനെ ഉൽപ്രേക്ഷിക്കുന്നു.

"ആ സുന്ദരീമണിയുടെ ലജ്ജ പൂണ്ട ദീർഘനയനങ്ങൾ
കാറ്റിൽ ചഞ്ചലമാകുന്ന നീലത്താമരയിൽ
നിന്ന് വേർതിരിച്ചറിയാനാവില്ല.
അവൾക്കിത് ലഭിച്ചത് നീലത്താമരയിൽനിന്നോ?
അതോ, താമര അവളുടെ സൗന്ദര്യം അനുകരിച്ചതോ?" (2)

സോങ് രാജവംശക്കാലത്ത് ഉത്തര ചൈനക്കാരനായ സൗദുൻചി രചിച്ച 'On loving the lotus', ആകാം താമരയെ പുകഴ്ത്തി രചിച്ച ആദ്യ കാവ്യം. ബി.സി. 1073-1017 കാലഘട്ടത്തിലാണ് അദ്ദേഹത്തിന്റെ ജീവിതകാലം. അദ്ദേഹം ഗൃഹത്തിനു മുന്നിൽ ഒരു സരസ്സുണ്ടാക്കി താമരവിത്തു പാകി. അതിൽ നിറയെ താമരപ്പൂക്കൾ വിടർന്നുല്ലസിച്ചു. അതുകണ്ട് ആവേശത്തോടെ അദ്ദേഹം എഴുതിയ കവിത2009 ൽ ഫെങ്ങ്-ക്വിൻ മിങ് ഇംഗ്ലീഷിലേക്കു പരിഭാഷപ്പെടുത്തി. ആ കവിതയുടെ ഒരു ഏകദേശവിവർത്തനമാണ് താഴെക്കൊടുക്കുന്നത്.

"വെള്ളത്തിലോ, കരയിലോ, വനത്തിലോ
വിടരുന്ന പുഷ്പങ്ങളത്രയും സ്നേഹയോഗ്യരാണ്
ജിൻകാലത്ത് ടാവോയുവാൻമിങ്
സ്നേഹിച്ചത് ക്രിസാന്തിമപ്പൂക്കളെയാണ്.
ടാങ്ങിന്റെ കാലത്ത് ജനങ്ങൾ
ഏറെ സ്നേഹിച്ചത് പിയോണിപ്പൂക്കളെ
ഞാൻ സ്നേഹിക്കുന്നത് മണ്ണിൽ നിന്നുയരുന്ന

കളങ്കലേശമേലാത്ത താമരപ്പൂക്കളെ
ഓളങ്ങൾ തലോടുമ്പോഴും പ്രലോഭനം തേടാത്തവൾ,
ഉള്ളിൽ വികാസവും പുറത്ത് ശക്തിയും പ്രദർശിപ്പിക്കുന്നവൾ
ഇടറുകയോ പിളരുകയോ ചെയ്യാത്തവൾ
വിദൂരതയിലാകുമ്പോഴും ഏറെ
സുഗന്ധം ചൊരിയുന്നവൾ
തലയുയർത്തി ലോലമായി
സ്വന്തം വ്യക്തിത്വത്തെ നിലനിർത്തുന്നവൾ
ദൂരെ നിന്നു ദർശിക്കാം, കളിപ്പാട്ടം പോലെ തൊടരുത്.
ക്രിസാന്തിമം, പൂക്കളിൽ ഏകാകിനിയാണ്.
പിയോണി, പൂക്കളിൽ ഏറ്റവും സമ്പന്നനും
താമര പൂക്കളുടെ ഇടയിലെ കുലീനയാണ്.

ടാവോയുടെശേഷം ക്രിസാന്തിമം വിസ്മൃതിയിലായി.
പലരും ഇന്നും പിയോണിയെ ഇഷ്ടപ്പെടുന്നുണ്ടാകാം.
പക്ഷേ, താമരയെ തീവ്രമായി
പ്രണയിക്കാൻ ഞാനല്ലാതാരുണ്ട്?'' (3)

പിയോണി (Peony) ക്കും ക്രിസാന്തിമത്തിനും (Chrysanthemum) ഭംഗിയുണ്ടെങ്കിലും, കവിയുടെ ഹൃദയത്തിൽ നിറയുന്നത് താമരയോടുള്ള സ്നേഹമാണ്. കവിയുടെ അന്തർമുഖമായ വീക്ഷണത്തിനു നിദാനമാണ് ഈ കവിത. അധ്യാത്മികവും, പ്രാപഞ്ചികശക്തിക്കാധാരവുമായ പുഷ്പമാണ് താമര എന്നു കവി അറിയുന്നു. 'അകത്തു വികാസം പുറത്ത് ശക്തമായ നില' എന്ന വരി ചൈനയിലെ 'ഷ് (zhi) ' എന്ന ശക്തിസങ്കല്പം പോലെയാണ്. ക്രിസാന്തിമം ഭിക്ഷുവിനു തുല്യവും, പിയോണി വർണ്ണശബളിമ കാണിക്കുന്ന ധനവാനു തുല്യവും. താമരയാണ് സുന്ദരിയും കുലീനയും. അതുകൊണ്ടുതന്നെ ഈ പൂവിനെ ജിൻസി (jinzi) എന്നു വിളിക്കുന്നു (അർഥം- കുലീന, കുലീനൻ). കൺഫ്യൂഷസ് എന്ന മാതൃകാമനുഷ്യന്റെ പ്രതീകമായ പുഷ്പമാണ് ഇത്. കവി പറയുന്നു-''ഞാൻ സ്നേഹിക്കുന്നത് ചെളിയിൽ നിന്നുയർന്നാലും നിഷ്കളങ്കത സംരക്ഷിക്കുന്ന താമരയെയാണ്. ഓളങ്ങൾ തലോടുമ്പോഴും, പ്രലോഭനം ഏൽക്കാത്ത പുഷ്പം. ഈ വരികൾ അവ്യക്തമായ ഗുണങ്ങളെ വ്യക്തമാക്കുന്നു. താമര ഒരേ സമയം ശാന്തിയുടെയും, ശക്തിയുടെയും പ്രതീകമാകുന്നു. കവിയുടെ ആത്മാവിലേക്ക് തന്നെ എത്തിനോക്കാൻ ഈ കവിത സഹായകരമാകുന്നു. (4)

അനേകം കവിതകളും, ഹൈക്കു കവിതരൂപങ്ങളും, ഗാനങ്ങളും, താമരയെ പുകഴ്ത്തിക്കൊണ്ട് രചിക്കപ്പെട്ടിട്ടുണ്ട്.

അകികോ യൊസാനോ എഴുതുന്നു:

"പിംഗലനിറമുള്ള ആകാശത്തിന്റെ
പശ്ചാത്തലഭംഗിയിൽ
ഇതാ ജലാശയത്തിനുള്ളിൽ നിന്നും
ഒരു ശ്വേതപദ്മം വിടരുന്നു." (5)
"താമരക്കുളത്തിൽ പൊങ്ങിക്കിടക്കുന്ന
ഇലകൾക്കിടയിലൂടെ ഓളങ്ങൾ ഉയരുന്നു.
എന്റെ ഹൃദയം നിന്നെയൊന്നു
സ്പർശിക്കുവാൻ വെമ്പുന്നു." (6)

അമ്മയുടെ ഗർഭപാത്രത്തിൽ എന്നപോലെ, ജലാശയത്തിന്റെ അടിത്തട്ടിൽ മണ്ണിന്റെ ചൂടേറ്റ് സുഖസുഷുപ്തിയിൽ ആണ്ടുകിടന്ന താമരമൊട്ട് സനാതനശക്തിയായ സൂര്യന്റെ ആദ്യചുംബനത്തിനായി കാത്തുനില്ക്കുന്നു. ജലത്തിന്റെ ഭാരവും, മത്സ്യങ്ങളുടെ ചലനവും അവൾ അറിയുന്നുണ്ട്. ഓളങ്ങൾ മന്ദമായി അവളെ തലോടുന്നു. നക്ഷത്രങ്ങൾ കണ്ണുകൾ ചിമ്മിക്കാണിക്കുന്നു. ചന്ദ്രൻ പ്രകാശം ചൊരിയുന്നു. പുലരി അണയുമ്പോൾ അവൾ ഉണരുന്നു. ജലോപരിതലത്തിലെ തണുപ്പിൽ അവൾ കുളിർന്നു വിറയ്ക്കുന്നു. മഞ്ഞുതുള്ളികൾ അവളെ പുളകം അണിയിക്കുന്നു. കാമുകന്റെ ആദ്യചുംബനം ഏറ്റുവാങ്ങുവാനായി അവൾ മെല്ലെ മെല്ലെ ഇതളുകൾ വിടർത്തുന്നു. സൂര്യന്റെ സുവർണ്ണപ്രകാശത്തിൽ ശക്തയായി, കലീനയായി, സൗന്ദര്യത്തിൽ അനന്യയായി വിടർന്നു നിലകൊള്ളുന്നു.

"ആധ്യാത്മിക പുഷ്പമേ, നിന്റെ സൗന്ദര്യം
അവ്യാഖ്യേയമായ നിന്റെ നില
എന്നെ ആവേശം കൊള്ളിക്കുന്നു.
അന്ധകാരത്തിലാണ്ട മലിനജലത്തിൽനിന്ന്
നീ ഉയർന്നുപൊങ്ങി, സുന്ദരിയായി വികസിക്കുന്നു.
ശക്തിയോടെ തലയുയർത്തി നില്ക്കുന്നു.
എനിക്ക് താമരയെപ്പോലെയാകണം
എന്തൊക്കെ പ്രശ്നങ്ങളുണ്ടായാലും
എന്റെ ചുറ്റിലുമുള്ള ജലം എത്ര മലിനമായാലും
ഞാൻ അവയെയെല്ലാം അതിജീവിച്ച് തലയുയർത്തും
എന്റെ ഉള്ളിലെ സുന്ദരപുഷ്പത്തെ വികസനോന്മുഖമാക്കും." (7)

മലിനജലത്തിൽ നിന്നുയർന്ന താമരയ്ക്ക് കളങ്കലേശമില്ല. അപൂർവ്വമായ സൗന്ദര്യവും ശോഭയും സമാർജിച്ച പുഷ്പമാണ് താമര. ഹിന്ദുമതത്തിലും ബുദ്ധമതത്തിലും താമര ആത്മാവിന്റെ പ്രതിനിധിയാണ്.

ഭൗതികമായ മലിനപരിതസ്ഥിതികളിൽനിന്ന് സംസാരജലോപരി ഉയർന്ന് അകളങ്കിതവും, നിർമ്മലവും, ഉത്സാഹപൂർണ്ണവുമാകുന്ന നിസംഗതയാർജ്ജിച്ച ആത്മാവിന്റെ പ്രതീകമാണ് താമര. താമരയെ വാഴ്ത്തി കവി പാടുന്നു:

"താമരയെ നോക്കൂ!
ചെളിയിൽനിന്നുയരുന്ന താമരയിലകളുടെ
ദൃഢമായ നില കാണൂ
മഞ്ഞുതുള്ളികളെ അവ ആലിംഗനം ചെയ്യുന്നു.
മിന്നുന്ന ആഭരണങ്ങൾപോലെ ധരിക്കുന്നു
മണ്ണിൽനിന്ന് അവൾ ഉയരുന്നു
മൊട്ടും ഇലകൾക്കുമൊപ്പം അവൾ ഉയരുന്നു
വർണവും, ലോലമെങ്കിലും ശക്തിയും
ആർജിച്ച് പൊട്ടിവിരിയുന്നു." (8)

ജലം ജീവിതത്തിന്റെ പ്രതീകമാണ്. ജലത്തിൽ ജന്മമെടുക്കുമ്പോൾ തന്നെ ചെളിയിൽനിന്നും താമര മുക്തിനേടുന്നു. പരിസ്ഥിതിയുടെ ദുർഗന്ധത്തിൽ നിന്ന് സ്വാതന്ത്ര്യം നേടി സുഗന്ധം ചൊരിയുന്നു. മണ്ണിൽനിന്നുയർന്ന് അധ്യാത്മികതയുടെ സ്വർഗ്ഗത്തെ എത്തിപ്പിടിക്കുന്ന താമര നാലു ഘട്ടങ്ങളെ കാണിക്കുന്നു. ഭൂമിയിലെ ജീവിതത്തിൽനിന്നുള്ള ഉദ്ഗതി, വെള്ളത്തിൽ നിന്നും മാലിന്യത്തെ അകറ്റാനുള്ള കഴിവ്, ഇലകളും പൂക്കളും ആകാശാഭിമുഖമായിനിന്ന് സൂര്യരശ്മികളെ ആവാഹിക്കാനും അന്തരീക്ഷവായുവിനെ ഉൾക്കൊള്ളാനുള്ള ത്വര, ആദ്ധ്യാത്മികതയെ സ്വന്തമാക്കാനുള്ള ശക്തി.

ജർമ്മൻകവിയായ ഹെന്റിച്ച് ഹെനെ വെള്ളത്താമരയെക്കുറിച്ചൊരു ചെറുകവിത എഴുതിയിട്ടുണ്ട്. അതു താഴെ ഉദ്ധരിക്കുന്നു:

സൂര്യരശ്മികളുടെ കണ്ണഞ്ചിക്കുന്ന പ്രകാശത്തിൽ
താമര അസ്വസ്ഥയാണ്.
തല താഴ്ത്തി ദുഃഖത്തോടെ
മോഹനനിദ്രയിലെന്നവണ്ണം അവൾ രാത്രിയെ കാക്കുന്നു.
ചന്ദ്രൻ അവളുടെ കാമുകനായി ഉയർന്നു വരുന്നു.
ചന്ദ്രന്റെ ആലിംഗനത്തിൽ അവളുണരുന്നു.
കാമുകനുവേണ്ടി അവൾ തന്റെ
മാധുര്യം നിറഞ്ഞ പൂ വിടർത്തുന്നു.
വികസിക്കുകയും, ശോഭചിതറുകയും, മിന്നുകയും ചെയ്യുന്നു.
കരയുകയും, നെടുവീർപ്പിടുകയും, കമ്പനം പൂണ്ടുകയും ചെയ്യുന്ന താമര
ഒരു പ്രണയപുഷ്പമാണ്.

പ്രണയവേദന അവളെ കരയിക്കുന്നു." (9)

ആണ്ടാൾ എന്ന തമിഴ് കവിയത്രി താമരയെ വീക്ഷിച്ച് ആവേശം കൊള്ളുന്നു.

"താമര സൂര്യനെ വരവേല്ക്കുമ്പോൾ
ആമ്പൽപ്പൂവിന്റെ ഇതളുകൾ കൂമ്പുന്നു
ശംഖനാദം മുഴങ്ങുമ്പോൾ
കാവിയും, ഭസ്മവും ധരിച്ച സന്യാസിമാർ
ക്ഷേത്രത്തിലേയ്ക്കു പുറപ്പെടുന്നു.
ഞങ്ങളെ ഉണർത്താമെന്നേറ്റ വായാടിപ്പെണ്ണേ
നീയെന്തേ എഴുന്നേല്ക്കാത്തത്?
ഞങ്ങൾ ധീരന്മാരെ വാഴ്ത്തിപ്പാടും
ശംഖു ധരിച്ച പരമോന്നതനെ കീർത്തിക്കും." (10)

സരോജനി നായിഡു മഹാത്മാഗാന്ധിയെ താമരയോട് താരതമ്യം ചെയ്യുന്നു.

"നിഗൂഢപുഷ്പമെ, പാവനവും, ഉദാത്തവുമായ പൂവേ!
ഇതളുകളുടെ വിന്യാസംകൊണ്ട് പ്രഭാവമേറിയവളേ
ദുരന്തത്തിന്റെ കൊടുങ്കാറ്റുകളെ അതിജീവിച്ചവളേ
മണ്ണിൽനിന്നും ഉയർന്നെണീറ്റ അകളങ്കിതപുഷ്പമെ
താമരയെപ്പോലെ സുന്ദരം, കളങ്കരഹിതം
പക്ഷേ വെറുമൊരു പൂവല്ല അങ്ങ്
പാവനനും, ദിവ്യനുമായ അങ്ങ്
ഭൂമിയുടെ മാലിന്യത്തിൽ നിന്നും ഉയർന്നുപൊങ്ങി
താമരയെപ്പോലെ പുലരിയുടെ രശ്മികൾ
നാലുപാടും പ്രസരിപ്പിച്ചു." (11)
താമരയുടെ സൗന്ദര്യവും, കുലീനത്വവും കണ്ട കവി എഴുതി.
പുഷ്പങ്ങളുടെ രാജ്ഞിയായ താമരേ!
സ്വർഗ്ഗത്തെ വ്യക്തമായും കാട്ടിത്തരുന്ന നീ
ചെളിയിൽനിന്നും ചതുപ്പിൽനിന്നും
പൊങ്ങി വന്നതാണല്ലോ!
പരിസ്ഥിതിയോടു യോജിച്ചു നിന്ന നീ
അവയ്ക്കു മേലെ വിജയം നേടി
സൂര്യന്റെ സഹഭാവത്തിൽ ചൂടുനേടി
താമരമൊട്ടിനെ വിസ്മയകരമായ
താമരമലരായി വികസിപ്പിച്ചു
സരസ്സിലെ താമരമലരുകളെല്ലാം
ഒരുമിച്ച് വിടർന്നൊരു സംഘമായി

ഒരു താമരപ്പൊയ്കയായി.
ഓരോ മലരും തന്റെ പങ്ക് സൂര്യനിൽനിന്നും ഏറ്റുവാങ്ങി
മത്സരം നല്ലത്, ഐക്യവും നല്ലത്
താമരകളാകട്ടെ ഒത്തൊരുമയോടെ സഹവർത്തിക്കുന്നു.
മഞ്ഞുതുള്ളികൾ ദുഃഖത്തിന്റെ പ്രതീകങ്ങളെങ്കിലും
അവ ഇലകളെ സ്പർശിക്കുന്നില്ല.
പൂവിന്റെ ശക്തിയെ ബാധിക്കുന്നില്ല
അതിനെ ചഞ്ചലമാക്കാറില്ല
ദൃഢമായ ലക്ഷ്യത്തെയും ജീവിതപാഠത്തെയും
വിളംബരം ചെയ്തുകൊണ്ട്
ഒരു പ്രതീകമായി താമര വിലസുന്നു. (12)

ജപ്പാനിലെ സെൻ കവിയായ റ്യോകൻ വെൺതാമരയെക്കുറിച്ചെഴുതിയ ഒരു ചെറുകവിത നോക്കുക:

"പടിഞ്ഞാറിന്റെ ആകാശത്തിൽ
ആദ്യമായി വിരിഞ്ഞ താമര
കാലങ്ങളോളം നമ്മെ സന്തോഷിപ്പിച്ച
വെളുത്ത ദലങ്ങൾ മഞ്ഞുതുള്ളികൾ വഹിക്കുന്നു
പച്ചക്കല്ലുപോലെ തിളങ്ങുന്ന ഇലകൾ
സരസ്സിൽ നിറയുന്നു.
താമരപ്പൂവിന്റെ നിർമ്മല സുഗന്ധം
കാറ്റിലലിയുന്നു
കുളിർമയും പ്രതാപവും നിറഞ്ഞ പുഷ്പം
ചെളിവെള്ളത്തിൽ നിന്നുമുയരുന്നു.
സൂര്യൻ മലകൾക്കപ്പുറം മറയുന്നു.
ഞാനോ ഇരുട്ടിൽത്തന്നെ നില്ക്കുന്നു.
താമരയെ നോക്കി, പോകാനാകാതെ." (13)

ഇതൊരു പ്രതീകാത്മകകവിതയാണ്. ഇവിടെ വിവക്ഷിക്കപ്പെടുന്ന ശ്വേതപദ്മം ശ്രീബുദ്ധനാണ്. ചടിഞ്ഞാറിന്റെ ആകാശം ഇന്ത്യയും. താമരയിലകൾ ബുദ്ധസംഘാംഗങ്ങളും. താമരയുടെ സുഗന്ധം കാറ്റിൽ വ്യാപിക്കുന്നതുപോലെ ബുദ്ധന്റെ പേരും പെരുമയും നാടെങ്ങും പരക്കുന്നു. സംസാരസാഗരത്തിൽനിന്നുമാണ് ചക്രവാളങ്ങളോളം വളർന്നു പേരെടുത്ത ബുദ്ധന്റെ ഉത്ഭവം! ഇരുട്ടു പരക്കുമ്പോഴും വിജ്ഞാനപ്രകാശത്തിന്റെ പ്രതീകമായ താമരയെനോക്കി (ബുദ്ധനെതന്നെ ധ്യാനിച്ച്) നിൽക്കുന്നു. സെൻകവിതകൾ ഏറെയും നിഗൂഢാർത്ഥങ്ങളും, പല അർത്ഥതലങ്ങളും ഉള്ളതായിരിക്കും.

ശ്രദ്ധേയമായ ഒരു ചെറുകവിത ഇതാ: ജപ്പാനിൽ ഉടലെടുത്തത്.

"ഞാനാണ് താമരപ്പൂ
മൃദുലം, ലോലം, ശക്തം
ജലനിരപ്പിൽനിന്ന്
ഇതളുകൾ വിടർത്തി
ഞാൻ വിരിയുന്നു
എന്റെ സ്വന്തം ജീവിതത്തിലേയ്ക്ക്." (14)

എമിലി റൊമാനേയുടെ ഒരു ഹൈക്കു നോക്കുക:

(ഹൈക്കു-ജപ്പാനിൽ ഉടലെടുത്ത ചെറുങ്കവിതാരീതി -സാധാരണ മൂന്നു വരിയിൽ എഴുതുന്നു, 17 Syllables ആണ് പരമാവധി ഉണ്ടാകുക.)

"താമരയിൽനിന്ന് താമരയിലേയ്ക്ക്
പറക്കുന്ന തുമ്പീ...നിന്റെ നിഴൽ
വായുവിനേക്കാൾ ലോലമാണല്ലോ... (15)

സിയൂങ്ങ് ഹോങ്ങ് എന്ന ചൈനീസ് കവിയുടെ വരികൾ നോക്കാം;

"താമരയിലയുടെ മങ്ങിയ പച്ച
പ്രതലത്തിൽ കാലത്തെ മുദ്രണം ചെയ്തിരിക്കുന്നു.
നമ്മുടെ ഹൃദയം ഒരു കായലാണ്,
അവസാനം ഒരു ചെറുസരസ്സാണ്.
അവിടെ വൃത്താകാരമായി ഇലകൾക്കുമുകളിൽ
ചിലന്തികൾ വല കെട്ടുന്നു.
അവയുടെ അടിയിൽ നമ്മുടെ അഭിലാഷങ്ങൾ
ഒരു ഹിമകണം മാത്രമാണ്." (16)

ചൈനയിലെ പ്രസിദ്ധമായ നീലക്കളിമൺ ചായക്കോപ്പകളിൽ ആലേഖനം ചെയ്തിരുന്ന ഒരു കവിതാ ശകലം ഉണ്ട്. അതിങ്ങനെ:

"തണ്ടുകളുടെ ബന്ധനം വിട്ട് താമരയിലകൾ
വിടർന്നു വികസിച്ച് പച്ചനിറമുള്ള
ഒരു സരസ്സ് നിർമ്മിക്കപ്പെടുന്നു
ജലപ്പരപ്പിന്റെ പ്രതലത്തിൽ ഒരു പൂ വിരിയുന്നു
കുളി കഴിഞ്ഞ് സരസ്സിൽ നിന്നുമുയരുന്ന ഒരു
സുന്ദരി മനോഹരിയായി പുറത്തു വരുന്നപോലെ." (17)

ഒരു ചൈനീസ്കവി താമരയിലകൾ ജലത്തിൽ പൊങ്ങിക്കിടക്കുന്നതു കണ്ട് ഇങ്ങനെ എഴുതുന്നു:

ഒന്നിനുപിറകെ ഒന്നായി
താമരയിലകൾ ഉദയസൂര്യനെ നോക്കുന്നു.
അവയുടെ വേരുകൾ ജലത്തിനടിയിൽ..

ജലപ്പരപ്പിലെ പുല്ലുകളെ അവ ഉലയ്ക്കുന്നു
അവയുടെ ചലനം മത്സ്യങ്ങളുടെ
ചലനങ്ങൾ പ്രകടമാക്കുന്നു. (18)

ചൈനയിലെ സംസ്കാരത്തിലും, കാവ്യങ്ങളിലും മാത്രമല്ല, ചിത്രകലയിലും ശില്പകലയിലുമെല്ലാം താമരയുടെ സ്വാധീനം അതുല്യമാണ്. പല ഗുണങ്ങളുടെയും പ്രതീകമാണ് താമര. അവ ഇങ്ങനെ സംഗ്രഹിക്കാം. (19)

താമര-സൗന്ദര്യത്തിന്റെ പ്രതീകം

ചൈനയിലെ പ്രാചീനകാവ്യഗ്രന്ഥങ്ങൾ ഇംഗ്ലീഷിലേക്ക് പരിഭാഷ ചെയ്തിട്ടുണ്ട്. ഷിജിങ് എന്നും, ഷി-ചിങ് എന്നു അറിയപ്പെടുന്ന ഇവ Book of Poetry (കവിതയുടെ പുസ്തകം), Book of Songs (പാട്ടിന്റെ പുസ്തകം), Book of Odes (സങ്കീർത്തനങ്ങളുടെ പുസ്തകം) എന്നിങ്ങനെയുള്ള പ്രസിദ്ധകാവ്യങ്ങളാണ്. ബി.സി. 11-ാം ശതകം മുതൽ 7-ാം ശതകം വരെ പഴക്കമുള്ള ഇവ 350-ഓളം കാവ്യങ്ങളുടെ സമാഹാരമാണ്. ഇവയിൽ പലതും താമരയുടെ സൗന്ദര്യത്തെ വാഴ്ത്തുന്നവയാണ്. ഗ്വഫോങിൽ (പ്രാചീന ചൈനയിലെ ഗ്വഫോങ് കലാശൈലി) പുരാതന ചൈനയിലെ ദൈനംദിന ജീവിതത്തിന്റെ പ്രതിഫലനമായ കവിതകൾ Book of Poetry എന്ന ഗ്രന്ഥത്തിൽ കൊടുത്തിട്ടുണ്ട്. സൃഷ്ടിയുടെ നിയമങ്ങളെയും, ആരാധന, ത്യാഗം, മഹത്വം എന്നിവയെപ്പറ്റിയെല്ലാം ഈ പുസ്തകത്തിൽ പ്രതിപാദിക്കുന്നു. അതിൽ താമരയുമായി ബന്ധപ്പെട്ടിട്ടുള്ള നിരവധി കവിതകൾ ഉൾപ്പെടുത്തിയിരിക്കുന്നു. നദിയുടെ മറുകരയിൽ വിരിഞ്ഞ ഒരു മനോഹര താമരയുമായി ഏറെനാൾ പ്രണയത്തിലായ ഒരു വ്യക്തി അവർ തമ്മിലുള്ള ദൂരത്തെ ചൊല്ലി വിഷമിക്കുന്ന അതിമനോഹരമായ ഒരു കവിതയുണ്ടിതിൽ.

പ്രണയപ്രതീകമായ താമര

താമരത്തണ്ടുകൾ മുറിഞ്ഞാലും ഉള്ളിലെ നൂലുകൾ വിട്ടു പോകാതെ നില്ക്കുന്നു. ദമ്പതികൾ തമ്മിലുള്ള ഹൃദയബന്ധം ഇത്തരത്തിലാണെന്ന് സൂചന. ഒരിക്കലും വേർപിരിയുകയില്ല എന്നു സൂചിപ്പിക്കുവാൻ ഈ പ്രതീകം ഉപയോഗിക്കുന്നു.

ദൃഢബന്ധത്തിന്റെ പ്രതീകമായ താമര

ചൈനീസ് ഭാഷയിൽ 'ഹി' എന്ന വാക്കിന് ചേർച്ച എന്നാണർത്ഥം. ഇതുതന്നെയാണ് ദൃഢബന്ധത്തിന്റെയും വാക്ക്. ഛായാചിത്രങ്ങളിൽ രണ്ടു ദേവതമാർ കൈകളിൽ താമരയും ഒരു പെട്ടിയും ഏന്തി നില്ക്കുന്ന തായി കാണാം. ശുഭമുഹൂർത്തത്തിന്റെയും ബന്ധദാർഢ്യത്തിന്റെയും സൂചനയാണിത്.

സത്യസന്ധതയുടെ പ്രതീകമായ താമര

ചൈനീസ്ഭാഷയിൽ നീലത്താമര എന്നുച്ചരിക്കുന്നത് നേർവഴി എന്നുച്ചരിക്കുന്ന അതേ രീതിയിലാണ്. അധികാരികൾ നേർവഴി സ്വീ കരിക്കണമെന്നും, അഴിമതിയിൽനിന്നും വിട്ടുനില്ക്കണമെന്നും താമര ചിഹ്നം ഓർമ്മിപ്പിക്കുന്നു.

ബുദ്ധമതവുമായി താമരയ്ക്കുള്ള ബന്ധം നേരത്തെ വിശദീകരിച്ചിട്ടു ണ്ടല്ലോ. ചീനസംസ്കാരത്തിൽ വളർന്ന കവികളും, കലാകാരന്മാരും താമരയുടെ വിവിധഭാവങ്ങൾ കാവ്യങ്ങളിൽ സ്വീകരിച്ചു. സരസ്സിലെ താമരകളെപ്പറ്റി ഒരു കവി എഴുതുന്നു:

'ദക്ഷിണനദിയിൽ താമരകൾ തിങ്ങി വളരുന്നു
അവയുടെ ഇലകൾ തൊട്ടുരുമ്മി നില്ക്കുന്നു
ഇലകളുടെ അടിയിൽ മത്സ്യങ്ങൾ നീന്തിത്തുടിയ്ക്കുന്നു.
അതാ ഇലയുടെ കിഴക്കുഭാഗത്ത് ഒരു മീൻ ചലിക്കുന്നു.
ഇലയുടെ തെക്കും മീനുകൾ തുള്ളിക്കളിക്കുന്നു.
ഇലയുടെ വടക്കും മീനുകൾ നീന്തിത്തുടിക്കുന്നു.
ഇലയുടെ പടിഞ്ഞാറും മീനുകൾ തുള്ളിക്കളിക്കുന്നു." (20)
താമരകളെ നോക്കിനില്ക്കെ കവി കാണുന്നു-അതാ ഒരുപിടി താമര
യിതളുകൾ കൊഴിഞ്ഞ് വെള്ളത്തിൽ വീഴുന്നു. അത് വെള്ളത്തിലൂടെ
ബോട്ടുകൾ പോലെ ഒഴുകി നടക്കുന്നു.
"പതിക്കുന്ന താമരദളം തോണിയായി
താമരത്തണ്ടിൽ തട്ടിത്തടഞ്ഞു
ഒന്നുനിന്നു, പിന്നെ ഒഴുകിയൊഴുകി നിന്നു
തോണിയുടെ പ്രതിഫലനം ആകാശത്തിലെത്തി."

മറ്റൊരു കവിതാശകലം

"പശ്ചിമദേശത്തെ സരസ്സുകളിൽ അവൾ വരുന്നു
ജൂൺ മദ്ധ്യത്തോടെ
നാലു ഋതുക്കളുടെ സത്തയെന്നോണം
താമരയിലകൾ ചക്രവാളത്തോളം പരന്നുകിടക്കുന്നു.

സൂര്യരശ്മി തട്ടി ഇളംചുമപ്പുമൊട്ടുകൾ പ്രകാശിക്കുന്നു." (21)

ഹാൻ ചെങ്ഡ്ധ താമരയുടെ വിവിധഭാവങ്ങളെ ഈ വരികളിൽ പിടിച്ചെടുക്കുന്നു.

"തരളമായ ഓളങ്ങൾക്കിടയിൽ ഒരു മന്ത്രവാദിനിയെപ്പോലെ
സുഗന്ധിയായി, പിംഗലയായി, മദോന്മത്തയായി
നിശ്ചലയായി നിൽക്കുന്ന പദ്മപുഷ്പമേ
പുലരിയുടെ മഞ്ഞുതുള്ളികൾക്കൊപ്പം വിരിയുന്ന പുഷ്പമേ
സൂര്യാസ്തമയത്തോടെ നീ മുഖം താഴ്ത്തുന്നുവല്ലോ!
വേരുകൾ ചെളിയിൽ, നീയോ മഞ്ഞുപോലെ തൂവെള്ള
ഹരിതപത്രങ്ങൾക്കു മീതെ സുഗന്ധം പരത്തി നീ നിന്നു
സരസ്സിലെ സുന്ദരമായ താമരകളെ ഓർമ്മിപ്പിക്കുന്നു.
ഇവൾ വർണ്ണാഭമായ തോണികൾ ചരിക്കുന്ന
കസവണിഞ്ഞ മേഘങ്ങളെപ്പോലെയാണ്." (22)

താമരവിത്തുകൾ ശേഖരിക്കുന്നത് പെൺകുട്ടികളാണ്. ചൈനയിലെ കവികളുടെ ഹൃദയം സ്പർശിച്ചവരാണവർ. എ.ഡി. 696-756 കാലത്ത് ടാങ് വംശത്തിൽ ജനിച്ച വാങ്ചാങ്ലിംഗ് രചിച്ച കാവ്യസമാഹാരത്തിന്റെ പേരുതന്നെ 'Songs of Picking Seeds' എന്നത്രെ. അതിലെ ഒരു കവിതാശകലം-

"പൂക്കൾ ശേഖരിക്കുന്ന പെൺകുട്ടികൾ
താമരയിലകളുടെ ഹരിതാഭപൂണ്ട
പാവാടകൾ ധരിച്ചിരിക്കുന്നു.
അവർക്കു ചുറ്റും താമരപ്പൂക്കൾ വിടർന്നു നില്ക്കുന്നു
അവർ താമരകൾക്കിടയിൽ അദൃശ്യരാകുന്നു
പാട്ടുകൾ മാത്രം പ്രതിധ്വനിക്കുന്നു." (23)

ഹരിതനിറത്തിൽ വേർതിരിച്ചറിയാനാവാത്തവിധം താമരയിലകൾക്കിടയിൽ നിൽക്കുന്ന പെൺകുട്ടികളുടെ മുഖം താമരപ്പൂപോലെ ഇളംചുവപ്പാർന്നതാണ്. താമരകളും, ഇലകളും, സരസ്സിലെ ഓളങ്ങളും, പെൺകുട്ടികളും അവരുടെ ഗാനവും ചേർന്ന് കവി ഒരു മനോഹരവാങ്മയ ചിത്രം ഒരുക്കിയിരിക്കുന്നു. ലിബായ് എന്നും ലിപോ എന്നും അറിയപ്പെടുന്ന കവി രചിച്ച 'Songs of the Yue girl', എന്ന കവിത താമരവിത്ത് ശേഖരിക്കുന്ന പെൺകുട്ടിയെപ്പറ്റിയാണ്. അവൾ യിനദിയിൽ നിന്ന് താമരകൾ ശേഖരിക്കുന്നു.

"വള്ളത്തിൽ തുഴഞ്ഞുപോകുന്ന
ഒരാളെ നോക്കാൻ അവൾ തിരിയുന്നു
തോണിപ്പാട്ടാണ് അവൾ പാടുന്നത്

ചിരിച്ചുകൊണ്ടവൾ താമരക്കാൾക്കിടയിൽ ഒളിക്കുന്നു
ലജ്ജകൊണ്ട് തുടുത്ത മുഖം അവൾ പുറത്തുകാണിക്കില്ല. (24)

ടാങ് വംശജനായ വാങ്ങ്ചെയ് (701-761 എ.ഡി) 'Lotus basin'എന്ന കവിതയിൽ ഇത്തരം പെൺകുട്ടികളെപ്പറ്റി എഴുതുന്നു:

"സൂര്യോദയത്തിനോടൊപ്പം അവർ
താമരവിത്തുകൾ ശേഖരിക്കാൻ ഇറങ്ങുന്നു
പരന്നുകിടക്കുന്ന നദീതീരത്തുനിന്ന്
അന്തിനേരത്തേ മടങ്ങിയെത്തു
മെല്ലെ അവൾ തുഴ എറിയുന്നു
അല്ലെങ്കിൽ വെള്ളം തെറിച്ചവളുടെ
പാവാടനനഞ്ഞെന്നുവരും." (25)

താമരവിത്തുകൾ നുള്ളിയെടുക്കുന്ന പ്രവൃത്തിയെ ലൈംഗികസംഗമത്തോട് ഉപമിക്കാറുണ്ട്. പ്രണയത്തിനു തയ്യാറാണെന്ന സൂചനയായും താമരവിത്തുകളെ അവതരിപ്പിക്കാറുണ്ട്. നനയുന്ന പാവാടയും രതിസൂചകമാണ്. പൊട്ടിയചഷകം രതിസൂചനയായി പാശ്ചാത്യചിത്രങ്ങൾ അവതരിപ്പിക്കുന്നുണ്ട്. (ഉദാ: Jean Baptisite Grueuze ന്റെ The Broken pot).

"ശരത്കാലസരസ്സിൽ തോണി ഓളങ്ങളുയർത്തുന്നു.
തോണിതുഴയുന്ന യുവാവ് ഒരു യുവതിയെ മറികടക്കുന്നു
അവൾ അവന്റെ നേർക്ക് സരസമായി താമരവിത്തുകൾ എറിയുന്നു
മറ്റൊരാൾ കണ്ടെന്നറിഞ്ഞപ്പോൾ
അവൾ ലജ്ജിതയായി താമരകൾക്കിടയിൽ
ഒളിക്കുന്നു, ഏറെ നേരത്തോളം!! (26)

തൊരുദത്ത് (Toru Dutt 1856-1872) അകാലത്തു പൊലിഞ്ഞുപോയ ഒരു ഇന്ത്യൻ കവയത്രിയാണ്. അവർ താമരപ്പൂവിനെപ്പറ്റി രചിച്ച സുന്ദരമായ ഒരു കവിത ഇതാ:

'പ്രണയം പുഷ്പദേവതയായ ഫ്ലോറയോടു ചോദിച്ചു
പുഷ്പങ്ങളുടെ രാജ്ഞീപദം അലങ്കരിക്കാനൊരു പൂ വേണം.'
ലില്ലിയും, റോസും വളരെക്കാലമായി ആ
ഉന്നതപദവിക്കുവേണ്ടി മത്സരിക്കുന്നു.
അധികാരത്തിന്റെ സ്തുതിഗീതർ
അവരെപ്പുകഴ്ത്തിപ്പാടുന്നു.

ഒരു കൂട്ടർ വാദിച്ചു:

"റോസിനൊരിക്കലും ശുഭ്രനക്ഷത്രംപോലെയുള്ള ലില്ലിയെപ്പോലെ
ശിരസ്സുയർത്തി നിൽക്കാനാവില്ല.

പക്ഷേ ലില്ലിയ്ക്ക് റോസിനോളം
സൗന്ദര്യമുണ്ടോ?, സൗരഭ്യമുണ്ടോ?
പൂക്കളുടെ ദേവതയായ സൈക്കിയയുടെ
പൂങ്കാവനത്തിൽ ചേരിതിരിഞ്ഞ് അവർ വാദിച്ചു.
പ്രണയം പറഞ്ഞു; എനിക്കാവശ്യം റോസിനെ
പോലെ മധുരോദാരമായതും ലില്ലിയെപ്പോലെ
നൈർമ്മല്യമുള്ളതും ഉയർന്നു നില്ക്കുന്നതും ആയ പൂവാണ്.
അങ്ങനെയൊരു പുഷ്പം തരൂ
പക്ഷേ, ഏതുനിറത്തിൽ, ഫ്ളോറ ചോദിച്ചു.
പ്രണയം പറഞ്ഞു: ഇളംചുവപ്പ്
അതാണെന്റെ നിറം, പോരാ ലില്ലിയുടെ
പരിശുദ്ധിയുടെ നിറമായ വെള്ളയും വേണം
പൂക്കളുടെ ദേവത
അങ്ങനെ താമരയെ സൃഷ്ടിച്ചു
റോസിന്റെ ഇളംചുവപ്പും, ലില്ലിയുടെ
ശുഭ്രനിറവും ചേർന്ന താമരയെ
പൂക്കൾക്കിടയിലെ രാജ്ഞിയാണവൾ." (27)

തൊരുദത്ത് പറയുന്നത് താമരയാണ് പൂക്കൾക്കിടയിലെ സൗന്ദര്യ റാണി എന്നാണ്. വളരെക്കാലം ലില്ലിയും, റോസും പൂക്കളുടെ രാജ്ഞീ പദത്തിനുവേണ്ടി മത്സരിച്ചിരുന്നു. പ്രണയം (പ്രണയത്തിന്റെ ദേവൻ ക്യൂപ്പിഡ്) പൂക്കളുടെ രാജ്ഞിയാകാൻ യോഗ്യതയുള്ള പൂ ആവശ്യപ്പെട്ടു. പ്രണയദേവന്റെ പ്രണയിനിയായ പുഷ്പദേവത താമരയെ സൃഷ്ടിച്ചു നൽകി. റോസിന്റെ ചുമപ്പും, ലില്ലിയുടെ നൈർമല്യവും ശുഭ്രനിറവും സമഞ്ജസമായി സമ്മേളിക്കുന്ന താമര പുഷ്പങ്ങളുടെ രാജ്ഞിയായി പരിലസിക്കുന്നു. (28)

ജീവിതത്തിന്റെ പാരുഷ്യമറിയാത്ത, പ്രണയത്തിന്റെ സുഗന്ധം വഹിക്കുന്ന താമരയെപ്പറ്റി ആധുനികകവിയായ പെർസാദ് ഇങ്ങനെ എഴുതുന്നു.

"ശ്വാസമടക്കി, ഭയപ്പെട്ട്, ഏകയായി ഞാൻ കാത്തുനിന്നു.
ഒരുദിനം ഞാൻ ആഹ്ലാദത്തിലേക്ക് ഉയരുംവരെ
എന്റെ മാർഗം ഇളംചുവപ്പു രശ്മികളിൽ തെളിഞ്ഞുകണ്ടു.
എന്റെ സന്തോഷം ശാശ്വതമായി.
ശാന്തമായ ഓളങ്ങളും പ്രകാശിക്കുന്ന തിരകളും
ഓരോ കണത്തിലും പ്രതിഫലിക്കുന്ന സൂര്യൻ
വജ്രശോഭയിൽ സൂര്യൻ ഉന്മാദംകൊള്ളുംപോലെ
ഞാൻ ഓളത്തിലുലഞ്ഞു, ഓരോ ഇതളും പുഞ്ചിരി തൂകി

തെല്ല ലജ്ജയോടെ, പുതുമയോടെ, സ്വാത്മധീരതയോടെ
അങ്ങയുടെ സാന്നിധ്യത്തിൽ,
അങ്ങ് ഏകിയ മുത്തുമണികളോടെ
എന്റെ ആകർഷണം ശൃംഗാരച്ഛായ പൂണ്ട
പ്രണയമാണ് എന്റെ ശക്തി
അങ്ങില്ലാത്ത ലോകം ശൂന്യമെന്ന് ഞാനറിഞ്ഞു
കൂട്ടത്തിൽ നിന്നും ഒറ്റപ്പെട്ട ഒറ്റത്താമര
തീരത്തടിഞ്ഞ ഞാൻ അങ്ങയെ കണ്ടെത്തി
വാടിയും, ക്ഷീണിച്ചും അങ്ങയെ പ്രാപിച്ച
അങ്ങ് എനിക്ക് ഏറ്റവും ആവശ്യമായ അവസരത്തിൽ
തിരിഞ്ഞുനോക്കാതെ പോകുംപോലെ
എന്റെ പ്രണയം അങ്ങു നിരസിച്ചുവോ?
എന്റെ പുതുമ എന്നെന്നേക്കുമായി നഷ്ടപ്പെട്ടുവെന്നോ?
ഓരോ പൊഴിയുന്ന ദലത്തിലൂടെയും
ഞാൻ അങ്ങയോടു വിട പറഞ്ഞു.
സഫലമായ എന്റെ ഗർഭപാത്രത്തിലെ
വിത്തുകളെ സംരക്ഷിച്ചു വളർത്തിയ
സൃഷ്ടിയുടെ അനുഗ്രഹം തേടി.'' (29)

പരുഷമായ ലോകത്തെ അറിയാത്ത നിർമലമായ പ്രണയത്തിന്റെ പ്രതീകമാണ് ഈ താമര. ജലത്തിൽ ഒഴുകുന്ന താമര. ജലമാണ് സർവ്വവും എന്നു കരുതുന്നു. സന്തോഷത്തോടെ ജലവിഹാരം ചെയ്യുന്നു. വാടിവീഴാറാകുമ്പോൾ താൻ ഇഷ്ടപ്പെട്ട ജലത്തിന് ഒന്നും ചെയ്യാനില്ലാ എന്നറിയുന്നു. അതു ഒഴുകിക്കൊണ്ടേയിരിക്കുന്നു. അവസാനമടുത്തപ്പോൾ അവൾ തന്നിൽ സൃഷ്ടിയെടുത്ത വിത്തുകൾ ചൊരിയുന്നു. ഭാവിയിൽ താമരകൾ വിരിയട്ടെ, എന്റെ സ്മാരകങ്ങളാകട്ടെ. അങ്ങനെ ഞാനെന്റെ ജന്മം സഫലമാക്കുന്നു.

എൻ.സി. ഷാർലറ്റ് അടുത്ത കാലത്തെഴുതിയ ഒരു കവിത
വിസ്മയാവഹമായ സൗന്ദര്യം
ദയാദാനപൂർണ്ണം ശാന്തം
മേഘങ്ങൾപോലെ മൃദുലദലങ്ങൾ
ആത്മാവിൻ ആഹ്ളാദം നിറയ്ക്കുന്നവ
ഓളങ്ങളിൽ നൃത്തമാടുന്നു
അത് പ്രണയലീലയാണ്
നിശ്ചലമായ ജലത്തിൽ
ആകമാനം സുഗന്ധം പരത്തുന്നു
മത്തു പിടിപ്പിക്കുന്ന സുഗന്ധം

എന്റെ ഹൃദയം ചഞ്ചലമാകുന്നു
എന്റെ കൺകളിൽ നീർ പൊഴിയുന്നു
ഈ രാജകീയമായ, മാത്സരികമായ
പുഷ്പത്തെത്തന്നെ നോക്കി ഞാൻ നില്ക്കുന്നു.
എത്ര മൃദുലം, എത്ര ലോലം
എന്റെ മനക്കാമ്പിൻ ചിത്രങ്ങൾപോലെ
തെളിയുന്ന ഇളംചൂടിന്റെ, വികാരത്തിന്റെ
പ്രണയത്തിന്റെ, സൗന്ദര്യത്തിന്റെ, ദയയുടെ
ആ മാർദ്ദവം ഒന്നു തൊടാൻ
ആ സുഗന്ധത്തിന്റെ മാധുര്യമറിയാൻ
എന്റെ മനം പിടയ്ക്കുന്നു.
ഇതൊരു ആന്തര ചോദനയാണ്.
അവർണ്ണനീയമായ വികാരമാണ്.
പ്രകൃതിയുടെ ചാരത്ത് ചേർന്നു നിൽക്കാൻ
പ്രകൃതിയുടെ പാവനരത്നത്തോടടുക്കുവാൻ
ഉള്ള ഒരാന്തരിക ചോദനയാണിത്...'' (30)

ബുദ്ധമതത്തിൽ ഏറ്റവും പ്രാധാന്യം നൽകുന്ന താമരയ്ക്ക് ഒരു ദിവ്യപരിവേഷം ഉണ്ട്. ബുദ്ധസന്യാസികൾ പലരും കാവ്യങ്ങളിലും, ഹൈക്കുകളിലും താമരയെപ്പുകഴ്ത്തി എഴുതിയിട്ടുണ്ട്.

"പുഷ്പങ്ങൾ ആകാശത്തിൽ
പുഷ്പങ്ങൾ ഭൂമിയിൽ
ബുദ്ധന്റെ ഇമകളിൽ വിരിയുന്ന താമരമലരുകൾ
മാനവഹൃദയത്തിൽ വിരിയുന്ന പദ്മങ്ങൾ
കരത്തിൽ ലോലമായി താമര വഹിക്കുന്നു.
ബോധിസത്വൻ പ്രപഞ്ചത്തിന്റെ കലാമൂർത്തിയാണ്.
ആകാശച്ചെരുവുകളിൽ നക്ഷത്രങ്ങൾ വിരിയുന്നു
പുഞ്ചിരി തൂകി തിളങ്ങുന്ന ചന്ദ്രൻ ഉദിച്ചുകഴിഞ്ഞു
ഹരിതാഭമായ കേരവൃക്ഷങ്ങൾ
രാത്രിയുടെ ആകാശത്തിനു കുറുകെ നിൽക്കുന്നു
ശൂന്യതയിൽ സഞ്ചരിക്കുന്ന എന്റെ മനസ്സ്
സമൃദ്ധിയുടെ സൗന്ദര്യത്തിലേക്കു മടങ്ങുകയായി.'' (31)

ഹ്വയാങ് ഒ (1495-1569) എന്ന ചൈനീസ്കവിയുടെ മേഘങ്ങളുടെ ഗാനം 'The tune of the soaring clouds' എന്ന ശൃംഗാരകവിതയിൽ താമരയെ പ്രതീകഭംഗിയോടെ അവതരിപ്പിക്കുന്നു.

"...എന്റെ താമരമൊട്ടിനെ
നീ ചുണ്ടിലമർത്തി അതിന്റെ

ഞെട്ടിൽ തൊട്ടു കളിച്ചു.
കാണ്ടാമൃഗത്തിന്റെ മാന്ത്രികക്കൊമ്പിന്റെ
ഓരോ കഷണം നാം സേവിച്ചു
രാത്രി മുഴുവൻ നാം ഉറങ്ങിയില്ല.
ഉപസ്ഥത്തിന്റെ സുന്ദരമായ ശിരോപുഷ്പം
ഉണർന്നുതന്നെ നിന്നു.
രാത്രി മുഴുവൻ, ഭ്രമരം, കമ്പിതമാകുന്ന
പുഷ്പത്തെ മുകർന്നു കേസരത്തിലമർന്നു
എന്റെ പ്രിയങ്കരമായ സുഗന്ധ പുഷ്പമെ
എന്റെ സരസ്സിനെ സ്വന്തമാക്കാൻ
പ്രിയപ്പെട്ടവനെ, നിന്നെ മാത്രമേ ഞാൻ അനുവദിക്കൂ
പാവനമായ ആ താമരസരസ്സിൽ
എല്ലാ രാത്രികളിലും നിനക്ക്
എന്നിൽ അഗ്നിപുഷ്പങ്ങൾ വിരിയിക്കാം. (32)

ഹുങ്സൂന്ദ് സിയാൻ (Hug Tsun-Hsien) (1848-1905) സാധാരണ ജീവിതവുമായി ബന്ധപ്പെടുത്തി താമരയെ വർണ്ണിക്കുന്നു.

"ഞാൻ താമരസൂപ്പ് ഉണ്ടാക്കുകയാണ്
താമരക്കിഴങ്ങുകൾ ലോലമായി അരിഞ്ഞ്
സൂപ്പുണ്ടാക്കി പ്രിയതമന്റെ വരവും കാത്ത്
സൂപ്പൊരുക്കിയിരിക്കുന്നു
സ്വന്തം വിശപ്പടക്കാനായി അദ്ദേഹം
ചോപ്പ് സ്റ്റിക്കുകൾ
മറ്റെവിടെയെങ്കിലും കൊണ്ടുപോയി വച്ചാലോ
ഹൃദയത്തിന്റെ താക്കോൽ മറന്നു വച്ചാലോ
എന്നു ഞാൻ വേവലാതിപ്പെടുന്നു. (33)

ഇവിടെ ഭർത്താവിനെ കാത്തിരിക്കുന്ന സ്ത്രീ മനോവിഷമത്തിലാണ്. ഭർത്താവ് മറ്റേതെങ്കിലും സ്ത്രീയുടെ സമീപത്തേയ്ക്കുപോയിക്കളയുമോ എന്ന ഭയം. ആ ഭയത്തെയാണ് ചോപ്സ്റ്റിക്കുകൾ മറ്റെവിടെയെങ്കിലും ഒളിപ്പിച്ചുവച്ചാലോ എന്ന സന്ദേഹത്തിനു പിന്നിൽ.

കൊകുസായി (Kokusai, 18161874) ബുദ്ധന്റെ ആധ്യാത്മികതയെ പരാമർശിച്ച് എഴുതുന്നു:

സ്വാർത്ഥത്തെ മറികടക്കാൻ ഭൂമിയിൽ ആർക്കാകും?
നിസ്വാർത്ഥനെ സ്മരിക്കൂ, ദുഃഖങ്ങൾ
താമരയിലയിലെ മഞ്ഞുതുള്ളികൾപോലെ
വീണയുടൻ തെന്നിമറിയും." (34)

ധർമ്മപാദ എന്ന പൗരാണികബുദ്ധവചനസമാഹാരത്തിൽനിന്ന്:

"പുലരിയിലെ ജലത്തിന്റെ
കമ്പനങ്ങളിലേയ്ക്കു ശ്രദ്ധിയ്ക്കൂ
താമരകൾ വിരിയുന്ന നേർത്ത ശബ്ദം
നിങ്ങൾക്കു തിരിച്ചറിയാം." (35)

വിരിയുന്ന താമര കവി ഹൃദയത്തിൽ പ്രതീക്ഷകൾ നിറയ്ക്കുന്നു. അദ്ദേഹം എഴുതുന്നു.

"താമരവിരിയുന്ന സരസ്സിനെ
നോക്കി നില്ക്കുമ്പോൾ
എന്റെ ഹൃദയം വിശ്വാസപൂർണ്ണമാക്കുന്നു
ഭൗതികമായ മാലിന്യം നിറഞ്ഞാലും
ഈ ലോകത്തിൽ മഞ്ഞുതുള്ളികൾ
താമരയിതളിലെ ഹിമകണംപോലെ
പാവനമായി നിലനില്ക്കും." (36)

താമരയെ നോക്കി നിൽക്കെ,. അതിന്റെ ഭാഗമായിത്തീരാൻ കവി കൊതിക്കുന്നു. ജീവിതം ക്ഷണികമെങ്കിലും താമരയിതളിലെ മഞ്ഞുതുള്ളിപോലെ പാവനമാണെന്ന് കവിയ്ക്കു തോന്നുന്നു.

"സ്വർഗ്ഗത്തിലും താമരയിതളിലെ
മഞ്ഞുതുള്ളിപോലെ
എന്റെ ആത്മാവിന് അധിവസിക്കാനായെങ്കിൽ
ആ രത്നമാകാൻ കഴിഞ്ഞെങ്കിൽ!" (37)

"ഈ മഞ്ഞുതുള്ളിയുടെ ജന്മം
പാഴല്ല എന്നു ഞാനറിയുന്നു.
താമരയിലയിലെ മുത്തുമണിയാകാനാണ്
അതിന്റെ ജന്മനിയോഗം." (38)

കൊറിയൻ കവി കോയുൻ (Koyun) ഒരു പുഞ്ചിരി (A Smile) എന്ന പേരിലെഴുതിയ ലഘുകാവ്യം തൈസെ (Taize) പരിഭാഷപ്പെടുത്തി. അതിലെ ചില വരികൾ:

"ശ്യാക്യമുനി ഒരു താമര ഉയർത്തിക്കാണിച്ചു
കാശ്യപൻ പുഞ്ചിരിച്ചു.
അതല്ല, ഇതല്ല സംഭവിച്ചത്
താമര പുഞ്ചിരി തൂകിയപ്പോൾ
കാശ്യപനും പുഞ്ചിരിച്ചു
ഇതാണു ശരി..." (39)

ചൈനീസ് കവിതകളോട് തുല്യമല്ലെങ്കിലും, ഇന്ത്യൻ കവികളും താമരയിൽനിന്നും പ്രചോദനം ഉൾക്കൊണ്ടിട്ടുണ്ട്. കാല്പനിക കവികൾ

ഉപമയായും, രൂപകമായും, കഥാരൂപത്തിലും താമരയെ സ്വീകരിച്ചു. മൈഥിലീകവികോകിലം എന്നറിയപ്പെടുന്ന വിദ്യാപതി വരാൻ പോകുന്ന വസന്തത്തെ പ്രതീക്ഷാ നിർഭരമായി കാക്കുന്നു:

"നീലത്താമരകൾ,
പൂക്കൾ നിറഞ്ഞ വസന്തം
കാർവർണ്ണമാർന്ന കുയിലുകൾ
പാടിത്തുടങ്ങുന്ന ഋതു
ഋതുരാജനായ വസന്തം
പ്രതീക്ഷകൾ തിങ്ങി നിറയുന്ന
വസന്താഗമനം ഇതാ..." (40)

ശൃംഗാരവും പ്രണയവും ഭക്തിയും, നിർവൃതിയും ചേർന്നതാണ് വിദ്യാപതിയുടെ ഗീതങ്ങൾ. ഗാനഭംഗി കലർന്ന വരികൾ രാധാ-കൃഷ്ണ പ്രണയത്തെക്കുറിച്ചാണ്.

"അവളുടെ പാദങ്ങൾ താമര ചൊരിഞ്ഞു
അവളുടെ ശരീരശോഭയിൽ നിന്നും
മിന്നൽപിണരുകൾ ചിതറി
ആ മാസ്മര സൗന്ദര്യം എന്റെ
ഹൃദയത്തെ ഗ്രഹിച്ചിരിക്കുന്നു
അവൾ കണ്ണുകൾ തുറക്കെ
താമരയിൽ രണ്ടു താമരകൾ വിടർന്നു
അവരുടെ പുഞ്ചിരി എല്ലാവരിലും
മാന്ത്രികമായ മധുരം ചിതറി
അവളുടെ ചരിഞ്ഞുള്ള നോട്ടം
പ്രണയത്തിന്റെ ശരങ്ങൾ എയ്തു
മാസ്മരികമായ മന്ത്രത്തിൽ ഞങ്ങൾ നിശ്ചലരായി
അവളുടെ സൗന്ദര്യം ഒരു നോക്കേ
ഞാൻ കണ്ടതുള്ളൂ
പക്ഷേ, അതേക്കുറിച്ച് ആലോചിക്കുമ്പോൾ
മൂന്നുലോകവും കണ്ടതുപോലെ
ഞാൻ ഹർഷപുളകിതനാകുന്നു." (41)

ഭാഗവതപുരാണത്തിലെ രാധാ-കൃഷ്ണ സംഗമത്തെ അനുധാവനം ചെയ്യുന്ന വിദ്യാപതി, ആഗ്രഹം തുടിക്കുന്നതായാലും, ആഹ്ലാദിക്കുന്നതായാലും രാധയുടെ നിർവൃതിയ്ക്ക് താമരയെ ഉപമാനമാക്കുന്നു.

"ചാന്ദ്രരശ്മി ചൊരിയുന്ന പ്രകാശസ്ഫുലിംഗങ്ങളിൽ
താമരകൾ കൂമ്പുന്നു
സുഗന്ധപൂരിതമെങ്കിലും അവയുടെ ഹൃദയം

പ്രണയദുഃഖഭരിതമാണ്
വസന്തകോകിലമേ നീ ഇങ്ങനെ
ഞങ്ങളെ പീഢിപ്പിക്കുന്നതെന്തിന്?
നീ ഇപ്പോഴും ഗാനം ഉയർത്തുന്നതെന്തിന്? (42)

തമിഴ്നാട്ടിലെ ഭക്തിഗായകനായ കണ്ണപ്പനാർ മധുരയിലെ അധിദേവതയായ മധുരമീനാക്ഷിയെക്കുറിച്ച് പ്രകീർത്തിക്കുമ്പോൾ താമര എന്ന പ്രതീകം സ്വീകിരിച്ചിരിക്കുന്നു.

"വിരിഞ്ഞു നില്ക്കുന്ന താമര
കേസരങ്ങളിൽനിന്നു ഉതിരുന്ന മധു
ഭ്രമരങ്ങൾ ആഹ്ലാദത്തോടെ മൂളവേ
താമരദലങ്ങൾ താളത്തിൽ ചലിക്കുന്നു
വെള്ളിത്തളികകൾ പോലെ വിസ്തൃതമാണവ. (43)

വിജ്ഞാനത്തിന്റെയും, ലളിതകലകളുടെയും അധിദേവതയായ സരസ്വതിയുടെ ആസ്ഥാനവും വെള്ളത്താമരയാണ്. മധുരമീനാക്ഷി ക്ഷേത്രത്തിന്റെ മുന്നിൽ ഇതുപോലെ കേസരങ്ങളിൽ മധു നിറഞ്ഞ, തേനീച്ചകൾ ഗാനം മൂളുന്ന താമരകൾ നിറയെ ഉണ്ട്. അവയുടെ ദലങ്ങൾ വെള്ളിത്തളികപോലെ വിസ്തൃതമാണ്.

" വിരിയൂ
വീണ്ടും വിരിയൂ
താമരകളിൽ അധിവസിക്കുന്ന രണ്ടു ദേവിമാരേ
ഈ ദിവ്യസുവർണ്ണ സനാതന സരസ്സിൽ വരൂ
ഈ താമരകളെ സ്വീകരിക്കൂ." (44)

ഇവിടെ കവി സരസ്വതീദേവിയേയും, ലക്ഷ്മീദേവിയേയും സ്മരിക്കുന്നു. മധുരമീനാക്ഷി ക്ഷേത്രത്തിലെ താമരക്കുളത്തിൽ അവർ താമരകൾ പങ്കുവച്ച് വസിക്കുന്നു എന്നാണു വിവക്ഷ. അത് അവരുടെ മഹത്വത്തിന്റെ സൂചനയത്രെ.

നൂറുകണക്കിന് ആധുനിക കവിതകൾക്കും താമര പ്രചോദനമായിട്ടുണ്ട്. ഒരു ആധുനിക കവി 'പദ്മസൂത്ര'ത്തെ ക്കുറിച്ചു എഴുതുന്നു.

"ഒരു ചെന്താമര മലരിനുള്ളിൽ
അർത്ഥമൂഹിക്കാൻ കഴിയാത്ത വിധം
ഒളിച്ചുവെച്ച ഒരു നീലത്താമര
എന്റെ ഹൃദയാകാശത്തിൽ
എന്നും വിരിയുന്ന വെള്ളത്താമര
സുവർണകമലത്തിൽ അലിഞ്ഞുചേർന്ന
ചിന്താധാരകൾ

അതീതത്തിലേയ്ക്കുയരാനുള്ള ചിറകുകൾ." (45)

വസന്താഗമനം ഭൂമിയെ സുന്ദരമാക്കുന്നു. പ്രതീക്ഷയും സന്തോഷവും നിറയുന്നു. വിരഹവേദനകൊണ്ട് പ്രണയികൾ വിങ്ങുന്നു. കവി പാടുന്നു:

"മധു നിറഞ്ഞ പൂക്കൾക്കു ചുറ്റും തേനീച്ചകൾ മൂളുന്നു
കുയിൽനാദം മാവുകളിൽ തട്ടി പ്രതിധ്വനിക്കുന്നു
തെക്കൻകാറ്റ് വീശിയടിക്കുന്നു
താമരപ്പൂക്കളുടെ സുഗന്ധം പരക്കുന്നു
വാഴക്കൂട്ടങ്ങൾ ചമഞ്ഞു നിൽക്കുന്നു
കഷ്ടമേ, എന്റെ പ്രണയിനി എവിടെ
അവളെ കാണാനേയില്ലല്ലോ!" (46)

വസന്തവിലാസത്തിലെ ഋതുവർണ്ണന ഇങ്ങനെയാണ്:

"അശ്വിന മാസത്തിൽ
ആകാശം കാർമേഘരഹിതമാകുന്നു
താമരകൾ വിരിയുന്നു
പൂർണ്ണചന്ദ്രൻ രാത്രികളെ ശോഭായമാനമാക്കുന്നു
ദുർഗ്ഗാപൂജയുടെ സമയമാണിത്
പൂർവ്വികരെ ആരാധിക്കാനുള്ള ഋതു." (47)

'രാഗമാലിക' എന്ന പേരിൽ ഒരു കാവ്യപ്രസ്ഥാനം ഹിന്ദുസ്ഥാനിയിലുണ്ട്. ഹിന്ദുസ്ഥാനിയിലെ രാഗങ്ങളും, ഭാവങ്ങളും മേളിക്കുന്ന ഈ കവിതകൾ പ്രണയജോടികളെയും നിത്യജീവിതത്തെയും ആവിഷ്ക്കരിക്കുന്നു. രാഗമാലിക എന്ന പേരിൽ ഈ കാവ്യങ്ങളെ ചിത്രീകരിക്കുന്ന ഒരു പ്രസ്ഥാനവും ഉണ്ട്. ധനശ്രീരാഗിണി എന്ന രാഗത്തിലെഴുതിയ കവിത നോക്കൂ;

"...ചിത്രപടമെടുത്ത് അവൾ കാമുകന്റെ
പല ഭാവങ്ങളിലുള്ള ചിത്രം ആലേഖനം ചെയ്യുന്നു
അതിസുന്ദരമായ ഭാവങ്ങൾ
മനോഹരമായ നീലത്താമരയുടെ സൗന്ദര്യം
ആവാഹിച്ചതുപോലെ..." (48)

ടാഗോർ എഴുതി;

താമര വിരിഞ്ഞ ദിനം
എന്റെ മനം അലയുകയായിരുന്നു.
ഞാൻ അതറിഞ്ഞതേയില്ല
എന്റെ കൂട ശൂന്യമായിരുന്നു
ആ പുഷ്പത്തെ ഞാനറിയാതെ പോയി..." (49)

ദുഃഖനിർഭരവും ശൂന്യവുമായ മനസ്സോടെ അലഞ്ഞ കവിയ്ക്ക് ദിവ്യമായ താമര വിരിയുന്നത് അറിയാൻ കഴിഞ്ഞില്ല എന്നു പരിതപിക്കുകയാണ് ടാഗോർ.

റോക്ക് സംഗീതത്തിലും സിനിമാഗാനങ്ങളിലും താമര നിറഞ്ഞു നില്ക്കുന്നു. കൂട്ടത്തിൽ പ്രസിദ്ധമായ മലയാളസിനിമാ ഗാനങ്ങളും ഉണ്ട്.

"നീല ജലാശയത്തിൽ
ഹംസങ്ങൾ നീരാടും പൂങ്കുളത്തിൽ
നീർപ്പോളകളുടെ ലാളനമേറ്റൊരു
നീലത്താമര വിടർന്നു."

ഹംസങ്ങൾ നീരാടുന്ന നീലസരസ്സിൽ നീർപ്പോളകളുടെ ലാളനമേറ്റ വിരിഞ്ഞ നീലത്താമരകൾ കവിഹൃദയത്തെ പുളകമണിയിക്കുന്നു.

"താമരയിലകളിൽ അരയന്നപ്പെൺകൊടി
കാമലേഖനം എഴുതുമ്പോൾ..."
"താമരപ്പൂവിൽ വാഴും ദേവിയല്ലോ നീ
പൂനിലാക്കാടതിൽ പൂക്കും പുണ്യമല്ലെ നീ!..."
"വെള്ളത്താമരമൊട്ടുപോലെ
വെണ്ണക്കൽ പ്രതിമപോലെ..."
"എന്റെ സ്വപ്നത്തിൻ താമരപ്പൊയ്കയിൽ
വന്നിറങ്ങിയ രൂപവതി..."
"നീലത്താമരയിതാ കിനാവിൻ മാറിൽ വിരിഞ്ഞു..."
"താമരപ്പൂങ്കാവനത്തിൽ താമസിക്കുന്നോളെ..."
"ആ മലർ പൊയ്കയിൽ ആടിക്കളിക്കുന്നോരോമന
ത്താമരപ്പൂവേ.."

കവികൾ താമരയിൽനിന്നും പ്രചോദനം നേടി കാവ്യങ്ങളും, ഗാനങ്ങളും രചിച്ചുകൊണ്ടേയിരുന്നു. മേരിബോണിന്റെ 'ഒരു ചെറുകവിത; ലോട്ടസ് ഫ്ലവർ.

"താമരമലരേ നിന്റെ സൗന്ദര്യത്തെ
മഞ്ഞുതുള്ളികൾ ഉമ്മ വയ്ക്കുന്നു.
വസന്തത്തിൽ പ്രത്യക്ഷപ്പെടാനായി
നീ കാത്തു നില്ക്കുന്നു
മറ്റേതൊരുപൂവിനും ഏതു നാട്ടിലും
നിന്റെ സൗന്ദര്യത്തെ
ആർക്കും മറികടക്കാനാവില്ല
താമരമലരേ, ഞാൻ നിന്നെ പ്രണയിക്കുന്നു
ഈ ഗാനം നിനക്കുവേണ്ടി മാത്രമാകുന്നു." (50)

ഭൂതകാലത്തു മാത്രമല്ല, വർത്തമാനകാലത്തും, ഭാവിയിലും മലിനജലത്തിൽ നിന്നു പൊങ്ങിവിടർന്നുല്ലസിക്കുന്ന അകളങ്കിതമായ താമര കവികൾക്കു പ്രചോദനമേകാം.

"ഇന്നലെകളിൽനിന്ന്, ഇന്നിൽനിന്ന്
മാറി വെള്ളത്താമര വിരിയുന്നു..." (51)
"ഈ ഭൂമിയിൽ ഇന്ന് ജീവിതത്തിനും മരണത്തിനും
ഗൗരവമേറിയ സ്ഥാനമുണ്ട്.
മഹത്വമേറിയ താമരയ്ക്കോ, പൂർണ്ണതയുണ്ട്." (52)

ബംഗാളിലെ ബാവുൽ ഗായകരുടെ പാട്ടിൽ താമര എന്ന പ്രതീകം ധാരാളമായി കടന്നു വരാറുണ്ട്. ബംഗാളിന്റെ സംസ്കാരത്തിൽ ബാവുൽ സംഗീതം അലിഞ്ഞു ചേർന്നിരിക്കുന്നു. ഭജനകൾ പാടി നാട്ടിലെങ്ങും നടക്കുന്ന വൈഷ്ണവ ഗായകരാണ് ബംഗാളിലെ ബാവുൽ ഗായകർ. തത്ത്വചിന്തയും, ശൃംഗാരവും, രൂപകാതിശയോക്തികളുമാണ് ബാവുൽഗാനങ്ങളുടെ കാതൽ.

ഒരു ബാവുൽഗാനം നോക്കുക:

"ഹൃദയത്തിന്റെ ആറിതളുള്ള താമരയിൽ
നാം ഇരുവരും ബന്ധിതരാണ്
ചന്ദ്രന്റെ നിലാമധു ഈ പൂവിലുണ്ട്.
കാമദേവന്റെ അമ്പുപോലെ മധുരം
വികാരങ്ങളുടെ ഉദ്യാനത്തിലൂടെ
ശക്തിപ്രവാഹം ഒഴുകുന്നു
ആ നദിക്കരയിൽ നാം ഒന്നിക്കുന്നു
ആറിതളുള്ള ഹൃദയകമലത്തിൽ..." (53)

സ്വാധിഷ്ഠാനചക്രം എന്ന ഹൃദയതാമരയിൽ ആറിതളുകൾക്കിടയിൽ രണ്ടുപേർ ബന്ധിതരാകുന്നു. അവർ കാമദേവബാണത്തിന്റെ മാധുര്യം അറിയുന്നുണ്ട്. വികാരനദി ഊർജമായി പ്രവഹിക്കുന്നു. അവസാനം പത്തിതളുള്ള മണിപുരചക്രത്തിൽ ബന്ധിക്കപ്പെടുന്നു. നാം കഴിക്കുന്ന ഭക്ഷണം, പോഷകങ്ങൾ നല്കി, വിസർജ്ജ്യത്തെ പുറംതള്ളുന്നതു പോലെ മണിപുരചക്രത്തിൽ വച്ച് ദുർവികാരങ്ങൾ അകന്ന് മനസ്സ് സത്യദർശനത്തിൽ എത്തിച്ചേരുന്നു. 'ഭവാഗ്നി'യിൽ നിന്നും മോചനം നേടാൻ വികാരസംയമനം സാധിച്ച യോഗികൾക്കേ സാധിക്കൂ.

"മനുജൻ ചക്രങ്ങളിൽ ചുറ്റിക്കൊണ്ടേയിരിക്കുന്നു.
പഞ്ചഭൂതങ്ങൾ പത്തിതളുള്ള ചക്രരൂപത്തിലുള്ള
താമരയെ വലയം ചെയ്യുമ്പോൾ
അതിൽനിന്നു വിടുതൽ നേടുക പ്രയാസം തന്നെ." (54)

യോഗാത്മകദർശനകാമുകന്റെ വഴി (The Path Of The Mystic Lover) എന്ന ഗ്രന്ഥത്തിൽ ഭട്ടാചാര്യൻ എഴുതുന്നു:

"കുണ്ഡലിനീശക്തി ഉണരുമ്പോൾ തട്ടുതട്ടായി ബോധം ഉണരുന്നു. താമരകൾ ചുരുളഴിയുന്നു. ലൈംഗികത്വം എന്ന അവസ്ഥ വികാരം അഥവാ രസം ശാന്തം എന്ന ഭാവമാകുന്നു. ഇത് സ്വസ്ഥത തരുന്ന ആദ്ധ്യാത്മികാനുഭവമാണ്. ബാവലുകൾ ആറിതളുള്ള താമര ജീവ ജലത്തിനുമീതെ ഒഴുകി നടക്കുന്നതായി സങ്കല്പിക്കുന്നു. ആഴത്തിൽ നൂറിതളുള്ള താമരയുണ്ട്. ഒരു മുത്തുപോലെ രസസമുദ്രത്തിനുള്ളിലേയ്ക്ക് സാധകൻ ഊളിയിട്ടിറങ്ങുന്നു. യോഗയിലും ചുറ്റുമുള്ള ശ്വസനക്രിയയി ലെന്നപോലെ ശ്വാസം പിടിച്ചുകൊണ്ടാണ് ഈ അന്വേഷണത്തിന്റെ തുടക്കം. സാധകൻ അങ്ങനെ അടിത്തട്ടിലുള്ള മുത്തുകൾ കണ്ടെത്തുന്നു. അതിനുമീതെ പത്തിതളുള്ള താമരയും, അതിനുമീതെ രണ്ടിതളുള്ള താമരയുമുണ്ട്. സഹസ്രദളപദ്മം സ്ഥലകാലങ്ങൾക്ക് അതീതമായ തലത്തിലത്രെ. (55)

'ഒരു സ്ത്രീയെപ്പോലെ ആകുക' (Be like a woman) എന്ന മനോഹര ഗീതം ഇങ്ങനെയാണ്.

"....ആറിതളുള്ള താമരയിൽ സ്ഥിതി ചെയ്യുന്നവനേ
താഴെനിന്ന് മുകളിലേയ്ക്കുള്ള മാർഗ്ഗത്തിലേക്കു നയിക്കുക
പ്രകാശം പൊട്ടി വിടരും
ശക്തി കണ്ണുകൾക്കു നടുവിൽ മൂന്നാംകണ്ണിൽ എത്തുമ്പോൾ
മൂലാധാരത്തിൽ വസിക്കുന്നവനേ
സഹസ്രദല പദ്മത്തിന്റെ തലത്തിലേയ്ക്ക് നയിക്കുക
അവൻ ആ പദ്മവുമായി സാത്മ്യം പ്രാപിക്കട്ടെ
അങ്ങനെ അവളുമായി ചേർന്ന്
സ്വാതന്ത്ര്യത്തിന്റെ മോക്ഷത്തിന്റെ കരയിലേയ്ക്ക്
അവർ എത്തിച്ചേരട്ടെ! (56)

ഭട്ടാചാര്യൻ എഴുതുന്നു. ഈ കവിത രാധയെക്കുറിച്ചാണ്. രാധ വികാരപാരമ്യമാണ്. യുവത്വം, ശൃംഗാരം, സൗന്ദര്യം എന്നിവയുടെ യെല്ലാം മൂർത്തിമദ്ഭാവമാണ്. അവൾ കൃഷ്ണനെ പ്രണയിക്കുന്നു, പ്രലോഭിപ്പിക്കുന്നു. അവൾ കാരണജലത്തിൽ ചരിക്കുന്ന ആറിതൾ ത്താമരയാണ്. അതാണ് ലൈംഗികതയുടെ ആസ്ഥാനം. കുണ്ഡലി നീശക്തിയെ ഉണർത്തുമ്പോൾ വികാരകേന്ദ്രം ഉത്തേജിതമാകുന്നു. ലൈംഗികവികാരം ശരീരത്തിന്റെയും മനസ്സിന്റെയും പല തട്ടുകൾ കടന്ന് കണ്ണുകൾക്കിടയിലെ മർമ്മസ്ഥാനത്ത് എത്തിച്ചേരുന്നു. രണ്ടു താമരകൾക്കിടയിലെന്നപോലെ വികാരോത്തേജനം ഉദാത്തമായി

മാറി, അവിടെ കേന്ദ്രീകരിക്കുന്നു. (57)

"രണ്ടിതൾ താമരയിലെത്തുന്നതോടെ
സ്വബോധം ഉദിക്കുന്നു
എല്ലാമറിയുന്നവന്റെ മുന്നിൽ
പിന്നെ തടസ്സങ്ങൾ ഒന്നുമില്ല..." (58)

നൂറിതൾ താമരയ്ക്കും സഹസ്രദലപദ്മത്തിനുമിടയിൽ രസവും രതിയും സഞ്ചരിച്ചു കൊണ്ടേയിരിക്കുന്നു..."

"ആറിതൾ താമരയിൽ
രസ-രതിമാരുടെ സംഗമം
പുതുജീവനു തുടിപ്പു നൽകുന്നു."
"ആറു ശാശ്വതസത്യങ്ങൾ
ആറിതൾത്താമര പ്രകടമാക്കുന്നു.
പത്തിതൾ താമരയിൽനിന്ന്
ഗംഗാനദി ശാന്തമായി ഒഴുകുന്നു."
"ആ താമരത്തണ്ടിൽ
മധു നിറഞ്ഞിരിക്കുന്നു.
നേരെ നിൽക്കുന്ന ഞെട്ട്
താനേ ചലിച്ചുകൊണ്ടിരിക്കുന്നു..." (59)

മേൽ ഉദ്ധരിച്ച വരികളിൽ പറയുന്ന ആറു യാഥാർത്ഥ്യങ്ങൾ മായാമയമാണ്. ആർത്തി, അഹംഭാവം, കോപം, അസൂയ, ഭോഗേച്ഛ, ധൂർത്ത് എന്നിവയാണവ. പത്തിതൾതാമരയിൽ ജ്വലിക്കുന്ന അഗ്നിയിലൂടെ കടന്നുപോകുമ്പോൾ ഈ ദുർഗ്ഗുണങ്ങളെല്ലാം ഉരുകി യൊലിച്ചുപോകുന്നു. ധ്യാനനിമഗ്നനായി യോഗി ഗംഗാജലത്തിന്റെ കുളിർമയിൽ മുഴുകുന്നു.

പുരാതന ഈജിപ്റ്റുകാരുടെ പ്രധാനഗ്രന്ഥമാണ് 'മരണപ്പെട്ടവരുടെ പുസ്തകം' (The Book of the Dead), ഇത് Papyrus of Ani എന്ന പേരിലും അറിയപ്പെടുന്നു. തീബൻ ലിബികളിൽ എഴുതിയ ഈ കൃതി ബി.സി. 1240-1250 രചിച്ചതെന്ന് കണക്കാക്കുന്നു. (പാപ്പിറസ് ചതുപ്പു പ്രദേശങ്ങളിൽ വളരുന്ന ഒരിനം ചെടിയാണ്. പുല്ലുപോലുള്ള ഈ ചെടിയുടെ തണ്ട് ചതച്ച് ഉണക്കി പേപ്പറുപോലെയാക്കി അതിലാണ് പ്രാചീന ഈജിപ്റ്റിലെ ഗ്രന്ഥങ്ങൾ എഴുതപ്പെട്ടിട്ടുള്ളത്.) ഈ പാപ്പിറസ് ഗ്രന്ഥങ്ങൾ കണ്ടെടുത്ത് അതിലെ ചിത്രഭാഷ മനസ്സിലാക്കി ഇംഗ്ലീഷിലേക്ക് മാറ്റി എഴുതിയിട്ടുണ്ട്. 1888-ൽ ഈ ഗ്രന്ഥം ബ്രിട്ടീഷ് മ്യൂസിയത്തിലെ പ്രദർശനവസ്തുക്കളിൽ ഒന്നായി. വാലസ് ബഡ്ജ് എന്ന പുരാതന ഈജിപ്റ്റ് സംസ്ക്കാരചരിത്രപണ്ഡിതൻ അത് 1895

ൽ ഇംഗ്ലീഷിലേക്കു പരിഭാഷപ്പെടുത്തി (Egyptian Book of the Dead) അതിൽ Awakening of Osiris എന്ന പേരിൽ പ്രസിദ്ധപ്പെടുത്തിയ Normandi Ellis ന്റെ കാവ്യത്തിൽ നിന്നാണ്. താഴെകൊടുത്തിരിക്കുന്ന കവിത അർത്ഥത്തിലും സൗന്ദര്യത്തിലും, തത്ത്വചിന്തയിലും നെയ്തെടുത്ത ഈ കാവ്യം ഉത്തരോത്തരമത്രെ. ഒരു ഭാഗം താഴെ ഉദ്ധരിക്കുന്നു. (60)

"ആയിരം വർഷം ഞാൻ നിദ്രയിലായിരുന്നു
പിന്നീടിതാ ജലാന്തർഭാഗത്തുനിന്ന്
ഞാൻ പുതിയൊരു ഋതുവിലേയ്ക്ക് ഉണരുന്നു.
ഞാൻ ഉണരാൻ വെമ്പുന്ന നീലത്താമരയാണ്..
സപ്തചഷകവും, ഓർമ്മച്ചുരുളും തുറക്കുന്ന
ഞാൻ സഹസ്രദലപദ്മമാണ്.
ഒരു ശിശുവിനെപ്പോലെ നഗ്നസൂര്യനുദിക്കുന്നു
എന്റെ ഇതളുകൾ വിരിയെ സൂര്യരശ്മികൾ പ്രവേശിക്കുന്നു.
ഇതാണ് നിർവൃതി, ഒന്നൊന്നായി ഇതളുകൾ പൊട്ടിവിടർന്ന്
അഗ്നിയിലേക്ക് ഉണരുന്ന അവസ്ഥ.
വിരലുകൾക്കിടയിൽ പൂട്ടിവച്ച രഹസ്യം
പതുക്കെ ചുരുൾ വിടർത്തി വരുമ്പോലെ.
ഭൂതകാലത്തെ മറന്ന് ഞാൻ പുഷ്പസുഗന്ധത്തെ
പുറത്തുവിടാൻ അനുവദിക്കുന്നു.
എന്റെ ഓരോ നീലയിതളും തുറന്ന്
ഞാൻ വെളിച്ചത്തെ ആവാഹിക്കുന്നു.
പ്രകാശം താണുതാണുവന്ന് എന്റെ ലോലമായ ഓരോ ഇതളിലും നിറയുന്നു.
സ്വപ്നജലത്തിൽ എന്റെ രൂപം തെളിയുന്നു.
ലോകത്തിൻ മുന്നിൽ വെളിച്ചം പ്രസരിപ്പിക്കുന്ന
ചൈതന്യപുഷ്പമാണു ഞാൻ, താമര
സംതൃപ്തയായി ഞാൻ ജലോപരി ചലിക്കുന്നു
ഞാൻ സഹസ്രദലപദ്മമാണ്.
സമാധാനപൂർണമായ ആയിരം വർഷങ്ങൾ
ആയുസ്സുള്ളവളാണ്.
ആയിരം നക്ഷത്രങ്ങളെ പ്രതിഫലിപ്പിക്കുന്ന പ്രപഞ്ചമാണ്.
ആയിരം ഹൃദയങ്ങളിൽ വസിക്കുന്ന ഈശ്വരനാണ്.
ഗ്രീഷ്മത്തിലെ ഉഷസ്സിൽ നദീതീരത്തിൽ
ഉജ്ജ്വലമായ ആകാശത്തിനു കീഴെ നിൽക്കൂ
നിങ്ങൾക്ക് ആയിരം ഇതളുള്ള
താമര കാണാം.

പക്ഷേ, നിങ്ങൾ സഹസ്രദലപദ്മത്തിനുള്ളിലെങ്കിൽ
അദൃശ്യനാണെങ്കിൽ, യഥാർത്ഥ സുഗന്ധവും
നിർവൃതിയും അനുഭവിച്ചറിയാം.
യഥാർത്ഥസൗന്ദര്യം ഒന്നിനേയുള്ളൂ
സ്വയംഭൂവിന്, സത്തയ്ക്ക്, ശാശ്വതതത്ത്വത്തിന്
ഭൂമിയിലെ പ്രതിഭാസങ്ങളെ നോക്കി
എനിക്ക് അത്ഭുതം കൂറാം.
ദിനരാത്രങ്ങൾ സമാധാനത്തോടെ താണ്ടാം
ഞാൻ ഭൂമിയുടെ ഭാഗമല്ല
എന്റെ തന്നെ ഭാഗങ്ങളാണ് ഭൂമി
പ്രാർത്ഥനയുടെ സുഗന്ധത്തിലൂടെ
ഞാൻ ദൈവങ്ങളിലേക്ക് ഉയരുന്നു
ഞാൻ ഒന്നും ആവശ്യപ്പെടുന്നില്ല.
എല്ലാം എന്റെ സ്വന്തമാണല്ലോ
ഈശ്വരന്റെ സാന്നിദ്ധ്യത്തിൽ
ഞാൻ സംതൃപ്തനാണ്, എല്ലാ
ചോദ്യങ്ങൾക്കും ഉത്തരം ലഭിച്ചു കഴിഞ്ഞു
ഞാൻ താമരയാണ്.
ഒരു സ്വപ്നത്തിൽനിന്നെന്നപോലെ ഞാൻ ചിരിച്ചുകൊണ്ട് ഉണരുന്നു.
സ്വത്വബോധം ആർജിക്കുന്നു.

ചിത്രരചനകളിലെ താമര

പൗരസ്ത്യകലാകാരന്മാർ താമരകളുടെ മനോഹാരിതയിൽ മയങ്ങി ആ പൂവിന്റെ രൂപവും, ഭംഗിയും, മാറിമാറി വരുന്ന ഭാവങ്ങളും ചായക്കൂട്ടുകളിൽ കൂടി അനശ്വരമാക്കിയിട്ടുണ്ട്. ചൈനയിലെ ചിത്രകാരന്മാർക്ക് താമരയിൽനിന്നും താമരയിലേക്കുള്ള യാത്ര തീർത്ഥാടനം പോലെ പവിത്രമാണ്. ഫെങ്ഷ്യുയിയുമായുള്ള ബന്ധം മൂലം താമരച്ചിത്രങ്ങൾ ചൈനീസ് സംസ്ക്കാരത്തിൽ അലിഞ്ഞുചേർന്നിരിക്കുന്നു. ചൈനയിൽ ഉള്ളതുപോലെ മറ്റൊരു രാജ്യത്തും, ഒരു ജനവിഭാഗത്തിലും ഇത്രയധികം താമരച്ചിത്രങ്ങൾ ഉണ്ടാകുന്നില്ല. ഇത്രയും വികാരപരമായി താമരയെ നോക്കിക്കാണുന്നതുമില്ല. പ്രണയവിവാഹം, സുഹൃദ്ബന്ധം എന്നിവ ഫെങ്ഷ്യുയിയിൽ താമര പ്രതിനിധീകരിക്കുന്നു. താമര ഉൾപ്പെടുന്ന ചിത്രങ്ങൾ കിടപ്പറകളിൽ നിത്യസാന്നിദ്ധ്യമാണ് ചൈനയിൽ. ആരോഗ്യം, ചേർച്ച, ഭാഗ്യം എന്നിവ വീട്ടിലേക്ക് കൊണ്ടു വരുന്നത് താമരയാണെന്ന് ചീനയിലെ ജനങ്ങൾ വിശ്വസിക്കുന്നു. വ്യക്തികളെ കുലീനരാക്കാനും, നേർവഴിക്കു നയിക്കാനും, സത്യത്തിന്റെ പന്ഥാവ് സ്വീകരിക്കാനും,

താമര പ്രേരിപ്പിക്കുന്നുവത്രെ. താമസവികാരങ്ങളെ നശിപ്പിച്ച് സാത്വിക വികാരങ്ങളിലേക്ക് നയിക്കുവാൻ താമരയ്ക്കു കഴിവുണ്ടെന്ന് ചീനയിലെ ജനങ്ങൾ വിശ്വസിക്കുന്നു. അങ്ങനെയുള്ള ദിവ്യപുഷ്പം ഗൃഹപരിസര ങ്ങളിൽ വളർത്താനും വീടുകളിൽ വയ്ക്കുവാനും, ചിത്രങ്ങൾ മുറികളിൽ തൂക്കാനും ചൈനാക്കാർ ശ്രമിക്കുന്നു. ഇത്തരം ചിത്രങ്ങൾ വീടുകളിലേക്ക് സകാരാത്മക ഊർജ്ജം (Positive Enery) കൊണ്ടു വരുമെന്ന് അവർ കരുതുന്നു; മാത്രമല്ല താമര പരിസ്ഥിതിയും, വ്യകതിയും തമ്മിൽ ദൃഢമായ ബന്ധം സൃഷ്ടിക്കുകയും ചെയ്യുമത്രെ. ഇതൊക്കെ ഫെങ്ഷ്യുയിയിലെ വിശ്വാസങ്ങളാണ്. പ്രപഞ്ചത്തെ ഭരിക്കുന്ന നിയമാകമായ അദൃശ്യശക്തികളെ വ്യക്തികളുമായി ബന്ധിപ്പിക്കുന്ന ഊർജമാണ് ഫെങ്ഷ്യുയിൽ പറയുന്ന ക്വി (Qi). (61)

ചൈനയിലെ താമരച്ചിത്രങ്ങൾ ചില സ്ഥലങ്ങളിൽ വയ്ക്കുമ്പോൾ പ്രത്യേക സൂചനകൾ നൽകുന്നു. അവ സൂചിപ്പിക്കുന്ന പ്രതീകഭംഗിയും, ഗൂഢാർത്ഥവും, പരിസരങ്ങൾക്കനുസരിച്ച് വ്യത്യാസപ്പെടാം. ഗാർഹികമായ ബന്ധദാർഢ്യത്തിന് താമരച്ചിത്രങ്ങൾ ഓരോ ഗൃഹത്തിലും പ്രദർശിപ്പിച്ചിരുന്നു. ആരോഗ്യമുള്ള സുന്ദരശിശുക്കളെ ലഭിക്കാനും താമരച്ചിത്രങ്ങൾ കിടപ്പുമുറിയിൽ പ്രദർശിപ്പിക്കുന്നു. പ്രധാനപ്പെട്ട ചില ചിത്രരൂപങ്ങൾ അടുത്ത പേജുകളിൽ കൊടുക്കുന്നു. (61)

1. മത്സ്യവും, താമരയും ചേർന്ന ചിത്രങ്ങൾ

ഇത്തരം ചിത്രങ്ങളിൽ സുവർണ്ണമത്സ്യങ്ങളെ താമരകൾക്കിടയിൽ ചിത്രീകരിച്ചിരിക്കുന്നു. അത്തരം ചിത്രങ്ങളിലുള്ള സുവർണ്ണമത്സ്യങ്ങൾ സമൃദ്ധിയുടെ സൂചനയാണ്. ഓരോ വർഷവും ആഗ്രഹിക്കുന്നതിലധികം നിങ്ങൾക്കു ലഭിക്കട്ടെ എന്ന് ചിത്രങ്ങൾ നിങ്ങളെ അനുഗ്രഹിക്കുന്നതായിട്ടാണ് സൂചന. സുവർണ്ണമത്സ്യവും താമരയും തമ്മിലുള്ള ബന്ധംപോലെ ദൃഢമാകും ആ ഗൃഹത്തിലെ അംഗങ്ങൾ തമ്മിലും എന്നും സൂചിപ്പിക്കുന്നു.

2. മാൻഡാറിൻ/ ഇണത്താറാവുകളും താമരയും, താമരവിത്തുകളും.

മാൻഡാറിൻ താറാവുകൾ ഇണകളായി ജലത്തിൽ നീന്തി നടക്കുന്നു. പുരാതനകാലം മുതൽക്കേ അവ ചേർച്ചയുള്ള ദമ്പതികളുടെ ഇണകളുടെ പ്രതീകമാണ്. താമരവിത്തുകൾ വരാനിരിക്കുന്ന ശിശുക്കളുടെ പ്രതീകമാണ്. എല്ലാം ചേർന്ന് ബന്ധദാർഢ്യമുള്ള

ചൈനയിലെ ഡാക്യുവാൻ ഷാങ് എന്ന മാസ്റ്റർ ആർട്ടിസ്റ്റിന്റെ രചനകൾ

മാതൃകാദമ്പതികളുടെ പരസ്പര ബഹുമാനത്തെയും വിശ്വാസത്തെയും സൂചിപ്പിക്കുന്നു. വാർധക്യകാലം വരെ സുദൃഢബന്ധമുണ്ടാകട്ടെ എന്നുള്ള ആശംസ അത്തരം ചിത്രങ്ങൾ നൽകുന്നു.

3. താറാവിൻകുഞ്ഞും, ജലതൃണങ്ങളും, താമരയും

ഇത്തരം ചിത്രങ്ങളിൽ താറാവിൻകുഞ്ഞും, ആറ്റുവഞ്ചിയും (ഞാങ്ങണപ്പുല്ല്) താമരയും ഒരുമിച്ച് ചിത്രീകരിക്കപ്പെട്ടിരിക്കുന്നു. പുല്ല് കൂട്ടമായി താമരയ്ക്കൊപ്പം വളരുന്നു. ഇത്തരം ചിത്രങ്ങളുടെ പ്രതീകാത്മക അർത്ഥം: 'രാജകീയ പരീക്ഷകളിൽ വിജയമുണ്ടാകട്ടെ' എന്നും 'ഔദ്യോഗിക ജീവിതത്തിൽ ഉയർച്ചയുണ്ടാകട്ടെ' എന്നും ഈ ഫെങ്ഷ്യൂയി ചിത്രം ആശംസിക്കുന്നു.

4. താമരയും ഓസ്മാന്തസ് പുഷ്പങ്ങളും

ഇത്തരം ചിത്രങ്ങളിൽ താമര, താമരവിത്തുകൾ, ഓസ്മാന്തസ് പുഷ്പങ്ങൾ ഇവയെ ഒരുമിച്ച് ചിത്രീകരിക്കുന്നു. ഓസ്മാന്തസ്സ് പൂക്കൾ കുലീനതയും, പ്രഭുത്വവും സൂചിപ്പിക്കുന്നു. രണ്ടു പൂക്കളും ചേർന്ന ചിത്രം

മാതൃകാദാമ്പത്യത്തിന്റെയും, സമ്പൽസമൃദ്ധിയുടെയും പ്രതീകമായി ത്തീരുന്നു. വീട്ടുകളിലെ സ്വീകരണമുറികളിൽ ഇത്തരം ചിത്രങ്ങൾ ചൈനാക്കാർ സാധാരണയായി വയ്ക്കാറുണ്ട്.

5. താമരയും, മത്സ്യക്കുഞ്ഞും കൈയ്യിലേന്തിയ ശിശു:

മത്സ്യം ചൈനയിൽ സമ്പന്നതയുടെ പ്രതീകമാണ്. താമര ചേർച്ച യുടെയും. ഈ ഫെങ്ഷൂയിചിത്രം സമ്പന്നതയും, ദൃഢബന്ധവും ആശം സിക്കുന്നു. വർഷംതോറും സമ്പത്ത് വർദ്ധിക്കട്ടെ എന്ന പൗരാണിക പ്രാർത്ഥനയുടെ ചിത്രീകരണമാണിത്.

ചൈനയിൽ ഏറ്റവും അധികം കൃഷിചെയ്യുന്ന പുഷ്പമാണ് താമര. ഇതിന്റെ പൂവും, കായും, തണ്ടും, കിഴങ്ങും,, ഇലയും, എല്ലാം ചൈനക്കാ രുടെ ഇഷ്ടപ്പെട്ട ദൈനംദിന ഉപയോഗസാധനങ്ങളാണ്. അതുകൊ ണ്ടുതന്നെ താമരപ്പൂക്കളുടെ ചിത്രങ്ങളും ധാരാളമായി വിറ്റു പോകാറുണ്ട്. പ്രശസ്തരായ പല ചിത്രകാരന്മാരും അവരുടെ താമരച്ചിത്രങ്ങൾ സൂചനകൾ മാത്രം നൽകി അവസാനിപ്പിക്കും. ഇത്തരം ചിത്രങ്ങൾ സെൻ ബുദ്ധവിഭാഗക്കാർക്ക് ഏറെ പ്രിയപ്പെട്ടതാണ്. മേൽ കൊടു ത്തിട്ടുള്ള ചിത്രങ്ങൾ നോക്കുക

തിബത്തിലെ തങ്കപെയിന്റിംഗ് രീതി പൂർവകാലം മുതൽ തന്നെ താമരയിൽ ഉപയോഗപ്പെടുത്തിവരാറുണ്ട്. ധ്യാനത്തിനായി സ്വീകരി ക്കുന്ന താമരച്ചിത്രങ്ങൾ സൗന്ദര്യത്തിലും അനന്യമാണ്. ഒരു പ്രത്യേക ദേവതാരൂപത്തെ ധ്യാനിക്കുവാൻ, മനസ്സ് ഏകാഗ്രമാക്കാൻ ഇത്തരം ചിത്രങ്ങൽ ഉപയോഗപ്പെടുത്തിവരുന്നു. ഈ ചിത്രം വഴി സാധകർ ദേവ തയുമായി ബന്ധമുറപ്പിക്കുന്നു. തങ്ക എന്ന കലാരൂപം നേപ്പാളിൽ പിറ വിയെടുത്ത്, ഒരു പ്രത്യേക കലാരൂപമായി ലോകമെങ്ങും പടർന്നു. തങ്ക പെയിന്റിംഗുകൾ വില കൂടിയ ബ്രൊക്കേഡ് സിൽക്കുതുണിയിൽ രചിച്ച് ഫ്രെയിം ചെയ്ത രൂപത്തിലാണ് കിട്ടുക. ചിത്രത്തെ പൊതിഞ്ഞുകൊണ്ട് നേരിയ പട്ടിന്റെ ആവരണവും ഉണ്ടാകും. തിബത്തൻ ശൈലിയുടെ വ്യക്തമായ മുദ്ര ഈ പെയിന്റിങ്ങുകളിൽ ദൃശ്യമാണ്. തിബറ്റുകാർക്ക് തങ്കപെയിന്റിംഗുകൾ വളരെ വിലപിടിപ്പുള്ള ധനമാണ്. അലങ്കാരമെന്ന നിലയിൽ മാത്രമല്ല, ദേവന്റെ ആസ്ഥാനമെന്ന നിലയിലും ഈ പെയി ന്റിങ്ങുകൾ ജനങ്ങൾ വിലമതിക്കുന്നു. ഇത്തരം പെയിന്റിംഗുകളുടെ രണ്ടു ചിത്രങ്ങൾ 4,5 അദ്ധ്യായങ്ങളിൽ ചേർത്തിട്ടുണ്ട്. (62,63)

താമര-ആഭരണങ്ങളിൽ, വസ്ത്രങ്ങളിൽ, കളിമൺപാത്രങ്ങളിൽ

ഗുഡ്യിർ എന്ന വിശ്വപ്രസിദ്ധ ശില്പ- ആഭരണ സംവിധായകനും, പണ്ഡിതനും അദ്ദേഹത്തിന്റെ “Lotus- A New History of Classic Ornaments As a Development of Sun Worship” എന്ന 1891 ൽ പ്രസിദ്ധപ്പെടുത്തിയ ആധികാരികഗ്രന്ഥത്തിൽ, താമരയ്ക്ക് ആഭരണശില്പകലയിലുള്ള സ്വാധീനത്തെപ്പറ്റി വിശദമായി പ്രതിപാദിക്കുന്നുണ്ട്. ഈജിപ്റ്റിലെ താമരയുടെ അനവധി ചിത്രങ്ങളാൽ സമ്പന്നമാണ് ഈ ഗ്രന്ഥം. (64)

അതുപോലെതന്നെ എല്ലാ ആഭരണശില്പികളുടെയും ബൈബിൾ എന്നു വിശേഷിപ്പിക്കുന്ന ഗ്രന്ഥമാണ് ഓവൽ ജോൺസിന്റെ Grammer of Ornament, 1856-ൽ പ്രസിദ്ധീകരിച്ച ഈ പുസ്തകം ലോകമെങ്ങുമുള്ള ആഭരണശില്പ വിദഗ്ധർക്ക് വഴികാട്ടിയാണ്. താമരയ്ക്ക് ആഭരണശില്പകലയിലുള്ള സ്വാധീനത്തെപ്പറ്റി വിശദമായി ഈ ഗ്രന്ഥത്തിലും പ്രതിപാദിക്കുന്നുണ്ട്. (65)

പുരാതനകാലത്തെ ആഭരണങ്ങൾ, കൈവളകൾ, കലാരൂപങ്ങൾ എന്നിവയുടെ മാതൃകകൾ മേൽപ്പറഞ്ഞ ഗ്രന്ഥത്തിൽ കൂടി പരിചയപ്പെടാൻ കഴിയും. മദ്ധ്യേഷ്യയിലും, മെഡിറ്ററേനിയൻ പ്രദേശങ്ങളിലും, ഈജിപ്റ്റിലുമുള്ള അലംകൃതരൂപങ്ങളിലും, ആഭരണങ്ങളിലും താമരയുടെ സാന്നിദ്ധ്യം ധാരാളം കാണാൻ കഴിയും. ഒറ്റത്താമരയായും, താമരക്കൂട്ടമായുമുള്ള ചിത്രീകരണങ്ങളുമുണ്ട്. ധാരാളം കണ്ടുവരുന്ന നീലത്താമര ചിത്രീകരണങ്ങൾ സുന്ദരമാണ്. വെള്ള ആമ്പലിന്റെ ചിത്രങ്ങളും സാധാരണയാണ്.

സ്വർണ്ണത്തിലും വെള്ളിയിലും, വജ്രാഭരണങ്ങളിലും ഏറ്റവും അധികം മുദ്രണം ചെയ്യപ്പെടുന്ന പുഷ്പമാണ് താമര. അഞ്ചു മുതൽ എട്ടുവരെ ഇതളുകളുള്ള താമരയും താമരച്ചെണ്ടുകളും ചിത്രീകരിച്ചിരിക്കുന്നു. പ്രത്യേകചിത്രീകരണശൈലിയിൽ താമരയെ അവതരിപ്പിക്കുന്നതും സാധാരണയാണ്. സ്വർണ്ണാഭരണങ്ങളിലും, വെള്ളിയാഭരണങ്ങൾ, അലങ്കാരവസ്തുക്കൾ എന്നിവയിലും താമരയുടെ ആകൃതി അവലംബിച്ചു വരുന്നു. സ്വർണ്ണാഭരണങ്ങളിൽ, മാലകളുടെ പതക്കത്തിൽ താമര മുദ്രണം വളരെ സാധാരണമാണ്. ഇത്രയും ആസ്വാദ്യകരമായ സൗന്ദര്യാനുഭൂതിയേകുന്ന മുദ്രണരൂപങ്ങൾ വേറെ ഇല്ലെന്നു തന്നെ പറയാം.

താമരചിത്രം വസ്ത്രങ്ങളിൽ ചിത്രീകരിക്കുന്നത് സർവസാധാരണമാണ്. ബുദ്ധമതത്തിനു പ്രചാരമുള്ള എല്ലാ ദേശങ്ങളിലും താമരയുടെ

ചിത്രീകരണം എല്ലാവിധ വസ്ത്രങ്ങളിലും കാണാം. വിരികളിലും, തലയിണകളിലും, സാരികളിലും, ഷോളിലും, പലതരം താമരവസ്ത്രങ്ങളിലും താമര ഡിസൈനുകൾ പ്രചുരപ്രചാരമാണ്. കൂടാതെ വിവിധതരം കളിമൺപാത്രങ്ങളിൽ താമരച്ചിത്രങ്ങൾ സാധാരണ ഉപയോഗിക്കുന്നു. താമരയുടെ സാർവ്വലൗകികത മനസ്സിലാക്കാൻ ഇന്റർനെറ്റിൽ ഒന്നു തിരഞ്ഞാൽ മാത്രം മതി. പാശ്ചാത്യരും പൗരസ്ത്യരും ഒരുപോലെ താമരമുദ്രയിൽ ആകൃഷ്ടരാണ്. അതുകൊണ്ടുതന്നെയാണ് താമര ഒരു വിശ്വപുഷ്പവും, വിശ്വമുദ്രയുമാകുന്നത്.

ഈജിപ്തിലെ നീലത്താമര

ഈജിപ്തിലെ നീലത്താമര

ഈജിപ്തിലെ നീലത്താമരയ്ക്ക് നൈൽ ലില്ലി എന്നും പേരുണ്ട്. താമരയെപ്പറ്റിയുള്ള പ്രതിപാദനം പൂർണ്ണമാകണമെങ്കിൽ പുരാതന ഈജിപ്തിലെ വിശുദ്ധപുഷ്പമായിരുന്ന നീലത്താമരയെപ്പറ്റി കൂടി പറയേണ്ടിയിരിക്കുന്നു. ഈജിപ്തുകാരുടെ വിശുദ്ധ നീലത്താമര, ഇന്ത്യയിലെ താമരയല്ല, അത് നീല നിറത്തിലുള്ള ആമ്പൽ (Water lilly) ആണ്. ഇതിന്റെ ശാസ്ത്രീയനാമം *Nymphaea caerulea* എന്നാണ്. Nymphaeaceae എന്ന കുടുംബത്തിലെ അംഗമാണ്. ആകാശനീലിമ യുടെ നിറമാണ് പുഷ്പത്തിന്, മാത്രമല്ല മദ്ധ്യത്തിലായി മഞ്ഞനിറവുമുണ്ട്. ഗ്രീക്ക പദമായ Nymph അഥവാ ജലദേവത എന്ന ധാതുരൂപത്തിൽ നിന്നുമാണ് നീലത്താമരയുടെ പേരുണ്ടായത്. ജലദേവതകളെ ആരാധിക്കുവാൻ ഗ്രീക്കുകാർ താമരപ്പൂക്കൾ അർപ്പിച്ചിരുന്നു. സെറുലിയ എന്ന

പദം ആകാശനീലിമയെ സൂചിപ്പിക്കുന്നു. ഐതീഹ്യങ്ങളിലും, ആചാരനുഷ്ഠാനങ്ങളിലും, ചരിത്ര കഥകളിലും പൗരാണികകാലം മുതൽക്ക തന്നെ നീലത്താമര ഇടം പിടിച്ചിരുന്നു. ഈ പുഷ്പത്തെ നീലത്താമര എന്ന പേരിൽ തന്നെയാണ് അറിയപ്പെടുന്നത്.

സൃഷ്ടിയുമായി ബന്ധപ്പെടുത്തി ഈജിപ്തുകാർ നീലത്താമരയെ പരിപാവനമായി കണ്ടു. പ്രാചീന ഈജിപ്തിലെ സംസ്കാരകാലം മുതൽ നീലത്താമരയും, വെള്ള ആമ്പലും അവരുടെ ദൈവാരാധനയുടെ ഭാഗമായിരുന്നു. അവ രണ്ടും അവരുടെ സ്തുതിഗീതങ്ങളിലും പെയിന്റിംഗുകളിലും പ്രത്യക്ഷപ്പെട്ടിട്ടുണ്ട്. കൂടാതെ അവയെ ഗൃഹാങ്കണങ്ങളിൽ വളർത്തിയിരുന്നതായും തെളിവുകൾ ഉണ്ട്. ഈജിപ്തിലെ ദേവത ഐസിസ് ദേവി താമര ആഹാരയോഗ്യമാണെന്ന കാണിച്ചു കൊടുത്തുവെന്ന് വിശ്വാസം. നീലത്താമരയുടെ പൂക്കളും, മൊട്ടുകളും ഇലകളും പൗരാണിക സ്മാരകങ്ങളിൽ കൊത്തിവച്ചു കാണാം. മ്യൂറൽ ചിത്രങ്ങളിലും, മൺപാത്രങ്ങളിലും, ഇരിപ്പിടങ്ങളിലും താമരമുദ്രകൾ കാണാം. ചക്രവർത്തിമാരും പുരോഹിതന്മാരും പാദം വരെ എത്തുന്ന താമരമാലകൾ കൊണ്ടുമൂടി അന്ത്യ വിശ്രമം കൊള്ളുന്നു. ബിസി. 3000 - 2500നുമിടയിൽ നിർമ്മിച്ച ശവകുടീരത്തിലുള്ള ഒരു ചിത്രലേഖനത്തിൽ സമചതുരമായ തുണ്ടുഭൂമികളിൽ താമര കൃഷി ചെയ്തിരുന്നതായി കാണിച്ചിരിക്കുന്നു. അവയ്ക്കായി ജലസേചന മാർഗ്ഗങ്ങളും ഉണ്ടായിരുന്നതായി രേഖപ്പെടുത്തിയിരിക്കുന്നു. ദേവാലയങ്ങളുടെ ഉത്സവമേളകളിൽ താമരപ്പൂ ധാരാളമായി ഉപയോഗപ്പെടുത്തിയിരുന്നു. ദൈവങ്ങളെ ആരാധിക്കാനും, മൃതാത്മാക്കളെ ആദരിക്കാനും താമര വേണം. പ്രഭുക്കന്മാരെ സന്ദർശിക്കുമ്പോൾ ഉപഹാരമായി താമരപ്പൂക്കൾ നൽകിയിരുന്നു. സൗഹൃദത്തിന്റെയും, ശുഭാശംസയുടെയും പ്രതീകമാണ് താമരപ്പൂച്ചെണ്ടുകൾ. അമനോടെപ് നാലാമനും, റമേസസ് മൂന്നാമനും ചക്രവർത്തിമന്ദിരങ്ങളിലെ പൂന്തോട്ടത്തിൽ അലങ്കാരാവശ്യത്തിനു മാത്രമായി താമരകൾ വളർത്തിയിരുന്നത്രെ. മനുഷ്യ വംശത്തിന്റെ നൈർമല്യത്തിന്റെയും, സനാതനതത്വത്തിനുള്ള തൃഷ്ണയുടെയും പ്രതീകമായി താമരകൾ. മലിനജലത്തിൽ നിന്നുയർന്ന് സുന്ദരവും, അകളങ്കിതവുമായി നിൽക്കുന്ന താമരകൾ ഈ തൃഷ്ണയുടെ മൂർത്തീഭാവമായി. ഗ്രീഷ്മ കാലത്തിന്റെ അവസാനത്തോടെ വിരിഞ്ഞ് ഏറെനാൾ നില നിൽക്കുന്ന ഈജിപ്തിലെ താമരകൾ. ഈ നീലത്താമരകൾ (നീലആമ്പലുകൾ) ആഫ്രിക്കയിൽ ജന്മം കൊണ്ടതാണ്, അവയുടെ ഇലകൾ വർത്തുളാകൃതിയിൽ ജലപരപ്പിൽ ഉയർന്നുകിടക്കുന്നു. സമുദ്രത്തിന്റെയും

ശുദ്ധജലത്തിന്റെയും അധിദേവനായ നെപ്റ്റ്യൂണിന്റെ സ്വന്തം പൂവാണ് നീലത്താമര. മധ്യത്തിൽ മഞ്ഞനിറവും, അതിനെചുറ്റിയ നീലദളങ്ങളും ചേർന്ന് സൂര്യനെ ഓർമ്മിപ്പിക്കുന്നു ഈ പൂക്കൾ. താമര മൊട്ടുകൾ പുരുഷ ലൈംഗികതയും, വിടർന്ന പൂക്കൾ സ്ത്രീയുടെ ലൈംഗികസന്ന ദ്ധതയും പ്രതീകാത്മകമായി കാണിച്ചുതരുന്നു. നീലത്താരപ്പൂക്കളുടെ സുഗന്ധത്തിന് ഔഷധ ഗുണങ്ങളുണ്ടെന്നു വിശ്വസിക്കുന്നു. വൈനിൽ ചേർത്ത് മായാലോകത്തെത്തിക്കാനും, അദ്ധ്യാത്മികമായ പാതയിലേ ക്കുള്ള പുരോഗതിയുടെ അസ്വാസ്ഥ്യങ്ങൾ സഹ്യമാക്കാനും, താമരയുടെ സിദ്ധികൾ ഉപയോഗപ്പെടുത്തിയിരുന്നു. മൃതരായവരുടെ ആത്മാക്കളെ നേർവഴിക്കു നയിക്കാൻ പൂജകൾ നടത്തുമ്പോൾ താമരയായിരുന്നു മുഖ്യസമർപ്പണവസ്തു. മനഃശാസ്ത്രപരമായി വിശകലനം ചെയ്യുമ്പോൾ താമരയിൽ ഇത്തരം വിചിത്രമായ ഘടകങ്ങൾ ഒന്നുംതന്നെയില്ല. പക്ഷേ വൈനിൽ കുറച്ചു ദിവസം ഇട്ടുവെക്കുമ്പോൾ ആ വൈനിന് മായക്കാഴ്ചകൾ കാണിക്കാനുള്ള സിദ്ധിലഭിക്കുന്നു എന്നു രേഖപ്പെടു ത്തിയിരിക്കുന്നു.

ഈജിപ്തിലെ നീലത്താമര. ചരിത്രവും പ്രതീകാത്മകതയും.

ഇംഗ്ലണ്ടിലെ മാഞ്ചസ്റ്റർ സർവ്വകലാശാലയിലെ പ്രൊഫസർ വിക് ഗാർണർ ഈജിപ്റ്റിൽ നിന്നും ലഭിച്ച ഒരു മമ്മിയെ പഠനവിധേയമാ ക്കി. അസ്റ്റു എന്നുപേരുള്ള ഈ മമ്മിയെ 1825ലെ മാഞ്ചസ്ററർ സർവ്വ കലാശാലയിലേക്ക് സംഭാവന ചെയ്തതാണ്. ഈജിപ്റ്റിലെ പുരാതന തലസ്ഥാനമായ ലക്സർ (ഇന്നത്തെ തീബ്സ്) എന്ന സ്ഥലത്തെ രാജവംശത്തിലെ അംഗമായിരുന്നു അസ്റ്റു. ബിസി 2700 ലാണ് അസ്റ്റു ജീവിച്ചിരുന്നത്. ആമണിത്തിന്റെയും, മുവിന്റെയും മകനായ ഖോൺസു എന്ന ചന്ദ്രദേവന്റെ ക്ഷേത്രത്തിലെ ആചാരഗാനങ്ങൾ പാടുന്ന ഗായികയും, നർത്തകിയുമായിരുന്നു അസ്റ്റു. കർണാക് എന്ന സ്ഥലത്തെ പ്രധാന ദേവാലയം ചന്ദ്രദേവനുള്ളതായിരുന്നു. ദിവസം മൂന്നു തവണ അസ്റ്റു നീലത്താമരയുടെ സത്ത് ഉണ്ടാക്കി ഭക്ഷണത്തി ലും, വൈനിലും കലർത്തി ദേവകൾക്കും, പുരോഹിതർക്കും, ഫറോവയ്ക്കും കൊണ്ടുവരുമായിരുന്നു, രാജസദസ്സിൽ അവൾ പാടുകയും ആടുകയും ചെയ്തിരുന്നു. അവൾ സമ്പന്നയായിരുന്നു, സ്വന്തം ബംഗ്ലാവും, ഭൃത്യരും ഉണ്ടായിരുന്നു. അവളുടെ പാട്ടിലും, നൃത്തത്തിലും ലൈംഗികതയുടെ മാനങ്ങൾ ഉണ്ടായിരുന്നുവെന്ന് അഭിപ്രായമുണ്ട്. വേദന കുറയ്ക്കാനും

ഓർമ്മ ശക്തമാക്കാനും, രക്തചംക്രമണം കൂട്ടാനും, ലൈംഗികത്വം ഉണർത്താനും, മായക്കാഴ്ചകൾ കണ്ട് ആനന്ദം പ്രാപിക്കാനും നീല ത്താമരസത്ത് എല്ലാവരും ഉപയോഗിച്ചു പോന്നിരുന്നു. അസ്റ്റുവിനെ പരിശോധിച്ച ശാസ്ത്രജ്ഞന്മാർക്ക് മയക്കമരുന്നിന്റെ അംശങ്ങൾ ഒന്നും തന്നെ കണ്ടെത്താൻ കഴിഞ്ഞില്ല. ഫൈറ്റോസ്റ്റിറോൾ, ബയോഫ്ലേവ നോഡുകൾ, ഫോസ്ഫോഡൈഇസ്റ്ററേസ് എന്നിങ്ങനെ വയാഗ്രയിൽ കാണുന്ന ചില രാസപദാർത്ഥങ്ങൾ കണ്ടെത്തി. ഇവയെല്ലാം നീലത്താ മരയിൽ നിന്നുമാണ് ഉണ്ടായിട്ടുള്ളത്.

ബിസി 1332-1323 നും ഇടയ്ക്ക് ഈജിപ്റ്റിലെ ഫറോവയായിരുന്ന കിങ്ട്ടൂട് എന്നറിയപ്പെട്ടിരുന്ന തുത്തൻഖാമുൻ, ആമൺ ദേവന്റെ അവതാ രമാണെന്ന് വിശ്വസിക്കുന്നു. അദ്ദേഹത്തിന്റെ ശവകുടീരം 1922-ൽ പൊളിച്ചു പരിശോധിക്കുകയുണ്ടായി. അതിനു നേതൃത്വം നൽകിയത് ഏൾഓഫ് കാർനോവോൺ (Earl of Carnavon) ആയിരുന്നു. ടൂട് രാജാവിന്റെ മമ്മിയ്ക്കു ചുറ്റും നീലത്താമരപ്പൂക്കളുടെ ദലങ്ങളും കഴുത്തിൽ താമരമാലയും ഉണ്ടായിരുന്നു. ടൂടൻ (തുത്തൻ) വാമൂന്റെ ചെറുപ്രായത്തി ലുള്ള ചിത്രം കൊത്തിയ ഒരു ഫലകവും അറയ്ക്കുള്ളിലുണ്ടായിരുന്നു. ഒരു ബാലന്റെ ശിരസ്സ് താമരയിൽ നിന്നും ഉയർന്നുവരുന്നതുപോലെയുള്ള ചിത്രമായിരുന്നു അത്. ദേവന്റെ അവതാരമാണ് ഈ ഫറോവ എന്നാണു സൂചന. (1)

ഈജിപ്റ്റിലെ സംസ്കാരത്തിന്റെ അന്തർധാരയിൽ എന്നും താമര എന്ന പുഷ്പമുണ്ട്. ചിത്രകലയിൽ കാണുന്ന നീലത്താമര പുനർജന്മസൂ ചനയാണ്. സായന്തനത്തിൽ ഇതൾ താഴ്ത്തി വെള്ളത്തിലേക്കു താഴുന്ന താമര ഉദയത്തോടെ ഉയർന്ന് ഇതൾ വിരിച്ച് വീണ്ടും ജലോപരി നില്ക്കു ന്നു. സൂര്യന്റെ കർമ്മങ്ങളെ താമരയും അനുകരിക്കുന്നു. ഈജിപ്റ്റിലെ പുരാണ കഥകളിലെല്ലാം മരണത്തിന്റെയും പുനർജന്മത്തിന്റെയും പ്രതീകമായി താമര കടന്നുവരുന്നു. ഈജിപ്റ്റിലെ താമരയെക്കുറിച്ചു ള്ള പഠനത്തിൽ കാറലിൻ സീറൈറ്റ് എഴുതുന്നു: “കാലത്തിന്റെ തുട ക്കത്തിൽ ജലം മാത്രമേ ഉള്ളൂ. അസ്വസ്ഥവും ഇരുൾ നിറഞ്ഞതുമായ ജലം... ആ കാരണ ജലത്തിന്റെ കീഴ്ത്തട്ടിൽ നിന്ന് നീലജലപുഷ്പം ഉയർന്നു. ആ താമരയുടെ സുവർണ്ണ ഹൃദയത്തിൽ ഒരു ദിവ്യ ശിശു ഉണ്ടായിരുന്നു. സുഗന്ധം പരന്നു. ദിവ്യശിശുവിൽ നിന്നു പ്രസരിച്ച പ്രകാശം പ്രപഞ്ചാന്ധകാരം അകറ്റി. സ്രഷ്ടാവായ സൂര്യനായിരുന്നു ആ ശിശു. സൂര്യനോടൊപ്പം താമരയും സായംകാലത്തിൽ ഇതളുകൾ മടക്കി. ഇരുട്ടു പരന്നതോടെ ലോകത്തിലെ അസ്വാസ്ഥ്യങ്ങളെല്ലാം

മടങ്ങിയെത്തി. രാത്രി അവസാനിച്ചതോടെ താമര ഉണർന്നു, ഇതളുകൾ വിരിഞ്ഞു. അതോടെ സൂര്യനും തിരികെയെത്തി, അതോടെ എല്ലാ ചര്യകളും മടങ്ങിയെത്തി. താൻ ഏകാകിയാണെന്ന് താമരയിലെ ദേവൻ തിരിച്ചറിഞ്ഞു. ഏകാന്തത അസഹ്യമായപ്പോൾ സ്രഷ്ടാവിനു കൂട്ടുവേണമെന്നു തോന്നി. ആ തോന്നലിന്റെ ഫലമായി ഭൂമിയിൽ ജീവ ജാലങ്ങൾ ഉണ്ടായി. അവർക്ക് നാമങ്ങൾ നൽകിയത് സ്രഷ്ടാവിന്റെ നാവാണ്. ചിന്തയും വാക്കുകളുമാണ് സൃഷ്ടിയുടെ പ്രചോദനം...'' (2)

പുലരിയിൽ വിരിയുന്ന നീലത്താമരയുടെ മദ്ധ്യഭാഗത്തെ മഞ്ഞയും ചുറ്റുമുള്ള നീലയും പുരാതന ഈജിപ്റ്റുകാരെ ഓർമ്മിപ്പിച്ചത് ആകാശവും അതിൽ തിളങ്ങുന്ന സൂര്യനുമാണ്. അതുകൊണ്ടുതന്നെ താമര വിരിയുന്ന തും സുഗന്ധം ചൊരിയുന്നതും സൂര്യനെ എതിരേൽക്കാനാണെന്നുള്ള തോന്നൽ അവരിലുദിച്ചു. അങ്ങനെ സൂര്യദേവനും, താമരയും കലർന്ന കഥ പ്രചാരത്തിലായി. സൃഷ്ടിയുടെ കഥയിൽ രണ്ടും പങ്കാളികളായി. മതപരമായ പ്രാധാന്യത്തെ മാനിച്ചുകൊണ്ട് ഈജിപ്റ്റിൽ ദേവാലയ ങ്ങളിൽ താമരച്ചെടികൾ വളർത്തുന്ന ജലാശയങ്ങൾ ഉണ്ടായിരുന്നു.

"ഞാൻ ഉദിച്ചുയർന്ന് നിരനിരയായി എല്ലാറ്റിനെയും പ്രകാശി പ്പിക്കുന്ന പ്രതിഭാസമാണ്. എന്നോട് കടപ്പെടാത്ത ഒരു ജീവിതവും ഭൂമിയിലില്ല. ലോകമേ, കേൾക്കൂ, സൃഷ്ടികളേ ചെവിയോർക്കൂ. ഞാൻ കൽപിക്കുകയാണ്. എന്റെ സന്ദേശം പരത്തുക. ഞാനാണ് പ്രപഞ്ച ശക്തിയുടെ പ്രതിനിധാനമായ താമര. കറുത്ത കാരണ ജലത്തിൽ നിന്നാണ് എന്റെ പിറവി. നട്ട് അഥവാ നീലാകാശമാണ് എന്റെ സൃഷ്ടി കർത്താവ്. എന്നെ സൃഷ്ടിച്ചവനേ, ഞാനിതാ വന്നിരിക്കുന്നു. ഞാൻ കാലത്തിന്റെ വിധാതാവാണ്. എല്ലാശക്തിയും അധികാരവും എന്നിൽ നിക്ഷിപ്തമാണ്...'' (3)

(നട്ട് - Nut, Nun or Nu- പുരാതന ഈജിപ്റ്റിലെ അതിപുരാതന മായ ദേവൻ, Ra (റാ) എന്ന സൂര്യ ദേവന്റെ പിതാവ്. നട്ട്- എന്നതിന്റെ അർത്ഥം കാരണ ജലം (Primeval Waters) എന്നാണ്. ആകാരണ ജലത്തിൽനിന്നുമാണ് സൃഷ്ടിയുടെ തുടക്കം)

കാരണജലത്തിൽ നിന്നും ആദ്യമായി പുറത്തുവന്നത് ഭീമാകാരമായ ഒരു താമരയായിരുന്നു എന്ന് പുരാതന ഈജിപ്റ്റിലെ ഹെർമോ പോളിസുകാർ വിശ്വസിച്ചിരുന്നു. ഭൂമിയിലെ ആദ്യത്തെ ജൈവരൂപം അതായിരുന്നു. താമരയിൽ നിന്ന് സൂര്യദേവൻ പിറന്നു. ഏകദേശം ഒൻപതോ പത്തോ വയസ്സുള്ള ഒരു ബാലന്റെ ചിത്രം കൊത്തിയ ഫലകം ടൂട്ടൻ ഖാമൂന്റെ ശവകുടീരത്തിൽ നിന്നും ലഭിച്ചിട്ടുണ്ട്. ഈ ശില്പം

രാജാവിന്റെ പുനർജന്മത്തെയോ സൂര്യദേവന്റെ ഉദയത്തെയോ ആകാം സൂചിപ്പിച്ചതെന്ന വിശ്വസിക്കുന്നു. സൂര്യദേവൻ പാവനമായ നീലത്താമരയിൽ നിന്ന് രണ്ടുകണ്ണുകളിൽനിന്നും ചൊരിയുന്ന പ്രകാശത്താൽ രണ്ടുരാജ്യങ്ങളെ ശോഭായമാനമാക്കുന്നു എന്നു വിശ്വാസം. പ്രാചീന ക്ഷേത്രമായ ഖുൻഹെർമോപോളിസ് എന്നോ ഹെർമോപോളിസ് മാഗ്ന എന്നോ അറിയപ്പെടുന്നു. ഈ ക്ഷേത്രം ഇപ്പോൾ ഈജിപ്റ്റിലെ ആഷ്മനീർ എന്ന നഗരത്തിലാണ്. നീലത്താമരയുടെ അധിദേവൻ നെഫർടം എന്ന ദേവനാണ്. സൗന്ദര്യത്തിന്റെ അധിദേവനായ ആ ദേവനാണ് മുറിവുകൾ ഉണക്കുന്നതും, ഈ ദേവനാണ് നീലത്താമരയെ റായുടെ അടുക്കലേക്കു കൊണ്ടുപോയത്. താമരപ്പൂക്കൾ ഉപയോഗിച്ച് റായുടെ വാർദ്ധക്യം മാഞ്ഞുപോയി. (4)

ടാ (Ptah) യുടെ മകനായ നെഫർടെം മെംഫിസിലെ ദേവനായിരുന്നു. ഹെലിപോളിസ്സെ ആട്ടും (Atum) ദേവന്റെ (ആട്ടും-റാ എന്നും റം എന്നും അറിയപ്പെടുന്നു) ആദ്യാവതാരമായിരുന്നു. അദ്ദേഹം തന്നെയായിരുന്നു സുഗന്ധത്തിന്റെ ദേവനും. ഈജിപ്റ്റിലെ കലയിൽ നെഫർടെം ശിരസ്സിൽ വലിയൊരു താമരക്കിരീടം ധരിച്ച രീതിയിലാണ് ചിത്രീകരിച്ചിരിക്കുന്നത്. അല്ലെങ്കിൽ ചെറിയൊരു ശിശുവായി താമരമുദ്രയിൽ കിടക്കുന്നതായി ചിത്രീകരിച്ചിരിക്കും. പല ദേവീദേവന്മാരും കൈയിലേന്തിയ താമരമലരുകൾ രാജാക്കന്മാരുടെയോ (ഫറോവമാർ) രാജ്ഞിമാരുടെയും നാസാദ്വാരത്തെ തൊട്ടുവിച്ചു നിൽക്കുന്ന നിലയിലാണ്. താമരയുടെ സുഗന്ധം ആരോഗ്യദായകവും, സുരക്ഷാ പൂർണവുമാണ് എന്നാണു വിവക്ഷ. അചാരാനുഷ്ഠാനങ്ങളിലും, ആഘോഷങ്ങളിലും ദിവ്യത കല്പിച്ച ഈ സുഗന്ധത്തിന് സ്ഥാനമുണ്ടായി. മുഖ - ശരീര ലേപനങ്ങളിലും, മരുന്നുകളിലും സുഗന്ധം തരുന്ന താമരത്തൈലം ചേർത്തിരുന്നതായി രേഖപ്പെടുത്തിയിരിക്കുന്നു. സുഗന്ധം മാത്രമല്ല താമരയെ ഇഷ്ടപുഷ്പമാക്കിയത്, അതിന്റെ രോഗശാന്തിശക്തിയിലും ഈജിപ്റ്റുകാർ വിശ്വസിച്ചിരുന്നു. കൈയിൽ താമര വഹിക്കുന്ന സ്ത്രീകൾ ആഘോഷവേളകളിൽ താമരച്ചെണ്ടുകൾ അതിഥികൾക്കു നൽകുന്നവർ, താമരയുടെ സുഗന്ധം ആസ്വദിക്കുന്നവർ എന്നിങ്ങനെയുള്ള ചിത്രങ്ങൾ സുലഭമാണ്. മയക്കുമരുന്നായും, രോഗശാന്തിക്കുള്ള ഔഷധമായും മാത്രമല്ല, താമര വൈൻ മനസ്സിന് ലാഘവം നൽകുന്ന ദ്രാവകമായും ഉപയോഗിച്ചിരുന്നുവത്രെ. പക്ഷേ ഇക്കാര്യം ഉറപ്പാക്കാനുള്ള തെളിവുകൾ ലഭിച്ചിട്ടില്ല.

ഈജിപ്റ്റിലെ നീലത്താമര ലൈംഗികതയുടെയും പ്രതീകമാണ്.

സ്ത്രീയുടെ പ്രേമമാർജിക്കുവാൻ നീലത്താമര സമർപ്പിക്കുന്നു. ടൂറിൻ പാപ്പറീസ്കളിൽ (Turin Papyrus) സ്ത്രീകൾ വെള്ളത്താമര മാത്രം ശിരസ്സിൽ ധരിച്ച് നഗ്നരായി നിൽക്കുന്നു. ഈജിപ്റ്റിലെ പ്രണയഗീതങ്ങൾ ലൈംഗികത കലർന്നവയാണ്. ലൈംഗിക നിർവൃതിയുടെയും, ലൈംഗിക വികാസത്തിന്റെയും ഉപമാനമായി താമര സദാ സ്വീകരിക്കപ്പെടുന്നുണ്ട്. നവയൗവനം നേടാൻ ഈജിപ്റ്റിലെ ദേവീദേവന്മാരും മനുഷ്യരും ഒരുപോലെ താമര വാസനിക്കുന്നതായി കാണിച്ചിരിക്കുന്നു. കൈവളകൾ മാത്രം അണിഞ്ഞ നഗ്നയായ ഹാതോർ ദേവി. ഒരു സിംഹത്തിന്റെ പുറത്തിരുന്ന് ഒരുപിടി താമരപ്പൂക്കൾ ഉല്പാദനത്തിന്റെ ദേവനായ മിത്തിന്റെ മൂക്കിനോടു ചേർത്തുപിടിക്കുന്നു. താമരയുടെ സുഗന്ധം നൽകി അവൾ ലൈംഗികസുഖം തേടുകയാണ്. വ്യക്തമായും അവ്യക്തമായും ലൈംഗിക സൂചനകൾ നൽകുന്ന അനവധി കാവ്യങ്ങൾ പുരാതന ഈജിപ്റ്റിൽ പ്രചിരിച്ചിരുന്നു.

സത്യത്തിന്റെ ദേവനായ റ്റാ (Ptah)
എന്റെ സുന്ദരമായ കാമുകനെ
ഒരു രാത്രി വിട്ടുതരു
നദി വൈനിനു തുല്യം
ലഹരിയുണർത്തുന്ന
റ്റാ ദേവൻ നദിക്കരയിലെ
പുൽക്കാടുകളാണ്.
സെക്മത്ദേവി പൂച്ചെണ്ടാണ്
യാദിത്ദേവി നദിയിലെ താമരയാണ്.
നഫറ്റം വിടർന്ന താമരയാണ്
എന്റെ കാമുകൻ സന്തുഷ്ടനാകും.
പുലരിയിൽ താമര സുന്ദരമായി വിരിയും. (5)

ഈജിപ്റ്റിലെ പ്രണയഗീതങ്ങളിൽ ഒന്നിൽ കാമുകൻ പാടുന്നു:

"എന്റെ ഇണയുടെ അധരം താമരമൊട്ടുപോലെ
അവളുടെ സ്തനങ്ങൾ മേത്തപ്പിളുകൾ പോലെ
അവളുടെ കൈകൾ താമരവള്ളികൾ പോലെ
ഈ കാമുകൻ ആ വള്ളികൾക്കിടയിൽ കിടക്കാനാശിക്കുന്നു.
എന്നിട്ട് ആ ആപ്പിളുകൾ തിന്നാനും." (6)

പ്രപഞ്ചത്തിന്റെ ആരംഭത്തിൽ സൂര്യദേവനായ റാ ഒരു നീലത്താമരയ്ക്കുള്ളിൽപ്പെട്ടു കിടക്കുകയായിരുന്നുവത്രെ. താമര വിരിഞ്ഞപ്പോൾ സൂര്യൻ പുറത്തുവന്നു. അങ്ങനെ സൂര്യന് താമരയിൽ നിന്നും ജനിച്ചവൻ എന്ന പേരു കിട്ടി. പുരാതന ഈജിപ്റ്റിൽ ജീവശക്തിയുടെ കേന്ദ്രവും, നൈർമല്ല്യത്തിന്റെ ഉറവിടവുമായി. താമര ദിവ്യപുഷ്പമായത്

അതുകൊണ്ടാണ്. "മരണപ്പെട്ടവരുടെ പുസ്തകത്തിൽ' പുനർജന്മം താമരയിലൂടെ നേടുന്നതിന്റെ വർണനയുണ്ട്. സൂര്യ ദേവനെ ആരാധിക്കുന്നവർ വിശ്വസിക്കുന്നത്, റാ താമരയുടെ ഗർഭപാത്രത്തിൽ പ്രവേശിച്ചതോടെയാണ് മനുഷ്യവംശം ഉണ്ടായത് എന്നാണ്. സ്ത്രീലൈംഗികത പ്രസരിപ്പിക്കുന്നില്ലെങ്കിലും താമരയ്ക്ക് ഗർഭപാത്രത്തിന്റെ രൂപമാണ്. ഐസിസ് ദേവിയെ ആരാധിക്കുന്ന ഈജിപ്റ്റിലെ പൗരാണികർ ഇതുപോലെ റാദേവനൊപ്പം കന്യകാത്വത്തിന്റെയും, ചാരിത്ര്യത്തിന്റെയും മാംസനിബദ്ധമല്ലാത്ത രാഗത്തിന്റെയും പ്രതീകമായി താമരയെ പ്രതിഷ്ഠിക്കാറുണ്ട്.

ക്വാഡ്ഷ (ക്വെറ്റ ഷ, കാഡേഷ് എന്നും അറിയപ്പെടുന്നു) മദ്ധ്യേഷ്യയിലെ സിറിയൻ സംസ്കാരത്തിൽനിന്നും ഈജിപ്റ്റുകാർ അംഗീകരിച്ച ദേവിയാണ്. അവർ ഈ ദേവിയെ മിൻദേവന്റെ വധുവാക്കി. ഈ ദേവി ഉൽപാദനത്തിന്റെയും, പാവനമായ സൂര്യോദയത്തിന്റെയും, ലൈംഗികസുഖത്തിന്റെയും അധിദേവതയാണ്. നഗ്നരൂപത്തിൽ സിംഹത്തിന്റെ പുറത്ത് നീലത്താമരമൊട്ടുകളും, സർപ്പങ്ങളും ഏന്തി നിൽക്കുന്നതായിട്ടാണ് രൂപം. താമരമൊട്ടുകൾ അവളുടെ ലൈംഗികാധിപത്യസൂചനയാണ്. ഹാതർ ദേവന് താമര ചഷകങ്ങളിൽ ജലം സമർപ്പിക്കുന്നു. ഇതും ഉൽപാദനത്തെയും, ജീവിത നവീകരണത്തെയും, പുനർജന്മത്തെയും കാണിക്കുന്നു. ഗാർഡനറുടെ അഭിപ്രായത്തിൽ ചഷകം യോനിയുടെ പ്രതീകമാണ്. ചഷകത്തിനുള്ളിലെ താമര ഉൽപാദനത്തിന്റെ സൂചനയാണ്. സൃഷ്ടിയുടെ തുടക്കം താമരയിൽ നിന്നാണെന്ന വിശ്വാസമാണ്. താമരയെ ലൈംഗികതയുമായി ബന്ധിപ്പിക്കുവാനുള്ള കാരണം താമരയേന്തിയ സ്ത്രീകൾ അവരുടെ ഉൽപാദന ക്ഷമത കാണിക്കുന്നു. ശിശുക്കളെ വഹിക്കാൻ ഗർഭപാത്രങ്ങൾ ഒരുങ്ങി നിൽക്കുന്നു. പുനർജന്മത്തിലൂടെ പുനരുല്പാദനം സംഭവിക്കുമെന്ന ചിത്രകാരന്റെ വിശ്വാസവും ഈ ചിത്രങ്ങളുടെ രചനയ്ക്ക് പ്രേരകമായിരുന്നിരിക്കാം.

ആഘോഷങ്ങൾക്ക് അലങ്കാരം മാത്രമായിരുന്നില്ല നീലത്താമര, പുനരുൽപാദനത്തിന്റെ പ്രതീകമായതുകൊണ്ടുതന്നെ ശവകുടീരങ്ങളിൽ പുനർജന്മം ലഭിക്കാനുള്ള പ്രാർത്ഥനയെന്നോണം താമരയിതളുകൾ ചിതറിയിട്ടിരിക്കുന്നു. ടുത്തൻഖാമൂന്റെ ശവകുടീരത്തിന്റെ ഏറ്റവും ഉള്ളിലുള്ള സുവർണ്ണപേടകം താമരയിതളുകൾ കൊണ്ടും മറ്റു പൂക്കൾക്കൊണ്ടും മൂടിയിരിരുന്നു. താമര വാടിയാലും വീണ്ടും വിരിയുംപോലെ, ശരീരം മൃതമായാലും പുനർജന്മം സാധ്യമാകും എന്ന് ഈജിപ്റ്റുകാർ ദൃഢമായി വിശ്വസിച്ചിരുന്നു. പുലരിയിലെ സൂര്യനെ കാത്തുകിടക്കുന്ന

ഐസിസ് ദേവി നീലത്താമരയുമായി

താമര പോലെ മൃതശരീരികൾ പുതിയ ജന്മത്തിനായി കാത്തിരിക്കും. മരണപ്പെട്ടവരുടെ ഗ്രന്ഥത്തിൽ മൃതരായവരെ താമരയിലേക്ക് ആവാഹിക്കുന്ന ഒരു മന്ത്രമുണ്ട്. അതിന്റെ അർത്ഥം ഇങ്ങനെയാണ്:

"ഓസിറിസ് ദേവന്റെ വചനം സത്യമാണ്. അവൻ ഇങ്ങനെ പറയുന്നു. ഞാനാണ് പാവനമായ താമര..റാ ദേവന്റെ നാസാദ്വാരങ്ങളിൽ നിന്നും ഞാൻ പിറന്നു. ഹാറിന്റെ ശിരസ്സാണ് റാ. ഞാൻ എന്റെ വഴി കണ്ടെത്തിയിരിക്കുന്നു. ഞാൻ റായുടെ സാമ്രാജ്യത്തിലെ നീലത്താമരയാണ്. ഞാൻ റാ എന്ന ഹോറസ് ദേവനെ പിന്തുടരുന്നു." (7)

ഓസിറിസിന്റെ സുവിശേഷം. (Gospel of Oiris) എന്ന കാവ്യത്തിൽ വില്യം നോർമൽ ഗ്രൻഡ്രി എഴുതുന്നു:

"ഐസിസ് ദേവി നദിയിൽ നിന്ന്
ഒരു താമര പറിച്ചെടുത്തു.

ഓസിരിസ് ദേവനു സമർപ്പിച്ചു.
അദ്ദേഹം സുഗന്ധം ആസ്വദിക്കട്ടെ
ആ സുഗന്ധത്തെ സ്വർഗ്ഗത്തിലേക്കു നയിക്കട്ടെ
ലോ, റാ, അവർ ഉറക്കെ വിളിച്ചു
വാർദ്ധക്യത്തിലേയ്ക്കു ലയിക്കുന്ന അങ്ങ്
വീണ്ടും യൗവ്വനയുക്തനാകട്ടെ
ഞാൻ സ്വയം ഉയരുന്നു, ഈ താമര
അങ്ങേയ്ക്കായി സമർപ്പിക്കുന്നു.
അഗാധജലത്തിൽ നിന്ന്
ദിവ്യസുഗന്ധവുമായി റാശ്ക്കമാത്രമായി
അവൾ സമാഗതമാകുന്നു.
അവൻ നിർമലജലത്തിൽ നിന്ന്
പൊട്ടി വിടർന്നു
ഉദിച്ചുയർന്ന്, മൊട്ടായി, വിടർന്ന താമരയായി
എന്റെ കാമുകന്റെ ശിരസ്സാണത്.
അങ്ങേയ്ക്കായി ത്യാഗത്തോടെ ഞാൻ
അതിതാ സമർപ്പിയ്ക്കുന്നു.
എന്റെ കൃതജ്ഞതാ പുഷ്പമാണിത്." (8)

ഓസിറിസ് ദേവന്റെയും, ഭാര്യയായ ഐസിസ് ദേവിയുടെയും പുരാണകഥ ഈജിപ്റ്റിൽ പ്രചുരപ്രചാരം നേടിയതാണ്. മരത്തിന്റെ ശവപേടകത്തിലടച്ച് ഓസിറിസിനെ ക്രൂരനായ സഹോദരൻ സെത്ത് നൈൽ നദിയിൽ ഓഴുക്കി. ആ പേടകം ഒരു സിഡാർ മരക്കൂട്ടത്തിൽ തട്ടിനിന്നു. ഐസിസ് ആ പേടകം കണ്ടെത്തി. ദൈവങ്ങൾ ഓസിറിസിനെ പുനരുജ്ജീവിപ്പിച്ച് മൃത്യുവിന്റെയും നവജന്മത്തിന്റെയും ദേവനാക്കി അവരോധിച്ചു. ഓസിറിസിന്റെയും ഐസിസിന്റെയും മകനായ ഹോറസ് ആണ് ഈജിപ്റ്റിനെ ഒരൊറ്റ രാജ്യമാക്കിയ ആദ്യത്തെ ചക്രവർത്തി (ഫാറോവ) പിന്നാലെ വന്ന ഫാറോവകളെല്ലാം അദ്ദേഹത്തിന്റെ പുനരവതാരകങ്ങളാണെന്നും വിശ്വസിച്ചു പോന്നിരുന്നു.

ടുടൻഖാമൂന്റെ ശവപേടകത്തിൽ കണ്ട ബാലന്റെ ശിരസ്സ് താമരയിൽനിന്നാണല്ലോ ഉദിക്കുന്നത്. മരണപ്പെട്ടവരുടെ ഗ്രന്ഥത്തിൽ ഇതുപോലെ പല മൃതരും താമരയിലൂടെ പുനർജന്മം നേടുന്നതായി ചിത്രീകരിക്കപ്പെട്ടിരിക്കുന്നു. ജലത്തിൽ വിടർന്ന താമര സൂര്യനു ജന്മം നൽകിയതുപോലെ മൃതർ പുനർജന്മം നേടട്ടെ എന്ന് ആശംസിക്കുന്നു. താമരയിലൂടെയാണ് അവർ നവജീവൻ നേടുന്നത്.

നീലത്താമരയ്ക്ക് നൈൽനദിയിലെ ലില്ലി എന്നും പേരുണ്ട്. മരണപ്പെട്ടവരുടെ ഗ്രന്ഥത്തിൽ നിന്നും ഒരു ഭാഗം പ്രസിദ്ധ തത്വചിന്തകനായ മാഡം ബ്ലാവിസ്ക്കി ഉദ്ധരിക്കുന്നു (അദ്ധ്യായം 13. 12, താമരയിലേക്കുള്ള പരിണാമം.) "താമരയിൽ നിന്നുയരുന്ന ഒരു ശിരസ്സ് പ്രഖ്യാപിക്കുന്നു. ഞാനാണ് പാവനമായ താമര. ലൂസിഫെറെന്ന പ്രകാശത്തിന്റെ ദേവനിൽനിന്നാണ് എന്റെ ജനനം. ഹോറസ് ദേവന്റെ സന്ദേശവുമായി വരുന്നു. സൂര്യന്റെ സാമ്രാജ്യത്തിൽനിന്ന് വരുന്ന പാവന പുഷ്പമാണു ഞാൻ.''

മേബൽകോളിൻസ് വെള്ളത്താമരയെപ്പറ്റിയുള്ള ഗ്രാമീണകാവ്യം (Idyle of the White Lotus) എന്ന കൃതിയിൽ ഇങ്ങനെ എഴുതുന്നു.:

"ഈജിപ്റ്റിലെ രാജകീയ പുഷ്പമായ താമര പാവനമായ ജലത്തിൽ നിന്നുയരുന്ന താമരയെപ്പോലെ നിർമ്മലവും ശാന്തവുമാണ് ആ ജലം. അവിടെയാണ് താമരയുടെ ശാശ്വത വാസം. ഞാനാണ് ആ പുഷ്പത്തിന്റെ ആത്മാവ്. ഞാൻ സത്യത്തിന്റെ ജലത്തിൽ നിന്നുയരുന്നു. നൈർമ്മല്യത്തിന്റെ പ്രതീകമായി, സ്വർഗ്ഗത്തിന്റെ ശ്വാസമായി, സ്നേഹത്തിന്റെ മൂർത്ത രൂപമായി ഞാൻ വിരിയുന്നു. ഐസിസ് ദേവി വിളിച്ചു: ദേവിയുടെ വിളികേട്ട് മനുഷ്യർ അവരുടെ രീതിയിൽ പ്രതികരിച്ചു.'' (9)

പാപ്പിറസ് ചുരുളിനോടൊപ്പം താമരയും കൈയിൽ എന്തുന്നവരാണ് ഈജിപ്റ്റിലെ ദേവിദേവന്മാർ. ഐസിസ് ദേവിയാണ് ഇതിൽ മുഖ്യം. താമര, ജീവശക്തിയെയും പുനർജനിയെയും സൂചിപ്പിക്കുന്ന പാവനപുഷ്പം മാത്രമല്ല, അതു രാജ്യചരിത്രവുമായി വളരെയധികം ബന്ധപ്പെട്ടും കിടക്കുന്നു. താമര ഈജിപ്റ്റിന്റെ ഉത്തരഭാഗത്തിന്റെ പുഷ്പമാണ്; പാപ്പിറസ് ദക്ഷിണദേശത്തിന്റെയും. ഇതു രണ്ടും ചേർന്ന ഐക്യത്തിന്റെ പ്രതീകമായിട്ടാണ് ഈ രണ്ടു വസ്തുക്കളുടെയും ഒന്നിച്ചുള്ള ചിത്രീകരണം.ഈ ഏകീകരണം സാദ്ധ്യമാക്കിയത് ഹോറസ് ചക്രവർത്തിയായിരുന്നു. അദ്ദേഹമാണ് ആദ്യത്തെ ഫറോവ. പിന്നീടുള്ളവർ അദ്ദേഹത്തിന്റെ പുനർജന്മങ്ങളാണെന്നും വിശ്വസിച്ചുപോന്നിരുന്നു.

ആഷ്‌ലിയുടെ 'രണ്ടാം ലൈംഗികത്വം പുരാതന ഈജിപ്റ്റിലെ താന്ത്രിക്- യോഗ' (Second sexuality- Ancient Egyptian Tantric Yoga) എന്ന ഗ്രന്ഥത്തിൽ എഴുതുന്നു. (10)

"ഈജിപ്റ്റിൽ താമര അവിടുത്തെ താന്ത്രിക വിദ്യയിലെ പരമമായ പ്രതീകമാണ്. പ്രകൃതിസത്തയുടെയും. സൃഷ്ടിപ്രചോദനത്തിന്റെയും, ഈശ്വരശക്തിയുടെയും സമഗ്രരൂപമാണത്. താമരപ്രതീകങ്ങളുടെ അടിയിൽ വരയ്ക്കുന്ന നേർവര കാരണ ജലത്തിന്റെ സൂചനയാണ്.

സ്വയംഭൂവാണ് താമരയെന്ന സൂചനയാണതു നൽകുന്നത്. റാ ആറ്റം (Ra- Atum) എന്ന ആദിദൈവത്തിന്റെ അവതാരമായ താമര ആദി ജലത്തിൽ നിന്നും തനിയെ ഉയരുന്നു. സൃഷ്ടിയിലൂടെ സ്വയം പ്രകടമാകുകയും സൃഷ്ടിക്കുകയും ചെയ്യുന്ന ദിവ്യശക്തി എല്ലാ സൃഷ്ടികളിലും കുടികൊള്ളുന്നു എന്ന താന്ത്രിക വിശ്വാസമാണ് ഈ താമര പ്രതീകത്തിനു പിന്നിലുള്ളത്. ഒരൊറ്റ പ്രതീകം അദ്വൈതം എന്ന തത്വത്തെ മനസ്സിലാക്കിത്തരുന്നു. സ്രഷ്ടാവും സൃഷ്ടിയും വ്യത്യസ്തമാണെന്ന ചിന്ത അകറ്റി രണ്ടും ഐക്യപ്പെടുന്നു എന്ന സത്യം കാണിക്കുന്നതാണ് താന്ത്രിക പ്രതീകമായ താമര.''

ഈജിപ്റ്റിലെയും, ഇന്ത്യയിലെയും താമരപ്രതീകങ്ങളെപ്പറ്റി ആഷ്‌ലി താരതമ്യം ചെയ്യുന്നു. രണ്ടുരാജ്യങ്ങളിലും സഹസ്രദല പത്മമാണ് പ്രതീകം, ഇത് ആയിരം എന്ന അർത്ഥത്തിൽ മാത്രമല്ല, എണ്ണമറ്റത് എന്ന അർത്ഥത്തിലും കൂടിയാണ് ഉപയോഗിക്കുക, അഷ്‌ലി എഴുതുന്നു:

"താമര വികസിച്ച് സൂര്യപ്രകാശത്തിനു നേരെ തിരിയുന്നു. നെറ്റേറിയനിസം എന്ന ക്രിസ്തീയ വിശ്വാസം ഇതിനു നിദാനമാണ്. (യേശു ക്രിസ്തു ഒരേ സമയം ദിവ്യനും മനുഷ്യനും ആയിരുന്നു. കന്യാമറിയത്തിന്റെ പുത്രനല്ല യേശു എന്നവർ വിശ്വസിക്കുന്നു. ഇറാക്കിലെ അവശേഷിക്കുന്ന ഒരു ക്രിസ്തുമതവിഭാഗമാണവർ) ഹിന്ദുത്വത്തിൽ താമര ദിവ്യപ്രകാശത്തിലേക്കു തലതിരിക്കുന്നു. രണ്ടു വിശ്വാസത്തിലും മലിനജലത്തിൽ നിന്നുയർന്ന് അകളങ്കമായി നിൽക്കുന്ന താമരയെ പുകഴ്ത്തി പറയുന്നുണ്ട്. അതുപോലെ ആദ്ധ്യാത്മസാധകൻ ഭൗതികസാഹചര്യങ്ങളുടെ മാലിന്യത്തിൽ ജീവിച്ചുകൊണ്ട് അതിൽ മുഴുകാതെ ദിവ്യപ്രകാശത്തെ ഉൾക്കൊള്ളുന്നു. കാരണജലത്തിൽ നിന്നുയർന്ന്, അസ്വസ്ഥതകളെ അതിജീവിച്ച് സത്യത്തിന്റെ വെളിച്ചം ആവാഹിച്ച് ജീവിതത്തെ ചിട്ടപ്പെടുത്താനുള്ള ആഹ്വാനം താമരയിലൂടെ രണ്ടു രാജ്യങ്ങളിലെ പുരാണങ്ങളും ആവിഷ്കരിക്കുന്നു. അദ്ധ്യാത്മികതയുടെ ദിവ്യപ്രകാശവും, ദിവ്യസുഗന്ധവും, ബോധത്തിന്റെ ഉണർവും താമരയിലുണ്ട്. അങ്ങനെ ഈജിപ്റ്റിൽ ആദ്യം പ്രതീകാത്മകമായി സ്വീകരിച്ച താമര ഇന്ത്യൻ സങ്കൽപങ്ങളിലും കടന്നുവന്നു. സുഷൻ എന്ന പേരുമാറി, പദ്മം എന്ന പേരിൽ താമര ഹൈന്ദവരൂപമായി. പ്രതീകങ്ങളും ഐതിഹ്യങ്ങളും, ഉപയോഗവും ഒരേ രീതിയിൽ തുടർന്നു. ജീവിതത്തിന്റെ വഴികാട്ടിയായി രണ്ടുരാജ്യങ്ങളിലും താമര സ്വീകരിക്കപ്പെട്ടിരുന്നു. അദ്ധ്യാത്മികപ്രകാശത്തിന്റെ ഉദയവും ദിവ്യതയുടെ സുഗന്ധവും താമരയിൽ ഒന്നുചേരുന്നു.

ഈജിപ്റ്റുകാരുടെ ദൈവമായ ഹെറു- നെഫർടം അധ്യാത്മികതയുടെ പരകോടിയാണ്. യഥാർത്ഥമായ ബോധോദയത്തിന്റെ അധിദേവനാണ് ഹെറു- നെഫർടം. അദ്ദേഹമാകട്ടെ താമരയിൽ അസനസ്ഥനായി സൃഷ്ടിക്കുള്ള ആജ്ഞ നൽകും വിധം വദനകുഹരത്തിലേക്ക് വിരൽ ചൂണ്ടുന്നു. നെഫർടം എന്ന വാക്കിനർത്ഥം 'അതുല്യമായ ചർമ്മത്തോടെ' എന്നത്രെ. സർവ്വവാഹനനും സർവ്വാധികാരിയുമാണെന്നാണ് സൂചന. ദിവ്യതയുടെ ഗോപുരങ്ങൾ ഭൗതികസൃഷ്ടികളുടെ മേൽ ഉയർന്നു നിൽക്കുന്നു. സത്തയിൽ മാത്രമാണ് ഈ അധീശത്വം. ദിവ്യതയാണ് സൃഷ്ടിയുടെ ഉത്ഭവ കാരണം. ദിവ്യതയും, ഭൗതികതയും ഒന്നായിരിക്കെത്തന്നെ രണ്ടു ശക്തികളാകുന്നു. അതേസമയം ദിവ്യത രണ്ടിനെയും ഒന്നിപ്പിക്കുകയും ചെയ്യുന്നു. അതിനാൽ താമരയുടെ പ്രതീകത്തെ ആഴത്തിൽ ഉൾക്കൊണ്ട് ബഹുമാനിയ്ക്കുയും, ധ്യാനിയ്ക്കുയും വേണം. താമര നൽകുന്ന പാഠം യഥാർത്ഥ ബോധത്തിന്റെ വെളിച്ചത്തിലേയ്ക്ക് നമ്മെ നയിക്കും. താന്ത്രിക വിദ്യയിൽ മറ്റൊരു കാര്യം കൂടി പഠിപ്പിക്കുന്നുണ്ട്. താമരയുടെ സുഗന്ധം ഉള്ളിലേയ്ക്കെടുക്കുമ്പോൾ സ്രഷ്ടാവിന്റെ സാന്നിധ്യം ബോധത്തിലേയ്ക്കുണരും. ആധുനികകാല ഗവേഷകർ ഈജിപ്റ്റിലെ നീലത്താമര ജിങ്കോ ബൈലോബ (Ginkgo biloba) എന്ന മരത്തിന്റെയും വയാഗ്ര എന്ന മരുന്നിന്റെയും പ്രതികരണങ്ങൾ ഉണ്ടാക്കുന്നതായി കണ്ടെത്തിയിട്ടുണ്ട്. നാഡീകേന്ദ്രം ഉണർത്തുന്നതിൽ പങ്കു വഹിയ്ക്കെ, താമരസുഗന്ധം ബോധേന്ദ്രിയങ്ങളെ തുറക്കുന്നതായി കരുതാം.'' (11)

താമര എന്ന സങ്കൽപത്തെക്കുറിച്ച് ഗവേഷണം നടത്തിയ റെസാനിയ അഭിപ്രായപ്പെടുന്നത് താമര സങ്കല്പം ഇറാനിലൂടെ ഇന്ത്യയിലെത്തിആര്യന്മാരുടെയും ബുദ്ധമതക്കാരുടെയും ആചാരങ്ങളിൽ ഇടം പിടിച്ചതാകാമെന്നാണ്. പിന്നീട് ബുദ്ധമതം, ചൈനയിലും, ജപ്പാനിലും പ്രചരിച്ചപ്പോൾ താമര അവിടെയും ആരാധ്യവസ്തുവായി. (12)

ചൈനയിൽ താമരകൾ വളർത്തിയെടുക്കുന്ന പതിവ് പ്രാചീനകാലം മുതൽക്കേയുണ്ട്. പതിനൊന്നാം നൂറ്റാണ്ടിൽ (1017-1073) ജീവിച്ച ടാങ് രാജവംശത്തിലെ ചെന ടൂൻ-1 ഇങ്ങനെ എഴുതുന്നു:

"...എന്റെ ഇഷ്ടപുഷ്പം വാട്ടർ ലില്ലിയാണ്. നിർമലമായാണ് അത് മലിനജലത്തിൽ നിന്നുമുയരുന്നത്. മാലിന്യ മുക്തയായി ജലോപരി പ്രൗഢിയൊന്നും കാണിക്കാതെ വിശ്രമിക്കുന്ന ഈ പുഷ്പം നൈർമല്യത്തിന്റെയും സത്യത്തിന്റെയും പ്രതിനിധാനമാണ്. താമരയുടെ മൃദുല ഗന്ധം ദൂരെദൂരങ്ങളിൽ പരക്കുന്നു. അടുപ്പം തോന്നി ചാരെ ചെല്ലാനല്ല.

ദൂരെ നിന്നുനോക്കി ബഹുമാനിക്കാൻ തോന്നുന്ന പ്രൗഢി ഈ പുഷ്പ ത്തിനുണ്ട്.'' (13)

നീലത്താമരയുടെ ഉല്പത്തി: ഒരു ഇന്ത്യൻ കഥ

പല പുരാണങ്ങളിലും കൊടുത്തിട്ടുള്ള ഒരു കഥയാണിത്. മാഡംബ്ലാവസ്കി ഈ കഥ വളരെ മനോഹരമായി ഇംഗ്ലീഷിലേക്ക് പുനരാഖ്യാനം ചെയ്തിട്ടുണ്ട്. വൈദിക രൂപത്തിലുള്ള കഥ ഐതരേയ ബ്രാഹ്മണത്തിലാണ് കൊടുത്തിട്ടുള്ളത്. കഥയുടെ ഒരു സംക്ഷിപ്ത രൂപം താഴെ കൊടുക്കുന്നു. അയോദ്ധ്യാപതിയായ ഹരിശ്ചന്ദ്രനാണ് കഥാ നായകൻ. അംബരീഷൻ എന്നൊരു ഭാഷ്യവും ഉണ്ട്. ഹരിശ്ചന്ദ്രൻ ശ്രീരാമന്റെ പൂർവ്വികരിൽ ഒരാളായിരുന്നു. ഇക്ഷ്വാകുവംശത്തിൽ പിറന്ന അദ്ദേഹത്തിന് 100 ഭാര്യമാരുണ്ടായിരുന്നു. പക്ഷേ, പുത്രന്മാരില്ലാതെ ദുഃഖിക്കുകയായിരുന്നു. ഋഷി നാരദന്റെ ഉപദേശ പ്രകാരം രാജാവ്.വരുണനെ തപസ്സു ചെയ്തു പ്രസാദിപ്പിച്ചു. വരുണൻ പ്രത്യക്ഷനായി രാജാവിനോടു പറഞ്ഞു.

"പുത്രന്മാർ ജനിക്കുവാനുള്ള വരദാനം ഞാൻ നൽകാം. പക്ഷേ നിന്റെ മൂത്ത പുത്രനെ എനിക്കു ബലി നൽകണം.''

രാജാവ് സമ്മതിച്ചു. വരുണൻ പുത്രഭാഗ്യത്തിനുള്ള വരം നൽകി മറഞ്ഞു. ക്രമേണ രാജാവിനു പുത്രന്മാർ ജനിച്ചു. മൂത്ത പുത്രനെ രോഹിതൻ എന്നു നാമകരണം ചെയ്തു. (ദേവരാതൻ, വരുണദേവൻ നൽകിയവൻ എന്നും പേരുണ്ട്) രോഹിതൻ സുന്ദരനെങ്കിലും ഭീരുവും, സ്വാർത്ഥമതിയുമായിരുന്നു. വർഷങ്ങൾ കടന്നുപോയി. വളർന്നപ്പോൾ രോഹിതൻ മനസ്സിലാക്കി താൻ വരുണന് ബലികൊടുക്കപ്പെടേണ്ടവനാണെന്ന്. മരണത്തിൽ നിന്നു രക്ഷപ്പെടാൻ അവൻ കൊട്ടാരം വിട്ട് വനത്തിൽ പോയി ഋഷിമാരോടൊപ്പം കഴിഞ്ഞുകൂടി. മൂത്തപുത്രനെ ബലിയായി നൽകാത്തതിന് വരുണൻ ഹരിശ്ചന്ദ്രനോട് കോപിച്ചു. രാജ്യത്തിൽ നിരവധി ദുരന്തങ്ങൾ അനുഭവപ്പെടാൻ തുടങ്ങി. ഋഷിമാരുടെ ഉപദേശ പ്രകാരം രാജാവ് വരുണനെ പ്രസാദിപ്പിച്ച് സ്വന്തം പുത്രനു പകരമായി മറ്റൊരു യുവാവിനെ ബലികൊടുക്കാൻ സമ്മതം തേടി. ഇതറിഞ്ഞ രോഹിതൻ ഒരു പകരക്കാരനെ കണ്ടെത്താനായി ശ്രമം തുടങ്ങി. ആ അന്വേഷണം അവസാനിച്ചത്. ശുനശേഫൻ എന്ന ഒരു ദരിദ്ര ബ്രാഹ്മണബാലനിലായിരുന്നു. വരുണന്റെ സമ്മതപ്രകാരം ശുനശേഫനെ ബലികൊടുക്കുവാനുള്ള തയ്യാറെടുപ്പുകൾ നടത്തി. തികഞ്ഞ ദേവിഭക്തനായിരുന്ന ശുനശേഫന്റെ സ്ഥിതിയോർത്ത് ലക്ഷ്മീദേവി ദുഃഖിതയായി. ദേവി വിശ്വാമിത്രനോട് ശുനശേഫനെ

രക്ഷിക്കണമെന്ന് ആവശ്യപ്പെട്ടു. വിശ്വാമിത്രൻ ശുനശേഫന് രണ്ടു മന്ത്രങ്ങൾ ഉപദേശിച്ചുകൊടുത്തു. ബലിപീഠത്തിൽ കിടത്തുമ്പോൾ ഈ മന്ത്രങ്ങൾ ഭക്തിപൂർവ്വം ഉരുവിടാൻ ആവശ്യപ്പെട്ടു. അങ്ങനെ ബലികൊടുക്കേണ്ട ദിവസം വന്നെത്തി. ശുനശേഫനെ കുളിപ്പിച്ച്, ശുഭ്രവസ്ത്രം ധരിപ്പിച്ച് ബലിപീഠത്തിൽ കിടത്തി. ശുനശേഫനാകട്ടെ വിശ്വാമിത്രൻ ഉപദേശിച്ച മന്ത്രങ്ങൾ ഭക്തിയോടെ ഉരുവിടാൻ ആരംഭിച്ചു. ഉടൻ അവിടെ സന്നിഹിതരായിരുന്ന എല്ലാവരെയും അമ്പരിപ്പിച്ചു കൊണ്ട് ഒരു അതിശയം സംഭവിച്ചു. "ആ നിമിഷാർദ്ധത്തിൽ ഇടിമിന്നലോടു കൂടി ഒരു നീല മേഘം ഭൂമിയിലേക്കു ഊർന്നു വീണ് ശുനശേഫനെയും ബലിവേദിയെയും ആവരണം ചെയ്തു. ഇതുകണ്ട് പുരോഹിതന്മാരും കാഴ്ചക്കാരും ഭയന്ന് മൃതപ്രായരായി വീണു.''

ഉടൻ ആകാശത്തുനിന്നും ഒരു അശരീരി ഉയർന്നു: സ്വന്തം ജനങ്ങൾക്കു വേണ്ടി ജീവത്യാഗം ചെയ്യാൻ കഴിവില്ലാത്തവൻ രാജാവാകാൻ അർഹനല്ല. ഇനിമുതൽ ഈ രാജ്യത്തിന്റെ രാജാവ് ശുനശേഫനായിരിക്കും. ഭീരുവായ രോഹിതൻ താണ ജാതിക്കാരനായി തവിട്ടുമുടിയുള്ളവനായി ദൂരദേശത്ത് പുനർജന്മം കൊള്ളുന്നതാണ്."

എല്ലാം തെളിഞ്ഞപ്പോൾ ശുനശേഫൻ ബലിപീഠത്തിൽ ജീവനോടെ കിടന്നിരുന്നു. അവന്റെ മാറിൽ ഒരു വിടർന്ന നീലതാമരപ്പൂ ഉണ്ടായിരുന്നു. കൂടാതെ സമീപത്തുണ്ടായിരുന്ന പുഷ്കര തീർത്ഥത്തിലെ താമരകളെല്ലാം നീലനിറമായിത്തീർന്നിരുന്നു. ഇങ്ങനെയാണ് നീലത്താമരകൾ ഭൂമിയിലുണ്ടായതെന്നാണ് വിശ്വാസം. സ്വർഗ്ഗത്തിൽ നിന്നും ഭൂമിയലെത്തിയതാണ് നീലത്താമര.

ഈജിപ്ത് സംസ്കാരവും താമരയും

നീലത്താമര (blue water lilly) ഈജിപ്റ്റിന്റെ സംസ്കാരത്തിലും, ജനമനസ്സുകളിലും എത്ര ആഴത്തിലാണ് സ്ഥാനം പിടിച്ചത് എന്നന്വേഷിക്കുമ്പോൾ അത്ഭുതവും, കൗതുകവും ഉണ്ടാകും. ദക്ഷിണഈജിപ്റ്റിന്റെ പ്രതീകം നീലത്താമരയാണ്. ഉത്തര ഈജിപ്റ്റിന്റെ പ്രതീകം പാപ്പിറസ് ചെടികളാണ്. രണ്ടും ചേർന്ന ചിത്രങ്ങളാണ് അധികവും. നൈൽ നദിയുടെ കരകളിലെ വളക്കൂറുള്ള പ്രദേശങ്ങളിലാണ് നൈൽനദീതടസംസ്കാരം വളർന്നു വികസിച്ചത്. ജീവിതാവശ്യങ്ങൾക്കായി നദീതടത്തിലെ എല്ലാ സസ്യങ്ങളെയും അവർ ഉപയോഗപ്പെടുത്തി. ഏറ്റവും ആദിമ കാലം മുതൽ അവിടുത്തെ ജനങ്ങൾ വൈൻ നിർമ്മാണം സ്വായത്തമാക്കിയിരുന്നു, താമരപ്പൂക്കൾ ഇട്ടുവച്ച വൈനുകൾ ധാരാളമായി

നിർമ്മിച്ചു. ഈ പാനീയം സുഗന്ധപൂരിതമായിരുന്നു. കൂടാതെ ഉപബോധ മനസ്സിലെ വികാരങ്ങളെ ഉണർത്താൻ പര്യാപ്തവുമായിരുന്നു എന്നവർ വിശ്വസിച്ചിരുന്നു. താമരക്കിഴങ്ങ് പച്ചയായും, വേവിച്ചും അവർ ഭക്ഷണമാക്കി. താമരവിത്തുകൾ പൊടിച്ച് ആ പൊടികൊണ്ട് റൊട്ടി ഉണ്ടാക്കിയിരുന്നു. താമരവിത്തുകളും വിത്തറകളും പ്രണയത്തിന്റെ മായാബന്ധം അകറ്റും എന്നായിരുന്നു വിശ്വാസം. താമര വഹിക്കുന്നവന് ഭാഗ്യം ഉണ്ടാകും. നെഫർഹോടെപ്പിന്റെ കുടീരത്തിലെ ഹാർപർ സംഗീതത്തിൽ ഈ പരാമർശം ഉണ്ട്. (ഹാർപർ സംഗീതം -Harper's song) പുരാതന ഈജിപ്റ്റിൽ ശവകുടീരങ്ങളിൽ കൊത്തിവെയ്ക്കാറുണ്ടായിരുന്ന ഒരു ഗാനരൂപം. മരണ ശേഷമുള്ള ജീവിതത്തെ പുകഴ്ത്തിക്കൊണ്ടുള്ളവയാണ് ഈ ഗാനങ്ങൾ. ഗാനത്തോടൊപ്പം ഹാർപ് എന്ന വാദ്യോപകരണത്തിന്റെ ചിത്രവും അന്ധനായ ഗായകന്റെ ചിത്രവും ഉണ്ടായിരിക്കും. അതിനാലാണ് ഇത്തരം ചിത്രങ്ങളെ 'Harper's songs' എന്നു വിളിക്കുന്നുണ്ട്

"അല്ലയോ പുരോഹിതാ അവധിതരൂ...
സുഗന്ധ പദാർത്ഥങ്ങളും തൈലവും വാസനിയ്ക്കൂ
താമരമാല നെഞ്ചിലണിയൂ
നിന്നെ പ്രണയിക്കുന്ന സഹോദരി അടുത്തിരിയ്ക്കട്ടെ
കൊട്ടും സംഗീതവും ഉണരട്ടെ." (14)

ഗൃഹങ്ങളും ദേവാലയങ്ങളും അലംകൃതമാക്കാൻ താമരമാലകൾ തൂക്കിയിരുന്നു എന്നതിന് തെളിവുണ്ട്. ദേവാലയങ്ങളുടെ സ്തൂപങ്ങളിൽ താമരമൊട്ടുകൾ ബന്ധിച്ചിരുന്നു. ദേവാലയത്തിന്റെ മുന്നിൽ അലങ്കരിച്ച പ്രവേശന കവാടം ഒരുക്കിയിരുന്നു. ശവകുടീരങ്ങളിലാകട്ടെ താമരമലരുകൾ ചുറ്റുമൊരുക്കി ഒരു ഉദ്യാനത്തിന്റെ പ്രതീതി സൃഷ്ടിച്ചിരുന്നു.

ഹൈലസ് എഴുതുന്നു;

"രാജാവിന്റെ ഉപദേശകനായിരുന്ന റെക്ക്ഹൈമറിന്റെ ശവക്കല്ലറയുടെ മുൻഭാഗത്ത് ഒരു പൂപ്പാത്രം നിറയെ താമരകളുണ്ട്. അദ്ദേഹം ജീവിതം കാലം മുഴുവൻ വിലമതിച്ച, സന്തോഷിപ്പിച്ച താമരകളാണവ. ഇങ്ങനെയുള്ള താമര നിറച്ച പൂപ്പാത്രത്തെ ആലേഖനം ചെയ്ത ചിത്രങ്ങൾ മറ്റ് പല കല്ലറളിലും കണ്ടിട്ടുണ്ട്. മെന്റ്റ് ഹോട്ട്പെ രണ്ടാമന്റെ മന്ത്രിയായിരുന്ന മെക്കറ്ററെ, ഇനേനി എന്ന വാസ്തു ശില്പി, ടുത്മാസിസ് ഒന്നാമന്റെ ഉദ്യോഗസ്ഥനായിരുന്ന നിബാമും എന്നിവരുടെ ശവക്കല്ലറകളിലും ഇത്തരം താമരശിൽപങ്ങൾ കണ്ടെത്തിയിട്ടുണ്ട്. രാജവംശത്തിൽപ്പെട്ടവരുടെയും ധനാഢ്യന്മാരുടെയും സ്വകാര്യ

പൂന്തോട്ടങ്ങളിലെല്ലാം താമര നിറഞ്ഞ സരസ്സുകൾ ഉണ്ടായിരുന്നു. അവർ താമരയ്ക്കൊപ്പം പാപ്പിറസ് ചെടികളും വളർത്തിയിരുന്നു. മാൻഡ്രേക്ക്, പോപ്പി, കോൺഫ്ളവർ എന്നിവയാലൊക്കെ സമ്പന്നമായിരുന്നു ആ പൂന്തോട്ടങ്ങൾ ഈജിപ്റ്റിലെ പുതിയ രാജഭരണകാലത്തും ഇത്തരം ഉദ്യാനങ്ങൾക്ക് പ്രധാന സ്ഥാനം ഉണ്ടായിരുന്നു. സാധാരണ ഭവനങ്ങളിൽ ഒരു ചെറിയ ഉദ്യാനവും അതിന്റെ മദ്ധ്യത്തിൽ താമരയും, മത്സ്യങ്ങളെ വളർത്താനുള്ള ചെറുകുളവും ഉണ്ടാകും. ഒരു പ്രണയകാവ്യത്തിൽ പറയുന്നത് കേൾക്കുക.

"എന്റെ തോട്ടത്തിൽ ഞാൻ വളർത്തിയ പുഷ്പങ്ങളെപ്പോലെ, സസ്യങ്ങളെപ്പോലെ നീ എനിക്ക് പ്രിയങ്കരിയാണ്." പാപ്പിറസ്സ് ഹാരിസ് 500 വരികളാണിവ. (15)

താമരയിൽ നിന്നും എണ്ണയൂറ്റി തൈലമാക്കി ഉപയോഗിച്ചിരുന്നതിന്റെ തെളിവും കാണുന്നുണ്ട് ആഹ്ലാദഭാവം ഉളവാക്കാനും പ്രസന്നത നിലനിർത്താനും ഈ തൈലത്തിന് കഴിവുണ്ടായിരുന്നുവത്രെ. ക്ലിയോപാട്ര ഈ തൈലം ശരീരത്തിലും ആടകളിലും തളിച്ചിരുന്നുവത്രെ. ദിവസേന കുളിച്ചിരുന്നത് താമരത്തൈലം ചേർത്ത ജലത്തിലായിരുന്നുവെന്നു കഥ. ടോളമിയുടെ തലസ്ഥാനത്തേക്ക് ക്ലിയോപാട്ര പ്രവേശിക്കുന്നതിന്റെ വർണ്ണന ഇങ്ങനെയാണ്.

"ഐസിസ് ദേവിയെപ്പോലെ, അല്ലെങ്കിൽ അഫ്രൈയിഡറ്റിനെ പോലെ വേഷമണിഞ്ഞ ക്ലിയോപാട്ര തിളങ്ങുന്ന യാനത്തിൽ ചാഞ്ഞിരുന്നു. അവളുടെ മീതെ സുവർണ്ണ നിറത്തിലുള്ള കരതു ന്നിയ മേലാപ്പ് കെട്ടിയിരുന്നു. ചെന്നീല നിറമുള്ള പങ്കായങ്ങളിൽ താമരത്തൈലം പുരട്ടി സുഗന്ധപൂരിതമാക്കിയിരുന്നു. ക്യൂപ്പിഡിനെപ്പോലെയും, മത്സ്യകന്യകയെപ്പോലെയും വേഷം ധരിച്ച അടിമകൾ അവളെ താമരത്തൈലം തളിച്ച് വിശറികൾകൊണ്ട് വീശിക്കൊണ്ട് നില കൊണ്ടിരുന്നു." (16)

താമരത്തൈലം ഈജിപ്റ്റുകാരുടെ ഏഴു പാവനതൈലങ്ങളിൽ ഒന്നത്രെ. മൃതശരീരങ്ങളെ സംരക്ഷിച്ച് സൂക്ഷിക്കുവാൻ താമരത്തൈലവും മറ്റുള്ള പദാർത്ഥങ്ങളോടൊപ്പം ഉപയോഗിച്ചിരുന്നു. കരചരണങ്ങളെയും, അസ്ഥികളെയും, മാംസത്തെയും ബന്ധിച്ചു നിർത്തി മൃതദേഹം അഴുകാതെ സൂക്ഷിക്കാനുള്ള കഴിവ് ഈ തൈലത്തിനുണ്ടായിരുന്നുവത്രെ. നെഫർടംദേവനാണ് ഈ സൂക്ഷിപ്പു കർമ്മത്തിന്റെ സാക്ഷി. പരിപോഷക തൈലങ്ങളും, സുഗന്ധ ദ്രവ്യങ്ങളും അദ്ദേഹത്തിന് സ്വന്തമാണ്. പല ശവകുടീരങ്ങളിലും താമരയുടെ സുഗന്ധം സൂചിപ്പിക്കുന്ന ചിത്രരചനകളുണ്ട്. താമരയുടെ വികസിത സുഗന്ധം

അവരിൽ ഇന്ദ്രിയങ്ങളുടെ ഉയിർത്തെഴുന്നേൽപ്പ നൽകും എന്നായിരുന്നു വിശ്വാസം. ശവകുടീരത്തിലെ അവസാന പ്രാർത്ഥനയിൽ പരേതന്റെ ആത്മാവിനെ സന്തോഷിപ്പിക്കുവാനായി സമർപ്പിക്കുന്ന വസ്തുക്കൾ എടുത്തു പറയുന്നു.

"അങ്ങയുടെ ആത്മാവിന് എന്നെന്നും സംതൃപ്തിയുണ്ടാകാൻ ഈ ഋതുവിലെ എല്ലാ താമരപ്പൂക്കളുടെയും മറ്റു സസ്യങ്ങളുടെയും സുഗന്ധം സമർപ്പിക്കുന്നു. കുളിർമയുള്ള ജലവും സുഗന്ധദ്രവ്യങ്ങളും അങ്ങേയ്ക്കാവശ്യമായ സകലതും കൂടെ വയ്ക്കുന്നു...." (17)

നീലത്താമരയാണ് ദൈവങ്ങൾക്ക് സമർപ്പിക്കുന്നതിന് ഏറ്റവും ഉത്തമം. ഒരു ചിത്രത്തിൽ ഫറോവ തന്റെ ദേവന് നീലത്താമര സമർപ്പിക്കുന്നത് ആലേഖനം ചെയ്തിട്ടുണ്ട്.

"അവിടുന്ന് ഈ താമരയുടെ ശോഭാതിരേകത്തിൽ മുഴുകവേ, കണ്ണുകൾ സജീവമാകുന്നു. മിന്നിത്തിളങ്ങുന്ന അവിടുന്ന് നാസാദ്വാരത്തിലൂടെ ഇതിന്റെ സുഗന്ധം വലിച്ചെടുക്കേ അതിലുള്ള ഊർജ്ജം ആവാഹിക്കുന്നു. " (18)

വൈനിൽ താമരയിട്ടുവച്ച് കുടിക്കുവാൻ പ്രേരിപ്പിക്കുന്നത് അതിന്റെ മത്തുപിടിപ്പിക്കുവാനുള്ള കഴിവിൽ വിശ്വസിച്ചിരുന്നതുകൊണ്ടാകണം. അതു കുടിക്കുന്നവർ മായക്കാഴ്ചകൾക്കു (hallucination) വിധേയരായിരുന്നു എന്നും അവർക്ക് ലൈംഗികോത്തേജനം ലഭിച്ചിരിക്കുന്നുവെന്നും രേഖപ്പെടുത്തിയിരിക്കുന്നു. ലൈംഗിക സംഗമത്തിനും, ലൈംഗിക സുഖത്തിനും അവർ വെമ്പൽ കൊണ്ടിരുന്നു. പക്ഷേ ആധുനിക ഗവേഷകർ അത്തരം സിദ്ധികളൊന്നും താമര വൈനിലുള്ളതായി കണ്ടെത്തിയിട്ടില്ല എങ്കിലും നാഡികളെ ശാന്തമാക്കാനും ആവേശമുണർത്താനും താമരയിലെ ചില രാസഘടകങ്ങൾക്കു കഴിയുമെന്നു പരീക്ഷണങ്ങളിൽ കണ്ടെത്തിയിട്ടുണ്ട്. എലിസ്സ് എഴുതുന്നു;

"ദേവാലയങ്ങളിലെ പൂജാക്രമങ്ങൾക്ക് താമരത്തൈലം ഉപയോഗപ്പെടുത്തുന്നതിൽ അത്ഭുതമില്ല. അനുഗ്രഹത്തിനും സമർപ്പണത്തിനും ധ്യാനത്തിനും ക്ഷേത്ര ദേവന്മാരെ പ്രീതിപ്പെടുത്താനും താമരയ്ക്കു കഴിയും എന്നായിരുന്നു വിശ്വാസം. അദ്ധ്യാത്മികതയുടെയും, ജീവശക്തിയുടെയും പ്രതീകമായി ദേവാലയങ്ങളിലെ മുഖ്യസമർപ്പണ വസ്തു താമരയായിരുന്നു. അങ്ങനെ പ്രതീകങ്ങളിലും, ആന്തരശക്തിക്കാധാരമായ ജീവാത്മാവിലും താമര ഘടകമായി. ഗർഭപാത്രത്തിന്റെയും, പ്രകൃതിയുടെയും ആദിമസൃഷ്ടിയുടെയും പ്രതിനിധിയായി. ഈ അർത്ഥത്തിൽ താമര ദേവാലയത്തിനുള്ളിലെ ശ്രീകോവിലായി. അവിടെ വച്ച് ഭൂതദയയുടെ

ഉറവിടമായ മനസ്സുകളിൽ പതുക്കെ ബോധോദയമുണ്ടായി. ദൈവങ്ങൾ താമര സമർപ്പണത്തിൽ പ്രീതി ഉൾക്കൊണ്ടു. റാംസസ് മൂന്നാമൻ മൂവ്വായിരത്തിലകം താമരച്ചെണ്ടുകൾ അമൺ ദേവന് സമർപ്പിച്ചതായി ക്ഷേത്രങ്ങളിൽ കാണുന്നു.'' (19)

നീലത്താമര ഈജിപ്റ്റിലെ കലകളിലും വാസ്തു ശില്പകലയിലും പ്രധാനപങ്കു വഹിച്ചിട്ടുണ്ട്.

"പൗരാണികർ അർത്ഥസൂചനയില്ലാത്ത ഒന്നും പണിതുയർത്താൻ ഇഷ്ടപ്പെട്ടില്ല. അവരെ സംബന്ധിച്ചിടത്തോളം വാസ്തുകല പുറംലോകത്തെ മാറ്റാനും ജീവന് സുരക്ഷ നേടാനും മാത്രമുള്ള കെട്ടിടനിർമ്മാണമായിരുന്നില്ല. അവരുടെ കഴിവിന്റെയും ഭാവനയുടെയും പരമാവധി ഉപയോഗിച്ച് വിശ്വാസത്തെയും ജീവന്റെ നിലനിൽപിനെയും, ആരാധനയെയും അവർ വാസ്തുകലയിൽ വിളക്കിച്ചേർത്തു. ഇലകളും, മൊട്ടുകളും, പൂക്കളും ചേർന്ന താമരകൾ അലങ്കാരത്തിന്റെ ഉപകരണങ്ങളായി. പുരാതന ഈജിപ്റ്റിലെയും, ഇന്ത്യയിലെയും വാസ്തുവിദ്യ തിരിച്ചറിയാൻ താമരമുദ്രണം മാത്രം നോക്കിയാൽ മതി. അവർ ദേവാലയങ്ങളും, ശവകുടീരങ്ങളും, ചെറുതും വലുതുമായ മണ്ഡപങ്ങളും അലംകൃതമായ വിധം പടുത്തുയർത്തി.'' (20)

ചിലപ്പോൾ മണ്ഡപങ്ങളിൽ കേരവൃക്ഷത്തിന്റെ ചിത്രങ്ങൾ കൊത്തിയിരിക്കും. വൃക്ഷശിരസ്സിൽ നിറയെ താമരമൊട്ടുകൾ ഉണ്ടാകും പാപ്പിറസ് ചെടികളുടെ ചില്ലകളിൽ നിറയെ താമരമൊട്ടുകൾ ഉണ്ടാകും. ചില സ്തൂപങ്ങളിൽ താമരയാകുന്ന ശിരസ്സ് പാതി മുറിച്ച നിലയിലായിരിക്കും.

"താഴെ വിസ്തൃതവും, മുകൾഭാഗം കോണാകൃതിയിൽ ഉള്ളതുമായ ശില്പം താമരയുടെ മദ്ധ്യത്തിലുള്ള കർണിക (വിത്തറ,torus) യെ ഓർമ്മിപ്പിക്കുന്നു. ഇതളുകൾ പൊട്ടിവിടരുന്നത് ഇവിടെ നിന്നാണ്. പ്രകൃതി നിയമങ്ങളെ നോക്കുമ്പോൾ ഈ രൂപം ജീവിതത്തിൽ ആവർത്തിക്കുന്നത് മനസ്സിലാക്കാം. മണ്ണിൽനിന്നുയർന്ന് വിണ്ണിനെ പുൽകുന്ന സൃഷ്ടിയുടെ അവസ്ഥ ഈജിപ്റ്റിലെ വാസ്തുകലയിൽ പ്രകടമാണ്. ജീവിതത്തിലെ സൃഷ്ടിയ്ക്കുള്ള ത്വരയായും ശാശ്വത ത്വമെന്ന അന്ത്യമായും ഈ തൂണുകൾ ഭൂമിയുടെ വിധാനത്തിൽ കാലുറപ്പിച്ചുനിന്ന് മുകളിലേക്കുയർന്ന് താമരശില്പത്തോടെ അവസാനിക്കുന്നു. (21)

നാലോ, ആറോ, എട്ടോ താമരകൾ കൂട്ടികെട്ടിയ നിലയിലാണ് സ്തൂപശില്പങ്ങൾ. താമരമലരുകൾ തണ്ടിന്റെ മുകളറ്റം ബന്ധിച്ച നിലയിലാണ്. ചില ഞെട്ടുകൾ താണു കിടക്കുന്നു. ചിലപ്പോൾ ചില താമരകളും വീണുകിടക്കുന്നു. പാപ്പിറസ് സസ്യത്തിന്റെ കെട്ടുകളിൽ

താമര നേരെ നിൽക്കുന്നതായി ചിത്രീകരിച്ചിരിക്കുന്നു. ഇത്തരം സ്തൂപങ്ങൾ ഈജിപ്റ്റിലെ സംസ്കാരത്തിന്റെ എല്ലാ കാലഘട്ടങ്ങളിലും സൃഷ്ടിക്കപ്പെട്ടിട്ടുണ്ട്. മെംഫിസ്, ബിഹാസൻ എന്നീ സ്ഥലങ്ങളിലും സെൻ വോസ്റെറ്റ് മൂന്നാമന്റെ പിരമിഡ് ഏപ്രിസ് കൊട്ടാരം എന്നിവിടത്തും "താമരത്തൂണു"കളുടെ നല്ല ഉദാഹരണങ്ങൾ കാണുന്നു. ടോളമിയുടെ കാലം മുതൽക്കാണ് നിരനിരയായി താമരയിതളുകൾ കൊത്തിവെയ്ക്കുന്ന സമ്പ്രദായം ഉണ്ടായത്. തുടർന്നു വന്ന ഫറോവമാരുടെ അത് കാലഘട്ടങ്ങളിലും തുടർന്നു വന്നിരുന്നു. പിന്നീട് ഇത്തരം താമരസ്തൂപങ്ങൾ" തീബ്സ് രാജ്യത്തിലും ഉണ്ടായി.

ഈജിപ്റ്റിലെ ചിത്രകലയിലും നീലത്താമരയുടെ സാന്നിദ്ധ്യം സുലഭമാണ്. വെള്ളത്താമരയും നീലത്താമരയും പല ഭാവങ്ങളിൽ ചിത്രീകരിക്കപ്പെട്ടുന്നു. വെള്ളത്താമരയുടെ ഇതളുകൾ വർത്തുളവും, താമര വൃത്താകൃതിയിലുള്ളതുമാണ്. നീലത്താമരയിതളുകൾ ഏതാണ്ട് ത്രികോണാകൃതിയിൽ അവസാനിക്കും. അവയ്ക്ക് നീളക്കൂടുതലുമുണ്ട്. ഹാതർദേവിയുടെ പ്രതീകമായാണ് നീലത്താമര ചിത്രീകരിക്കുന്നത്. മിനുസമുള്ള വൈൻചഷകങ്ങൾ ദേവിയുടെ ചിത്രത്തോടൊപ്പം ഉണ്ടാകും. പശുവിന്റെ പുറത്തിരിക്കുന്ന ദേവിയുടെ ചെവികൾ പശുവിന്റേതുപോലെ ആയിരിക്കും. ചുറ്റിലും താമരമലരുകൾ ഉണ്ടാകും. വസ്ത്രങ്ങളുടെ കരകൾ അലങ്കരിക്കാൻ താമര മുദ്രണം ഉപയോഗിച്ചിരുന്നു. ക്ഷേത്രത്തിനുള്ളിലെ താമരകളും, മറ്റു ഭാഗങ്ങളിലെ താമരകളും മദ്ധ്യഭാഗത്തെ മഞ്ഞഭാഗം ദർശിപ്പിക്കാറില്ല. ആഭരണങ്ങളിലും, പാത്രങ്ങളിലും, സുഗന്ധച്ചെപ്പുകളിലും, ദൈനംദിന ആവശ്യങ്ങൾക്കുള്ള വസ്തുക്കളിലും താമര മുദ്രകാണാം. ലേപനോപകരണങ്ങളിലും കണ്ണാടികളിലും, താമര സുലഭമാണ്. ദക്ഷിണഈജിപ്റ്റിൽ താമരച്ചിത്രങ്ങളിൽ നീണ്ട തണ്ടുകൾ പിണഞ്ഞു കിടക്കും വിധമാണ് ചിത്രീകരണം. പാപ്പിറസ് സസ്യങ്ങൾ അവയിൽ ചിത്രീകരിച്ചിരിക്കുന്നത് ഉത്തര- ദക്ഷിണ ഈജിപ്റ്റിന്റെ സംയോജനം സൂചിപ്പിക്കുന്നു. ഇത്തരം ചിത്രങ്ങൾ ഫറോവയുടെ ശക്തിയെയും, ബുദ്ധിശക്തിയെയും, പ്രതാപത്തെയും സൂചിപ്പിക്കുന്നു. ഈ ചിത്രങ്ങൾ ഈജിപ്റ്റിന്റെ ഐക്യം നിലനിർത്താനുള്ള ഫറോവയുടെ പ്രഭാവം ധ്വനിപ്പിക്കുന്നു.

ഐലസ് എഴുതുന്നു:

"ജലത്തിന്റെയും, അഗ്നിയുടെയും ശക്തികളെ മുഴുവൻ താമര സമന്വയിപ്പിക്കുന്നതായി അദ്ധ്യാത്മചിന്തകരായ ഈജിപ്റ്റുകാർ വിശ്വസിക്കുന്നു. വെള്ളത്തിൽനിന്നുയർന്ന് ദിവസേന സൂര്യനെ ഉദയത്തിൽത്തന്നെ

ആരാധിക്കുന്ന താമര വെള്ളത്തെയും താപത്തെയും സംയോജിപ്പിക്കു ന്നു. വെള്ളം വികാരങ്ങളുടെ പ്രതീകമാണ്. താമര വിടർന്നു വരുമ്പോൾ ആന്തരിക പ്രചോനത്തിന്റെയും, അനുകമ്പയുടെയും, സൃഷ്ടികളുടെ യും പ്രതീകമാകുന്നു. വ്യക്തിയെ തന്നിൽ നിന്ന് അതീതമായ ഒരു ശക്തിയുടെ സാന്നിദ്ധ്യം അനുഭവിപ്പിക്കുന്നു; രോഗശാന്തി നൽകുന്നവർ, കലാകാരന്മാർ സംഗീതജ്ഞർ മിസ്റ്റിക്കുകൾ, കവികൾ, അദ്ധ്യാത്മി കാചാര്യന്മാർ, പുരോഹിതർ, എല്ലാവരും ആന്തരികദർശനത്തെ ഉയർത്താൻ ശ്രമിക്കുന്നവരാണ്. പഞ്ചേന്ദ്രിയങ്ങളുടെ ശക്തിക്കപ്പുറം ആറാം ഇന്ദ്രിയത്തെ പ്രവർത്തനക്ഷമമാക്കി, സുബോധത്തിലെത്താൻ അവർ ശ്രമിച്ചുകൊണ്ടിരിക്കും. അഗ്നി ഊർജമാണ്, ചൈതന്യമാണ് ആന്തരശക്തിയിലൂടെ ആർജ്ജിച്ച ദർശനം പ്രവൃത്തിപഥത്തിൽ കൊണ്ടുവരാനുള്ള ഊർജവും, ദർശനവും നൽകുന്നത് അഗ്നിയാണ്. ജലം നൽകുന്ന പ്രചോദനം ജീവിതത്തിൽ പ്രാവർത്തികമാക്കാൻ അഗ്നിയുടെ പ്രഭാവം ആവശ്യമാണ്. ജീവിതത്തെ അത് ദീപ്തമാക്കുന്നു. പൗരാണിക ഈജിപ്റ്റുകാർക്ക് ഇതറിയാം. അവർ എന്നും നൈർമ ല്യത്തെയും സ്വാസ്ഥ്യത്തേയും പുനരുജ്ജീവനത്തെയും ആരാധിച്ചു. നീലത്താമരയായിരുന്നു അവരുടെ പ്രതീകത്തിന്റെ മൂർത്തരൂപം. ആ പ്രതീകം നിങ്ങളുടെ മനസ്സിലും വിരിയട്ടെ.'' (22)

9

താമരയും ഹൈന്ദവ അനുഷ്ഠാനങ്ങളും

മതപരവും, സാംസ്കാരികവും, സാമൂഹികവുമായ പല ആചാരങ്ങളിലും മുഖ്യഘടകമാണ് താമര. ഹിന്ദു സമൂഹത്തിന്റെ അത്തരം ആചാരനുഷ്ഠാനങ്ങളിലേയ്ക്ക് ഒന്ന് എത്തിനോക്കാം.

കമലാരാധന

ഭാദ്രമാസത്തിലെ (Aug-Sept) ശുക്ലപക്ഷത്തിലാണ് കമല സപ്തമി, കമല അഷ്ടമി ആരാധന നടക്കുന്നത്. ഈ ആരാധനയെപ്പറ്റി മത്സ്യ പുരാണത്തിൽ പറയുന്നതിങ്ങനെ:

ഭാദ്ര പദത്തിലെ വെളുത്ത പക്ഷത്തിലെ ഏഴാം നാളിൽ വെള്ളക്കടുക ചേർത്ത വെള്ളത്തിൽ സ്നാനം നിർവഹിച്ച് ഒരു സ്വർണത്താമര ചമയ്ക്കണം. എള്ളു നിറച്ച സുവർണ പാത്രത്തിൽ അത് അലങ്കരിച്ചു വെക്കണം. ഇണവസ്ത്രംകൊണ്ട് താമരയെ മറയ്ക്കണം. സൂര്യദേവനെ സുഗന്ധത്തിരികൾ കൊണ്ടും പൂക്കൾ കൊണ്ടും ആരാധിക്കണം. ആരാധനാവസരത്തിൽ ഉച്ചരിക്കേണ്ട മന്ത്രം ഇതാണ്.

“കമല ഹസ്തായ നമഃ
വിശ്വധാരിണേ നമഃ
ദിവാകരായ നമഃ
പ്രഭാകരായ നമഃ

സായാഹ്നത്തിൽ ആ സ്വർണ്ണത്താമര ജലം ചേർത്ത് ആഭരണങ്ങളും, വസ്ത്രങ്ങളും, മാല്യങ്ങളുമായി ഒരു ബ്രാഹ്മണന് ദാനം ചെയ്യണം. താമര, ദേവീ ദേവന്മാരുടെ ആസ്ഥാനമെന്ന നിലയിൽ എന്നും പൂജിക്കപ്പെടുന്നു. വർഷകാലത്ത് യക്ഷാംഗനമാരെ താമരയിൽ പ്രതിഷ്ഠിച്ച് ആരാധിക്കുന്നു. ആഷാഢത്തിൽ എല്ലാ ദൈവങ്ങളും നിദ്രയിലായിരിക്കുമത്രെ. വിഷ്ണു ആ സമയം നിദ്രയിൽ പ്രവേശിക്കും, അതോടൊപ്പം പ്രകൃതി തന്നെ നിദ്രാവസ്ഥയിലിയിരിക്കുമെന്നും വിശ്വാസം. ആഷാഢ ശുക്ലപക്ഷത്തിലെ പതിനാലാം ദിനത്തിൽ യക്ഷാംഗനകൾ താമരയിൽ പ്രവേശിച്ച് വിശ്രമിക്കുമത്രെ. മറ്റു ദേവന്മാർ മറ്റ് പുഷ്പങ്ങളിൽ വിശ്രമിക്കും. (1)

ചൈന, ജപ്പാൻ, തായ്‌ലാൻഡ്, കൊറിയ എന്നിവിടങ്ങളിൽ വർഷംതോറും താമരോത്സവങ്ങൾ നടത്തുന്നുണ്ട്. വിവിധയിനം താമരകളുടെ പ്രദർശനമാണ് മുഖ്യം. ഇക്കാലത്തും താമര ആരാധനീയ പുഷ്പമാണെന്ന് ഈ ഉത്സവങ്ങൾ വിളിച്ചു പറയുന്നു. ബുദ്ധന്റെ ജന്മദിനം ആഘോഷിക്കുവാൻ കൊറിയയിൽ താമരവിളക്കുകളുമായി വിപുലമായ തരത്തിലുള്ള ഉത്സവം നടത്താറുണ്ട്. ഇതേപറ്റി ഒരു ചെറുകഥയുണ്ട്. ലോകത്തിലെ ഉന്നതനും ആരാധ്യനുമായ വ്യക്തിയ്ക്ക് ഒരു താമര വിളക്കു സമർപ്പിക്കണമെന്ന് നന്ദ എന്ന ദരിദ്ര സ്ത്രീ ആശിച്ചുവത്രെ. തെരുവുമൂലയിൽ ഭിക്ഷയായി ചോദിച്ചു വാങ്ങിയ രണ്ടു നാണയങ്ങൾ കൈയിലെടുത്ത് ഒരു ചെറുവിളക്കു കൊളുത്തി അവൾ കാത്തിരുന്നു. അപ്പോഴാണ് ബുദ്ധൻ അതു വഴി വന്നത്. അവൾ അദ്ദേഹത്തെ വണങ്ങിയിട്ടു പറഞ്ഞു:

"ഭഗവാനേ, ദരിദ്രയായ എനിക്ക് അങ്ങയ്ക്കായി സമർപ്പിക്കുവാൻ ഒന്നും കൈവശമില്ല. ഈ വിളക്കു കൊളുത്തി ഞാൻ യാചിക്കുന്നു. എന്നിൽ ചെറുതായ നന്മയെങ്കിലും വിരിയട്ടെ. അടുത്ത ജന്മത്തിൽ ബുദ്ധഗണത്തിൽ ചേരാനുള്ള അനുഗ്രമുണ്ടാകണേ."

രാത്രി ഏറെ വൈകി കാറ്റു ശക്തിമായി. രാജാവിന്റെയും പ്രഭുക്കളുടെയും ദീപങ്ങൾ കെട്ടുപോയി. നന്ദ കൊളുത്തിയ വിളക്കുമാത്രം അണയാതെ പ്രകാശം ചൊരിഞ്ഞു. ബുദ്ധന്റെ അനുയായികളിൽ ഒരാൾ ആടത്തുമ്പുകൊണ്ടു വിളക്കു കെടുത്താൻ ശ്രമിച്ചു. പക്ഷേ ഫലിച്ചില്ല. ബുദ്ധൻ ആനന്ദനോടു പറഞ്ഞു.

"ആനന്ദാ, നിന്റെ പാഴ്ശ്രമം ഉപേക്ഷിക്കൂ. ഒരു ദരിദ്ര സ്ത്രീ ആത്മാർത്ഥമായ ഭക്തിയോടെ കൊളുത്തിയ വിളക്കു കെടുകയില്ല. അവൾക്ക് തീർച്ചയായും സത്യബോധത്തിന്റെ വെളിച്ചം ലഭിക്കും. മുപ്പത് ദീർഘകാലത്തിനപ്പുറം അവൾ സുമിധന്ദ്വാങ് യോഗിനിയായി

മേരു പർവ്വതത്തിൽ തഥാഗതന്റെ ദീപമായി പുനർജനിയ്ക്കും.'' (ഈ സ്ത്രീയുടെ പുനർജന്മമായിരുന്നു സിദ്ധാർത്ഥ ഗൗതമന്റെ വധുവായി ത്തീർന്നതെന്നാണ് വിശ്വാസം.)

ബുദ്ധന് സമർപ്പിക്കുന്ന ദീപങ്ങൾ അദ്ദേഹത്തെ വാഴ്ത്തുന്ന ചടങ്ങിനെ അനുഗമിക്കുന്നു. പ്രകാശമാനവും സുതാര്യവുമായ ഹൃദയത്തോടെ, ബുദ്ധന്റെ ദയയിലും, ഭൂതാനുകമ്പയിലും ലയിക്കാമെന്ന് പ്രതിജ്ഞ ചെയ്യുന്നു. ഈ പ്രതിജ്ഞ ജീവിതത്തിലുടനീളം പ്രായോഗികമാകും. ലോകത്തിലെ എല്ലാ സ്ഥലങ്ങളിൽ നിന്നുമെത്തിയ ബുദ്ധമതാനുയാ യികൾ ആയിരക്കണക്കിന് താമരവിളക്കുകൾ കത്തിച്ച് ദീപോത്സവം ആഘോഷിക്കുന്നു. (2)

താമര
വ്രതങ്ങളിലും പൂജകളിലും

ഹിന്ദുത്വത്തിന്റെ ഭാഗമാണ് വ്രതാചരണം. ഋഗ്വേദ കാലം മുതൽ ആരംഭിച്ച വ്രതങ്ങൾ ഇന്നും തുടരുന്നു. വ്രത് ധാതു തിരഞ്ഞെടുപ്പിനെ സൂചിപ്പിക്കുന്നു. ചില നിയമങ്ങളും അച്ചടക്കവും ശീലിച്ച് അധ്യാത്മിക ബോധത്തിലേക്കുയരുകയാണ് വ്രതങ്ങളുടെ ലക്ഷ്യം. സാധകന് ത്യാഗത്തിന്റെയും, ചുമതലകളുടെയും നിഷ്കർഷയ്ക്ക് നിർദ്ദേശങ്ങൾ നൽകുന്നു. സ്വധർമ്മത്തിനനുസരിച്ച് വ്രതാനുഷ്ഠാനങ്ങൾ മാറി വരാം. ഓരോ വ്യക്തിയും ഈശ്വരനെ പരമശക്തിരൂപമായി കണ്ട് വ്രതാനു ഷ്ഠാനങ്ങളിൽ മുഴുകണം.

ഒരു തലമുറയിൽ നിന്നും അടുത്ത തലമുറയിലേയ്ക്കു പകരുന്ന വ്രതാനുഷ്ഠാനനിയമങ്ങൾ നിയമേന ചില ആഗ്രഹ സിദ്ധികൾ ക്കു ള്ളതാണെന്നാണ് പിയേഴ്സിന്റെ അഭിപ്രായം. അദ്ധ്യാത്മികൌന്ന ത്യത്തിലേക്കുള്ള പാതയിൽ വ്രതങ്ങൾക്ക് പ്രധാനസ്ഥാനമുണ്ടെന്ന് ഹിന്ദുക്കൾ വിശ്വസിക്കുന്നു. സ്ത്രീകൾ വ്രതാനുഷ്ഠാനത്തിൽ എപ്പോഴും മുൻകൈയെടുക്കാറുണ്ട്. അധിക വ്രതാനുഷ്ഠാനങ്ങളും അവരാണ് ഏറ്റെടുത്തുനടത്താറുള്ളത്.

ഉത്തരേന്ത്യയിൽ വ്രതങ്ങളും ഭക്തിയുടെ ഭാഗമാണ്. മതാനുഷ്ഠാനങ്ങ ളുടെ പ്രധാനഘടകമാണ്. മോക്ഷപ്രാപ്തിയാണ് മിക്ക വ്രതങ്ങളുടെയും ലക്ഷ്യമെന്ന് വാഡ്‌ലി അഭിപ്രായപ്പെടുന്നു. പുനർജന്മപുണ്യം നേടാനും, പൂർവ്വകർമ്മങ്ങളുടെ പാപം അകറ്റാനും, ദേവീദേവന്മാരെ പ്രസാദിപ്പി ക്കുവാനും വ്രതങ്ങൾ അനുഷ്ഠിക്കുന്നു. വ്രതാനുഷ്ഠാനത്തോടെ ജീവിതം മെച്ചപ്പെടുമെന്നും, പ്രാർത്ഥനകളും, ആഗ്രഹങ്ങളും സഫലമാകുമെന്നും

വ്രതമെടുക്കുന്നവർ ദൃഢമായി വിശ്വസിക്കുന്നു.

വർത്തമാനകാലം നൽകിയ തടസ്സങ്ങളും ദുഃഖങ്ങളും അതിജീവിക്കാനും, പാപപരിഹാരത്തിനും വഴി തെളിഞ്ഞാലേ ജീവിതം സുഖകരമാകൂ. ഭക്തിയും മുക്തിയും ലഭിച്ച് പാപങ്ങൾ പരിഹൃതമാക്കാനും വ്രതം വേണം. സംസാര സാഗരത്തെ തരണം ചെയ്യാൻ ഏതെങ്കിലും ദേവിയുടെയോ ദേവന്റെയോ അനുഗ്രഹം തേടലാണ് വ്രതങ്ങളുടെ ലക്ഷ്യം.

വ്രതപൂജകൾക്ക് താമരപ്പൂക്കൾ പ്രധാനമാണ്. ഇപ്പോൾ താമരയുടെ ദൗർലഭ്യം മൂലം മറ്റ് പുഷ്പങ്ങൾ ഉപയോഗിക്കാറുണ്ട്. ശരിയായ വ്രതപൂജയ്ക്ക് താമരയിതളുകൾ തന്നെ വേണമെന്നാണ് പുരാണങ്ങൾ നിഷ്കർഷിക്കുന്നത്. പൗരാണിക വ്രതാനുഷ്ഠാന രീതിയനുസരിച്ച് താമരപ്പൂ അവശ്യംവേണ്ട വ്രതപൂജകൾ താഴെപറയുന്നവയാണ്:

സംകസ്ഥ ചതുർത്ഥി വ്രതപൂജ, സത്യനാരായണവ്രത പുഷ്പപൂജ/ പത്ര പൂജ, വരലക്ഷ്മിവ്രത മഹാപൂജ, മാർഗ്ഗ ശീർഷ ശ്രീ മഹാലക്ഷമി പൂജ ധനലക്ഷ്മി വ്രതപൂജ, സ്വർണ്ണഗൗരിവ്രത പുഷ്പപൂജ, വൈകുണ്ഠ ചതുർദ്ദശീ വ്രതപൂജ, നരസിംഹ ജയന്തീവ്രതപൂജ, ശനിപ്രദോഷ വ്രതപൂജ, ഉമാ മഹേശ്വര പൂജ, നിരശനാർക്ക വ്രതപൂജ, ശ്രീകൃഷ്ണപൂജ, സപ്തർഷി പൂജ, ശ്രീ വെങ്കിടേശ്വരപൂജ, ശ്രീനാരായണപൂജ, ഇവയിലെല്ലാം താമരപ്പൂ സമർപ്പണം പ്രധാനമാണ്. (3)

സംകസ്ഥചതുർത്ഥ വ്രതപൂജയിൽ 'കൃഷ്ണപിംഗളായ നമഹാ- പദ്മ പുഷ്പം സമർപ്പയാമി' എന്നുച്ചരിച്ചുകൊണ്ട് താമര സമർപ്പിക്കുന്നു. സത്യനാരായണ പൂജയിൽ താമര സമർപ്പണത്തിനു ഉപയോഗി മന്ത്രം:

"സത്യരൂപിനേ നമഹാ- കമലപുഷ്പം സമർപ്പയാമി." സത്യനാരായണ പത്രപൂജയിൽ താമരയില സമർപ്പിക്കുന്നത് ഇപ്രകാരമാണ്:

"സത്യവപുസ്സേ നമ: കമല പത്രം സമർപ്പയാമി.
വരലക്ഷ്മി പൂജയിൽ താമരാർപ്പണം:
'ആത്മനിലായായേനമ: പദ്മപുഷ്പം സമർപയാമി'
മാർഗ്ഗശ്രീ മഹാലക്ഷ്മി പൂജ:
'കമലയായി നമ: കമല പുഷ്പം സമർപ്പിയാമി'.
ധനലക്ഷ്മി വ്രതപൂജ:
ഓം പത്മനിലയായി നമ:
പദ്മ പുഷ്പം സമർപ്പയാമി:
സ്വർണ്ണ ഗൗരി പൂജ:
മലാക്ഷേയേ നമഹ:
കമല പുഷ്പം സമർപ്പയാമി.

വൈകുണ്ഠ ചതുർദശി പൂജ:
രുദ്രായ നമ: കമല പുഷ്പം സമർപ്പയാമി.
നരസിംഹ ജയന്തി വ്രത പൂജ:
ദിഗന്താവലി ദർപ്പായ നമ: പദ്മ പുഷ്പം സമർപ്പയാമി.'
ശനിപ്രദോഷ വ്രത പൂജ:
മഹേശ്വരായ നമ: കമല പുഷ്പം സമർപ്പയാമി.
ഉമാമഹേശ്വര പൂജ:
കരുണാനിധായ നമഹ: കമല പുഷ്പം സമർപ്പയാമി.
നിരശനാർക്ക വ്രത പൂജ:
ഓം മരീചിയേ നമഹ: കമല പുഷ്പം സമർപ്പയാമി.
സപ്തർഷി പൂജ:
അത്രേയീ നമഹ: കുമുദ പുഷ്പം സമർപ്പയാമി.
ശ്രീകൃഷ്ണ പൂജ:
ഓം വേദാന്ത സാരായ നമഹ : കമല പുഷ്പം സമർപ്പയാമി.
ഓം ജിത വാരസ്യേവയേ നമഹ: കമലപത്രം സമർപ്പയാമി.
ശ്രീ വെങ്കിടേശ്വര പൂജ :
ഓം ധർമ്മപാതേയ നമഹ: കമല പുഷ്പം സമർപ്പയാമി.
ഓം അരബ്രാഹ്മണേ നമഹ: കമല പത്രം സമർപ്പയാമി.
ശ്രീ സൂര്യ നാരായണ പൂജ:
ഓം അഖിലാജ്ഞാനായ നമഹ :കമല പുഷ്പം സമർപ്പയാമി.
ഓം നിത്യസ്തുത്യായ നമഹ: കമലപത്രം സമർപ്പയാമി.

പൂജകൾക്കും, അനുഷ്ഠാനങ്ങൾക്കും ചെന്താമരയും, വെള്ളത്താമരയും, നീല ആമ്പലും (നീലത്താമര) പ്രധാനമാണ്. നീലോൽപലം എന്ന പേരിൽ നീല ആമ്പലും, കരിങ്കുവള പുഷ്പവും (Monochoria hastata) ഉപയോഗപ്പെട്ടുത്തിവരുന്നു. വിഘ്നേശ്വര പൂജയ്ക്ക് ശതപത്ര പുഷ്പം, കൽഹാര പുഷ്പം എന്നിവ സമർപ്പിക്കുന്നു.

സർവ്വദേവാധിപതയെ നമ: ശതപത്ര പുഷ്പം സമർപ്പയാമി.
ഏകദന്തായ നമ: കൽഹാരപുഷ്പം സമർപ്പയാമി.

ശതപത്രപുഷ്പമായി താമരയും, കൽഹാര പുഷ്പമായി ആമ്പലുമാണ് ഉപയോഗിക്കാറുള്ളത്.

സത്യ നാരായണ പൂജ:
സത്യാധിപതയെ നമഹ : ശതപത്ര പുഷ്പം സമർപ്പയാമി.
മാർഗ്ഗശീർഷ മഹാലക്ഷ്മി പൂജ:
മാതായേ നമഹ: കൽഹാര പുഷ്പം സമർപ്പയാമി.
അനന്തപത്മനാഭ വ്രത പൂജ:

ഓം ഉപേന്ദ്രായ നമഹ: ശതപത്ര പുഷ്പം സമർപ്പയാമി.
സഹസ്ര ശിരസ്സേ നമഹ: കൽഹാര പുഷ്പം സമർപ്പയാമി.
ഹരതാലികഗൗരീ പൂജ:
ശിവപ്രിയായെ നമഹ: കൽഹാര പുഷ്പം സമർപ്പയാമി.
പിനാകിയേ നമഹ: ശതപത്ര പുഷ്പം സമർപ്പയാമി.
ശശിശേഖരായ നമഹ: കൽഹാര പുഷ്പം സമർപ്പയാമി.
നിത്യസോമവാരവ്രത പൂജ:
ശങ്കരായ നമഹ : ശതപത്ര പുഷ്പം സമർപ്പയാമി.
കപർദ്ദിനായേ നമഹ : കൽഹാര പുഷ്പം സമർപ്പയാമി.
ശ്രീ നരസിംഹജയന്തി പൂജ:
ബ്രഹ്മണായ നമഹ : കൽഹാരപുഷ്പം സമർപ്പയാമി.
ജഗത്രാണയ നമഹ : ശതപത്ര പുഷ്പം സമർപ്പയാമി.
നിരശനാർക്ക വ്രതപൂജ:
ഓം ഭാനവേ നമഹ: ശതപത്രം സമർപ്പയാമി.
ശ്രീകൃഷ്ണ പൂജ:
ഓം രാജേന്ദ്രായ നമഹ: ശതപത്ര പുഷ്പം സമർപ്പയാമി.
ശ്രീ വെങ്കിടേശ്വര പൂജ:
ഓം കേശവായ നമഹ : ശതപത്ര പുഷ്പം സമർപ്പയാമി.
സൂര്യനാരായണ പൂജ:
ഓം ഖഡ്ഗായ നമഹ: ശതപത്ര പുഷ്പം സമർപ്പയാമി.
ഓം പൂശാനേ നമഹ: കൽഹാരപുഷ്പം സമർപ്പയാമി.

ഉത്തരേന്ത്യയിൽ പ്രചാരമുള്ള വൈഷ്ണവ ഹിന്ദു വിഭാഗത്തിലുള്ള ആളുകൾക്ക് രാമാർച്ചനാപൂജ വളരെ പ്രധാനമാണ്.. കാർത്തിക, മാഘ, വൈശാഖ മാസങ്ങളിലെ പൂർണ്ണചന്ദ്രദിനങ്ങളാണ് ഈ പൂജ. ഈ പൂജയ്ക്ക് താമരയുടെ പൂക്കളും ഇലകളും ആവശ്യമാണ്. ഭാദ്രശുക്ല ദിനത്തിൽ ഉദിച്ച് വരുന്ന ചന്ദ്രനെ പൂജിക്കുന്ന അവസരമാണ് ചൗഹ എന്നറിയപ്പെടുന്ന ചന്ദ്രോത്സവം. ദേവന് സമർപ്പിക്കുന്നത് പൂജാന്ത്യത്തിൽ താമരയിലകളിൽ വിളമ്പി ഭക്തർക്കു നൽകും. (4)

വിഷ്ണു, ദുർഗ്ഗ, ശിവൻ, ശങ്കരനാരായണൻ, വിഘ്നേശ്വരൻ, എന്നിവരുടെ വിഗ്രഹപ്രതിഷ്ഠയ്ക്കും, വിശുദ്ധീകരണത്തിനും, ശക്തി പ്രദാനത്തിനും താമരപ്പൂക്കളും ആമ്പൽപ്പൂക്കളും വേണം. ഇതിനുള്ള ചടങ്ങുകളുടെ വിവരണം താന്ത്രിക ഗ്രന്ഥങ്ങളിലുണ്ട്. (5)

താന്ത്രിക വിദ്യയിൽ താമരയുടെ സ്ഥാനം

താന്ത്രികാനുഷ്ഠാനങ്ങളിൽ താമരപ്പൂ ഒരു പ്രധാന ഘടകമാണ്. ശാരദാതിലകം എന്ന താന്ത്രികഗ്രന്ഥത്തിൽ നിന്നും ചില വരികൾ ഉദ്ധരിക്കാം. ലക്ഷ്മണദേശികേന്ദ്രൻ എന്ന താന്ത്രികപണ്ഡിതനാൽ വിരചിതമായതാണ് ശാരദാതിലകം. എ.ഡി. 8.ാം നൂറ്റാണ്ടിലാണ് ഇതിന്റെ രചനയെന്നു വിശ്വസിക്കുന്നു. ദേവിമാരുടെ പൂജയുമായി ബന്ധപ്പെട്ട താന്ത്രിക വിധികളാണ് ഈ ഗ്രന്ഥത്തിലുള്ളത് (6)

ആഗ്രഹങ്ങൾ സഫലമാകാൻ നെയ്യിൽ മുക്കിയ താമരപ്പൂ മന്ത്രം ഉരുവിട്ടുകൊണ്ട് മഹാലക്ഷ്മിക്കായി സമർപ്പിക്കുന്നു.

ഉത്പലൈർ ജ്ജൂഹയാത് തത്വിദ്
മഹാലക്ഷ്മി പ്രജായതേ
പലാശകുസുമൈർഹുത്വാ
വത്സരേണ കവിർ ഭവതേ

മഹാലക്ഷ്മി സാധകന്റെ ഗൃഹത്തിൽ സ്ഥിരമായി വസിക്കാൻ ഉൽപലം അഥവാ നീലത്താമര അർപ്പിക്കുന്നു. ഹോമത്തിൽ ചെന്താമര അർപ്പിക്കുന്നവൻ ധനവാനായിത്തീരും.

രക്തോൽപല ഹുതാൻ മന്ത്രി
ധനമാപ്നോതി വാഞ്ചിതം
മേധാ കാമേന ഹോതവ്യം
പലാശകുസുമൈർ നവൈ:

ചെന്താമര ത്രിമധുരത്തിൽ മുക്കി ഹോമാഗ്നിയിൽ വിധിപ്രകാരം അർപ്പിക്കുന്നവൻ ഒരു വർഷത്തിനുള്ളിൽ സമ്പന്നനാകും സാധകന്റെ എല്ലാ ആഗ്രഹങ്ങളും സഫലമാകുമെന്നും പറയുന്നു.

രക്തോത് പലൈഃ
ത്രി മധുരക്തൈഃ
സഹസ്രം ജ്ജൂഹയാന്നൈവാ
നിത്യം മാസത് ഭവഷ്ടം
വൽസരാദ് വനധായവം

ത്രിമധുരത്തിൽ മുക്കിയ ചെന്താമര 12000 തവണ ലക്ഷ്മീ ദേവിയ്ക്ക് അർപ്പിച്ചാൽ സമൃദ്ധിയും സമ്പത്തും ലഭിക്കും. ലോകത്തിന്റെ മുഴുവൻ ആധിപത്യം നേടും. സരസ്വതീ മന്ത്രം ചൊല്ലി പാലിൽ മുക്കിയ വെള്ളത്താമര ഒരു ലക്ഷം വട്ടം ഹോമാഗ്നിയിൽ അർപ്പിക്കുന്നവൻ സരസ്വതീ കടാക്ഷം ലഭിച്ച് അനുഗ്രഹീതനാകുമെന്ന് വിശ്വാസം.

മഹാലക്ഷ്മി, ദിവ്യമായ ഒരു ദ്വീപിൽ, പാരിജാത വൃക്ഷത്തണലിൽ രത്നസിംഹാസനത്തിൽ താമരപ്പൂ നിറഞ്ഞ സരസ്സിനരികെ ഉപവിഷ്ടയായിരിക്കുന്നു എന്നാണ് സങ്കൽപം. ഐശ്വര്യദേവതയായ മഹാലക്ഷ്മിയെ പ്രീതിപ്പെടുത്താൻ തേനിലോ, പാലിലോ, മുക്കിയ ചെന്താമരകൾ 12000 തവണ ഹോമകുണ്ഡത്തിൽ വിധിപ്രകാരം മന്ത്രം ചൊല്ലി അർപ്പിച്ചാൽ ആ സാധകന്റെ ഗൃഹത്തിൽ മഹാലക്ഷ്മി സ്ഥിരമായി കുടികൊള്ളും; സമൃദ്ധിയും, സൗഭാഗ്യവും നിറഞ്ഞു നിൽക്കും. അതുപോലെത്തന്നെ ദേവീധ്യാനമന്ത്രം ഉരുവിട്ട് 10 ലക്ഷം തവണ തേനിൽ മുക്കിയ ചെന്താമരകൾ അർച്ചന നടത്തുന്ന സാധകന്റെ ഗൃഹത്തിൽ മഹാലക്ഷ്മി സ്ഥിരമായി കുടികൊള്ളും; സമൃദ്ധിയും സൗഭാഗ്യവും സ്ഥിരമായി നിലകൊള്ളും. ഭുവനേശ്വരി മന്ത്രം ചൊല്ലി ത്രിമധുരത്തിൽ മുക്കിയ ചെന്താമരകൾ പതിനായിരം തവണ ദേവതയ്ക്ക് അർപ്പിച്ചാൽ സാധകന് മൂന്നുലോകത്തിന്റെയും അധിപതിയാകാമെന്ന് രേഖപ്പെടുത്തിയിരിക്കുന്നു.

സരസ്വതി പൂജയ്ക്കും, സരസ്വതീദേവിയെ പ്രീതിപ്പെടുത്താനും വെള്ളത്താമരകൾ തന്നെ വേണം. ലക്ഷ്മീദേവിയെ പ്രീതിപ്പെടുത്താൻ ചെന്താമരകൾ വേണം.

ശ്രീലങ്ക, ചൈന, ജപ്പാൻ, തായ്‌ലാൻഡ്, വിയറ്റ്നാം, എന്നിങ്ങനെ ബുദ്ധമതത്തിനു പ്രചാരമുള്ള രാജ്യങ്ങളിൽ ബുദ്ധവിഗ്രഹത്തിനു മുന്നിൽ ഏറ്റവും അധികം സമർപ്പിക്കുന്നത് താമരകളാണ്. താമരവിത്തുകൾ കോർത്തിണക്കിയ മാലകൾ ധാരാളമായി ഉപയോഗിക്കാറുണ്ട്. ഇത്തരം മാലകൾ ഇന്ത്യയിലും ധാരാളമായി ഉപയോഗിക്കുന്നു. സാധാരണ 108 വിത്തുകളാണ് ഈ മാലകളിൽ ഉണ്ടാവുക. ഉണങ്ങിയ വിത്തുകൾ ഏറെനാൾ എണ്ണയിലിട്ടു വെച്ച ശേഷമാണ് മാലയുണ്ടാക്കാൻ ഉപയോഗിക്കുക. ഇത്തരം മാലകൾ ലക്ഷ്മീ വിഗ്രഹത്തിൽ ചാർത്തുവാനും ഉപയോഗിക്കുന്നു. എല്ലാ ദേവന്മാർക്കും ഇത്തരം മാലകൾ സമർപ്പിക്കാറുണ്ട്.

ഹിന്ദു- ബുദ്ധമതക്കാർക്കിടയിൽ താമര ചെലുത്തിയ സ്വാധീനം മങ്ങൽ കൂടാതെ ഇന്നും നിലനിന്നു പോരുന്നു. വിവാഹത്തിന് താമരമാലകൾ വളരെ പ്രിയംകരമാണ്. വിവാഹ മണ്ഡപത്തിൽ അലങ്കാരമായും, പാവനത്വം കൽപിച്ചും താമരകൾ ഒരുക്കുന്നു. ക്ഷേത്രങ്ങളിൽ താമരകൾ ധാരാളമായി ഉപയോഗിച്ചു വരുന്നു. ഹിന്ദുക്കൾക്കും ബുദ്ധമതക്കാർക്കും വൈകാരിക ബന്ധമുള്ള ഒരേയൊരു പുഷ്പമാണ് താമര.

10

പാരമ്പര്യവൈദ്യത്തിൽ താമരയുടെ സ്ഥാനം

ഇന്ത്യയിലും ചൈനയിലും മറ്റു ചില രാജ്യങ്ങളിലും പാരമ്പര്യമായി താമരയെ ഔഷധ നിർമ്മാണത്തിന് ഉപയോഗിച്ചു വരുന്നു. താമരയുടെ ഔഷധ ഗുണങ്ങളെപ്പറ്റി വിവിധ രാജ്യങ്ങളിലുള്ള പഠിതാക്കളുടെ പ്രബന്ധങ്ങളിലുള്ള വിവരങ്ങൾ ഡ്യൂക്കും (1) റോസ്സും (2) ക്രോഡീകരിച്ച് പ്രസിദ്ധീകരിച്ചിട്ടുണ്ട്. ഒരു ചെറിയ വിവരണം താഴെ ക്കൊടുക്കുന്നു.

താമര ഇന്ത്യൻ പരമ്പരാഗത ചികിത്സയിൽ

ആയുർവേദ ചികിത്സാവിധികളിൽ ഉപയോഗിക്കുന്ന ചില മരുന്നുകളിൽ താമര ഒരു ഘടകമാണ്. കുമുദം, ഉത്പലം, പദ്മം എന്നീ പേരുകളിലാണ് വൈദ്യ ഗ്രന്ഥങ്ങളിൽ താമരയെ പരാമർശിക്കുന്നത്.

ചെന്താമരയും, വെള്ളത്താമരയും ഔഷധമാണ്. പക്ഷേ, വെള്ള ത്താമരയാണ് കൂടുതലും ഉപയോഗിക്കുന്നത്. ആയുർവേദത്തിന്റെ പിതൃസ്ഥാനീയനായ ചരകനും, വാഗ്ഭടനും മൂത്ര വിരാജനിയ ഔഷധ ങ്ങളുടെ കൂട്ടത്തിൽ താമരയെ ഉൾകൊള്ളിച്ചിട്ടുണ്ട്. ശുശ്രുതൻ എന്ന ആയുർവേദാചാര്യൻ ഉത്പലാദി ഗണത്തിലാണ് താമരയെ ചേർത്തി രിക്കുന്നത്. ചരകസംഹിത, ശ്വശ്രുതസംഹിത, വാഗ്ഭടസംഹിത എന്നീ മൂന്നു ഗ്രന്ഥങ്ങൾ രചിക്കുകവഴി അവർ മൂവരും ആയുർവേദത്തിന്റെ കുലപതികളായി. വാഗ്ഭടന്റെ അഷ്ടാംഗഹൃദയമാണ് ഏറ്റവും കൂടുതൽ ഉപയോഗിക്കപ്പെടുത്തിയിട്ടുള്ള ആയുർവേദ ഗ്രന്ഥം. പ്രാക്തന ഗ്രന്ഥങ്ങളിൽ പൂവും ഇലയും ഫലവും, കിഴങ്ങും ചേന്താമരയുടെ എല്ലാ ഘടകങ്ങളും ചേർത്ത രൂപം പദ്മിനി എന്ന് അറിയപ്പെടുന്നു. പുതിയ ഇലകൾ സംവർത്തിക എന്ന പേരിലും, ഫലകോശം കർണ്ണിക എന്ന പേരിലും പുഷ്പ കസേരങ്ങൾ കിൻജാൽക എന്നും അറിയപ്പെടുന്നു. താമരത്തേൻ മകരന്ദമാണ്. താമരനൂലിനെ മൃണാളമെന്നും, ബിയാസ് എന്നും വിളിക്കുന്നു. (3-6)

ആയുർവേദത്തിൽ താമരയ്ക്കു താഴെ പറയുന്ന ഗുണങ്ങളുള്ളതായി രേഖപ്പെടുത്തിയിരിക്കുന്നു.

രസം - മധുരം, കഷായം, തിക്ത

വീര്യം - സീത (ശീതം)

ഗുണം - ലഘു, സ്നിഗ്ധ, പിച്ഛില

വിപാക - മധുരം

കർമ്മം - ത്രീ ദോഷഹരം, മൂത്ര വിരാജനീയം, മേധ്യ, ഗ്രാഹി

ഔഷധവൃത്തി - രക്തപിത്തം, തൃൺഹ ദാഹം, പ്രമേഹം, ജ്വരം, അതിസാരം.

ആയുർവേദത്തിലെ പ്രമാണിക ഗ്രന്ഥങ്ങളിലൊന്നാണ് ഭാവമിത്ര യുടെ ഭാവപ്രകാശം. അതിൽ താമരയ്ക്ക് താഴെ പറയുന്ന ഗുണങ്ങൾ ഉള്ളതായിപറയുന്നു. (7)

"കമലത്തിന്റെ ഗുണം ശീതമാണ്. ചർമസൗന്ദര്യം വർദ്ധിപ്പിക്കുന്നു. മധുരമാണ് രസം. കഫ-പിത്ത കോപങ്ങൾ ശമിപ്പിക്കും. അമിതമായ ദാഹം, എരിച്ചിൽ, ചലംപേറുന്ന കുരുക്കൾ, വിഷങ്ങൾ മറ്റു ചർമ്മരോ ഗങ്ങൾ എന്നിവയ്ക്കെല്ലാം താമര സമൂലം ഉപയോഗപ്പെടുത്തുന്നു. താമരയ്ക്ക് കുളിർമ നൽകുവാൻ കഴിവുണ്ട്. ശരീരത്തോടു നന്നായി പ്രതികരിക്കും. മാധുര്യവും ലവണച്ഛായയുമാണ് സ്വാദ്: പിത്തം, രക്തം

കഫം, എന്നിവ ശമിപ്പിച്ച് നാഡീവ്യൂഹത്തെ സ്വച്ഛമാക്കും. സംവർത്തിക എന്നുവിളിക്കുന്ന പുത്തൻ താമരയിലകൾ തണുപ്പാണ്. കയ്പോ, ക്ഷാരമോ ആണ് അവയുടെ സ്വാദ്. എരിച്ചിലും, അമിതദാഹവും ഇല്ലാതാകും. മൂത്രതടസ്സം നീക്കും. രക്ത പ്രവാഹത്തെ സുഗമമാക്കി, രക്തം കട്ടപിടിക്കുന്നത് തടയും. താമരയുടെ വിത്തറ അഥവാ കർണ്ണികയുടെ സ്വാദ് കയ്പാണ്, ക്ഷാരമാണ്. കുളിർമ്മ നൽകുന്ന കർണ്ണിക വായിലെ കഫം ഇല്ലാതാക്കുന്നു. പ്രവർത്തനം മൃദുവാണ്. രക്തം, കഫം, പിത്തം എന്നിവയകറ്റുകയും അമിതമായ ദാഹം ശമിപ്പിക്കുകയും ചെയ്യുന്നു. കിൻജാൽക എന്നുവിളിക്കപ്പെടുന്ന കേസരങ്ങൾ ക്ഷാരഗുണമുള്ളതും, ശീതവും, ലൈംഗികോത്തേജനം നൽകുന്നതും, കഫ- പിത്തഹരവുമാണ്. വയർ എരിച്ചിൽ, മൂലക്കുരു, വിഷബാധ, രക്തസ്രാവം എന്നിവയ്ക്ക് സിദ്ധൗഷധമാണ്. താമരത്തണ്ട് ശീതവും, ലൈംഗികോത്തേജനം നൽകുന്നതും, പിത്ത- രക്തഹരവുമാണ്. ചൂടുതലായ എരിച്ചിൽ ശമിപ്പിക്കും, മുലപ്പാൽ വർദ്ധിപ്പിക്കും. ആരോഗ്യത്തിന് ഹാനികരവുമായ വസ്തുക്കളെ ആഗിരണം ചെയ്യാൻ കഴിവുണ്ട്.

ഭാവപ്രകാശത്തിൽ താഴെപ്പറയുന്ന ഉപയോഗങ്ങളെപ്പറ്റിയും പറയുന്നുണ്ട്:

താമരപ്പൂവിന്റെ ശീതകഷായം (cold infusion) പഞ്ചസാര ചേർത്ത് കഴിക്കുക. തീവ്രജ്വരം മാറും.

താമരപ്പൂവിന്റെ ചൂടുകഷായം (hot infusion) ഗർഭഛിദ്രം തടയാൻ ഫലപ്രദമാണ്.

താമരക്കിഴങ്ങ് ഉണക്കിപ്പൊടിച്ചത് മൂലക്കുരുവിന് (Piles) വളരെ ഫലപ്രദമാണ്.

ഖാരെ (8) താഴെപ്പറയുന്ന ഗുണങ്ങൾ നൽകുന്നു:

കേസരങ്ങൾ : രൂക്ഷം, ചർമ്മത്തെ മുറുക്കുന്നു, രക്തസ്രാവം നിർത്തുന്നു.

പൂക്കൾ : കോളറയ്ക്കും, ജ്വരത്തിനും, രക്തം കട്ടപ്പിടിക്കുന്നതിനും ഉപയോഗിക്കാം, ഹൃദയമിടിപ്പ് ക്രമീകരിക്കും.

താമരക്കിഴങ്ങ്: മൂലക്കുരുവിനും, പഴക്കമേറിയ മലബന്ധം അതിസാരം എന്നിവയ്ക്കും ഔഷധമാണ്. രക്തം കട്ടപിടിക്കാതിരിക്കാനും, ചർമ്മത്തിലെ കുരുക്കൾ ശമിക്കാനും, വട്ടച്ചൊറി ശമിക്കാനും ഉപയോഗിക്കുന്നു. കൂവപ്പൊടിക്കു പകരമായി താമരപ്പൊടി കുട്ടികൾക്കു കൊടുക്കാൻ ഉപയോഗിക്കാം.

താമരവേര്: മൂത്രതടസ്സം നീക്കാനുള്ള നല്ല ഔഷധം. വയറിളക്കം, മൂലക്കുരു, ചർമ്മരോഗങ്ങൾ എന്നിവ മാറാനും നല്ലത്.

ഗൃഹവൈദ്യത്തിൽ താമര:

ഗൃഹവൈദ്യത്തിൽ താമര വളരെയധികം ഉപയോഗപ്പെടുത്തി വരുന്നു. ഇന്ത്യയിലെ ഔഷധവിജ്ഞാനിയം (Materia Medica of India) എന്ന ഗ്രന്ഥത്തിൽ താമരയുടെ ഗൃഹവൈദ്യത്തിലുള്ള ഉപയോഗം പ്രതിപാദിക്കുന്നു. (9)

താമരപ്പൂ പിഴിഞ്ഞെടുത്ത സത്ത് ചൂടുവെള്ളത്തിൽ കലർത്തി കോളറയ്ക്ക് ശമനൗഷധമായി ഉപയോഗിക്കുന്നു. ഉറക്കം നൽകാനും ഈ ഔഷധത്തിനു കഴിവുണ്ട്. താമരയില ചതച്ചെടുത്ത നീര് കുഷ്ഠരോഗികളുടെ വ്രണത്തിൽ പുരട്ടാൻ ഉപയോഗിക്കുന്നു. താമരവിത്തുകൾ പൊടിച്ചത് ചോറിൽ കലർത്തി കഴിക്കുന്നത് ഉൽപാദന ശക്തി വർദ്ധിപ്പിക്കുവാൻ നല്ലതാണ്. കുട്ടികളുണ്ടാവുന്നതിന് സ്ത്രീകൾക്ക് താമരവിത്തിന്റെ പൊടി ചേർത്ത ചോറും കൊടുക്കാറുണ്ട്. താമര വേര്, പുഷ്പം, താമരത്തണ്ട്, ഇലകൾ, ഇവയെല്ലാം പനി മാറാനുള്ള ഔഷധമായി ഉപയോഗിക്കുന്നു. താമരപ്പൂവിൽ നിന്നും ശേഖരിക്കുന്ന മധു (മകരന്ദം) നേത്ര രോഗങ്ങൾ മാറ്റാനായി ഉപയോഗിക്കുന്നു. താമരസത്ത് പാനീയമായി കുടിച്ച് ചുമയും, രക്തവാർച്ചയും ചോര പോകുന്ന മൂലക്കുരു രോഗവും, അമിത രക്തസ്രാവവും, രക്തം കലർന്ന അതിസാരവും മാറ്റാം.

വെള്ളത്താമരയുടെ കിഴങ്ങ് എള്ളെണ്ണയിൽ ചേർത്തുതേച്ച് ശിരോതാപം കുറയ്ക്കാൻ ഉപയോഗിക്കാം. കണ്ണുകൾക്ക് തണുപ്പേകാനും, ക്ഷീണം അകറ്റാനും ഈ എണ്ണയ്ക്കു കഴിയും. മൂലക്കുരുവിനും ഔഷധമാണ്. പല ചർമ്മരോഗങ്ങളും മാറ്റാൻ താമരവിത്തിന്റെ പൊടി എള്ളെണ്ണയിൽ കലക്കി പുരട്ടുന്നു. തേൾ കടിച്ചാൽ പ്രതിവിധിയായി താമരകേസരങ്ങൾ ചതച്ച് കുരുമുളകു പൊടി ചേർത്ത് പുരട്ടുന്നത് ശമനം നൽകും. സേവിക്കുകയും ചെയ്യാം. താമരകേസരങ്ങൾ രക്തം വാർന്നു പോകുന്ന മൂലക്കുരുവിന് ഔഷധമാണ്. ജ്വരമകറ്റാൻ താമര നല്ലതാണ്. പനി മൂർച്ഛിച്ചാൽ താമരയില ചതച്ചതും, ചന്ദനത്തൈലവും ചേർത്ത് ശരീരമാകെ പുരട്ടുന്നു. (10)

സായിറാം താമരയുടെ ഔഷധ ഉപയോഗങ്ങളെപ്പറ്റിയുള്ള ഒരു പട്ടിക തയ്യാറാക്കിയിട്ടുണ്ട്. (11)

കാഴ്ച വർദ്ധനയ്ക്ക്: താമരയിതളുകൾ, വേരുകൾ, ഇലത്തണ്ടുകൾ,

എന്നിവയുടെ സത്തെടുത്ത് എണ്ണയിൽ കലർത്തി തലയിൽ തേയ്ക്കുക.

അതിസാരം: താമരയില സത്ത്

ചെങ്കണ്ണിന്: താമയിതളുകൾ ചതച്ച്, പശുവിന്റെ പാലിൽ ചേർത്ത് സേവിക്കുക.

തലവേദന : താമരത്തണ്ട് ചതച്ച് പുരട്ടുക

ഹൃദയസംബന്ധമായ അസുഖങ്ങൾ: താമരയിതളുകൾ ഉണക്കിപ്പൊടിച്ച് സേവിക്കുക

ജ്വരം: താമരയില ചതച്ച് ചന്ദനത്തിൽ ചാലിച്ച് പുരട്ടുക.

മൂത്രതടസ്സവും, വേദനയും: താമരയിതളും. പനിനീർ പുഷ്പവും കൂടി വെള്ളത്തിൽ ഇട്ടുവെച്ച് ആ വെള്ളം സേവിക്കുക.

വട്ടച്ചൊറി : വേരിന്റെ അടിഭാഗം ചതച്ച് സേവിക്കുക.

ചർമ്മ രോഗങ്ങൾ : താമര വിത്തുകൾ പൊടിച്ച് സേവിക്കുക.

കുടൽപുണ്ണിന് : താമരയിതളുകൾ ഉണക്കിപ്പൊടിച്ച് വെള്ളത്തിൽ ചേർത്ത് കുടിക്കുക.

മേധാശക്തി വർദ്ധിക്കാൻ : വെള്ളത്തിൽ മുക്കിവെച്ച താമരമൊട്ട് സേവിക്കുക.

പി.വി. ശർമ്മ ആധുനിക ഇന്ത്യയിലെ അറിയപ്പെടുന്ന ആയുർവേദ വിദഗ്ദ്ധനാണ്. അദ്ദേഹം താഴെ പറയുന്ന ഉപയോഗങ്ങൾ താമരയ്ക്ക് രേഖപ്പെടുത്തിയിരിക്കുന്നു. (12)

- രക്തം വാർന്ന മൂലക്കുരു : താമരത്തണ്ട് അരച്ച് വെണ്ണയും പഞ്ചസാരയും ചേർത്തു കഴിക്കുക.

- മൂലം പുറത്തേക്കു തള്ളുക: ഇളം താമരയിലകൾ ചതച്ച് പഞ്ചസാര ചേർത്തു സേവിക്കുക.

- രക്തവാർച്ച: താമരച്ചെടി മുഴുവനായി ചാരമാക്കി തേനിൽ ചാലിച്ച് കഴിക്കുക. താമരകേസരങ്ങൾ പൊടിച്ച് പഞ്ചസാര ചേർത്ത് കഴിക്കുക.

- പിത്തം കാരണമുള്ള ചുമ: താമര വിത്തുകൾ പൊടിച്ച് തേനിൽ ചാലിച്ച് കഴിക്കുക.

- മദ്യാസക്തി : താമരപ്പൂത്തണ്ടുകളും ഇലത്തണ്ടുകളും പൊടിച്ച് തിപ്പലിപ്പൊടി ചേർത്തു കഴിക്കുക

- മൂത്ര തടസ്സം : താമരയുടെ ഇലത്തണ്ടും പൂവിന്റെ തണ്ടും ചതച്ച് ചേർത്തരച്ച ആ വെള്ളം കുടിക്കുക.

- നേത്രരോഗങ്ങൾ : പശുവിൻപാൽ കാച്ചി താമരയുടെ ജലോപരി ഭാഗങ്ങൾ ചേർത്തുണ്ടാക്കിയ ദ്രാവകം കണ്ണിൽ ഒഴിക്കുക.

- ശിശു രോഗങ്ങൾ: വെള്ളത്താമരയുടെ കേസരങ്ങൾ പൊടിച്ച് കഞ്ഞിവെള്ളത്തിൽ കലർത്തി കൊടുത്താൽ വയറിളക്കം ശമിക്കും.

- രസായന ഔഷധം: താമരയുടെ തണ്ടും, കേസരങ്ങളും ഇലകളും, വിത്തും,പാലും സ്വർണ്ണവും പഞ്ചസാരയും ചേർത്തുണ്ടാക്കുന്ന ഔഷധമാണ് പഞ്ചാരവിന്ദം. ഈ ആയുർവേദ ഔഷധം രസായന ഔഷധമാണ്. ശരീരശക്തിയും, ലൈംഗിക ശക്തിയും, മേധാശക്തിയും ഇതു വർദ്ധിപ്പിക്കുമെന്ന് രേഖപ്പെടുത്തിയിരിക്കുന്നു.

ദന്ത രോഗങ്ങൾ : താമര വേരുകൾ ചവയ്ക്കുക.

ഇന്ത്യയിലെ ആദിവാസികൾ താമരയെ ഔഷധമായി ഉപയോഗിക്കാറുണ്ട്. മുപ്പധിലധികം അസുഖങ്ങൾക്ക് താമരമരുന്നായി ചത്തീസ് ഘഡിലെ ആദിവാസികൾ ഉപയോഗിക്കുന്നു. സർഗുജാ പ്രദേശത്തെ ആളുകൾ കമലപുഷ്പം കുട്ടികൾക്ക് രാത്രിയിലുണ്ടാകുന്ന അസുഖങ്ങൾ മാറ്റാനായി ഉപയോഗിക്കുന്നു. അസുഖം പൂർണ്ണമായി മാറും വരെ താമരത്താരുകൾ കിടക്ക വിരിയ്ക്കടിയിൽ നിരത്തും. ലൈംഗികകോത്തേജനത്തിനും, അന്തർബോധമുണരുന്നതിനും താമര മരുന്നുകൾ ഉപയോഗപ്പെടുത്തി വരുന്നു. സ്തനങ്ങളുടെ വലുപ്പവും സൗന്ദര്യവും വർദ്ധിപ്പിക്കുവാൻ താമരമരുന്നുകൾ ഉപയോഗിക്കുന്നുണ്ട്. സ്ത്രീരോഗങ്ങൾക്കുള്ള പ്രതിവിധിയായും താമര ഉപയോഗിച്ചു വരുന്നു.

താമര ചൈനീസ് വൈദ്യത്തിൽ

വിവിധാവശ്യങ്ങൾക്ക് വിവിധ പേരുകളിൽ ചൈനീസ് വൈദ്യത്തിൽ താമര ഉപയോഗപ്പെടുത്തിവരുന്നു. ചൈനയിലെ പാരമ്പര്യ വൈദ്യത്തിൽ താമരയില 'യി' (ye) എന്നും വിത്ത് 'ലിയാൻസി' (lian zi) എന്നും കേസരങ്ങൾ 'ലിയാൻ സിൻ' (Liyan xin) എന്നും മുള 'ലിയാൻ സിസിൻ' (Liyan zixin) എന്നും അറിയപ്പെടുന്നു. (13)

ചൈനീസ് വൈദ്യത്തിൽ താമരയ്ക്ക് താഴെ പറയുന്ന ഉപയോഗങ്ങൾ രേഖപ്പെടുത്തിയിരിക്കുന്നു.

താമരയില (ye, he) : വേനൽക്കാലത്തെ ശരീരതാപം ശമിപ്പിക്കുന്നു. യാങിനെ (Yang) നെ ഉണർത്തുന്നു. രക്തസ്രാവം തടയുന്നു.

താമര വിത്ത് (Liyan zin) : യന്നിനെ (yen) സ്വസ്ഥമാക്കുന്നു. വയറിളക്കം നിർത്തുന്നു. വൃക്കരോഗം ശമിപ്പിക്കുന്നു. ഹൃദയത്തിന്

ശക്തിയേകുന്നു. ഹൃദയാവരണത്തെ ഉറപ്പുള്ളതാക്കുന്നു. ചേതനയെ ഉണർത്തുന്നു. പ്രസരിപ്പ് വർദ്ധിപ്പിക്കുന്നു.

താമരമൊട്ട് (Lian): ഹൃദയത്തിന്റെ അമിത ചൂട് അകറ്റുന്നു. ഹൃദയത്തെ തണുപ്പിക്കുന്നു. ചൈതന്യത്തെ ശാന്തമാക്കുന്നു.

താമരത്തണ്ട് (Lian); ഹൃദയം നിർമ്മലമാക്കുന്നു. വൃക്കകളുടെ പ്രവർത്തനം ശരിയാക്കുന്നു. രക്തപ്രവാഹം തടയുന്നു. സത്തയെയും ചൈതന്യത്തെയും ഐക്യപ്പെടുത്തുന്നു.

ചൈനീസ് പാരമ്പര്യ വൈദ്യത്തിൽ 'ഹിയി' (heye) എന്ന പേരിൽ ഉപയോഗിക്കുന്നത്. മഞ്ഞുകാലത്ത് പഴുക്കുന്ന ഇലകളാണ്, 'ലിയാൻ സിസിൻ' (Liyan zixin) എന്നുപറയുന്നത് വിത്തിലുള്ള മുകുളമാണ്. ഇതു വേർപ്പെടുത്തി മരുന്നിന് ഉപയോഗിക്കുന്നു. പാരമ്പര്യ ചൈനീസ് വൈദ്യവിശ്വാസമനുസരിച്ച് താമരയുടെ കേസരങ്ങൾ മധുരമാണ്. അവ ഹൃദയത്തിന്റെയും, വൃക്കയുടെയും പ്രവർത്തനങ്ങളുമായി ബന്ധപ്പെട്ടിരിക്കുന്നു. വേനൽക്കാലത്ത് പൂക്കൾ വിരിഞ്ഞു തുടങ്ങുമ്പോൾ കേസരങ്ങൾ ശേഖരിക്കുന്നു. (4)

രണ്ടു തരം ഉണങ്ങിയ താമര വിത്തുകളുണ്ട്. ഒന്ന് തവിട്ടു നിറം കലർന്ന ചുവപ്പ നിറത്തിൽ ശരത് കാലം അവസാനിച്ച് മഞ്ഞുകാലം വരും മുമ്പെ പാകമായ വിത്തുകൾ. ഇവ പാതിപിളർന്ന് ഉള്ളിൽ നിന്നും മുള മാറ്റിക്കളയുന്നു. അതോടെ വിത്തിന്റെ കയ്പ്പ് ഇല്ലാതാകുന്നു. മറ്റൊരു വിത്തിനം പാകമാകുന്നതിനു മുമ്പെ, ഇളം പരുവത്തിൽ ശേഖരിക്കുന്നവയാണ്. ഇവയ്ക്കു കയ്പ്പ് സ്വാദാണ്. പ്രധാനമായും ഔഷധത്തിനായി 'ലിയാൻ സി' (Liyan zi) എന്നു പേരിൽ ഉപയോഗിക്കുന്നു. ഇവ ഉണക്കുമ്പോൾ ഇളം മഞ്ഞനിറമാണ് ഉണ്ടാവുക. താമര വിത്തുകൾ ചൈനയിൽ വിവിധ രോഗങ്ങൾക്ക് ഉപയോഗിക്കുന്നു. അജീർണ്ണം, കരൾ രോഗം, ആവർത്തിച്ച വരുന്ന വയറിളക്കം എന്നിവയ്ക്ക് താമരവിത്ത് ഫലപ്രദമായ ഔഷധമാണ്. കൂടാതെ വെള്ളപ്പാണ്ട്, ബീജങ്ങളുടെ കുറവ്, നിയന്ത്രിക്കാനാവാത്ത ശുക്ല പ്രവാഹം എന്നിവയ്ക്കും സിദ്ധൗഷധമാണ്. ഹൃദയത്തിന് പോഷണം നൽകാനും യിങ് (Ying) എന്ന പ്രഭാവത്തെ ശാന്തമാക്കാനും താമരവിത്തിന് കഴിവുണ്ട്. കൂടാതെ മനസ്സിൽ നിന്നും അസ്വാസ്ഥ്യങ്ങൾ അകറ്റാനും, ഹൃദയ താളങ്ങൾ ക്രമീകരിക്കാനും, ഉറക്കമില്ലായ്മയെ അകറ്റാനും താമര മരുന്നുകൾ ചീനക്കാർ ഉപയോഗിക്കുന്നു. (15,16)

താമരഫലം വിത്തുകൾ മാറ്റി ഉണക്കി ചൂടുവെള്ളത്തിൽ കലക്കിയതും, താമരക്കിഴങ്ങും രക്തചംക്രമണത്തെ ക്രമീകരിക്കുന്നു.

ഗർഭിണിയുടെ വയറ്റിൽ നിന്നും മരിച്ച ഭ്രൂണത്തെയും ഗർഭജലം ഉൾക്കൊണ്ട സഞ്ചിയെയും പുറത്തെടുക്കാൻ താമരക്കിഴങ്ങിന്റെ സത്ത് വെള്ളത്തിൽ ചേർത്ത് നൽകുന്നു. ബീജങ്ങളുടെ കുറവു പരിഹരിക്കാൻ താമരവിത്തിന്റെ പൊടി ചൂടുവെള്ളത്തിൽ ചേർത്ത് ഉപയോഗിക്കാം. സൂര്യപ്രകാശത്തിൽ ഉണക്കിയെടുക്കുന്ന താമരപ്പൊടി മൂത്ര രോഗങ്ങൾക്കും ലൈംഗികോത്തേജനത്തിനും നല്ലതാണ്. (17)

താമര മറുനാടുകളിലെ പാരമ്പര്യ വൈദ്യത്തിൽ

കംബോഡിയ: ചൂടുവെള്ളത്തിൽ കലർത്തിയ താമര ആർത്തവ ഉത്തേജനത്തിനു ഉപയോഗിക്കുന്നു.

ഇന്തോനേഷ്യ : മേൽ കൊടുത്ത ഉപയോഗത്തിന് എടുക്കുന്നു.

ജപ്പാൻ : താമരക്കിഴങ്ങും, വിത്തിന്റെ പൊടിയും, മദ്യാസക്തിയില്ലാതാക്കാൻ ഉപയോഗപ്രദം.

കൊറിയ: ഉണക്കിയ താമരയിതളുകൾ പൊടിച്ച പൊടി കലർത്തിയ വെള്ളം ഗർഭചരിദ്രത്തിന്നായി നൽകുന്നു.

മലേഷ്യ: താമരമുള ചൂടുവെള്ളത്തിൽ കലർത്തിയത് ശീഘ്രസ്ഖലനം ഇല്ലാതാക്കാൻ ഉപയോഗിക്കുന്നു.

നേപ്പാൾ: ആർത്തവത്തിലെ അമിത രക്തപ്രവാഹം തടയാൻ താമരസത്ത് ചേർത്ത ചൂടുവെള്ളം നൽകുന്നു.

തായ്‌വാൻ : താമരവിത്തും ചെടിയും പ്രമേഹത്തിനു ഉപയോഗിക്കുന്നു.

തായ്‌ലാൻഡ് : ചൂടുവെള്ളത്തിൽ താമരപ്പൊടി കലർത്തിയത് നാഡിവ്യൂഹത്തിന്റെ കരുത്തിനായി നൽകുന്നു. നീരു കുറയ്ക്കാനായി താമരക്കിഴങ്ങിന്റെ പൊടി ചൂടുവെള്ളത്തിൽ കലക്കി കൊടുക്കുന്നു. അജീർണ്ണത്തിന് താമരഞെട്ടും, വേരും ചേർത്ത കഷായം നൽകുന്നു.

ഹവായ് : ലോമി- ലോമി എന്ന പ്രസിദ്ധമായ ഉഴിച്ചിലിന് താമരത്തണ്ടുകളും, താമരയിതളുകളും ചേർത്തുണ്ടാക്കിയ എണ്ണയാണ് ഉപയോഗിക്കുന്നത്. (18,19)

താമര യൂനാനി- സിദ്ധ ഔഷധങ്ങളിൽ

നിലൂഫർ എന്ന പേരിൽ യുനാനിയിൽ നീലത്താമര ഉപയോഗിക്കുന്നു. യുനാനി മെറ്റീരിയ മെഡിക്ക എന്ന ഗ്രന്ഥത്തിൽ നീലത്താമര ‘പുരുഷനും, സ്ത്രീക്കും ലൈംഗികാസക്തി ഉണർത്താനായി

ഉപയോഗിച്ചു വരുന്നു. വേദനാസംഹാരിയായിട്ടും ഉപയോഗിക്കുന്നു. ഉറക്കം നൽകാനും താമരപ്പൂ സത്ത് ഉപയോഗിക്കുന്നു. താമരക്കിഴങ്ങ് വയറിളക്കത്തിന്നും അതിസാരത്തിനും, അജീർണ്ണത്തിനും, പൊതു വെയുള്ള ദൗർബല്യത്തിനും മരുന്നായി ഉപയോഗിക്കുന്നു. കുടൽ സംബന്ധമായ രോഗങ്ങൾക്ക് പ്രതിവിധിയാണ് വെള്ളത്താമര. മഞ്ഞ പ്പിത്തം ശമിപ്പിക്കാനും ഈ മരുന്ന് ഉപയോഗിക്കുന്നു. താമരയിലകൾ തൊലിയുടെ പുറത്തും അകത്തുമുള്ള രോഗത്തിന് പ്രതിവിധിയാണ്. ശരീരത്തിൽ പ്രവേശിക്കുന്ന പരാദങ്ങളെ നശിപ്പിക്കും. നേത്ര ചികി ത്സയ്ക്കും ഗർഭസംബന്ധമായ അസുഖങ്ങൾക്കും സിദ്ധൗഷധമാണ്. (20)

സിദ്ധൗഷധത്തിൽ തമാരി എന്ന പേരിലാണ് അറിയുന്നത്. താഴെ കൊടുത്തിരിക്കുന്ന രോഗങ്ങൾക്ക് ഔഷധിയായി ഉപയോഗിക്കുന്നു.

- ശരീരത്തിലെ എരിച്ചിൽ മാറ്റാൻ താമരപ്പൂ ചതച്ചു പുരട്ടിയാൽ മതി.

-ചൂടു മൂലമുണ്ടാകുന്ന അസുഖങ്ങൾ മാറ്റാൻ താമരക്കിഴങ്ങ് അരച്ചു പാലിൽ ചേർത്തു കൊടുക്കണം. ശരീരം പുകയുന്ന തോന്നൽ ഇല്ലാതാകും.

-പാമ്പുകടിക്ക് താമര സമൂലം അരച്ച് വെള്ളത്തിൽ കലക്കി പല തവണ സേവിപ്പിക്കണം.

-താമരപ്പൂ പിഴിഞ്ഞ സത്ത് വയറിളക്കം നിയന്ത്രിക്കും, ഹൃദയാരോ ഗ്യത്തിനും നല്ലതാണ്.

- പിത്തകോപം മൂലമുള്ള ജ്വരത്തിന് താമരപ്പൂ ചതച്ച് പിഴിഞ്ഞ് കുടി ക്കുന്നത് ഉത്തമമാണ്. ഈ സത്ത് ചുമയ്ക്കും രക്തം വാർന്നു പോകുന്ന അർശ്ശസിനും, അതിസാരത്തിനും പ്രതിവിധിയാണ്.

- വെൺതാമരപ്പൂ ചൂർണ്ണം രക്തസമ്മർദ്ദ ചികിത്സക്ക് ഉപയോഗി ക്കുന്നു. ഭക്ഷണത്തിനു മുമ്പ് ദിവസേന രണ്ടു തവണ വീതം പാലിൽ കലക്കി കുടിക്കുവാൻ സിദ്ധവൈദ്യന്മാർ നിർദ്ദേശിക്കുന്നു.

നാടൻ ചികിത്സയിൽ (Folk Medicine) താമര

വേരും, കിഴങ്ങു, പൂക്കളും ചർമ്മത്തിന് ശോഭയും മുറുക്കവും നൽകാൻ ഉപയോഗിക്കുന്നു. ഇലകളും വിത്തും അരച്ച് മുറിവുകളുടെ മുകളിൽ പുരട്ടുന്നു. വയറിളക്കം, കോളറ, കരൾ സംബന്ധമായ അസുഖങ്ങൾ, പനി, എന്നിവയ്ക്ക് പ്രതിവിധിയായി പൂവും,കേസരങ്ങളും, അതിന്റെ സത്തും ഉപയോഗിക്കുന്നു. പൂക്കൾ അരച്ചു പിഴിഞ്ഞെടുത്ത് ചുമ, രക്തം

പോക്ക്, മൂലക്കുരു, അമിതമായ ആർത്തവം, വയറിളക്കം എന്നിവയ്ക്കുള്ള ഔഷധമായി ഉപയോഗിക്കുന്നു. രക്തം വാർന്നു പോകുന്ന മൂലക്കുരുവിന് കേസരങ്ങൾ ഉപയോഗിക്കുന്നു. താമരക്കിഴങ്ങിന്റെ മുളകൾ രക്തം പോക്ക് തടയുന്നു. സിഫിലിസ്സിന് താമരദലങ്ങൾ ഉപയോഗപ്പെടുത്താം. വിത്തുകൾ കുഷ്ഠരോഗത്തിനും, മറ്റ് ചർമ്മ രോഗങ്ങൾക്കും മരുന്നാണ്. സ്വപ്നസ്ഖലനം തടയാനും ഉപയോഗപ്പെടുത്തിയിരുന്നു. വേരും, ഇളം തളിരിലകളും, മൂലക്കുരു മാറ്റാൻ ഉപയോഗപ്പെടുത്തുന്നു. വയറിളക്കം മാറ്റാൻ ഇലയും പൂക്കളും പിഴിഞ്ഞെടുത്ത സത്ത് ഉപയോഗിക്കുന്നു. താമരയില അരച്ചിടുന്നത് ചർമ്മ രോഗങ്ങൾക്കുള്ള ഒറ്റമൂലിയായി ഉപയോഗിക്കുന്നുണ്ട്. പനി കുറക്കാനായി താമരയില അരച്ച് ശരീരത്തിൽ പുരട്ടുന്നു. കഫദോഷം മാറാനും നല്ലതാണ്. വേരുകൾ രക്തജന്യ രോഗങ്ങൾ തടയാൻ നല്ലതാണ്. അമിത രക്ത സ്രാവം, മൂത്രത്തിലൂടെയുള്ള രക്തം പോക്ക്, ശീഘ്രസ്ഖലനം എന്നിവയ്ക്കും താമരയില നല്ലതാണ്. പൂക്കളുടെ സത്തും മേൽപ്പറഞ്ഞ അസുഖങ്ങൾക്കുപയോഗിച്ചു വരുന്നു. പൂവിന്റെ തണ്ട് അരച്ചുപിഴിഞ്ഞ് സേവിക്കുന്നത് വയറിനുള്ളിലെ വ്രണങ്ങൾ (ulcers) മാറ്റാനും, പ്രസവാനന്തരമുള്ള രക്തവാർച്ച, അമിതമായ ആർത്തവസ്രാവം എന്നിവയ്ക്കും ഉത്തമമാണ്. താമരക്കിഴങ്ങ് പൊടിച്ചുകുറുക്കി വട്ടച്ചൊറിക്കും മറ്റു ത്വക്ക് രോഗങ്ങൾക്കും ഉപയോഗിക്കുന്നു താമരക്കിഴങ്ങിനുള്ളിൽ ചെമ്പ് വെച്ച് സ്ഫുടം ചെയ്തെടുത്ത ഭസ്മം കാൻസർ ചികിത്സയ്ക്ക് ഉപയോഗിക്കുന്നു. താമരവേര് ചതച്ചിട്ട് ഉണ്ടാക്കുന്ന എണ്ണ ജനനേന്ദ്രിയങ്ങളിൽ ലൈംഗികസുഖവർദ്ധനയ്ക്കായി ചത്തീസ്ഗഢിലെ ഗോത്ര വർഗ്ഗക്കാർ ഉപയോഗിക്കുന്നു. (21, 22)

താമരയ്ക്ക് ഇന്ത്യയുടെ ആചാരനുഷ്ഠാനങ്ങളിൽ മാത്രമല്ല പാരമ്പര്യ വൈദ്യശാഖയിലും സുപ്രധാന സ്ഥാനമുണ്ടെന്ന് മേൽ വിവരിച്ച ഉപയോഗങ്ങളിൽ നിന്നും മനസ്സിലായിക്കാണുമല്ലോ.

11

താമര ഭക്ഷണത്തിലും, മറ്റ് ഉപയോഗങ്ങളിലും

താമരയിലെ പോഷക ഘടകങ്ങൾ

താമരയിലെ പോഷക ഘടകങ്ങളും അവയുടെ അളവും താഴെകൊടുക്കുന്നു:

താമരക്കിഴങ്ങ് : മാംസ്യം - 1.7 % കൊഴുപ്പ്- 0.1%, അന്നജം - 9.7%, ക്ഷാരം -1.1%

മൃദുസ്വാദുള്ള താമരക്കിഴങ്ങ് ചൈനയിലെ ജനങ്ങൾ ധാരാളമായി ഉപയോഗപ്പെടുത്തുന്നുണ്ട്. ഇതിന് ഏകദേശം ബീറ്റ്റൂട്ടിന്റെ സ്വാദാണ്. നൂറു ഗ്രാം കിഴങ്ങിൽ മൂലകങ്ങളുടെ അളവ് ഇപ്രകാരമാണ് : 6 ഗ്രാം കാൽസ്യം, 2.4 ഗ്രാം ഇരുമ്പ്, 0.2 ഗ്രാം സിങ്ക് (നാകം) താമര വിത്തുകളിൽ (100 ഗ്രാമിൽ) 10.5% ജലാംശം, 10.6 -15.9% മാംസ്യം, 1.93 -2.8% കൊഴുപ്പ്, 70-72% അന്നജം, 2.7% നാര്, 4-5% ക്ഷാരം എന്നിവ അടങ്ങിയിരിക്കുന്നു. വിത്തിന്റെ ഊർജോൽപാദനശക്തി 348.5 Kcal/100g ആണ്. വിത്തിൽ മൂലകങ്ങളുടെ തോത് താഴെപ്പറയും പ്രകാരമാണ്:

ക്രോമിയം -0.0042%, സോഡിയം- 1%, പൊട്ടാസ്യം- 28.5%, കാത്സ്യം- 22.1%, മാഗ്നീഷ്യം- 9.2%, കോപ്പർ- 0.0463%, സിങ്ക്- 0.084, മാൻഗനീസ്- 0.356%, അയൺ- 0.0199% (1-3)

താമര - പാചക വിധികളിൽ

ചൈന, ജപ്പാൻ, ഇന്ത്യ, ബംഗ്ലാദേശ്, പാകിസ്ഥാൻ, നേപ്പാൾ, ശ്രീലങ്ക എന്നീ രാജ്യങ്ങളിലെല്ലാം താമരക്കിഴങ്ങും, താമരത്തണ്ടും, പൂവും ഭക്ഷണത്തിൽ ഉൾപ്പെടുത്തിരിയിരിക്കുന്നു. താമരക്കിഴങ്ങിലുള്ള പോഷകങ്ങളുടെ പ്രാധാന്യം കൊണ്ട് ഇത് ധാരാളമായി ഭക്ഷണത്തിൽ ഉൾപ്പെടുത്തിയിരിക്കുന്നു. അതിനാൽ തന്നെ താമരക്കിഴങ്ങിന് വലിയ പ്രാധാന്യമാണ് ഈ രാജ്യങ്ങളിലെല്ലാം നൽകിയിരിക്കുന്നത്. വേനൽക്കാലത്തിന്റെ അവസാനത്തോടെ വിത്തുകൾ പാകമാകും. വിളവെടുത്ത് കഴിഞ്ഞ ശേഷം താമരക്കിഴങ്ങുകൾ വിളവെടുക്കാൻ തുടങ്ങും. കിഴങ്ങുകൾ വൃത്തിയാക്കിയ ശേഷം വിൽപനക്ക് അയയ്ക്കുന്നു. വിത്തുകൾ അറകളിൽ നിന്നും വേർപെടുത്തി അവയുടെ ഉള്ളിലുള്ള ഭ്രൂണം സൂചി ഉപയോഗിച്ച് എടുത്തു മാറ്റുന്നു. അതിനുശേഷം ഉണക്കി പലരീതിയിൽ സംസ്കരിച്ചെടുക്കുന്നു. ഇതിനായി പ്രത്യേക വ്യവസായശാലകൾ ചൈനയിൽ നിലവിലുണ്ട്.

താമരക്കിഴങ്ങ് ഏറ്റവും കൂടുതൽ ഉപയോഗപ്പെടുത്തുന്നത് ചൈനയിലും ജപ്പാനിലുമാണ്. ആകെയുള്ള പച്ചക്കറികളുടെ ഒരു ശതമാനമാണ് ഈ രാജ്യങ്ങളിൽ താമരക്കിഴങ്ങിന്റെ ഉപയോഗം. മറ്റു ഭക്ഷ്യ വസ്തുക്കൾക്ക് സ്വാദ് കൂട്ടാനും, കറികൾക്ക് കട്ടികൂട്ടാനും താമയുടെ ചെടിയും, കിഴങ്ങും ധാരാളം ഉപയോഗിക്കുന്നു. (4-6)

താമരയിലകളാകട്ടെ ഭക്ഷ്യ വസ്തുക്കൾ പൊതിയാനായും കഴിക്കുവാനുള്ള പാത്രമായും ധാരാളം ഉപയോഗിച്ചു വരുന്നു. താമരത്തണ്ടുകളും, പൂവിന്റെ ദളങ്ങളും സാലഡുകളിൽ ചേർക്കുന്നു. കാന്റനിൽ പാരമ്പര്യ പാചക രീതിയനുസരിച്ച് താമരക്കിഴങ്ങുകൾ ചെറുകഷണങ്ങളാക്കി ആവി കയറ്റി പാകം ചെയ്യുന്നു. മൻഡാറിൽ താറാവിന്റെ കൂടെ ചേർത്തു കിഴങ്ങുകൾ പാകം ചെയ്യുന്ന പതിവ് സർവ്വസാധാരണമാണ്. ഇത്തരം കറികളിൽ താമരയിതളുകളും ചേർക്കാറുണ്ട്. താമര വിത്തുകൾ ഉണക്കിയത് പല രീതിയിൽ പാചകം ചെയ്യുന്നു. വിത്തുപൊടി ധാരാളമായി പാചകത്തിനു ഉപയോഗിക്കുന്നു. വിശേഷാവസരങ്ങളിൽ ചൈനക്കാർ ധാരാളമായി ഉപയോഗിക്കുന്നതാണ് മൂൺ കേക്കുകൾ. താമര വിത്തിന്റെ മാവും വാൾനട്ടും മറ്റും ചേർത്തുണ്ടാക്കുന്നവയാണ് ഈ

കേക്കുകൾ. ചൈനക്കാരുടെ ഇഷ്ട വിഭവമായ കോഴിയും, ബീൻസും ചേർത്തുള്ള സൂപ്പിൽ താമരയിതളുകൾ ചേർക്കുന്നു. നവദമ്പതികളെ സ്വീകരിക്കുന്ന ചടങ്ങിൽ ചുവന്ന ബീൻസും, താമര വിത്തും ചേർത്ത് സൂപ്പ് ആഘോഷപൂർവ്വം നൽകും. സൂപ്പിന്റെ മുകളിൽ സ്വാദ് കൂട്ടാനായി താമരയിതളുകൾ വിതറിയിടും. താമരയുടെ കേസരങ്ങൾ ചായപ്പൊടിയിൽ ചേർക്കുന്നു. ചായയുണ്ടാക്കുമ്പോൾ സ്വാദു കൂട്ടാനായി കേസരങ്ങളും, ഇതളുകളും ചേർക്കാറുണ്ട്. താമരച്ചായ വളരെ പ്രസിദ്ധമാണ്. (7)

താമരക്കിഴങ്ങുകൾ പച്ചയായി ഭക്ഷിക്കാറുണ്ട്. വറുത്തും, ഉണക്കിയും, അച്ചാറാക്കിയും മറ്റും ഉപയോഗപ്പെടുത്തുന്നു. പൊടിക്കേക്ക്, പേസ്ട്രി മുതലായവയ്ക്കും കറികൾക്ക് കട്ടികൂട്ടാനും ഇതു പയോഗിക്കും.

കംബോഡിയയിൽ താമരകളും, തണ്ടും ഭക്ഷിക്കാറുണ്ട്. ചൈനയിൽ കൂവപ്പൊടിയുടെ അതേ ഉപയോഗങ്ങൾ താമരക്കിഴങ്ങിനുമുണ്ട്. താമരക്കിഴങ്ങ് നന്നായി കഴുകി ഒരു മരപ്പാത്രത്തിലിട്ടു ചതയ്ക്കുന്നു. അതേ അളവിൽ വെള്ളം ചേർത്ത് ഊറാനായി വെയ്ക്കുന്നു. വെള്ളം കളഞ്ഞ് ഊറ്റിയ പൊടി വെയിലത്തിട്ട് ഉണക്കുന്നു. തായ്‌ലാന്റിൽ ചുവന്ന വൈനുണ്ടാക്കാൻ ചെന്താമരകളും, വെളുത്ത വൈനുണ്ടാക്കാൻ വെള്ളത്താമരകളും ചേർക്കുന്നു. (8)

പാചകവിധികളിൽ താമരയ്ക്കുള്ള പ്രാധാന്യവും പലവിധ ഉപയോഗങ്ങളും നേരിട്ടു കണ്ടു മനസ്സിലാക്കിയ ജാക്വലിൻ ന്യൂമാൻ പറയുന്നു. സുഖക്കേടുകാർക്കും വയോധികർക്കും, നൽകുന്ന ഭക്ഷണത്തിൽ താമര പ്രധാന ഘടകമാണ്. ആരോഗ്യപ്രദായകമായ ഭക്ഷണം എന്ന നിലയിൽ കുട്ടികൾക്ക് താമരക്കിഴങ്ങുകൾ കൊണ്ടുണ്ടാക്കിയ വിഭവങ്ങൾ നൽകുന്നു. ചൈനയിലെ ഹാങ്സൗവിലെ ജനങ്ങൾ 'ലോട്ടസ് ജെല്ലി' എന്ന പേരിൽ ഒരു മധുരപദാർത്ഥം തയ്യാറാക്കാറുണ്ട്. നവവത്സരച്ചടങ്ങുകളിൽ ഈ മധുര പഥാർത്ഥം നൽകും. പുതുവത്സരത്തിന്റെ മധുര പ്രതീക്ഷകൾ മധുരതരമാകട്ടെ എന്ന് ആശംസിക്കും. മറ്റവസരങ്ങളിൽ ഈ മധുരം താമരക്കിഴങ്ങ് പൊടിച്ചാണുണ്ടാക്കുന്നത്. (9)

പല ആഘോഷങ്ങൾക്കും പ്രധാന വിഭവം സോസേജാണ്. താമരക്കിഴങ്ങിലെ ദ്വാരങ്ങളിൽ ഇറച്ചിക്കഷ്ണങ്ങളും ഉണക്കിയ പഴങ്ങളും നിറച്ചുവച്ചിരിക്കും. മാംസവും, മത്സ്യവും താമരക്കിഴങ്ങിന്റെ പൊടിയിൽ മുക്കി വറുത്തോ, ആവികയറ്റിയോ വിഭവമാക്കാം. കാങ് എന്ന സ്റ്റൂവിൽ താമരക്കിഴങ്ങും, മാംസവും, പച്ചക്കറികളും ചേർത്ത വിഭവം എല്ലാവർക്കും ഇഷ്ടമാണ്. അതിഥികളുടെ ജീവിത ദൈർഘ്യത്തിനും, സ്വന്തം ജീവിത ദൈർഘ്യത്തിനും താമര വിഭവങ്ങൾ നല്ലതാണെന്ന് വിശ്വസിക്കുന്നു.

പഴയ ചില പാചക വിധികളിൽ താമരഘടകങ്ങൾ ഉണക്കമത്സ്യവുമായി ചേർക്കുന്നതിന് നിർദ്ദേശമുണ്ട്. കോഡ് മത്സ്യം, അരി, ഉപ്പ്, സുഗന്ധ വ്യഞ്ജനങ്ങൾ എന്നിവ ചേർക്കുന്ന പാചകവിധികളുണ്ട്. ചിലത് സിലറിയും, താമരയും, ശ്വാനമാംസവും ചേർത്തു തയ്യാറാക്കുന്നു. ഇത്തരം വിഭവങ്ങൾക്ക് നഗരങ്ങളിൽ പ്രചാരം കുറവാണെങ്കിലും ഗ്രാമങ്ങളിൽ ഇപ്പോഴും ധാരാളമായി ലഭിക്കും. ധാരാളം സന്താനങ്ങളുണ്ടാകട്ടെ എന്ന ആശംസയോടെ താമര വിത്തുകൾ പുഴുങ്ങി നവദമ്പതിൾക്ക് സമ്മാനിക്കുന്നു. ചന്ദ്രോത്സവിത്തിന് (Moon Festival) ഉണ്ടാക്കുന്ന കേക്കുകളിൽ താമര വിത്തുകൾ ചേർക്കുന്നു. നവവർഷാഘോഷത്തിന് താമര വിത്തും വേരും തേനിൽ മുക്കിയുണ്ടാക്കിയ വിഭവം സമ്മാനിക്കുന്നു. പുതുവർഷം മധുരമാകട്ടെ എന്നു ആശംസിക്കുന്നു. (10-11)

ഇന്നത്തെ ചൈനയിൽ താമരയുമായി ബന്ധപ്പെട്ട അനവധി വിഭവങ്ങൾ ഭക്ഷണശാലകളിൽ വിളമ്പാറുണ്ട്. താമരയിലയിൽ പൊതിഞ്ഞ താറാവ്, താമരക്കിഴങ്ങിൽ ചോറുനിറച്ച് പുഴുങ്ങിയെടുത്തത്, ക്കുൺ കഷ്ണമാക്കി താമരക്കിഴങ്ങിൽ നിറച്ചത് എന്നിങ്ങനെ പല വിഭവങ്ങളുമുണ്ട്. താറാവിനുള്ളിൽ, ജിങ്കോനട്ട്, വത്തക്ക (Watermelon) വിത്ത്, ചെസ്റ്റ് നട്ട് കഷ്ണങ്ങൾ, ബാർലി, ക്കുൺ, മുളയുടെ നാമ്പുകൾ, ചോറ്, മധുരമുള്ള താമര സൂപ്പ് എന്നിവ നിറച്ചുണ്ടാക്കുന്ന വിഭവം സ്വാദിഷ്ഠമാണ്. ഡംസമ് എന്ന പാരമ്പര്യപാചകവിധിയനുസരിച്ച് വൈവിധ്യമേറിയ വിഭവങ്ങൾ ഒന്നിനുപിറകെ ഒന്നായി വിളമ്പുന്നു. താമരയിലകളിൽ ചോറ്, മാംസം, കോഴി മാംസം, എന്നിവ പൊതിഞ്ഞ് ആവി കയറ്റിയെടുക്കുന്നു. ഭക്ഷിക്കുമ്പോൾ ഇലനീക്കി വിഭവമാസ്വദിക്കണം. താമരയിലയുടെ സ്വാദ് വിഭവത്തിൽ കലർന്നിയിരിക്കും. താമരയിതളുകൾ പച്ചയായോ, വറുത്തോ തിന്നാം. ക്രീസാന്തിമം പുഷ്പങ്ങളും ഇതുപോലെ പലഹാരമായും, സ്വാദുകൂട്ടാനുള്ള വിഭവമായും ആസ്വദിക്കപ്പെടാറുണ്ട്. മുളനാമ്പുകൾ ചേർക്കുന്ന ഏതു വിഭവത്തിലും താമര ചേർക്കാം. അവ വെറുതെ കടിച്ചു തിന്നാം, അല്ലെങ്കിൽ ഉണക്കിയോ ആവിയിൽ പുഴുങ്ങിയോ തിന്നാം. പുഴുങ്ങിയോ വറുക്കുകയോ ചെയ്യും മുമ്പ് താമക്കിഴങ്ങുപൊടിയുടെ മാവിൽ മുക്കുന്ന പതിവുണ്ട്. Imperial Congee എന്ന പാചക വിധി 1644-1911 വരെ ഭരിച്ച ക്വിങ് രാജവംശത്തിനും മുമ്പ് ഉണ്ടായതാണ്. താമരയിലയും അരിക്കഞ്ഞിയും വയോധികർക്കു നൽകുന്ന പോഷക വിഭവങ്ങളായിരുന്നു. യുവതികളും, വൃദ്ധകളും ഒരുപോലെ മുഖസൗന്ദര്യത്തിനുള്ള ലേപനമായി താമരയെ സ്വീകരിച്ചിരുന്നു. താമരക്കിഴങ്ങും, വിത്തുകളും പാചകത്തിനുപയോഗിക്കുമ്പോൾ

ശ്രദ്ധിക്കേണ്ട കാര്യങ്ങൾ തെർലാ ഡലാൾ രേഖപ്പെടുത്തിയിട്ടുണ്ട്. ചില വിവരങ്ങൾ താഴെ കൊടുക്കുന്നു. (12,13)

വിത്തുകൾ: വിത്തുകൾ പച്ചയായോ വറുത്തോ തിന്നാം. ചൈനയിലെ പേസ്റ്ററികളിൽ ചേർക്കുന്ന പ്രധാന ഘടകം വിത്തുകളുടെ പേസ്റ്റാണ്. ഈ പേസ്റ്റ് ജാപ്പനീസ് പാചക വിധികളിലുമുണ്ട്. കേക്കിലും, മധുര പദാർത്ഥങ്ങളിലും നിറക്കാൻ ഉപയോഗിക്കുന്നത് താമരവിത്തിൽ നിന്നുമെടുക്കുന്ന മാവാണ്. ചുവന്ന ബീൻസും, താമര വിത്തും ചേർത്തുണ്ടാക്കിയ സൂപ്പ് മധുരവും, പഴങ്ങളും ചേർത്ത് തണുപ്പിച്ച് ഉപയോഗിക്കുന്നു. ഇതു സർവ്വസാധാരണയായി. ഉപയോഗിക്കുന്ന ഒരു വിഭവമാണ്. താമരവിത്തും, താമരക്കിഴങ്ങിന്റെ പൊടിയും ചേർത്തുണ്ടാക്കുന്ന പാചക വിഭവങ്ങൾ ഇനിയും ഏറെയുണ്ട്. ഉദാഹരണമായി മക്‌വാനാകി ഖീർ, ഖോയാമാക്‌ഖന, മക്‌ഖാനെകെ ഹൽവ, മാംഗോപാസ്താ, റോസ്റ്റഡ് മാക്‌ഖന, ക്രഞ്ചിമട്ടർ പുലാവ്, ഷാഹി റാബ്ഡി തുടങ്ങിയവ. (14)

താമരത്തണ്ടും, കിഴങ്ങും : താമരത്തണ്ട് പച്ചക്ക് കടിച്ചു തിന്നാം. സാലഡിൽ ചേർക്കാം. തീരെ ചെറുതായി അരിഞ്ഞ് തണ്ടും കക്കരിയ്ക്കയും കുറച്ചു നാരങ്ങാനീരും ചേർത്താൽ സ്വാദിഷ്ടമായ സാലഡായി. സാലഡിൽ വറുത്ത മാംസക്കഷ്ണങ്ങളും, ചെമ്മീനും ചേർക്കാം. താമരത്തണ്ട് നല്ല അച്ചാറുണ്ടാക്കാനും, ചെറുതായി അരിഞ്ഞ് ഉണക്കി വറുത്ത് കൊണ്ടാട്ടമാക്കാനും നല്ലതാണ്. ക്രാൻബറി ഇട്ടുണ്ടാക്കുന്ന അച്ചാർ വളരെ പ്രസിദ്ധമാണ്. താമരത്തണ്ട് നെടുകെപിളർന്ന് ചെറുകഷണങ്ങളാക്കി ആവിയിൽ പാകം ചെയ്ത് സുഗന്ധ വ്യഞ്ജനങ്ങളും മസാലയും ചേർത്ത് പാകപ്പെടുത്തി റൊട്ടിയുടെ കൂടെ ഭക്ഷിക്കുന്നു. താമരത്തണ്ടും, സ്പ്രിംഗ് ഒണിയനും ഇതേരീതിയിൽ പാകം ചെയ്യാറുണ്ട്. ഇതേപറ്റിയെല്ലാം വിശദമായി തർലാ ഡലാൽ പറയുന്നുണ്ട്. താമരത്തണ്ട് അച്ചാർ, സാലഡ്, പഞ്ചരംഗ അച്ചാർ, താമര വേരും, മുളകും, തേനും ചേർത്ത വിഭവം നദ്രുകോഫ്ത, സാലഡ് ബൗൾ, എരിവും തേനും ചേർത്ത വറുത്ത താമരത്തണ്ട് താമരക്കിഴങ്ങും അതിന്റെ പൊടിയും കൊണ്ടുണ്ടാക്കുന്ന വിവിധ വിഭവങ്ങൾ എന്നിവയുടെ ചേരുവകൾ തെർലാ ഡലാൽ വിവരിക്കുന്നുണ്ട്. മറ്റ് വിഭവങ്ങൾ: താമരപ്പൂക്കൾ വറുത്തത്, ബുദ്ധമത പുരോഹിതരുടെ ഭക്ഷണം, (എല്ലാം താമര ഉൾപ്പെടുത്തിയത്) താമരയില വിഭവങ്ങൾ, ഇലയും, തണ്ടും, ഉരുളക്കിഴങ്ങുംചേർത്ത വിഭവങ്ങൾ, താമരത്തണ്ടു മത്സ്യക്കറി, കമൽകക് ടീകിസുബ്സീ, താമര-പാലക്ക്-ടിക്കി, കബാബ്, മധുരചോളവും, താമരത്തണ്ടുംചേർത്ത കബാബ്, ഗോയാ മഖ്നാ, ക്രഞ്ചിമട്ടർ പുലാവ്, മകിനികി ഹൽവ, മാംഗോ പാസ്റ്റ,

റോസ്റ്റഡ് മക്നാസ് ഷാർക് സലാഡ്, നദ്ദ്രഗ്ഗലാർ, നദ്ദ്ര കോഫ്ത്ത എന്നിങ്ങനെ അനവധി വിഭവങ്ങൾ താമര ചേർത്തുണ്ടാക്കി വരുന്നു. (15,16)

മറ്റ് ഉപയോഗങ്ങൾ

താമരകൊണ്ടുള്ള വസ്ത്രങ്ങൾ:

ഡാ സാ യു (Daw Sa U) എന്ന മ്യാൻമർ വനിതയാണത്രെ താമരത്തണ്ടിലെ നാരുകൾ വലിച്ചെടുത്തുചേർത്ത് നെയ്ത്ത് വസ്ത്രമാക്കാൻ പറ്റിയ തുണിയുണ്ടാക്കാമെന്ന് കണ്ടുപിടിച്ചത്. ബുദ്ധ ദേവാലയത്തിൽ സമർപ്പിക്കാൻ താമരകൾ മുറിച്ചെടുക്കുമ്പോൾ അതിനുള്ളിലുള്ള നാരുകളെ അവൾ ശ്രദ്ധിച്ചു. പെട്ടെന്നുണ്ടായ തോന്നലിൽ അവളാ നാരുകൾ വലിച്ചെടുത്തു. അവ മൃദുലവും പട്ടുപോലെ തിളക്കമുള്ളതുമായിരുന്നു. അവർ അത്തരം നാരുകൾ എടുത്ത് പിരിച്ച് നൂലുണ്ടാക്കി അതുപയോഗിച്ച് വസ്ത്രങ്ങളുണ്ടാക്കി. ആദ്യമായി ഉണ്ടാക്കിയ താമര വസ്ത്രം ഒരു ബുദ്ധമത സന്യാസിക്കു സമ്മാനിച്ചു. പിന്നീട് ജീവിതാവസാനം വരെ അവൾ അത്തരം വസ്ത്രങ്ങൾ നെയ്തുകൊണ്ടേയിരുന്നു. അവയെല്ലാം അവൾ ബുദ്ധദേവാലയത്തിലേക്ക് സമർപ്പിക്കുകയായിരുന്നു. (17)

കാലം ചെന്നതോടെ താമര നൂലിനാൽ നെയ്തെടുത്ത വസ്ത്രങ്ങൾ തായ്‌ലാന്റിലും കംബോഡിയയിലും ചൈനയിലും വ്യാപിച്ചു. താമരത്തണ്ടു ശേഖരിക്കുന്നതു മുതൽ വസ്ത്രം തീരുന്നതു വരെയുള്ള ഓരോരോ ജോലിയും പ്രാർത്ഥനയോടെയാണവർ ചെയ്യുന്നത്. താമര നൂൽ ശേഖരിക്കുന്നതിനു മുമ്പ് താമരയുടെ അധിദേവന് (ശ്രീബുദ്ധൻ) പൂജാദ്രവ്യങ്ങൾ അർപ്പിക്കുന്ന പതിവുണ്ട്. നെയ്ത്തുയന്ത്രത്തെ പാവനമായി കണ്ട് പൂജ ചെയ്യുന്നു. ബുദ്ധന്റെ അഞ്ചുമാർഗ്ഗങ്ങളെ പിൻതുടരുന്ന സ്ത്രീകളാണ് നെയ്ത്തുകാർ. ബുദ്ധമതത്തിലെ നൊയമ്പു കാലത്ത് അവർ നെയ്ത്ത വസ്ത്രങ്ങൾ ബുദ്ധസന്യാസിമാർക്കു സമ്മാനിക്കുന്നു. താമരകൾ സമൃദ്ധമായി വളരുന്ന വർഷകാലത്താണ് ഈ വസ്ത്ര സമർപ്പണ ക്രിയ നടക്കുന്നത്. താമരനൂൽകൊണ്ടു നെയ്ത്ത വസ്ത്രങ്ങൾ ധരിച്ചാൽ മനസ്സ് ശാന്തമാകുമെന്നും, ഏകാഗ്രത ലഭിക്കുമെന്നും പറയപ്പെടുന്നു. താഴെപറയുന്ന വിശദാംശങ്ങൾ ഹാൾ നൽകുന്നു.

“താമര പൂർണ്ണമായി വിരിഞ്ഞ ശേഷം തണ്ടുകൾ ശേഖരിക്കുന്നതാണ് ഉത്തമം. പൂക്കൾക്ക് കടുത്ത പിങ്ക് നിറം എത്തിയിരിക്കണം. മുറിച്ചെടുത്താൽ മൂന്നു ദിവസത്തിനകം നാരുകൾ വേർതിരിക്കണം. മരമേശയിൽ നാലോ അഞ്ചോ തണ്ടുകൾ ഒരുമിച്ചു വെച്ച് നടുഭാഗത്തായി ഒരു

ചെറിയ മുറിവുണ്ടാക്കിയിട്ടു പൊട്ടിച്ചെടുക്കുന്ന കഷ്ണങ്ങൾ വലിക്കുമ്പോൾ നാരുകൾ പുറത്തു വരും. തണ്ടുകളുടെ നാരുകൾ ചുറ്റി പതുക്കെ വലിച്ചെടുക്കുന്നു. ഇവ നനഞ്ഞ കൈകൾ കൊണ്ടു പിരിച്ച് റാട്ടിൽ ചുറ്റുന്നു. ഈ നൂലുകൾ പിന്നീട് നിറം കൊടുത്ത് തണലിൽ ഉണക്കുന്നു. ഉണങ്ങിയ നൂലുകൾ പാരമ്പര്യതറികളിൽ നെയ്തെടുക്കുന്നു. " (18)

പ്രകൃതിത്തമായ നിറം ഇളം മഞ്ഞ കലർന്ന വെള്ളയാണ്. (Cream/ Ivory colour). സാധാരണയായി ബുദ്ധസന്യാസികൾ ഉപയോഗിക്കുന്ന വസ്ത്രങ്ങളുടെ നിറമായ ഓറഞ്ചു നിറമാണ് നൽകുക. ചുരുക്കമായി മറ്റു നിറങ്ങളും ഉപയോഗിക്കുന്നു. ഉപയോഗിക്കുന്നതെല്ലാം പ്രകൃതിദത്ത നിറങ്ങളാണ്. എല്ലാഘടകങ്ങളും അത്യധികം സൂക്ഷ്മമായി പ്രർത്ഥനാനിരതമായ മനസ്സോടെ ചെയ്തെങ്കിൽ മാത്രമേ താമരനൂൽകൊണ്ടുള്ള വസ്ത്രം നെയ്തെടുക്കുന്നതിൽ വിജയിക്കാനാവൂ. ലോകത്തിൽ വെച്ചേറ്റവും വിലകൂടിയ വസ്ത്രങ്ങളാണിവ. കഴുത്തിൽ ചുറ്റുന്ന ചെറിയ സ്കാർഫിന് 40,000 താമരത്തണ്ടുകൾ വേണം. ബുദ്ധസന്യാസിമാർ ഉപയോഗിക്കുന്ന ഒരു ജോഡി വസ്ത്രത്തിന് ആവശ്യമുള്ള തുണിക്ക് (30 മീറ്റർ) 220,000 താമരതണ്ടുകളും, 60 നെയ്ത്തുകാരുടെ ജോലിയും ആവശ്യമാണ്. ആധുനിക നെയ്ത്തു യന്ത്രങ്ങൾ ഈ വസ്ത്രങ്ങൾ ഉണ്ടാക്കാൻ ഉപയോഗിക്കുന്നില്ല. ഗ്രീഷ്മത്തിൽ കുളിർമയും, ശൈത്യകാലത്ത് ചൂടും പകരാൻ കഴിവുള്ളവയാണ് താമര വസ്ത്രങ്ങൾ. ഇത്തരം താമരത്തുണി വളരെ മൃദുലവും ഭാരം കുറഞ്ഞതും, ഏറെ നാൾ ഈടു നിൽക്കുന്നതുമാണ്. സ്വാഭാവികമായി ജലത്തെ തടയാനുള്ള ശക്തിയുണ്ട്. ആരോഗ്യദായകമാണ് താമരനൂൽ കൊണ്ടുള്ള വസ്ത്രങ്ങൾ. തലവേദന, കഴുത്തുവേദന, തൊണ്ടവേദന, ശ്വാസകോശരോഗങ്ങൾ, ഹൃദയ സംബന്ധിയായ രോഗങ്ങൾ എന്നിവയകറ്റാനും ഈ വസ്ത്രങ്ങൾക്കു കഴിയുമത്രെ. (19)

കംബോഡിയയിൽ താമരവസ്ത്രങ്ങൾ നെയ്തെടുക്കുന്നത് വടക്കൻ ഭാഗങ്ങളിലാണ്. ഫ്രേസർല്യ, മാതനേഗി എന്നിവർ കംബോഡിയയിലെ താമരനൂൽ, താമരത്തുണി എന്നിവയുടെ ഉൽപാദനത്തെയും ഉപയോഗത്തെയും കുറിച്ച് വിസ്തരിക്കുന്നുണ്ട്. കണക്കനുസരിച്ച് 40,000 താമരത്തണ്ടുകൾ 3000 മീറ്റർ താമരനൂൽ നൽകും. അതിൽ നിന്നും ഒരു മീറ്റർ നീളമുള്ള വസ്ത്രം നെയ്യാൻ കഴിയും. ലോകത്ത് ഏറ്റവും ഈടുനിൽക്കുന്ന വസ്ത്രങ്ങളാണിത്.

കംബോഡിയയിൽ താമരവസ്ത്രത്തിന്റെ തുടക്കം ഒരു ഗ്രാമീണ സ്ത്രീയിൽ നിന്നായിരുന്നു. ഡാസാഊ എന്ന ഒരു സ്ത്രീ എത്രയും ആരാധ്യനായ ബുദ്ധവിഹാരത്തിലെ പുരോഹിതന് വസ്ത്രങ്ങൾ സമ്മാനിക്കുവാൻ

നിശ്ചയിച്ചു. പാഡോൺമ-ക്യാ എന്ന തടാകക്കരയിൽ താമരകൾ സമൃദ്ധമായി വളർന്നിരുന്നു. അവിടെ അവർ കൂട്ടുകാരുമൊത്ത് താമരത്തണ്ടുകൾ ശേഖരിച്ച് താമരനൂൽ വലിച്ചെടുക്കാൻ ശ്രമിക്കുകയും അതിൽ വിജയിക്കുകയുമുണ്ടായി. ആ നൂൽ ഉപയോഗിച്ച് സ്വന്തം തറിയിൽ വസ്ത്രം നെയ്ത് പുരോഹിതന് സമ്മാനിച്ചു. സന്തുഷ്ടനായ അദ്ദേഹം അവൾക്ക് ഡെത്യാഉ (താമരയുടെ മുട്ട) എന്ന പേരു നൽകി. (20)

ഡാസാഊ യും കൂട്ടുകാരും താമര വസ്ത്രങ്ങളുടെ നെയ്ത്തിൽത്തന്നെ ബാക്കിയുള്ള ജീവിതം മുഴുവൻ ഏർപ്പെട്ടു. അവർ നെയ്തെടുത്ത വസ്ത്രങ്ങളെല്ലാം തന്നെ ബുദ്ധസന്യാസിമാർക്ക് സമർപ്പിച്ചു. ഡാക്യം ഉമിന്റെ പിൻതുടർച്ചാവകാശികൾ ആരും തന്നെ ഈ തൊഴിൽ പിൻതുടർന്നില്ല. കൂട്ടുകാരികളുടെ പിന്തുടർച്ചക്കാർ ചിലർ ഈ ജോലി തുടർന്നു വന്നു. വിഷ്ണുവിന്റെ നാഭിയിലെ താമരയിൽനിന്നും മനു എന്ന സ്രഷ്ടാവ് താമരനൂൽ വലിച്ചെടുത്തുവെന്നാണ് ആ നാട്ടിൽ പ്രചരിക്കുന്ന പുരാണ കഥ. ഹിന്ദുക്കൾക്കിടയിലെ ഈ ഐതീഹ്യം ബർമ്മക്കാർക്കിടയിലും പരന്നിരുന്നു. എന്ന് പല ശിൽപങ്ങളും തെളിയിക്കുന്നു. പല ഖനനസ്ഥലങ്ങളിൽ നിന്നും കിട്ടിയ തെളിവുകൾ ഈ ഐതീഹ്യം ആവിഷ്കരിക്കുന്നു. തായ് രാജ്യത്തിലെ ഒരു ഐതീഹ്യത്തിൽ താമര വസ്ത്രങ്ങളെക്കുറിച്ചു പറയുന്നുണ്ട്. രാമായണകഥയുടെ തായ് രൂപത്തിൽ ശ്രീരാമൻ ശക്തനായ ഒരസുരനെ വധിക്കുന്നു. അസുര പുത്രിയായ മൈത്രേയി ഭാവിയിൽ വരാനിരിക്കുന്ന ബുദ്ധന്റെ വധുവായിരുന്നു. വരനായി ബുദ്ധനെ കാത്തിരിക്കെ അവൾ താമരനൂൽ കൊണ്ടു വസ്ത്രങ്ങൾ നെയ്തു കൊണ്ടിരുന്നു. ബർമ്മ (ഇപ്പോഴത്തെ മ്യാൻമാർ) യിലെ സാഹിത്യത്തിലെ പല നായികമാരുടെയും അംഗസൗന്ദര്യം മുൻജന്മങ്ങളിൽ അവർ താമര വസ്ത്രം നെയ്യുന്നതിൽ ഏർപ്പെട്ടതുകൊണ്ടു ലഭിച്ചതത്രെ. (21)

ഏറെ പ്രചാരമുള്ള ബുദ്ധമത ഗ്രന്ഥമായ ജിനദ്ധ-പാകസാനി (Jinattha-pakasani) യിൽ താമരനൂൽ വസ്ത്രധാരണം എത്ര പാവനമാണെന്ന് എടുത്തു പറയുന്നുണ്ട്. ബുദ്ധനാകേണ്ട സിദ്ധാർത്ഥൻ രാജകുമാരനെന്ന നില വെടിഞ്ഞ് മുടിവടിച്ച് സന്യാസത്തിനൊരുങ്ങവെ അദ്ദേഹത്തിനു ധരിക്കാനുള്ള വസ്ത്രം ഒരു താമരയിൽ പ്രത്യക്ഷപ്പെട്ടുവെന്നും, അവ 'ബ്രഹ്മഘടികാര'എന്ന ദേവൻ സിദ്ധാർത്ഥന് നൽകിയെന്നുമാണ് കഥ. ബുദ്ധൻ സ്വീകരിച്ച ഈ താമര വസ്ത്രം മൈത്രേയി തുന്നിയെടുത്തതും അത്യന്തം പവിത്രവുമായിരുന്നു. എന്ന് കഥ.

കംബോഡിയയിലെ താമര വസ്ത്രനെയ്ത്തിനെപ്പറ്റി സഞ്ചാരസാഹിത്യ കാരന്മാരായ ഫ്രേസർ ലൂവും മാതാനേഗിയും, ജൂലിഹാളും എഴുതിയിട്ടുണ്ട്. താമരത്തണ്ടു കൊയ്തെടുക്കുന്നതും, നൂലെടുക്കുന്നതും, നെയ്യുന്നതും വിശദീകരിക്കുന്നുണ്ട്.

"താമരത്തണ്ടുകൾ കൊയ്തെടുക്കുന്നതിന് ഒരാഴ്ച മുമ്പ് മലരും (പൊരി) പൂവുകളും വെള്ളത്തിൽ വിതറി പരിസ്ഥിതിയുടെ രക്ഷകനായ ദേവന്മാരെ പ്രീതിപ്പെടുത്തി സമ്മതം ചോദിക്കുന്നു. കൊയ്ത്തു ദിവസം എല്ലാവരും ദൈവങ്ങളെ സ്മരിച്ചുകൊണ്ടു ബുദ്ധനോട് നല്ല കൊയ്ത്തു കിട്ടുവാൻ പ്രാർത്ഥിക്കുന്നു. നെയ്ത്തു യന്ത്രങ്ങളിൽ (തറികൾ) പൂജിച്ച മുളംതണ്ടുകളും വാഴത്തൈകളും കെട്ടിവെയ്ക്കുന്നു. നെയ്ത്തു നടക്കുന്ന ദിവസം മുഴുവൻ ബുദ്ധന്റെ പ്രാർത്ഥനകളിൽ മുഴുകണം. രാവിലെത്തന്നെ യുവതികളും, ബാലികമാരും, താമരത്തണ്ടു ശേഖരിക്കുന്നു. ചകിരികൊണ്ട് പുറം തൊലിമാറ്റി ഉയരം കുറഞ്ഞ ഒരു മേശയ്ക്കു ചുറ്റും ഇരിക്കുന്ന യുവതികൾക്കു കൈമാറുന്നു. അവർ 5-6 തണ്ടുകൾ മേശമുകളിൽ വെച്ച് കുറുകെ ചെറുതായി മുറിക്കുന്നു. എന്നിട്ട് തണ്ടു എതിർദിശകളിലേക്കു വലിക്കുമ്പോൾ താമരനൂൽ പുറത്തേക്കു വരും. ഇവ ഒരുമിച്ചു ചുറ്റി നൂലാക്കിയെടുക്കുന്നു. ഈ നൂൽ പതിനഞ്ചു സ്ത്രീകൾ നെയ്ത്തുകാർക്ക് കൊടുത്തുകൊണ്ടേയിരിക്കും. നൂലുകൾ ചട്ടത്തിൽ വെച്ച് നൂലുണ്ടകളാക്കി മാറ്റുന്നു. ഓരോ നൂലുണ്ടയ്ക്കും 100 മീറ്റർ നീളം ഉണ്ടാകും. ഇവയാണ് നെയ്യാൻ ഉപയോഗിക്കുന്നത്. (22,23)

കംബോഡിയയിൽ ഇന്നും പാരമ്പര്യ രീതിയിലാണ് താമരത്തുണി നെയ്യുന്നത്. ഇങ്ങനെ നെയ്തെടുക്കുന്ന തുണികളുടെ വീതി 24 ഇഞ്ച് ആയിരിക്കും.

ക്ഷേത്രങ്ങളിലെ തീർത്ഥ ജലമാണ് നെയ്യുമ്പോൾ നൂലുകൾ നനയ്ക്കാനായി ഉപയോഗിക്കുന്നത്. താമര നൂലുകൾ തണുത്തിരിക്കണമെന്നാണ് നെയ്ത്തുകാർ വിശ്വസിക്കുന്നത്. ഇങ്ങനെയുള്ള തുണി 90 മീറ്റർ എന്ന അളവിൽ പ്രത്യേകം പ്രത്യേകം കെട്ടി വയ്ക്കുന്നു. ഒരു ജോഡി വസ്ത്രങ്ങൾ ബുദ്ധഭിക്ഷുകൾക്കുവേണ്ടി തുന്നാൻ 90 മീറ്റർ തുണി ആവശ്യമാണ്. അതിന് 220,000 താമരത്തണ്ടുകൾ വേണ്ടി വരും. തുണികൾ നിറത്തിൽ മുക്കി തവിട്ടു നിറമോ, ഓറഞ്ചു നിറമോ ആക്കുന്നു. ഇതാണ് തയ്യൽ മെഷീനുകളിൽ കൂടി തുന്നി പിന്നീടു ധരിക്കാനുള്ള വസ്ത്രങ്ങളാക്കുന്നത്. താമരത്തുണിയുടെ ഒരു ചെറുകഷണം പോലും പാഴാക്കാറില്ല. ചെറിയ തുണ്ടുകൾ കൂട്ടി തുണി പലതരം കൗതുക വസ്തുങ്ങളാക്കുന്നു. വളരെ ചെറിയ കഷ്ണങ്ങൾ വിളക്കിൻ തിരികളാക്കി മാറ്റി ബുദ്ധക്ഷേത്രങ്ങളിൽ ഉപയോഗിക്കുന്നു.

സുഗന്ധചികിത്സയ്ക്ക് താമര

സുഗന്ധചികിത്സ (Aromatherapy) യ്ക്ക് താമര ഉപയോഗിക്കുന്നു. താമരപ്പൂവിൽ നിന്നും വളരെ വിലകൂടിയ ഒരു ബാഷ്പീകരണതൈലം (volatile oil) ഉണ്ടാക്കുന്നു. താമരപ്പൂവിൽ ഈ തൈലത്തിന്റെ അളവു തുലോം കുറവാണ്. ഏകദേശം 75000-100000 പുതുതായി വിരിഞ്ഞ താമരപ്പൂക്കൾ വേണം ഒരു കിലോ ബാഷ്പീകരണതൈലം ലഭിക്കുവാൻ, ആവിയിൽ വാറ്റിയെടുത്താണ് (Steam distilation) ബാഷ്പീകരണ തൈലം ഉണ്ടാക്കുന്നത്. ഇപ്പോൾ കൂടുതലായും ഹെക്സൈൻ എന്ന രാസസംയുക്തം ഉപയോഗിച്ച് വാറ്റിയെടുക്കുകയാണു ചെയ്യുക. ഇങ്ങനെ വാറ്റിയെടുക്കുന്ന എണ്ണ (തൈലം) മറ്റു സുഗന്ധ തൈലങ്ങളുമായി ചേർത്ത് പലതരം സുഗന്ധദ്രവ്യങ്ങൾ ഉണ്ടാക്കാൻ ഉപയോഗിക്കുന്നു. ഇതിലേക്ക് നെരോലി, കരാമ്പൂ, റോസ്, ചന്ദനത്തൈലം എന്നിത്യാദി തൈലങ്ങൾ ഉപയോഗിക്കുന്നു.

ആസ്മ, വാതം, എന്നീരോഗങ്ങളുടെ ശമനത്തിന് താമരത്തൈലം പൗരാണിക കാലം മുതൽ ഉപയോഗിച്ചുവരുന്നു. അദ്ധ്യാത്മിക ചൈതന്യത്തെ ഉണർത്താൻ ഈ തൈലത്തിന് കഴിവുണ്ടെന്നും വിശ്വസിച്ചിരുന്നു. ചെന്താമര പ്രണയത്തെയും, ബന്ധങ്ങളെയും, അത്യാത്മിക ഔന്നത്യത്തെയും സുദൃഢമാക്കുന്നു എന്നാണ് വിശ്വാസം. ഉദാത്തവും, തീവ്രവുമായ താമരത്തൈലഗന്ധം ജലസസ്യങ്ങളുടെ വാസനയും ഓർമിപ്പിക്കും. സുഗന്ധ ദ്രവ്യങ്ങളിൽ ഏറ്റവും വിലമതിക്കുന്ന ഒന്നാണീ തൈലം. സാധാരണ ഊഷ്മാവിൽ ചെന്താമരത്തൈലത്തിന് സ്വല്പം കൊഴുപ്പുള്ള പ്രകൃതമാണ്. ചെറിയ ചൂടിൽ തന്നെ (35^0C) ഉരുകിയ ദ്രാവകരൂപത്തിലാകുന്നു. ഈ തൈലം വാസനതൈലങ്ങൾ, സുഗന്ധമെഴുകുതിരികൾ, സോപ്പുകൾ, സുഗന്ധചെപ്പുകൾ എന്നിവ ഉണ്ടാക്കാൻ എടുക്കും. കൂടാതെ സുഗന്ധ ചികിത്സയ്ക്കും, സുഗന്ധ ടൗവ്വലുകൾ, സ്പാ സ്നാനം ഇവയ്ക്കൊക്കെ ഉപയോഗിക്കുന്നു.

സുഗന്ധ ചികിത്സയിൽ താമരത്തൈലം ഏറെ ഉപയോഗപ്പെടുത്തുന്നു. മനസ്സ് ശാന്തമാക്കാനും, സ്വസ്ഥമാക്കാനും, സംതുലിതമാക്കാനും താമരത്തൈലത്തിനു കഴിയും. ധ്യാനത്തിനും, യോഗയ്ക്കും താമരത്തൈലത്തിന്റെ ഈ കഴിവുകൾ ഉപയോഗപ്പെടുത്തുന്നു. എണ്ണയൊഴിച്ചു കത്തിക്കുന്ന വിളക്കുകളിൽ 'പോപൂരി' (Potpourri)എന്നറിയപ്പെടുന്ന സുഗന്ധ പായ്ക്കറ്റുകൾ ഉണ്ടാക്കാനും, പലതരം എണ്ണകൾ, ക്രീമുകൾ എന്നിവയ്ക്കും ഉപയോഗിക്കുന്നു. വിലക്കൂടുതൽ കാരണം ഉന്നത ശ്രേണിയിലുള്ള ഉൽപന്നങ്ങളിൽ മാത്രമേ താമരത്തൈലം ഉപയോഗിക്കാറുള്ളൂ.

ജപ്പാൻ, ചൈന, തായ്‌ലണ്ട്, സിംഗപ്പൂർ, ഹവായ് എന്നീ സ്ഥലങ്ങളിലാണ് താമരത്തൈലം സ്നാനതൈലം, സ്പാ ഉഴിയാനുള്ള തൈലം (Massage Oil) എന്നിവയൊക്കെ കൂടുതലായി ഉപയോഗിക്കുന്നത്. അതിസമ്പന്നർക്കു മാത്രമേ താമരത്തൈലം കൊണ്ടുള്ള ഉഴിച്ചിലും സ്നാനവും മറ്റും സാധ്യമാവുകയുള്ളൂ. താമരത്തൈലം പ്രധാനമായും ഉൽപാദിപ്പിക്കപ്പെടുന്നതും ചൈനയിലാണ്.

യോഗവിദ്യയിലും ധ്യാനത്തിലും നീലത്താമരത്തൈലത്തിന് വലിയ സ്ഥാനമുണ്ട്. രണ്ടും മൂന്നും ചക്രങ്ങളെ ഉണർത്താനുള്ള കഴിവുണ്ടെന്നു വിശ്വസിക്കുന്നു. ലൈംഗിക ഊർജം വർദ്ധിപ്പിക്കുവാൻ താമരത്തൈലത്തിനു കഴിവുണ്ടെന്നു കരുതിപ്പോരുന്നു.

ഉപസംഹാരം

താമര പൈതൃകം തുടരുന്നു - അനുസ്യൂതം

പദ്മം (താമര) - നൂറ്റിയിരുപത്തിയഞ്ചു ദശലക്ഷം വർഷങ്ങൾക്കപ്പുറം യാത്ര ആരംഭിച്ചു. കാലത്തിന്റെ അടരുകളിലൂടെ യാത്ര തുടർന്നു. ഭൂകമ്പങ്ങളെയും കാലാവസ്ഥാ വ്യതിയാനങ്ങളെയും അതിജീവിച്ചു. ശൈത്യയുഗത്തിൽ കുളിർന്നു വിറച്ചു. ഗോണ്ട്വാന എന്ന പ്രാചീന ഭൂഖണ്ഡം വേർപിരിഞ്ഞ് വൻകരകൾ രൂപപ്പെടുന്നതിനു സാക്ഷിയായി. ഹിമാലയം ഉയരുന്നതും, എവറസ്റ്റ് കൊടുമുടി ആകാശത്തോളം വളരുന്നതും നോക്കിനിന്നു. സംസ്കാരങ്ങൾ വേരുപിടക്കുന്നതും, വളരുന്നതും,നശിച്ചു മണ്ണടിയുന്നതും ദർശിച്ചു. വേദകാലത്തിനും അന്നത്തെ വൈദിക ചടങ്ങുകൾക്കും ബലിദാനങ്ങൾക്കും സാക്ഷിയായി, പങ്കാളിയായി. രാജവംശങ്ങൾ തുടങ്ങുന്നതും, വളരുന്നതും, അസ്തമിക്കുന്നതും നോക്കിനിന്നു. ക്ഷേത്രങ്ങൾ ഉയരുന്നതിനും, നശിപ്പിക്കപ്പെടുന്നതിനും ദൃക്സാക്ഷിയായി. ബുദ്ധനും, ക്രിസ്തുവും, പ്രവാചകനായ നബിയും സഞ്ചരിച്ച മണ്ണിൽ അവരോടൊപ്പം നിലകൊണ്ടു. ദേവീദേവന്മാർ അലങ്കാരമായി താമരയെ ഏറ്റെടുത്തു. സ്രഷ്ടാവായ ബ്രഹ്മാവിന്റെ കൂടെ ഐശ്വര്യ ദേവിയായ ലക്ഷ്മിയുടെയും, വിദ്യാദേവിയായ സരസ്വതിയുടെയും ഇരിപ്പിടമായി. സൃഷ്ടികളുടെ സംരക്ഷകനായ സൂര്യദേവന്റെ മാതൃസ്ഥാനവും, വധൂ സ്ഥാനവും അലങ്കരിച്ചു, പൂജിതയായി. പദ്മമാണ് ഏറ്റവും പൂജനീയമായ പുഷ്പം. ഏറ്റവും കുലീനം, ഏറ്റവും സുന്ദരം, ഏറ്റവും പുകഴേന്തിയ ആഭരണം. ആശയോടെ അവളെ നോക്കിനിന്ന് അനവധി മനുഷ്യർ സ്വപ്നങ്ങൾ കണ്ടു. ചിത്രകാരന്മാർ അവളെ നിരവധി ചിത്രങ്ങളിലൂടെ

അനശ്വരയാക്കി. കവികൾ കവിതകളിലൂടെ വാഴ്ത്തി.. നൈർമല്യത്തിന്റെയും, സൗന്ദര്യത്തിന്റെയും അനന്യ പ്രതീകവുമായി. ശിൽപങ്ങൾക്കും, വാസ്തു വിദ്യാവിദ്യാർത്ഥികൾക്കും പ്രചോദനമായി. ഏതു വൻകരയിലെ ദേവാലയത്തിലായാലും അനശ്വരാലങ്കാരമായി. ഭൂതകാലത്തിൽ നിന്ന് വർത്തമാന കാലത്തിലേക്കും, ഭാവികാലത്തിലേയ്ക്കും അവൾ യാത്ര തുടർന്നു. സൗന്ദര്യവും, ശാന്തതയും, മൃദുല വികാരങ്ങളും, ഇനിയും ജന്മമെടുക്കാത്ത തലമുറകൾക്കായി സൂക്ഷിച്ചുകൊണ്ട് അവളുടെ യാത്ര തുടർന്നു കൊണ്ടേയിരിക്കുന്നു, അനുസ്യൂതം.

Annexure

Science of Lotus and Lotus Growing – A Short Note

Introduction

Lotus is widely distributed in the world. It grows in Asia, Oceania, North and South America and Australia. The sacred lotus (*Nelumbo nucifera*) is grown in Asia and Oceania from the Caspian Sea in the west to Japan in the east and from the Soviet Union in the north to the northern part of Australia. However, most of the lotus in the world is grown in China, Japan, India, Vietnam, Korea, Cambodia, Myanmar the Philippines, and Indonesia. The centre of commercial cultivation of this species is China. In China the main distribution of lotus is along the Yantze River, the Yellow River and the Pearl River in the south. Lotus for seed production is grown mainly in Jiangxi, Fujien, Eunan and Hubei provinces. Edible underground stem (lotus "root") production centres are Hubei, Jiangsu, Jiejiang, Shangdong, and Guangdong provinces. Lotus flowers are mainly cultivated in Wuhan, Hangzhou, Shanghai, Beijing, and Soozhou metropolitan areas. In western countries lotus is grown as an ornamental and forms the most important component of a water garden.

The American yellow lotus is found in North and South America. The centre of this species is in the United States. Cross breeding between the sacred and American lotuses led to the production of hybrids that range from single flowers to "thousand petals" and in a rainbow of warm colors. Apart from the ornamental and religious values, lotus tubers form a valuable root crop that is staples in Asian diets, making it a valuable economic crop. Seeds and leaves are also edible.

Taxonomy

Currently accepted name	: *Nelumbo nucifera*
Authority	: Gaertner
Taxonomic Serial No	: 18400 (ITIS) (1)

Synonyms: *Nelumbium indicum* Poir., *Nelumbium nelumbo* Druce, *Nelumbium nuciferum* Faertn., *Nelumbium speciosum* Willd., *Nelumbo speciosa* Willd

Family: Nelumbonaceae

Common names (English): Lotus, sacred lotus, Indian sacred lotus, Asian lotus, South-East Indian lotus, Oriental lotus, East Indian lotus, lotus root.

Regional/ vernacular names*:*

Arabic: nilufer, uss-ul-nilufer; **Bengali:** kombol, komal, pudmapudu, padama; **Brazil**: lotus, lotus-indico, lotus-sagrado; **Burmese**:padung ma; **Chinese**: he hua, he ye, lian (Taiwan); **French**: fève d'Egypte, lotus des indes, lotus du nil, lotus indien, lotus magnolia, lotus sacré, lotus sacré de l'inde; **German** indischer lotus, indischer lotusblume; **Gujarathi**: suriyakamal; **Hindi:** ambuj, padamam, pankaj, kamal, kanwal, lalkamal; **Italian:** flor di loto, loto; **Japanese:** hasu, renkon; **Italian**: fior di loto, loto; **Kannada:** kamala, padma, thamara, thavare, tavaribija (lotus seed), tavara gade (stem); **Konkani:** kamala, saalaka; **Korean**: yeonkkot, yon puri (root; **Malay**: bunga telpok, seroja, teratai; **Malayalam**: aravindam, kamalam, tamarapoo, tamara, chenthamara (red lotus), venthamara (white lotus); **Marathi:** kamal**; Nepalese**: kamal, raato kamal, raato thuulo kamal; **Oriya**: padam; **Persian**: nilufer; **Portuguese:** flor-de-lótus, lótus-da-índia, lótus-do-egito, lótus-egípcio, lótus-sagrado; **Russian:** лотос орехоносный; **Sanskrit**: padma, pankaj, pankaja, kamala, kanval, svetakamala, aravindam, pushkara, pundarika, sarasija, saroruha, sharada, sharapadma, satapatra, shriparna, shrivaasa, shuklapadma (white lotus), svetapadma (white lotus), etc.; **Sind**: pabban; **Sinhalese:** nelum, lotus; **Spanish:** loto sagrado, rosa del nilo, raiz de lotus (root); **Swedish:** indisk lotus; **Tagalog**: Baino; **Tamil:** tamarai, sivapputamarai; **Telungu:** kalung, tamara, kamalamu, padmamu, pundarikamu, thella thamara, thellene padmamu; **Thai:** bua luang; **Tulu:** thaamara; **Urdu**: nilufer.

Related species

There is one related species included in the genus, that is the *Nelumbo lutea* Willd. This is the American yellow lotus, a native of USA.

Nelumbo lutea Willd. (Syn. *Nelumbo pentapetala* (Walter) Fernald

Taxonomic Serial No.: 18398 (ITIS)

Common name: American lotus, Water chinquapin, Yellow lotus.

Morphological Notes

Lotus is widely distributed in the world. It grows in all continents Asia, Oceania, North and South America and Australia. However, most of the lotus in the world is grown in China, Japan, India, the Philippines, and Indonesia. The center of commercial cultivation of this flower is China followed by Japan and Vietnam. In western countries lotus is grown as an ornamental and forms the most important component of a water garden.

Lotus plants are aquatic herbs; laticiferous, rhizomatous, hydrophilic, and rooted. Leaves are heterophyllous normal leaves and scale leaves are present. Normal leaves are simple, peltate and with long petioles. Lamina is palmately veined. When the leaf is in its first stage floating on the water surface and small, it is called a coin leaf. When fully grown it is called a floating leaf. When it extends on its stalk above the water, it is called a standing leaf. Lotus root system is hairy and indefinite. The stem of the lotus is the underground type (rhizome). It branches out in the soil. In the early stages of development it resembles a whip or a stolon. In the later stage, the first few sections of the stolon grows and becomes enlarged and swollen to form the swollen root, which is botanically a stem. Flowers are solitary, bisexual, bracteate (bract is the upper scale leaf), large, regular and acyclic. Perianth is with distinct calyx and corolla, sequentially intergrading from sepals to petals, about 22–30; free. Calyx lobes 2–8; polysepalous, not persistent, imbricate; corolla consists of 18–28 or more (in hybrid) petals, polypetalous, imbricate; colored white, red to various shades of pink. Lotus flower has a very prominent torus (also known as receptacle and thalamus; it is lacking in many improved varieties developed through breeding). Stamens are about 200–400, maturing centripetally, free, spiraled, filamentous, and fertile. The flower is about 12–40 carpelled; apocarpous; superior, sunken in the fleshy torus cup or are found free (in many cultivars developed through breeding). Carpels are single or rarely 2-ovuled. Plant is hermaphrodite, pollination entomophilous; beetles are the major pollinating agents. Fruit is an aggregate of indehiscent nutlets. Ripe nutlets are ovoid or roundish or oblongate, about 1.0 cm long and 1.5 cm broad, seed coat smooth, brown or black.

Lotus flower opens with the rising sun and closes by the afternoon. The flower opens again the next morning. A flower opens and closes for three days like this, then it closes permanently, the petals fall and the fertilized capillary receptacle remains on the stalk till maturity. Lotus seed is extremely hard, totally impervious to water and is capable of remaining viable for a very long time, for many centuries. Scientists could successfully germinate lotus seeds excavated from the floor bed of a lake in China that was carbon dated to 1300 years. Unlike other seeds, when the lotus seeds germinate, the plumule comes out first, a well formed leaf comes out followed by the stalk. Root emergence is delayed by almost a week. Lotus seed holds in it a well formed miniature lotus plant, well differentiated into leaves and roots and not as an undifferentiated or partly differentiated embryo as in many other cases. Lotus seed has very high concentration of biochemical such as glutathione that helps in extending its viability to a very long time.

The unusual genetic features give some unique survival skills to lotus plant. Its leaves repel grime and water, its flowers generate heat to attract pollinators and the coating of lotus fruit is covered with antibiotics and wax that ensure the viability of the seed it contains. The enzyme present in the seed, L-isoaspartyl methyltransferase, seems to be contributing to the longevity by repairing protein defects and protecting the embryo from damage.

Ichiro Oga of Japan (a famous Japanese expert on lotus) germinated a seed that was carbon dated to 2000 years. From this a line of lotus was established, this is the famous 'Oga lotus', and it became famous as the oldest lotus in the world that awoke out of the 2000 year long slumber (2).

A group of 70 scientists led by Ray Ming of the University of Illinois, Shen- Miller of California at Los Angeles and Shaohua Li of the Wuhan Botanical Garden at the Chinese Academy of Sciences jointly sequenced the lotus genome (3).

Chemical Composition

Pharmacologically active constituents have been isolated from the seed, leaf, flower, and rhizome. The chemical constituents include alkaloids, steroids, triterpenoids, flavonoids, glycosides, and polyphenols, as well as a variety of minerals. The seeds are rich in protein, amino acids, unsaturated fatty acids, minerals, starch, and tannins. Numerous alkaloids are the major secondary metabolites in the seeds. Seeds contain a large amount of glutathione in the embryo. The glutathione content is related to the prolonged dormancy of seed. Lotus seed contains alkaloids such as dauricine, lotusine, nuciferine, pronuciferine, liensinine, isoliensinine, roemerine, neferine, and armepavine. Procyanidin was isolated from the lotus seed pod. Detailed chemical composition can be found in many publications. (4-9)

Several alkaloids have been isolated from leaves; they include nuciferine, nor-nuciferine, roemerine, armepavine, serotonin antagonistic alkaloids such as asimilobine and lirinidine. Nelumbine is another alkaloid, which is a mild cardiac poison. Leaves also contain nelumboside, isoquercetin, leucocyanidin, leucodelphinidin, dendranthemoside B, icariside B2, sedumoside

F1, luteolin, quercetin, isorhamnetin and their glycosides, maslinic acid, N-methylasimilobine and nor-sesquiterpenoids.

Flowers contain many flavonoids such as quercetin, isoquercetin, luteolin and their glycosides; stamens contain kaempferol and its glycosides. Five anthocyanins and twenty flavonoids have been identified. The anthocyanins are glycosides of delphinidin, cyanidin, petunidin, peonidin and malvidin. The final flower colour will depend on the relative proportion of these pigments, modified by the presence of some of the flavonoids as well as by the cellular pH. Flavonoid glycosides include the glycosides of kaempferol, myricetin, quercetin and iso-rhamnetin.

Fresh rhizome contains 31.2% starch, which shows no characteristic taste or odour. Lotus starch was found to be superior as an adjuvant in the preparation of tablets. The methanol extract of the rhizome contains a steroidal triterpenoid – betulinic acid. Fresh rhizome contains 83.80% water, 0.11% fat, 1.56% reducing sugar, 0.41% sucrose, 2.70% crude protein, 9.25% starch, 0.80% fibre, 1.10% ash and 0.06% calcium. The vitamins thiamine (0.22 mg/100 g), riboflavin (0.6 mg/100 g), niacin (2.10mg/100 g) and ascorbic acid (1.5 mg/100 g) and an asparagine-like amino acid (2%) are also present in the rhizomes. The oxalate content of rhizome was found to be 84.3 mg/100 g.

Functional Properties

Pharmacological studies to assess the biological properties have been carried out by various workers. Ross, Sridhar and Bhat, Tian, Mukherjee *et al.*, Mehta, Dhanarasu, and Al-hazim etc. summarized the pharmacological effects of lotus. These effects include: anti-ischaemic activity, antioxidant activity, hepato-protective activity, anti-inflammatory activity, anti-fertility activity, anti-arrhythmic activity, anti-fibrosis activity, anti-viral activity, anti-proliferative activity, anti-diarrhoeal activity, psychopharmacological activity, diuretic activity, antioxidant activity, antipyretic activity, immunomodulatory activity, hypoglycaemic activity, aldose reducatse inhibitory activity, antibacterial action, aphrodisiac activity, antiplatellet activity, cardiovascular activity, anti-obesity activity, lipolytic activity, hypocholesterolaemic activity, hepatoprotective activity, and anticancer activity. Lotus flower exhibits hypoglycaemic activity, anti-oxidant activity, aphrodisiac activity, antiplatelet activity, and aldol-reductase inhibitory actiuvity (10-12).

Lotus rhizome powder has been shown to possess the ability to significantly reduce non-alcoholic cirrhosis and fatty liver. Animal studies indicated that after three weeks of feeding rhizome powder, the hepatomegaly, hepatic triglyceride accumulation, and elevated hepatic injury markers in the serum were markedly alleviated in the lotus diet-fed diabetic mice relative to the control mice. These effects were partly attributable to suppression of the lipogenic enzyme activities and mRNA expression by the lotus diet. The serum levels of adiponectin, which has been reported to have a protective effect against non-alcoholic fatty liver disease, were significantly higher in the lotus group than in the control group of the diabetic mice. Moreover, the hepatic expression of such inflammatory genes as tumor necrosis factor-alpha and monocyte chemoattractant protein-1 were markedly suppressed by the lotus diet. Such indication led to the conclusion that the development and progression of non-alcoholic fatty liver disease were prevented by suppressing the expression of lipogenic and inflammatory genes as a result of the higher serum adiponectin level in the lotus diet-fed diabetic mice (13).

A recent study indicated that an alkaloid present in lotus seed embryo (neferine) possessed a potent growth-inhibitory effect on human osteosarcoma cells, but not on non-neoplastic human osteoblast cells. This inhibitory effect was largely attributed to cell cycle arrest at G1. Studies showed a direct antitumor effect of neferine, suggesting that consumption of neferine may have cancer-preventive and cancer-therapeutic benefit. (14).

Growing Lotus

In countries like China, Japan, Vietnam, and India, lotus is grown commercially for flowers and rhizomes. It is also a widely used as a medicinal herb. Lotus rhizomes (also called tubers), leaves, stems, seeds, and flowers are edible and used widely in many countries, especially in China, Vietnam, Japan and India. Lotus forms part of the daily lives of millions of people around the world. Cultivation for thousands years led to the evolution of many varieties, both ornamental and edible that differ in size, petal number, flower forms and colours. Production techniques have been perfected by many countries. Container production technology too has been developed and is being used widely in many countries.

Many Lotus varieties, particularly lotus for rhizome production are available in China, but they differ in flower's colour, starch content, and growing water levels. China has developed new technologies for lotus production with a view to increase yield and for ensuring year-round availability. Such technologies include production in tunnel houses, off-season production using early ripening varieties, shallow water production and crop improvement for yield and quality. As a result of the popularization of such technologies yield of lotus rhizome has increased from 7.5 to 10.3 t/ha in 1980s to 15 to 30 t/ha by traditional methods and to 45 to 52.5 t/ha by the new technologies. Likewise seed production has increased from 0.6 to 0.75 t/ha in the 1980s to up to 1.5 t/ha by the turn of the century. Crop improvement work, especially in the Wuhan Institute of Botany in China has led to the development of a large number of improved cultivars. (15-17).

Varieties

There are at least a few hundreds of varieties of lotus that are known and cultivated. They are classified generally into three groups: those grown for flowers, for rhizomes, and for seeds. There are many that are used for both flower and seed production. Rhizome varieties generally produce very few flowers; most of them are white. Many tropical varieties do not form a significant rhizome due to the absence of a cold period in which the plant must produce a storage organ for survival. (18)

A list of important varieties is provided at the end (Table - 1). Breeding for new varieties are presently going on mainly in China and USA. In USA, the emphasis is mainly for ornamental flowering varieties. The vast majority of newly developed varieties are for flower production only. The main institutions involved are: Wuhan Insitute of Botany, X'an Botanical garden (both in China), Auburn University (USA) private nurseries such as the Ten Miles Creek nursery, Victoria Adventure Home etc. The Water Garden Journal is a professional journal of the water gardeners and published by the International Water-lily and Water Gardening Society and publishes many articles on lotus and its growing.

Growth and yield of lotus is influenced by diverse factors such as genotype (variety), media, water depth, light, temperature, planting time, propagation methods, planting techniques, and fertilization (19-22). Rhizomes enlarged from the previous year's growth are typically used for commercial cultivation; this is considered the best and simplest method, ensuring a harvestable crop in one season. When rhizomes are not available in sufficient quantity, seeds are used.

In China, lotus cultivation is taken up in naturally existing water bodies. However, elsewhere lotus cultivation is taken up mostly in artificially constructed ponds or tanks and in containers. Agricultural technology for such production has been streamlined. In such cases, pond designing and construction are critical as subsequent changes are not possible. Consideration must be given to water management in terms of acquisition, movement, storage, and crop pond management. A deep reservoir, situated preferably on higher ground, can be used for water storage and allow gravity feeding of water through irrigation pipes to all ponds. Water may drain into each pond before eventually being collected in a catchment and pumped back into the reservoir or the catchment pond may be a second reservoir. Water pumped back into the reservoir may need filtering to remove suspended foreign matters. Nguyen and Hicks provided details for construction of lotus ponds (23).

Growing lotus continuously may lead to the accumulation of pest and disease problems, which may subsequently lead to reduction in the yield of flowers and rhizomes. Crop rotation is advised to counteract such problems. Management practices generally recommended are given by Ni. (24)

Flowering is continuous. In temperate and subtropical climates experiencing cold winter, flowering comes to an end during winter. In tropical countries flowering continues throughout the year, though seasonal variations do occur. In countries like China under commercial cultivation where lotus is grown mainly for flowers, blooming lasts 3-4 months. In some varieties that are grown mainly for the underground stem for food (lotus "root"), such as the 'June Early,' the flowering sometimes is not very distinct. Generally speaking, when the plant growth reaches 7 sections of the underground stem, flower buds arise from leaf axils; often a leaf and a bud are produced simultaneously from the growing stolon. After a few days both the leaf and the flower rise above water. Finally, the flower stalk rises above the leaves. Under normal conditions there are two stages in the flowering, the budding and the blooming. The budding period may be about two weeks and flowering may last 3 or 6 days. These also vary with different varieties. During the bud growing stage, the stalk would grow rapidly especially during the night. After the flowers open, the elongation of the stalks would cease. Lotus is a photoperiodic plant and its flower exhibit a sensitive rhythm everywhere in the world, which is related to sunlight.

For the compound petals variety, as the older petals fall new ones continue to form and enlarge. Such flowers may last almost two weeks. Ovules remain in flowers that have been pollinated and fertilized.

Depending on the location and variety, lotus "root" harvest can vary from July to October. The "root" is carefully dug from the soil. Some are left in the soil for the growing of the following year. Detailed information on this topic is provided by Tian and also by Nguyen and Hicks (24, 25). Seeds are harvested manually as soon as the seed pods are gathered. They are removed and sun-dried. After the hulls and extraneous materials are removed they are packaged.

Table 1: Some important lotus varieties

Kits Notts has prepared and published a checklist of lotus names. That contains more than 800 cultivars. Slocum also provides a selected list in his book *Waterlilies and Lotuses*.

Alba Grandiflora (White)

Angel Wings (White)

Antouchun (Semidouble red bowl)

Asiatic-album (Single red)

Bai Ge (Duplicate petalled white)

Bai Shaoyao Lian (Large double white)

Baixue gongzhu (Double white bowl)

Baoshi Hua (Duplicate petalled pink)

Beijing Honghua Ou (Large single red- fuchsine pink)

Bellagio (Double red)

Cai Hong (Duplicate petalled versicolor)

Carolina Queen (Pink, yellow base)

Celestial (Intermediate, red)

Chawan Basu (White edged pink)

Chongban Fenhonglian (Large semidouble red (amaranth rose)

Chongtai Lian (Large double pink)

Chundulao (Double red)

Culweixizhao (Double pink)

Curious (Large double red, petals up to 6000)

Dong Xiao (Double white flushed with pink)

Donghu Bailian (Large single red-tipped white)

Fei Hong (Double red)

Fei Wan (Duplicate petalled versicolor)

Fenchuantai (Large single rose pink)

Fen dai (Flushed pink)

Fenhonglian (Large single rhodamine pink)

Fenqianye (Large double rose pink)

Fenxia (Double pink bowl)

Fozuolian (Large double red -carmine rose)

Guangchang Lian (Large double red)

Hong denglong (Large double red)

Hong Shaoyao Lian (Large double red Solferino purple (A brilliant deep pink colour with a purplish tinge)

Hongdailian (Large duplicate red (fuchsine pink)

Honghetou (Large single white, Chinese rose tips)

Hongwanwan (Large double red rose opal)

Hongzhan tuozhu (Double pink bowl)

Hianwu (Large single yellow)

Jiaorong Zuibei (Double pink bowl)

Kurotanibyakuren (Extra double white)

Lavender Lady (Lavender)

Lotus of Lace Gem (Peony type double dark pink)

Luhuanong (Double pink bowl)

Momo Botan **Minima (**Dwarf plant, deep rose flower)

Mrs. Perry D. Slocum (Double changeable colour)

Night and Day (Large red)

Nikki Gibson (White yellow base, pink tips)

Waltzing Matilda (Deep pink yellow base)

Perry's Double Red Lotus (Red to pink)

Perry's Giant Sunburst (Cream)

Perry's Super Star (Pink –changes to yellow and then to cream)

Pingshan Lian (Large double pink)

Pink Radiance (Pink bowl)

Qianban lian (Large double red, hundreds of petals)

Qintai geshou (Double pink bowl)

Rosea Plena (Double bright rose)

Shancha Hong (Double red bowl)

Shen Huo (Double dark pink)

Shouxingtao (Large double pink, rhodamine pink tips)

Siskin (Medium dark pink bowl)

Strawberry Blonde (Large double pink)

Sunwen Lian (Large single fuchsine pink)

Tai Zhen (Double rose)

Tao Hong Su Yu (Large double red)

The President (Large red bowl)

Violacea (Purplish red streaked with white)

Xiaoyulou (Double white bowl)

Xiaozuixian (Double pink bowl)

Xihu Honglian (Large single magenta red)

Yanyangtian (Large red bowl)

Yangcheng Wanlian (Double red bowl)

Yulou renzui (Double pink bowl)

Yuxialian (Large double red)

Zhizun Quanban (Large dark pink, thousand petalled lotus)

Zuitun (Double pink)

[The above list is based on:

Slocum, P. D. (2005) Waterlilies and Lotuses.Timber Press, Inc., Portland, USA.

Qicho Wang, Xinyan Zhang.(2004) Chinese Lotus Flower Cultivars Continued, China Forestry Publishing House, Beijing.

Billing, K. and Biles, P. (2008) The Lotus: Know It and Grow It. International Waterlily & Water Gardening Society, Greenville, VA 24440 USA).

Knotts, K. (2009) Checklist of Lotus (Nelumbo) Names, http://www.victoria-adventure.org/lotus/lotus_names_main.html.]

Main sources of Information

The following publications were consulted frequently during the preparation of this book. Specific references other than the ones given below have been provided in the text with numbers in parenthesis and the references are listed at the end of the book.

A. Vedas, epics, upanishads and other ancient texts

Atharva Veda: *Hymns of Atharva Veda, Book 10,* http://www.hinduwebsite.com/ sacredscripts/hinduism/athar/avbook10.asp#av10008, retrieved on 15-04-2012.

Bhagavatha purana: *Canto: 10, Part 2, Chapters 29 33,* http://www.srimadbhagavatam.org/. Also see the *Bhagavatha puranam* published by DC Books, Kottayam (2014).

Book of the Dead: The Egyptian funerary text written in cursive hieroglyphs on papyrus or inscribed on tombs. Best known of the books, known by the name *'The papyrus of Ani'* is dated back to the 19th dynasty of the New Kingdom (around 1250 BCE) of the ancient Egypt. (See the papyrus of Ani).

Brahmanda purana: *Brahmanda mahapurana,* http://www. astrojyoti.com/brahmandapurana.htm. Also see Essence of *Brahmanada purana,* http://www.kamakoti.org/kamakoti/ brahmandapurana/bookindex.php and *Brahmanda Mahapuranam* published by DC Books, Kottayam (2014). .

Chandogya Upanishad: *Chandogya Upanishad* by Swami Krishnanada, http://www. swami krishnananda.org/chhand/ Chhandogya_Upanishad.pdf; also see http://www.hinduwebsite. com/ sacredscripts/hinduism/ upanishads/chandogya.asp.

***Devibhagavatha** (Devi Bhagavatha Puranam) The S'rîmad Devî Bhâgawatam*, Translated by Swami Vijñanananda, http:// sacred-texts.com/hin/db/index.htm).

Gita or Bhagavad Gita: *(Song of the Divine or Song of God), Bhagavad Gita* by Sri Swami Sivananda, Divine Life Society; 13th edition (1 December 2008).

Indriya-bhavana Sutta: The Development of the Faculties; translated from the Pali, http://www.accesstoinsight.org/ tipitaka/ mn/mn.152.than.html, retrieved on 21-05-2014.

Jaiminiya Upanishad Brahmana: Translation and commentary bu Hanns Ortel, '*Journal of the American Oriental Society*', 16, 79 260

Kanakadhara stotram by *Adi Shankaracharya* , translated by PR Ramachander, http://www.saimahalakshmi.com/ kanakadhara-stotram-mahalakshmi/.

Khemaka Sutta: *(See Samyutta Nikaya)*_

Krishna Yajurveda: *The Yajur Veda Samhita* (*Taittiriya Samhita*) by A.B. Keith, 1914, http://www.sacred-texts.com/ hin/yv/.

Lakshmi Tantra: Translation and commentary by Gupta, S. (1972), Motilal Banarsidas Pub, Delhi (12) Ibid; it is the *Pāñcarātra Agama* text of the Vaishnavaite sect of Hindus

Lalithopakhyana: Cited from Nair, T.S., *Lalitopakyanam* (translation and commentary, 2009, DC Books, Kottayam).

Lotus sutra *The Sutra of the Lotus Flower of the Wonderful Law*: Translated by H. Kern (1884), http://reluctant-essenger. com/lotus_sutra.html; Also see Johnson P (2001) *The Lotus Sutra*- A Summary. http://www.tientai.net/lit/ls/ls.html.

***Mahabharata*:** http://www.sacred-texts.com/hin/m17/index. html

*TheMahabharata: h*ttp://www.ibiblio.org/sripedia/ebooks/ mb/m13/index.html; *Mahabharatam* DC Books, Kottayam (2014).

Maitrayani Samhitha, 4.4.7: http://www.indianscriptures.com/ vedic-knowledge/vedic-articles/articles/maitrayani-samhitha/chapter-01/topic-1.

Majjhima Nikaya: Editing and interpretation by Bhikkhu T (19982013) 152 PTS: M iii 298.

Markandeya purana: Translation by Dutt, M.N. 1896, http://www.pushpak.de/markandeya/markandeya_en.pdf) ; Also see *Markhandeya Puranam* by Vallathol Narayana Menon, DC Books, Kottayam (2014).

Matsya purana: *Matsya Mahapuranam* published by DC Books, Kottayam (2014); www.dharmakshetra.com/ avatars/ Matsya%20Purans.html; also see *Matsyapurana*, http://www.astrojyoti.com/matsyapurana-2.htm.

***Naradeeya purana*: *The Narada Purana in English*, http://www.indiadivine.org/content/files/file/180-the-narada-purana-in-english-pdf/; *Narada purana*, http://www.astrojyoti.com/naradapurana.htm;

Naradeeya mahapuranam by DC Books, Kottayam, (2014).

***Padma purana*:** http://www.astrojyoti.com/ padmapurana.html;

Padma Mahapuranam translation, DC Books, Kottayam (2014).

Panchvimsa Brahmana (18.9.6.)**:** Digitized text and translation available at http://www.archive.org/ stream/ pancavimsabrahma032052mbp/ _djvu.txt.

***Papyrus of Ani** (The Book of the Dead):* The best known of the Book of the dead, unearthed from ancient Egypt. (See Book of the Dead). The book was translated from the ancient text by Wallis Budge in 1888. The Book is now preserved in the British Museum (Available in the www, http://www.africa.upenn edu/ Books/ Papyrus_ Ani.html).

Ṛg veda (*Rig Veda*): The following translations are available for consultation: *The Hymns of the Rigveda* Translated by Ralph T. H. Griffith (1896**;** http://www.sanskritweb.net/ rigveda/ griffith.pdf) **;** *Rig veda* by Griffith (1896), available at http://www.aryabharati.org/ rugved/englrugved.asp. A discussion on the lotus as presented in *Ṛg veda* is presented in Garzilli (2003),

The flowers of "Ṛg veda" hymns: lotus in v.78.7, x.184.2, x. 107.10, vi.16.13, and vii.33.11, vi.61.2, viii.1.33, x. 142.8. *Indo-Iranian Journal*, 46, No. 4, 293314.

Saradathilakom, Lakshmana Desikendran, Commentary, Nair, K.K.(2006), Samrat Pub., Trichur, Kerala, India. A tantric text from 8th century AD, gives details about the rituals associated with the worship of Devi, especially Devi Saraswathi.

Satapatha Brahmana (7.4.1.10)**:** First *Brâhmana*, translated by Julius Eggeling (1894), http://sacred-texts.com/ hin/sbr/ sbe41/ sbe4163.htm.

Siva Purana (*Shiva Maha Purana*): English translation by J.L.Shastri, 1950; also see https://archive.org/details/ SivaPuranaJ.L.ShastriPart4; *Sivamahapuranam*, DC Books, Kottayam (2014). Also see http://hinduonline.co/ Scriptures/ ***Puranas***/ ShivaMahaPurana.html.

***Samyutta Nikaya*:** Edited by Bhikku, T (2001) 22.89, Khemaka Sutta: About Khemaka, translated from the Pali by Thanissaro Bhikkhu, http://www.accesstoinsight.org/ tipitaka/ sn/sn22/sn22.089.than.html.

Taittiriya Samhita (5.6)**:** Translation by Keith, A.B., 1914, scanned at www.sacred-texts.com July-August 2000 by J.B. Hare, http://www.sanskritweb.net/yajurveda/keith.pdf.

***Varaha puranam*:** http://www.astrojyoti.com/varahapurana. htm, Also see *Varahapuranam,* Translation DC Books, Kottayam (2014

Vayu purana*:** *Vayu mahapurana*, Tagare, G.V., *Vayupurana,* Part 1, Motilal Banarsidass and Co., New Delhi, 1987; http:// www. ahladam.com/ devotional/Puranas***/vayu-purana.php/4; also *Vayu puranam* translation DC Books, Kottayam (2014).

Vimalakirti sutra *(Vimalakriti Nirdesa Sutra),* Chinese Buddhist Encyclopedia, *http://www. chinabuddhismencyclopedia.com/ en/index.php/Vimalakirti_ Nirdesa_Sutra,* retrieved on 19-8-2013.

Vishnu purana *(Vishnu mahapuranam)* Translation DC Books, Kottayam (2014); *Vishnu Purana*, http://www.sacred-texts.com/hin/vp/vp035.htm, *The Vishnu Purana,* http://www. astrojyoti.com/ vishnupurana.htm.

B. Other documents and books

Blavatsky, H.P (1888) *The Secret Doctrine*, Vol.1, Book I- part ii, The evolution of symbolism in its approximate order, chapter 8, The Lotus as a Universal Symbol, P.379 (See 1.2). http://www. theosociety.org/pasadena/sd/sd1-2-08.htm.

Blavatsky, H.P. In: *Book of Dzyan*, edited and introduced by Tim Maroney, Chaosium, Oakland: 2000; also see http:// www.blavatskyarchives.com/dzyan.htm, http://www. theosociety.org /pasadena/sd/sd1-1-01.htm.

Basu, S. (2002) *The Lotus Symbol in Indian Literature and Art*. Originals, New Delhi.

Budge, W. (1895) *The Book of The Dead (The Papyrus of Ani)* (Trans.).'http://www.hermetics.org/pdf/sacred/ BookOfDead.pdf.

Frownfelter, A. (2010) *Flower Symbolism as Female Sexual Metaphor. Senior Honors Thesis.* Paper 238. Eastern Michigan University, USA

Gardiner, A. H. (1957) *Egyptian Grammar: Being an Introduction to the Study of Hieroglyphs*. Oxford University Press, Oxford, Third Revised Edition, 1957

Garzilli, E. (2003) *The flowers of* Ṛg *Veda hymns*: *Lotus,* in R.v. V.78.7, X.184.2, X107.10, VI 16.13, VII 33.11, VI.61.2, VIII.1,33, X.142.8. *Indo-Iranian Journal*, 46: 293314.

Goodyear, H.W.M. (1891) *The Grammar of Lotus. A New History of Classic Ornaments as a Development of Sun Worship*. Sampson Low & Co., London. Digitized version: Microsoft Cor.Inc.

Grifiths, M. (2010) *The Lotus Quest: In Search of the Sacred Flower*. St Martin's Press, UK.

Gupta, S. M.(2001) *Plant Myths and Traditions in India*. Munshiram Manoharlal Publishers, New Delhi.

Gupta, S.M. (1996) *Plants in Indian Temple Art*. BR Pub. Corporation, Delhi.

Humm, A. Ancient Egyptian Love Songs Papyrus Harris 500, English interpretation, http://jewishchristianlit.com/ Texts/ ANEmrg/pHarris500.html.

Harshananda, Swami (1988) *Principal Symbols of World Religions*, Sri Ramakrishna Math, Mylapore, Chennai.

Harshananda, Swami (2008) *A Concise Encyclopedia of Hinduism*, vols 1-3. Ramakrishna Math, Bangalore.

Harshananda, Swami (2011) *Hindu Gods and Goddesses*. Sri Ramakrishna Math, Madras.

Jansen, E. R. (1993). *The Book of Hindu Imagery: Gods, Manifestations and Their Meaning*. Binkey Kok Publications, Havelte, The Netherlands.

Jones, O. (1856) *Grammar of Ornaments*. (Paperback), Duetsch Press, Reprint, 2010.

Kumar, S. (2001) *A Thousand Petalled Lotus: Jain Temples of Rajasthan*, Indira Gandhi National Centre for the Arts, New Delhi.

Muir, J. (1861) *Original Sanskrit Texts On The Origin And Progress Of The Religion And Institutions Of India: The Vedas: Opinions Of Their Authors, And Of Later Indian Writers, In Regard To Their Origin, Inspiration, And Authority*, 1, 52 (mythical account of the origin of the creation of man. Digitised text, https://archive.org/stream/ originalsanskrit01muir#page/52/mode/2up/search/page+52, Illinois University, Illinois.

Nagar, S. (2000) *Botanical and Medicinal Plants As depicted in Ancient Texts, Art and Archeology From the Dawn of Civilization to the Modern Age*, Vol. 1, B.R.Pub. Corporation, New Delhi.

Malik, A. (2009) *Puskara Mahatmya* (1993) Steiner Verlag, digital edn. 2009, Univ. Michigan.

Mani, V. (1989) *Puranic Encyclopedia* , Current Books, Kottayam.

Park, C. (2013) *The Illustrated Life of the Buddha* (Based on Gethin, R., The Foundations of Buddhism, Oxford University Press, 1998). http://orias.berkeley.edu/ visuals/ buddha/ Life.html#1. The Conception of the Buddha

Rao, T.A.G. (1998).*Elements of Hindu Iconography (in 4 Parts),* Motilal Banarsidass, New Delhi.

Schweig, G.M. (2007) *Dance of Divine Love.* Motilal Banrsidass, New Delhi.

Tanahashi, K. (2006) *Lotus.* Wisdom publications, Somervelle, USA.

Zimmer, H. (1972) *Myths and Symbols of Indian Art and Civilization,* Princeton Uni.press; NJ.

Pal, P. (1986) *Indian Sculpture* Vol.I, Univ. California Press, Los Angeles.

Citations included in the text

Chapter 1

(1) Anonymous, http://www.fairfun.net/my3/album_my/g-flora/d_nymphaeaceae/lotus/poems/p002.htm

(2) Grifiths, M. (2010) *The Lotus Quest: In Search of the Sacred Flower*. St Martin's Press, UK.

(3) Ponting, H.G. (1911) *In Lotus Land- Japan.* Macmillan &Co, London.

Chapter 2

(1) Jones, Sir William. (1989) A Hindu poem. Quoted from Thiselton-Dyer, T. F., *The Folk-lore of Plants*, 1889, Chatto & Windus, London.

Chapter 3

(1) Malik, A. (2009) *Puskara Mahatmya* (1993) Steiner Verlag, digital edn. 2009, Univ. Michigan.

(2) Burnouf, E. (1801-1852). Quoted from *Encyclopedic Theosophical Glossary:* Br-Bz Copyright © 1999 by Theosophical University Press.

(3) Mani, V. (1989) *Puranic Encyclopedia*, Current Books, Kottayam.

(4) Harshananda, Swami (2011) *Hindu Gods and Goddesses*. Sri Ramakrishna Math, Madras.

(5) Anon (2011) *Iconography of Lord Vishnu*. https://sites.google.com/a/sapasagroup.com/ sapasagroup1-com/home/

religion/iconography-of-lord-vishnu.

(6)Williams, M. Cited from Blavatsky, *Secret Doctrine*,Vol1, Ch.8, The Lotus as a Universal symbol, 1888, Online edition, 2009.

(7) Ananda Saraswathi,Yogi. (2013) *Ashta Lakshmi*, http://vedicgoddess.weebly.com/3/post/2013/01/ashta-lakshmi-by-yogi-ananda-saraswathi.html.

(8) Agrawal, P. (2013) Faith and rituals- *Ashta Laxmi*. http://www.speakingtree.in/spiritual-blogs/seekers/faith-and-rituals/b2-ashta-laxmi.

(9) Anon (2013) *Ashta Lakshmi*. Wikipedia. org/wiki/ Ashta_ Lakshmi

(10) Anon (2012) Devi Lakshmi as Padmavathi (lotus goddess). http://www.exoticindiaart.com/product/ sculptures/devi-lakshmi-as-padmavati-lotus-goddess-RL17.

(11) Reynolds, J.M. (2009) *Kurukulla*-The dakini of magic and enchantments. Vajranaatha, (2002- 2009), Vajranatha.com.

(12) Shaw, M.E. (2006) *Buddhist Goddesses of India*. Princeton Univ. press, Princeton, USA.

(13) *Kanakadhara stotram of* Adi Shankaracharya, http://www.saimahalakshmi.com/kanakadhara-stotram-mahalakshmi/, translation is by PR Ramachander.

(14) Saboo, S. (2012) Goddess Saraswati – Goddess of Learning. http://www.speakingtree.in/spiritual-blogs/seekers/philosophy/goddess-saraswati-daughter-of-goddess-durga.

(15) Goswami, M., Gupta, I. and Jha, P. (2005) *Sapta matrikas* in Indian art and their significance in Indian sculpture and ethos: a critical study. *Anistoriton,* 9 (March), section A051, 18. http://www.anistor.co.hol.gr/index.htm.

(16) Rampuri, Baba. (2012) Navadurgas- The Nine forms of Durga. http://rampuri.com/navdurga-navratri/, , retrieved on 23-04-2013), also see Swami Harshananda (3.15) and Jansen, E.R. (1993) The Book of Hindu Imagery, Binkey Kok pub., Holland.

(17) Goswami, S.R.D. (2013) The Splendid Flower Pastimes of Sri Sri Radha-Krishna, Translation by Sriman Kusakratha dasa. http://www.harekrsna.com/sun/features/06-07/features688.htm.

(18) Kakkar, G. (2010) Lotus Feet of Srimati Radharani and Lord. http://www.iskcondesiretree.net/profiles/blogs/lotus-feet-of-srimati-1.

(19) Goswami (see 17).

(20) Thakura, S.B. (2013) *Sri Krishna Karnamrutham* . http://www.bvml.org/VS/SBT_skk.html

(21) Bhakta Meera The beauty of Krishna's Lotus Feet. http://www.iskcondesiretree.net/ profiles/blogs/the-beauty-of-krishna-s-lotus-feet.

(22) Srila Jiva Goswami , http://www.harekrsna.com/sun/editorials/05-13/editorials10131.htm.

(23) See 20 above.

(24) Anon (2012) The iconography of Jain Mahavidyas. http://www.indianetzone.com/ 61/iconography_jain_mahavidyas. Htm

(25) Rao, S. (2013) *Dasha* (Ten) *Mahavidya*, Parts14. http://creative.sulekha.com/dasha-ten-mahavidya-part-one-introduction-1-of-4_546260_blog, retrieved on 25-04-2013.

(26) Anon (2013) The Elephant God- Erawan. According to Aryan legends, the god Erawan (same as Airavath the vehicle of Lord Indra in Indian Mythology) is huge, white, and has 33 heads. Each head bears seven tusks. For each tusk there are seven lotus ponds. Each pond has seven lotus pads, each pad has seven lotus blossoms and each blossom has seven petals. On each petal dance seven angels. Each angel has seven ladies-in-waiting. So altogether the god Erawan has 33 heads, 231 tusks, 1,617 ponds, 11,319 lotus pads, 79,233 lotus blossoms, 554,631 lotus petals, 3,882,417 angels, and 27,176,919 ladies-in-waiting ! http://www.erawanbangkok.com/myth.php.

Chapter 4

(1) Anon (2013) The prophecy of Buddha Dipankara. http://www.centrebouddhique.net/content/view/74/31

(2) Anon (2009) Prophecy of Dipankara Buddha. http://www.jatakaonline.com/jataka-tales/0011-the-first-prophecy,

(3) Park C (2013) *The Illustrated Life of the Buddha* (Based on Gethin, R., The Foundations of Buddhism.Oxford University Press, 1998, http://orias. berkeley.edu/visuals/ buddha/ Life. html #1. The Conception of the Buddha.

(4) Ibid.

(5) Anon. (2013) The Lotus Flower, hand held emblem and ritual attribute, http://www dharmasculpture.com/lotus-flower-hand-emblem-ritual-attribute.html

(6) Tanahashi, K. (2006) *Lotus.* Wisdom publications, Somervelle, USA.

(7) Lu S-Y, Grand Master (1984) *Highest Yoga Tantra and Mahamudra,* chapter 22, *The Levels of Mahamudra.* (Trans. Chung, CY). http://www.tbsn.org/ENGLISH2/articlelist.php

(8) Anon (2014) Tara-Tibetan Goddess of Compassion. http://www.goddess.ws/tara.html

(9) Willson, M. (1986) *In Praise of Tara.* Wisdom Pub., London. 1986,

(10) *The Golden Rosary of Tara*, by Lama Taranatha, translated by Vajranatha. http://www.chinabuddhismencyclopedia.com/en/index.php/The_Golden_Rosary_of_Tara,_by_Lama_Taranatha.This is the great vow or *mahapranidhana* of the bodhisattva Tara. She vows to always appear as a woman until all beings are liberated from *samsara*. According to *Hinayana* theory, one must be reborn as a man before one can achieve enlightenment, and even then one must first become a celibate monk or bhikshu. Tara rejects this view as being inconsistent with the *Mahayana*, which asserts that all sentient beings equally possess the seed of Buddhahood, whatever their external marks are.

(11) *Kalpasutra, t*ranslated from the Prakrit by Hermann

Jacobi, 1884.Sacred Books of the East, vol. 22; http://www.hinduwebsite.com/ sacredcripts/jainscripts/kalpa_sutra.asp.

(12) Anon (2012) The iconography of Padmavati, Deogarh. http://www.indianetzone.com/61/iconography_padmavati.htm,

(13) Anon. (2012) The iconography of Jain *Mahavidyas*. http://www.indianetzone.com/61/iconography_jain_mahavidyas.Htm.

Chapter 5

(1) Mahavira's Teachings. Quoted from Kumar 2001.

(2) Coomaraswamy, A. (1935) *Elements of Buddhist Iconography,* Quoted from Kumar.

(3) Zimmer, H. (1972) *Myths and Symbols of Indian Art and Civilization,* Princeton Uni. Press, NJ.

(4) Maury, C. (1969) *Folk Origins of Indian Art.* Columbia University Press, Quoted from Kumar, 2001.

(5) Kramrisch, S. (1983) An image of Aditi-Uttanapad. In Miller, B. S. (ed*.), Exploring India's Sacred Art*, Philadelphia, University of Philadelphia Press, 149158.

(6) Tagore, R. (1915) *Songs of Kabir*. Macmillan Co., New York.

(7) Saraswati, Swami Satyananda (2004).*Kundalini Tantra*. New Delhi: Thomson Press.

(8) Mercier, P. (2007) *The Chakra Bible,* Octopus Pub., US.

(9) Anon (2011) All about *Chakras*. www.scribd.com.

(10) Richadson, C. (2012) The Chakra's presented in Goddess form. http://mgck59.webs.com/ kundaliniawakening.htm.

(11) Prophet, E.C. (2006) Quietly Comes the Buddha. Jaico Pub. House, Mumbai.

(12) Algeo, J. (2008) White lotus day and its meaning, http://www.katinkahesselink.net/other/algeo-white-lotus.htm.

(13) Line written by the Chinese Buddhist Monk, Kukai, Theosophy Trust Memorial Library, http://theosophytrust.org/tlodocs/ articlesTeacher.php? d=Kukai.

(14) Johnson, P. (2001) The Lotus Blossom. (Kuang-Ting's Kuang-Ting's introduction of the '*Hidden Meaning of the Lotus Sutra*' (C. *Fa-Hua Hsuan-I*, J.*Hokke Gengi*), (http:// www. tientai.net/teachings/pundarika/renge.htm.

(15) Ibid.

(16) *Chenrezig sadhana.* The Sadhana of Avalokiteshvara (Tibetan: Chenrezig), with commentary by Lama Lodu. http://www. abuddhistlibrary.com/Buddhism/ A%20 .....Commentary/ Chenrezig%20Sadhana %20with%20 Commentary.rtf.

(17) Anon. (2011) Tibetan Buddhism – General Buddhist symbols. http://viewonbuddhism.org/general_symbols_ buddhism.html.

(18) Tenzin Gyatso (The Fourteenth Dalai Lama). On the meaning of: *om mani padme hum,* http://www.sacred-texts. com/ bud/tib/omph.

(19) Fitzgerald, W. (2003) The lotus: flower of the month for July. http://www.schooloftheseasons.com/flowers/lotus.html.

(20) Ibid.

(21) Baillie, A. and Suzanne, O.S. (1999) The Lotus,*Tricycle Magazine*, http://www.tricycle.com/feature/the-lotus.

(22) Bhaktivedanta Swami Prabhupāda, Śrī *Brahma-saṁhitā* 5.4, *Bhaktivedanta VedaBase*, http://vedabase.awardspace. com/ bs/5/4.htm.

(23) Holdrege, B.A. (2015) *Bhakti and Embodiment: Fashioning Divine Bodies and Devotional Bodies in Krsna Bhakti.* Routledge Pub., Abingdon, UK.

(24) *Vrindavana Mahatmya* of *Padma purana*, quoted from Holdrege (2015)

(25) Jung, C.G. Quoted from Schweig (2007).

(26) Schweig, G.M. (2007) *Dance of Divine Love.* Motilal Banrsidass, New Delhi.

(27) Tanahashi, K. (2006) *Lotus.* Wisdom Pub., Somerville, USA.

(28) Ibid.

(29) Jones, J.J. (2009) The significance of the flower sermon to Zen Buddhism. http://www.spiritualliving360.com/index.php/the-significance-of-the-flower-sermon-to-zen-buddhism-18490/.

(30) Welter, A. (2006) Mahakasyapa's smile. In: Heine, S. and Wright, D.S. (eds) *The Koan: Texts and Contexts in Zen Buddhism*. Oxford Univ. press, NY, USA., pp. . 75109.

(31) Hakuin's Song of Zazen, trans. Waddell, http:// www.thezensite.com/ZenTeachings/Translations/Song_of_Zazen.htm.

(32) Walker, B.G. (1983) *The Woman's Encyclopedia Of Myths And Secrets*. Harper & Row, San Francisco, USA (Digitsed edn.2007), http://archive.org/stream/ womansencycloped00 walkrich/ womansencycloped00walkrich_djvu.txt.

(33) Beer, R. (2003) *The Handbook of Tibetan Buddhist Symbols*. Serindia publications, Chicago, Illinois, USA.

(34) Banerjee, R. (1988-1989) *Lalitavistara*, Chinese Buddhist Encyclopedia, http://www.chinabuddhismencyclopedia.com/en/index.php/Lalitavistara. (35 spe 32)

Chapter 6

(1) Zimmer, H. (1972) *Myths and Symbols of Indian Art and Civilization*. Princeton University Press, USA.

(2) Gupta, S. (1996) *Plants in Indian Temple Art*. BR Pub. Corporation, Delhi.

(3) Sahba, F. (2010) The Jewel in the Lotus. www.bahai.in/Bahai-House-of.../the-jewel-in-the-lotus.html**,** ***(***An article on the design of the Baha'i House of Worship in India by its architect, Fariborz Sahba**),** http://www.bahai.in/bahai-house-of-worship/stories-articles/the-jewel-in-the-lotus.html.

(4) Basu, S. (2002) *Lotus symbol in Indian Literature and Art*. Originals, Delhi.

(5) Ibid.

(6) Anon (2014) Angkor Wat - 7th Wonder of the World. http://www.tourismcambodia.com/attractions/angkor/angkor-wat.htm.

(7) Anon (2013) Angkor Wat Devata Inventory, Ver. 05-30-2013 by Kent Davis, http:// www.devata.org/ angkor-wat-devata-inventory/ #.Ust_qPQW1Yw.

(8) Davis, K. (2008) Devata Feature Database (of Anghor Watt carvings). DatAsia Inc., USA. (This document is based mainly on the study of the carvings by Sappho Marchel, who made the first full and comprehensive document on the carvings of Anghor Watt, and published the book: Khmer Costumes and Ornaments: Of the Devatas of Angkor Wat).

(9) Anon (2010) Borobudur temple, http://www.adventuretrans. Net/borobudur_page.html.

(10) Anon (2008) One-Pillar Pagoda (*Chùa Một Cột*). http:// www.vietnam-beauty.com/cities/ha-noi/4-ha-noi/65-one-pillar-pagoda-chua-mt-ct.html .

(11) Anon (2012) Thai Buddhist temple, Penang, Malaysia 2012, http://acreativeproject.blogspot.in /2012/08/ thai-buddhist-temple-penang-malaysia.html.

(12) Laylin, T. (2011) Apostrophy's Giant Floating Lotus in Thailand Offers Colorful Respite From Terrible Floods, http://inhabitat.com/ apostrophys-giant-floating-lotus-in-thailand-offers-colorful-respite-from-terrible-floods/ apostrophys-loy-krathong-2011-4.

Chapter 7

(1) Pande, V. (2005) *Kalidasa. In: History of Indian Theatre*. Abhinav pub., New Delhi.

(2) Smith, D. (2002) The lotus as tiger: Aspects of the symbolism of the lotus in *kàvya. Quaderni del Dipartimento di Linguistica - Università di Firenze 12 (2002): 27-45*

(3) Yi, Z. D. (Translation by Feng Xin-ming, 2009) "On Loving the Lotus" – by the Northern Song Dynasty; http://www. hudong.com/wiki.

(4) Thompson, J. (2016) *Zhou Dunyi (Chou Tun-i*, 1017-1073). *Internet Encyclopedia of Philosophy*, http://www.iep.utm. edu/ zhou-dun.

(5)Yosano, A. (1878 – 1942) Akiko Yosano was the pen name of Sho Ho, the Japanese poet and feminist and social reformer, one among the most controversial women poets of Japan. Quoted from Tanahashi (see 5.56)

(6) Toshiyori Minamoto. Cited from Tanahashi (see 5.56)

(7) By an unknown poet, The Lotus, http:// lotusonapond. tumblr.com

(8) Siwek, S. (2013) The sacred lotus; a plant study. http:// www. flowersociety.org/lotus-plant-study.htm.

(9) Heine, H. Translation to English by Edgar Alfred Bowring, http://creative-writing-hour-6.2298181.n4.nabble.com/ .

(10) Andal, the Tamil poet. English version by J. K. Mohana Rao, http://webcache.googleusercontent. com/search?q=cache:oGydoU7RNyEJ:www. poetry-chaikhana.com/Poets/ A/Andal/lotusis/ index. html+&cd=3&hl=en&ct=clnk&gl=in.

(11) Naidu, S. The Lotus, Sarojini Naidu in praise of Mahatma Gandhi, by D.V. Rajyalakshmi, http://yabaluri.org/TRIVENI/ CDWEB/ sarojininaiduinpraiseofmahatmagandhijul75.htm

(12) Krishnamurthy, K. (undated) Lotus- the sovereign of flowers, http://www.poemhunter.com/poem/lotus-the-sovereign-of-flowers

(13) Ryokan, Taigu The lotus, https://hellopoetry.com/ poem/66487/the-lotus/.

(14) Gale, L. (2013) I am a lotus flower, http://louisegale.com/ 2013/04/i-am-a-lotus-flower-a-short-poem-inspired/

(15) Romanao, E.(2010) Lotus enlightenment, composed for the Kaji Aso International Haiku Contest. http://www. geraldengland. co.uk/ revs/mg049.htm.

(16) Hung, Hsiung, *Written in the Sunset From: The land of longing: Women poets of China*. http://reader.homestead. com/ women_poets_china.html.

(17) Ancient Chinese poem engraved on the famous Chinese tea pots that are collectors' items, ww.jasminjahal.com/ articles/ Lotus.htm.

(18) Changling, W. (698- 756, Tang Dynasty) *Song of Picking*

Lotus Seeds; Poetry Chinese (2009), http://poetrychinese. blogspot.in/2009/04/picking-lotus-seed-pods.html.

(19) Ran, Q. (2016) The symbolic meaning of lotus flowers in chinese culture. China Culture.Org., http:// www. chinaculture.org / chineseway/2010-07/23/ content_386723_4.htm.

(20) A folk song in Han Dynasty's Music Bureau Poems, quoted from Jinghua Fan's Picking Lotus Seed-Pods, http:// poetrychinese. blogspot.in/2009/04/picking-lotus-seed-pods. html.

(21) Li, Y.W.(11271206) Chinese poet of the Song dynasty, he was one of the four masters of poetry in that period. Written many poems on flora and faua. All poems of Yang Wan Li, Translation, http://www.poemhunter.com/yang-wanli..

(22) Chengda, F.(11261193) Chinese poet of the Song Dynasty. Fir-flower tablets : poems translated from the Chinese. http://archive.org/ stream/cu31924023366630/ cu31924023366630_djvu.txt.

(23) Changling, W. (698756, Tang Dynasty) Song of Picking Lotus Seeds. http://poetrychinese.blogspot.in/2009/04/ picking-lotus-seed-pods.html.

(24) Li Bai (701762) The Women of Yue, Five Poems. http:// www.mountainsongs.net/poem_.php?id=869.

(25) Wei, W. (701761 Tang Dynasty) Lotus basin, http:// poetrychinese.blogspot.in/2009/04/picking-lotus-seed-pods. html.

(26) Song, H. (Huangfu Song) Ninth century Chinese poet of the Tang dynasty, http://www.aoi.uzh.ch/ sinologie/ forschung/ chinaundderwesten/ TangPoems.pdf.

(27) Dutt, T. (Toru Dutt), Toru (fullname Torulata) was a gifted Indian woman poet and novelist who died at the age of 21. She was the first author to publish a novel in French as well as in English, both were published posthumously. Lotus was one of her many original poems. She also published many translations. http://www.poetrycat.com/toru-dutt/sonnet-- the-lotus.

(28) Arivalagan, K.S. (2009) An analysis of the poem 'The Lotus' by Toru Dutt, http://voices. yahoo.com/an-analysis-poem-lotus-toru-dutt-4570439.html?cat=4.

(29) Persad, R. (2009) The Lotus. In: Persad, R. (ed.) *The Lotus Blooms: A collection of poems,* ISBN-13: 9781438958507.

(30) Charlotte, N.C. (2016) A lotus. http://deepundergroundpoetry. com/poems/96990-a-lotus.

(31) Hanh, T.N. (1929) Padmapani *Sacred Poetry from Around the World.* http://www.poetry-chaikhana.com/H/HanhThichNha/Padmapani.htm.

(32) Huang, O. (14981569) A Ming dynasty Chinese woman poet, famous for her erotic poems. The quote is a transaltion of the poem "*soaring clouds'* Trans. Kenneth Rexroth: Bureau of Public Secrets, http://www.bopsecrets.org/rexroth/ translations/chinese.htm.

(33) Tsun-hsien, H. (18481905) The Lotus, trans. Baillie, A And Ostro, S (1999), *Tricycle Home Magazine*, http://www. tricycle.com/feature/the-lotus.

(34) Kyokusai (18161874) The Lotus, trans,Baillie, A. And Ostro, S. (1999) *Tricycle Home Magazine*, http://www.n tricycle.com/feature/the-lotus.

(35) Kyokusai (18161874), English translation from Japanese Death Poems, ed. Yoel Hoffman (ed., 1986), Cited from *CERDENIA Journal* (2013) When You Contemplate the Waters, http://joshuacerdenia.com/music/when-you-contemplate-the-waters.

(36) Shotetsu, quoted from Tanahashi.

(37) Shigekata Fujiwara, quoted from Tanahashi.

(38) Sanekata Fujiwara, quoted from Tanahashi.

(39) Poetry Chaikhana, Sacred Poetry from Around the World, http://poetry-chaikhana.com/Themes/Lotus/index.html.

(40) Vidyapathi (1352-1448) Smiles and laughter, Poems by Vidyapati, http://backtogodhead.in/poems-by-vidyapati/.

(41) Vidyapathi. Ibid.

(42) Vidyapathi. Ibid.

(43) Kannappanar, quoted from Paula Richman. Extraordinary Child, 2008, Penguin Books India.

(44) Kannappanar , quoted from Paula Richman. Ibid.

(45) Balachandran, K. (2013) Lotus sutra, http://hellopoetry.com/poem/353703/lotus-sutra/.

(46) Brown, N.W. (1962) *The Vasanta Vilasa -A Poem of the Spring Festival*. American Oriental Society, New Haven, Conn.

(47) Ibid.

(48) One of the *Ragamala* poems- *Dhanashri Ragini*.

(49) Tagore, R. (1912) Gitanjali, poem 20. Macmillan, London. (1967 reprint).

(50) Bone, M. (2014) Lotus flower. http://www. azlovepoems.com/lotusflower.shtml.

(51) Sutha Watanabe. Quoted from Tanakashi. .

(52) Soseki Matsumi, quoted from Tanakashi.

(53) Quoted from Bhattacharyya, B. (1993) *The Path of the Mystic Lover*. Destiny Books, Rochester, Vermont, USA.

(54 - 59) Ibid

(60) Ellis, N. (1988) *Awakening Osiris- The Egyptian Book of the Dead*. Phanes Press, Boston, http://www. ancientworlds.net/ member/Ramesses/KismetNefertari.

(61) Watanabe, S. (2013) Chinese Lotus Painting http://www.inkdancechinesepaintings.com/chinese-lotus-paintings.html.

(62) Anon. (2016) Thangka painting, http://www.norbulingka.org /thangka-painting.html .

(63) Anon. (2016) A brief description and history of Thangkas, http://www.gomang.org/catalog_files/cat_thangkas.pdf

(64) Goodyear, H.W.M. (1891) *The Grammar of Lotus. A New History of Classic Ornaments as a Development of Sun Worship*. Sampson Low & Co., London. Digitized version: Microsoft Cor. Inc.

(65) Jones, O. (1856) *Grammar of Ornaments*. (Paper back), Duetsch Press, Reprint, 2010.

Chapter 8

(1) Dunn J (2013) King Tut's coffins. http://www.touregypt.net/featurestories/tutcoffins.htm.

(2) Seawright, C. (2009) The Egyptian Lotus *Nymphaea caerulea*, the Blue Water Lily. http://www.touregypt.net/featurestories/ lotus.htm.

(3) Ibid

(4) Ibid

(5) Ancient Egyptian Love songs- Harris - *19th Dynasty Love Poem*, 500th *papyrus,* Translation by Alan Humm, http://jewishchristianlit.com/ Texts/ANEmrg/pHarris500.html.

(6) Ibid.

(7) Edwardes, A. (1959) *The Jewel in the Lotus: A Historical Survey of the Sexual Content of the East.* The Julian Press, Inc. New York.

(8) Iles, L.(2013) Isis, the Lady of the Lotus. Mirror of Isis, Official Fellowship of Isis publication, http://mirrorofisis.freeyellow.hcom/ id206.html.

(9) Collins, M. (1884) Cited from Iles (2013

(10) Ashby, M. (2005) *Sacred sexuality-ancient Egyptian tantric yoga*. Sema Institute; Miami, Florida, 3rd edn.

(11) Ibid.

(12) Rezania, P. (2011) Symbol of lotus in ancient world. *Life Science Journal*, 8 (3) 309 312. http://www.lifesciencesite.com.

(13) Gems of Chinese Literature/Chou Tun-I (1017-1073) The Language of Flowers, https://en.wikisource.org/ wiki/Gems_ of_Chinese_Literature/Chou_Tun-I-The_Language_of_Flowers.

(14) Lichtheim, M. (1945) The Songs of the Harpers. *Journal of Near Eastern Studies,* Vol. 4, No. 3, 178212.

(15) Iles, L.(2013) See (8) above.

(16) Wolfkeepe, A. (2013) Cleopatra: Immortal Priestess-Queen. http://www.ancientmysteriesnet.org/cleopatra.html.

(17) Anon (2013) The story behind Nenufar. http://www.aquadeluna.com/perfume-stories/13-the-story-behind-nenufar.

(18) Iles, L.(2013) See (8) above.

(19) Arnold, D. (2003) *The Encyclopaedia of Ancient Egyptian Architecture*. LB Tauris & Co., NY.

(20) Ibid.

(21) Ibid.

(22) Iles, (See 8)

Chapter 9

(1) Ananda Saraswathi,Yogi. (2013) *Ashta Lakshmi*. http://vedicgoddess.weebly.com/3/ post/2013/01/ashta-lakshmi-by-yogi-ananda-saraswathi.html.

(2) History of the lotus lantern festival, http://www.koreanbuddhism.net/life

(3) Anon (1988) Sacred Plants - Karnataka Forest Department publication.

(4) Jha, V., Saraswati, K.C. and Jha, J.S. (1996) Ritualistic significance of plants associated with Maithili traditions in North Bihar. In Dubey D.P (ed.) *Rays and Ways of Indian Culture*, MD Pub., New Delhi, pp. 193209.

(5) Bhattathiripad, K.M. (2000) *Kuzhikkattupacchha*. This is a *tantric* text written in Malayalam, mainly for the benefit of practicing *tantriks*. Text printed from old palm leaf manuscript. (reprint).

(6) Lakshmana Desikendran, *Saradathilakom,* Commentary, Nair, K.K. 2006, Samrat Pub., Trichur, Kerala, India. A tantric text from 8th century AD, gives details about the rituals associated with the worship of Devi, especially Devi Saraswathi.

Chapter 10

(1) Duke, J.A. (2002) *Handbook of Medicinal Herbs*. CRC Press, NY.

(2) Duke, J.A. (2017) *Nelumbo nucifera* (Nelumbonaceae)

Ethnobotanical uses; *Dr. Duke's Phytochemical and Ethnobotanical Databases*; http://www.ars-grin.gov/cgi-bin/duke/ethnobot.pl.

(3) Kamat, S.D (ed.) (2002) *Dhanvantari Nighantu*, Chaukhamba Sanskrit Prasthan, New Delhi.

(4) Sriram, B. (ed.) (2006) *Bhavaprakasha* of Bhavamisra, Vol. 1, 2006.

(5) Sharma, P.V. (2004) *Classical uses Medicinal Plants*, Chaukhamba Visvabharati, Varanasi.

(6) Sastry, J.L.N. (2008) *Dravyaguna Vijnana*, Chaukhamba Orientalia, Varanasi.

(7) Khare, C.P. (2004) *Indian Herbal Remedies,* Springer Verlag, Berlin.

(8) Nadkarni, A.K. (1982) *K.M. Nadkarni's Materia Medica*, Vol.1 Popular Prakashan, Bombay.

(9) Sairam, T.V. (2002) *Home Remedies*, vol.4, Penguin Books, New Delhi.

(10) Chen, J.K. Chen, T.T.(2004) *Chinese Medical Herbology and Pharmacology*. Art of Medicine Press, CA:

(11) Jing, J. (2014) Chinese food herb: the lotus seed. http://www .cycleharmony.com/reme-dies/herbal-remedies/chinese-food-herb-the-lotus-seed#sthash.eVEIufNk.dpuf.

(12) See 10 above.

(13) Ross, I.A. (2001) *Nelumbo nucifera*. In *Medicinal Plants of the World*, vol.2, Humana press, New Jersey.

(14) Anon (2014) *Nymphaea lotus* Linn., http://hashmidawakhana. co.in/nymphaea-lotus-linn.html.

(15) Anon. (2014) Thamarai – A herbal remedy for cardiac ailments, Agasthiyar Guru Siddha Hospital, Varkala, http://siddham.in/lotus-or-nelumbo-nucifera-a-natural-remedy-for-cardiac-ailments.

(16) Anon. (2013) Baino, *Nelumbo nucifera* Gaertn., sacred lotus. Philippine Alternative Medicine, http://www.stuartxchange. com/Baino.html..

(17) Anon (2009) Lotus Flowers, http://www.

agricultureinformation.com/ forums/general-questions-answers/32958-lotus-flowers.html.

(18) Sridhar, K.R. and Bhat, R. (2007). Lotus – A potential nutraceutical source. *Journal of Agricultural Technology,* 3: 143155.

(19) Dharmananda, S. (2002) Lotus seed: food and medicine. http://www.itmonline.org/arts/lotus.htm.

(20) Anon. (2014) Uses of lotus. http://www9.tainan.gov.tw/bcht/action/lotus/eng/lotus-1.htm

(21) Ibid.

(22) Nadkarni (See 8)

Chapter 11

(1) Reid, B.E. (1977). *Famine Foods of the Chiu-Huang Pen-ts'ao.* Southern Materials Centre, Taipei

(2) Ogle, B.M., Dao, H.T.A., Mulokozi, G. and Hambraeus, L. (2001) Micronutrient composition and nutritional importance of gathered vegetables in Vietnam. *International Journal of Food Science and Nutrition,* 52: 485-499.

(3) Indrayan, A.K., Sharma, S., Durgapal, D., Kumar, N. and Kumar, M. (2005). Determination of nutritive value and analysis of mineral elements for some medicinally valued plants from Uttaranchal. *Current Science,* 89: 1252-1255.

(4) Dharmananda, S. (2002) Lotus seed: food and medicine, http://www.itmonline.org/arts/lotus.htm.

(5) Facciola. S.(1998) *Cornucopia II - A Source Book of Edible Plants*, Kampong pub., Vista, California.

(6) Anon. (2012) *Nelumbo nucifera* Gaertn. ,PFAF,, http://www.pfaf.org/user/Plant.aspx?LatinName=Nelumbo+nucifera.

(7) Newman, J.M. (2001) Lotus: A Plant with many purposes. *Vegetables and Vegetarian Foods*, 8(4): 11-12, 31

(8) Billing, K. and Biles, P. (2008) The Lotus: Know It & Grow It, International Waterlily and Water gardening Society, Florida.

(9) Orozco-Obando,W., Tilt, K. and Fischman, B. (2009)

Is Lotus an ornamental plant or a vegetable? Yes! *Water Garden International* (Online), 4 (2), http://www.watergardenersinternational.org/journal/4-2/warner/page1.html,

(10) Newman, J.M. (2001) Lotus: A Plant with many Purposes. *Vegetables and Vegetarian Foods*, 8(4): 11-12, 31.

(11) Dalal, T. (2016) Culinary uses of lotus: seed uses, http://www.tarladalal.com/glossary-lotus-seeds-507i.

(12) Dalal, T. (2016) Lotus stem, http://www.tarladalal.com/glossary-lotus-stem-506i.

(13) Dalal, T. (2014) Dalal, T. (2014) 8 lotus stem recipes. http://www.tarladalal.com/recipes-using-lotus-stem-506.

(14) Dalal, T. (2016) 9 lotus seeds recipes, http://www.tarladalal. com/recipes-using-lotus-seeds-507.

(15) Dalal, T. (2016) Two boiled lotus stem recipes, http://www.tarladalal.com/recipes-using-boiled-lotus-stem-1384.

(17) Hall, J (2013) Lotus weaving, http://handeyemagazine.com/content/lotus-weaving.

(18) Fraser-Lu, S. and Thanegi, M. (2014) History of lotus fabric, Buddhism and indigenous folk beliefs. http://www.samatoa.com/ PrestaShop/content/9-lotus-flower-fabric-handmade.

(19) Ibid

(20) See 18 above.

(21) See 20 above.

(22) Lawless, J. (1995) *The Illustrated Encyclopedia of Essential Oils: The Complete Guide to the Use of Oils in Aromatherapy & Herbalism*. Element Books (Open Library).

(23) Ibid.

Annexure: Lotus Science and lotus growing

(1) ITIS (2014) Nelumbo nucifera Gaertn., http://www.itis.gov/servlet/SingleRpt/SingleRpt?search_topic=TSN&search_value=18400

(2) Oga lotus was developed by the Japanese lotus plant specialist, Ichiro Oga. In 1951, an ancient lotus seed estimated to be 2000 years old was excavated from an archaeological site in the Tokyo University Kemigawa Field of Hanamigawa Ward. The discoverer was the botanist, Dr. Ichiro Oga, who germinated the seed, and planted it at the Chiba Prefecture Agricultural Laboratory. This ancient lotus bloomed the following July, and its news spread throughout the world, even inspiring an article in LIFE magazine. The flower was named the Oga Lotus after Dr Oga. The Oga Lotus was designated as a national treasure by Chiba Prefecture in 1954, and became the Chiba City flower in 1993.The Oga Lotus blooms annually between mid-June and early July at the lotus lake in Chiba Park. See Grifiths, M. (2010) The Lotus Quest: In Search of the Sacred Flower. St. Martin's Press, London, UK., http://www. ntv.co.jp/englishnews/ nature/worlds_oldest_flower_ charms_visitors_in_northern_japan/.

(3) Ming, R, VanBuren, R., Liu, Y., Yang, M., Han, Y., Li, L.T., Zhang, Q. et al. (2013) Genome of the long-living sacred lotus (Nelumbo nucifera Gaertn.). Genome Biology, DOI: 10.1186/gb-2013-14-5-r41 (open access).

4) Ross, I.A. (2001) Nelumbo nucifera. Medicinal Plants of the World, pp. 353-362, Humana Press, N.J.

(5) Mukherjee, P.K., Mukherjee, D., Maji, A.K., Rai, S., Heinrich, M. (2009) The sacred lotus (Nelumbo nucifera)—phytochemical and therapeutic profile. Journal of Pharmacy and Pharmacology, 61:407422.

(6) Chen, J, Ma, X., Gao, K., Wang, Y., Zhao, H., Wu, H., Wang, J., Xie, H., Yang, Y.O., Luo, L., Guo, S., Han, J., Liu, B. and Wang, W. (2012) The active ingredients of Jiang-Zhi-Ning: Study of the Nelumbo nucifera alkaloids and their main bioactive metabolites. Molecules, 17: 98559867.

(7) Mehta, N.R., Patel, E.P., Patani, P.V. and Shah, B. (2013) Nelumbo nucifera (Lotus): A review on ethanobotany, phytochemistry and pharmacology. Indian Journal of Pharmacy and Biological Research, 1(4):152167.

(8) Buddhadev, S.G. and Buddhadev, S.S. (2014) Nelumbo nucifera the phytochemical profile and traditional uses. Pharma Science Monitor, 5(3), 112.

(9) Duke, J.A. (20176) Nelumbo nucifera (Nelumbonaceae) Dr. Duke's Phytochemical and Ethnobotanical Databases, https://phytochem.nal.usda.gov/phytochem/plants/show/1362?et=.

(10) See 4

(11) See 9,

(12) Duke, J.A. (2002) Handbook of Medicinal Herbs, CRC Press, Boca Raton, Florida.

(13)) Tsuruta, Y., Nagao, K., Shirouchi, B., Nomura, S., Tsuge, K., Koganemaru, K. and Yanagita, T. (2012) Effects of lotus root (the edible rhizome of Nelumbo nucifera) on the deveolopment of non-alcoholic fatty liver disease in obese diabetic db/db mice. Basic Biotechnology and Biochemistry, 76: 462 466.

(14) Zhang, X., Liu, Z., Xu, B., Sun, Z., Gong, Y. and Shao, C. (2012) Neferine, an alkaloid ingredient in lotus seed embryo, inhibits proliferation of human osteosarcoma cells by promoting p38 MAPK-mediated p21 stabilization. European Journal of Pharmacology, 677: 4754.

(15) Tian, D. (2008) Container production and post harvest handling of lotus (Nelumbo) and micropropagation of herbaceous peony (Paeonia). UMI Microfilm edn., ProQuest LLC, Ann Arbor, MI.

(16) Yang, Z.M., Chen, P. and Lao, L.X. (2006) Antiseason lotus cultivation technology in winter in Zhuhai, Guangdong. Agricultural Science, 7: 83-84.

(17) Zhuang, S.O., Zhou, J.and Zhuang, S.H. (2003) Success obtained on floating cultivation of flowering lotus in reservoir. China Floriculture and Horticulture, 16: 36-37.

(18) Pagels, W. (2006) Growing Nelumbo (Lotus) from seed and seedling cultivation. http://www.victoria-adventure.org/ lotus/ growing_ from_seed.html.

(19) Nguyen, Q.V. and Hicks, D. (2001) Exporting Lotus to Asia: An agronomic and physiological study. Rural Industries Research and Development Corporation (RIRDC) Pub. No. 01/32, RIRDC, Kingston, NewZealand.

(20) Ni, X (1987) Lotus of China. Translation: Huang H. Auburn University Project on Lotus. http://www.ag.auburn.edu/ hort/landscape/LOTUS_book_excerpt.html

(21) Nguyen, Q. (1999) Lotus- A new crop for Australian horticulture. Asia Newsletter (2): 1-5, http://www. nre.vic.gov.au/ trade/asiaveg/nlaf-04c.htm.

(22) Liu, Z. (1994) New cultivation method of Lotus. Chong-Qin Co. Ltd., Peking, P.R. China.

(23) See 19.

(24) See 20.

(25) See 19.

www.ingramcontent.com/pod-product-compliance
Lightning Source LLC
LaVergne TN
LVHW101407051026
849519LV00005BC/1682
* 9 7 8 9 3 9 0 5 3 5 6 2 0 *